பள்ளிகொண்டபுரம்

பள்ளிகொண்டபுரம்

நீல. பத்மநாபன் (பி. 1938)

பள்ளி நாட்களில் தொடங்கி ஐம்பதாண்டுகளுக்கும் மேலாக எழுதிவரும் நீல. பத்மநாபன் கேரளப் பல்கலைக்கழகத்தில் இயற்பியலிலும் மின்பொறியியலிலும் பட்டங்கள் பெற்று, கேரள மின்வாரியத்தில் தலைமைப் பொறியாளராகப் பணிபுரிந்து ஓய்வு பெற்றவர். திருவனந்தபுரத்தில் வசித்துவருகிறார்.

'பள்ளிகொண்டபுரம்', 'தலைமுறைகள்', 'உறவுகள்', 'தேரோடும் வீதி', 'இலை உதிர் காலம்' உள்பட இருபது நாவல்கள், பதினொரு சிறுகதைத் தொகுப்புகள், ஐந்து கவிதைத் தொகுப்புகள், பதினொரு கட்டுரைத் தொகுப்புகள், மொழியாக்கங்கள் என ஐம்பதுக்கும் மேற்பட்ட நூல்களை எழுதியுள்ளார்.

'இலை உதிர் காலம்' நாவலுக்காகவும் (2007), 'ஐயப்பப் பணிக்கர் கவிதைகள்' மொழிபெயர்ப்பு நூலுக்காகவும் (2003) சாகித்ய அகாதெமி விருதுகள் பெற்றுள்ளார். மேலும் ராஜா சர் அண்ணாமலைச் செட்டியார் விருது (1987), தஞ்சைத் தமிழ்ப் பல்கலைக்கழகத் தின் தமிழ் அன்னை விருது (1987), பாஷா பாரதி பரிசு (2006), இலக்கியச் சிந்தனைப் பரிசு (2013) உட்படப் பல்வேறு விருதுகளையும் பரிசுகளையும் பெற்றுள்ளார். இவரது படைப்புகள் இந்திய மொழிகளிலும் ஆங்கிலம், ஜெர்மன், ரஷிய மொழிகளிலும் மொழிபெயர்க்கப்பட்டுள்ளன.

இவரது எழுத்தையும் வாழ்க்கையையும் பற்றிய குறும்படத்தை சாகித்ய அகாதெமி வெளியிட்டுள்ளது.

● அன்பார்ந்த வாசகருக்கு,

வணக்கம்.

காலச்சுவடு நூலை வாங்கியமைக்கு நன்றி.

நூலின் உள்ளடக்கம், உருவாக்கம், அட்டைப்படம் இன்ன பிற அம்சங்கள் பற்றிய உங்கள் கருத்துகளையும் ஆலோசனைகளையும் காலச்சுவடு வரவேற்கிறது. தகவல், எழுத்து, வாக்கியப் பிழைகள் தென்பட்டால் அவசியம் தெரிவித்து உதவுங்கள். நூல் தயாரிப்பில் கடும் குறைபாடு இருப்பின் மாற்றுப் பிரதி உங்களுக்குக் கிடைக்கக் காலச்சுவடு ஏற்பாடு செய்யும்.

மின்னஞ்சல்: publisher@kalachuvadu.com

காலச்சுவடு நாகர்கோவில் அலுவலகத்திற்குக் கடிதம் அனுப்பலாம்.

தங்கள்
எஸ்.ஆர். சுந்தரம் (கண்ணன்)
பதிப்பாளர் — நிர்வாக இயக்குநர்

Unauthorised use of the contents of this published book, whether in e-book or hardcopy format, for any type of Artificial Intelligence (AI) training — including but not limited to Machine Learning, Deep Learning, Natural Language Processing, Computer Vision, Chatbot Training, Image Recognition Systems, Recommendation Engines, and Language Models — is strictly prohibited without prior licensing from the publisher. Any such unauthorised use may result in legal action.

நீல. பத்மநாபன்

பள்ளிகொண்டபுரம்

காலச்சுவடு பதிப்பகம்

பள்ளிகொண்டபுரம் ✧ நாவல் ✧ ஆசிரியர்: நீல. பத்மநாபன் ✧ © நீல. பத்மநாபன் ✦ முதல் பதிப்பு: டிசம்பர் 1970 ✧ காலச்சுவடு முதல் பதிப்பு: டிசம்பர் 2008, பதின்மூன்றாம் பதிப்பு: ஜூன் 2025 ✧ வெளியீடு: காலச்சுவடு பப்ளிகேஷன்ஸ் (பி) லிட்., 669 கே. பி. சாலை, நாகர்கோவில் 629001 ✧ கோட்டோவியங்கள்: ராஜசேகரன்

paLLikoNTapuram ✧ Novel ✧ Author: Neela. Padmanabhan ✧ © Neela. Padmanabhan ✧ Language: Tamil ✧ First Edition: December 1970 ✧ Kalachuvadu First Edition: December 2008, Thirteenth Edition: June 2025 ✧ Size: Demy 1x8 ✧ Paper: 18.6 kg Maplitho ✧ Pages: 296

Published by Kalachuvadu Publications Pvt.Ltd., 669 K.P. Road, Nagercoil 629001, India ✧ Phone: 91- 4652-278525 ✧ e-mail: publications @kalachuvadu.com ✧ Line Drawings: Rajasekaran ✧ Printed at Clicto Print, Jaleel Towers, 42 KB Dasan Road, Teynampet Chennai 600018

ISBN: 978-81-89945-77-0

06/2025/S.No. 289, kcp 5858, 18.6 (13) uss

பள்ளிகொண்டபுரம் – ஒரு நகரமும் ஒரு மனிதனும்

எண்பதுகளின் ஆரம்பம். கேரளப் பல்கலைக் கழகத்தில் ஆய்வு மாணவராக இருந்த நண்பர் கிருஷ்ண சாமியுடன் சில நாட்களைச் செலவழிப்பதற்காகத் திருவனந்தபுரம் வந்திருந்தேன். அந்த நகரத்தில் கால் வைப்பது அதுதான் முதன்முறை. எனினும் திருவனந்த புரம் எனக்குப் பழக்கமற்ற ஊராகத் தெரியவில்லை. நண்பர் கிருஷ்ணசாமி சில இடங்களுக்கு அழைத்துச் சென்று காட்டினார்.

"இது பழவங்காடி பிள்ளையார் கோவில்" என்றார்.

"தெரியும்" என்றேன்.

"இது புத்தரிக்கண்டம் மைதானம்."

"அரசியல்வாதிகள் 'பிரியப்பெட்ட நாட்டுகாரே' என்று முழங்குகிற இடந்தானே? தெரியும்."

"இது பத்மநாப சுவாமி ஆலயம்."

"உள்ளே பிறந்த கோலத்தில் மோகினி சிற்பம் இருக்கிறதென்று தெரியும்."

"இது சாலைக்கம்போளம். பெரிய கடைத்தெரு."

"தெரியும்."

நண்பர் ஒரு தீர்மானத்துக்கு வந்தவராகச் சொன் னார். "எந்த இடத்தைக் காட்டினாலும் தெரியும் என்று சொல்லுகிற உனக்கு என்னுடைய ஒத்தாசை தேவை யில்லை. நீயாகவே ஊரைச் சுற்றிப் பார்த்துக்கொள்." அவர் சொன்னதுபோலவே செய்தேன். பெயரளவில் அறிமுகமாகியிருந்த எல்லா இடங்களிலும் அலைந்து திரிந்தேன். இவ்வளவுக்கும் தெரியும் என்று சொன்ன

எந்த இடத்தையும் நான் முன்னர் பார்த்திருக்கவில்லை. ஆனாலும் அவற்றைப் பற்றிய தோராயமான விவரங்கள் மனதில் பதிந்திருந்தன.

காரணம் – இரண்டு தமிழ் எழுத்தாளர்கள். திருவனந்த புரம் நகரத்தைத் தமது படைப்புகளில் பின்புலமாகக் கொண் டிருந்த நீல.பத்மநாபனும் ஆ. மாதவனும். இவர்கள் எழுத்தில் காட்டியிருந்த திருவனந்தபுரம் நகரம் உண்மையானதாகக் கவனத்தில் நிலைபெற்றிருந்தது. எனினும் இருவரிடமும் இந்த நகரம் பின்னணியாக அமைந்திருப்பது ஒரே தன்மையி லல்ல. நீல.பத்மநாபனிடம் நகரம் மனப்படிமம். நகரத்தை முன்னிருத்தி மனித மனத்தை அலசுவதே அவரது நோக்கம். பாத்திரங்களின் நினைவோட்டத்தினூடே நகரம் தெளிவுபெற்று எழுகிறது. மாதவனிடம் நகரம் எதார்த்தம். அதனுடன் பாத்திரங்கள் கொள்ளும் உறவு நடைமுறைத் தேவைகள் சார்ந்தது. அவர்களுக்கு நகரம் வாழிடமே தவிர மனவெளி யல்ல. ஒரே பின்புலத்தைப் புனைவாக்கத்தில் இரண்டு படைப் பாளிகள் கையாளும் முறைக்கு இதை எடுத்துக்காட்டாகக் கொள்ளலாம். இது ஒப்பீடல்ல. அவதானிப்பு.

இந்த அவதானிப்புதான் முதன்முறையாகப் பார்த்த திரு வனந்தபுரம் நகரத்தைப் பழக்கப்பட்ட இடமாக எனக்குள்ளே பதியச் செய்திருந்தது என்று எண்ணுகிறேன். இலக்கியப் புனைவு வெறும் கதையாடல் அல்ல. அதையும் மீறிய நுண்ணுணர்வு களை வாசக கவனத்தில் ஏற்படுத்துவது என்ற இலக்கியச் செயல்பாட்டை இனங்கண்ட தருணங்களில் ஒன்றாக இருந்தது 'பள்ளிகொண்டபுரம்' வாசிப்பு. அந்தத் தருணம் இப்போதும் தொடர்கிறது. திருவனந்தபுரம் நகரத்தின் வெவ்வேறு இடங் களைக் கடக்கும்போது இந்த நாவலும் நாவலை வாசிக்கும் போது நகரமும் நினைவுக்கு வருகின்றன. இந்த நாவலுடனான எனது வாசக உறவு இது.

கறாரான அர்த்தத்தில் நாவலில் கையாளப்படும் இடக் குறிப்புகள் இல்லாமலும் இந்த நாவலின் கதையாடல் நிகழ லாம். ஆனால் அவை வெறும் பின்புலச் சித்தரிப்பாக வரை யறுக்கப்பட்டு வாசக கவனத்தில் அழுத்தம் பெறாமல் போயிருக்கும். நீல.பத்மநாபன் அவற்றுடன் பாத்திர உணர்வை யும் இணைக்கிறார். அந்த இணைப்பே நகரத்தை உயிர்ப்புள்ள தாக்குகிறது. அதற்கான வாழ்வைத் தருகிறது. சரியான பொரு ளில் நாவலில் நாம் காண்பது மையப்பாத்திரமான அனந்தன் நாயரின் மனதுக்குள் விரிந்திருக்கும் திருவனந்தபுரத்தையே. பத்மநாப சுவாமி ஆலயம், பழவங்காடி கணபதி கோவில், புத்தரிக்கண்டம் மைதானம், சாலைக் கடைத்தெரு, அத்வைதா

சிரமம், ஸ்ரீகண்டேசுவரம், எம்.ஜி.ரோடு, பாளையம், கோவளம் உள்ளிட்ட முக்கிய இடங்கள் எல்லாவற்றையும் அனந்தன் நாயரின் தொடர்பில்லாமல் நம்மால் காணமுடிவதில்லை. அனந்தன் நாயரின் பார்வையை விலக்கிவிட்டுப் பார்த்தால் இந்த வரைபடம் நம்பகமானது; அதே சமயம் ஜீவனில்லாதது. 'நகரங்களுக்குச் சொந்தமாக ஆன்மா உண்டா என்று தெரியாது. அப்படி இருக்குமானால் திருவனந்தபுரத்துக்கும் உண்டு. அதை நீல. பத்மநாபனால் உணரவும் உணர்த்தவும் முடிந்திருக்கிறது' என்று 'பள்ளிகொண்டபுரம்' நாவலுக்கு எழுதிய முன்னுரையில் மலையாளக் கவிஞரும் அறிஞருமான என்.வி. கிருஷ்ண வாரியர் குறிப்பிடுவது இந்தப் பொருளில்தான்.

இந்த இட விவரங்களைத் துல்லியமாகவும் பெயர்க் காரணங்களுடனும் குறிப்பிடும் ஆசிரியர் நாவலுக்குள் எந்தச் சந்தர்ப்பத்திலும் திருவனந்தபுரத்தின் பெயரைக் குறிப்பிடுவ தில்லை. பள்ளிகொண்டபுரம் என்ற மாற்றுப் பெயர்கூட எங்கும் எடுத்தாளப்படுவதில்லை. எனினும் நகரம் அதன் வரலாற்றுப் பழைமையுடனும் புராணச் சாயலுடனும் நவீன நெருக்கடிகளுடனும் உருவாகிவிடுகிறது. அனந்தன் காடு திருவனந்தபுரமான புராணமும் மார்த்தாண்ட வர்மாவால் பத்மநாப சுவாமிக்கு சமர்ப்பிக்கப்பட்ட வரலாறும் ராஜ வாழ்க்கை மறைந்து ஜனநாயகப்படுத்தப்பட்ட மாற்றமும் புலனாகிறது. நகரங்களுக்கும் ஆன்மா உண்டுதான்போலும்.

✦

காலத்தோடும் இடத்தோடும் மனிதன் கொள்ளும் உறவின் கதையாகப் 'பள்ளிகொண்டபுரம்' நாவலை அடை யாளம் காணலாம். மையப்பாத்திரமான அனந்தன் நாயரின் வாழ்க்கையில் நாற்பத்தெட்டு மணி நேரத்தில் நிகழும் சம்பவங்கள்தாம் கதையாடலின் இழை. அது அவருடைய ஐம்பதாம் பிறந்த நாள். அன்றைய அதிகாலை முதல் இரண்டு சம்பவங்கள் நிகழ்கின்றன. ஒன்று, அவருடைய நகரப் பயணம். இரண்டாவது, அவருடைய மனதுக்குள் நிகழும் காலயாத்திரை. ஒன்று முன்னோக்கி நகர இன்னொன்று பின்னோக்கி அலைகிறது. இந்த இரண்டையும் கடந்து வெளியுலகம் சார்ந்து வேறு சம்பவங்கள் எதுவும் நிகழ்வது மில்லை. அனந்தன் நாயர் சந்திக்கும் மனிதர்கள், அவர் செல்லும் இடங்கள் இவை மட்டுமே முக்கியத்துவம் பெறு கின்றன. இரண்டு நாள் என்ற காலவரையறைக்குள் ஒரு மனிதனின் ஐம்பதாண்டுக்கால வாழ்க்கையைச் சொல்லிவிட வேண்டும் என்ற வடிவ நிர்ப்பந்தம் அனந்தன் நாயருடன் தொடர்புள்ள எல்லா மனிதர்களையும் அவர்களின் காலங்

களையும் இடங்களையும் முன்வைக்க நாவலாசிரியரைக் கட்டாயப்படுத்தியுள்ளது என்பதை எளிதாக யூகிக்கலாம். ஆனால் அதை மிக இயற்கையான ஓட்டமாக உருவாக்கி யிருப்பதுதான் நீல. பத்மநாபனின் கலைத்திறன். நிகழ்காலத் தின் ஒரு புள்ளியிலிருந்து கிளைபிரிந்து கடந்த காலத்தின் பெரும்பரப்புக்குள் அலைகிறார் அனந்தன் நாயர். அவரது நினைவுகளிலிருந்தே எல்லாமும் மறு பிரவேசம் செய்கின்றன.

ஆலயத்தில் தொழுது முடித்து இறங்கும்போதுதான் சொந்த சகோதரியையே பார்க்கிறார். அவளுடைய வாழ்க்கையை நினைவுகூர்கிறார். அதையொட்டியே காலமும் இடங்களும் மீண்டு வருகின்றன. நாவலின் பொது இயல்பே இந்த உத்தி யில்தான் முன்னகர்கிறது. அனந்தன் நாயரின் மன இயக்கத் தின் அசைவுகளாகவே பிற பாத்திரங்கள் அனைத்தும் உயிர் கொள்கின்றன.

நனவோடைப்போக்கில் எழுதப்பட்ட நாவல் என்று சிறப்பிக்கப்பட்டதன் காரணம் இதுவாக இருக்கலாம்.

இன்னொரு தளத்திலும் காலத்தின் சாயைகளை நாவலில் காணலாம். முடியாட்சியின் சலுகைகள் மூலமாக வாழ்க்கை வாய்ப்புப் பெற்ற தலைமுறையைச் சேர்ந்தவர் அனந்தன் நாயர். அரண்மனை ஊழியராக வாழ்க்கையைத் தொடங்கு கிறார். ஏறத்தாழ இறுதிக் காலத்தில் ஆட்குறைப்புச் செய்யப் பட்டு வேலையிழந்து வைரவன் பிள்ளை முதலாளியின் கடைச் சிப்பந்தியாகிறார். பொன்னுதம்புரானின் ஊழியனாக இருந்தவன் கடை ஊழியனாகப் பிழைப்பு நடத்த நேர்ந்த விதியைப் பற்றிய புகார்களில் அவர் மனம் குமைந்துகொண்டிருக்கிறது. அவரைக் கடந்து காலம் முன்னேறுகிறது.

அவர் பிடிப்பு வைத்திருக்கும் மதிப்பீடுகளைத் தாண்டி மனிதர்கள் முன்னகர்கிறார்கள். அவருடைய மகன் பிரபாகரன் நாயரும் மகள் மாதவிக்குட்டியும்கூட அவருடைய மதிப்பீடு களைப் பின்தள்ளி விடுபவர்களாக இருக்கிறார்கள். புதிய காலத்தின் ஓட்டத்திலிருந்து விலகி நிற்பவராகிறார் அனந்தன் நாயர்.

காலம், இடம், உறவுகள் எல்லாவற்றிலிருந்தும் அனந்தன் நாயரை விலக்கி நிறுத்தும் ஏக காரணம் – கார்த்தியாயினி. அவரது மனைவி. இரண்டு பிள்ளைகளைப் பெற்ற பின்பு கணவனையும் பிள்ளைகளையும் புறக்கணித்து இன்னொரு வருக்கு மனைவியாக மாறியவள். அவள் பிரிந்து போய் பதினைந்து வருடங்களான பின்னும் அந்த விலகலின் காயத்தை ஆறாமல் சுமந்து அலைகிறார் அனந்தன் நாயர். அவரது

இந்தத் தோல்வி மனப்பான்மை கார்த்தியாயினியை முதன் முதலாகப் பார்க்கும் கணத்திலேயே தொடங்கி விடுகிறது. 'அந்த அபூர்வ நொடியில் நெடுஞ்சாண் கிடையாக அவள் முன்னால் விழுந்து அவள் தளிர்ப்பாதங்களைத் தன் கண்ணீரால் நனைக்க வேண்டுமென்று தன் அந்தக்கரணத்தில் எழுந்த அந்த வெறிதான் எவ்வளவு பைத்தியக்காரத்தன மானது என்று இப்போது தோன்றுகிறது' என்று ஐம்பதாவது வயதிலும் அவருக்குத் தோன்றுகிறது. 'ஆலயத்தில் வைத்து ஆராதனை செய்ய வேண்டிய அழகைப் பள்ளியறையில் கொண்டு வந்து சிறை வைப்பது முறையாகுமா?' என்று மனம் கேட்ட கேள்விதான் அவரை நிரந்தரமாகத் தொடர்கிறது.

இந்தக் கேள்விக்கு அவர் கண்டடையும் பதில் எதிர் மறையானது. கார்த்தியாயினியைச் சீண்டுவதும் அவளுடைய ஒழுக்கநிலையைக் கேள்விக்குட்படுத்துவதுமானது. அனந்தன் நாயரின் உத்தியோக உயர்வும் பிற வாய்ப்புகளும்கூட கார்த்தி யாயினி மூலமாகவே வருகின்றன. அவற்றைத் தள்ள முடியாத அவரால் கார்த்தியாயினியை விலக்க முடிகிறது. அவராக அல்லாமல் அவளாகவே விலகும் சூழலை உருவாக்க முடிகிறது. அதற்கு உறவினரிடையேயும் பிள்ளைகளிடையே யும் அவரால் நியாயம் கற்பிக்கவும் முடிகிறது. ஆனால் காலப்போக்கில் இந்த நியாயம் வலுவில்லாதது என்றாகும் போது அதை ஏற்றுக்கொள்ள அனந்தன் நாயர் தயங்குகிறார். ஆனால் அதை ஒரு நியாயம் என்று நம்பத் தயாராக இல்லாத புதிய தலைமுறைப் பிரதிநிதியான மகன் பிரபாகரன் நாயரால் கார்த்தியாயினியுடன் மதிப்பீடுகளின் தயக்கமின்றி இணைய முடிகிறது. அவர் மீது பாசம் கொண்டிருக்கும் மகள் மாதவிக் குட்டியும் அவரைத் தாண்டி தன்னுடைய வாழ்க்கையைத் தீர்மானித்துக்கொள்கிறாள். புறசாதியைச் சேர்ந்தவனைத் திருமணம் செய்துகொள்ளவிருப்பதைத் தகப்பனிடம் அறிவிக் கிறாள். இந்த மாற்றங்களெல்லாம் அனந்தன் நாயரை வீழ்த்து கின்றன. காசநோய் பீடித்த உடலும் அவரைச் சரியச் செய் கிறது.

ஒருவிதமான செயலற்ற நிலையில் பெரும் மனஅரற்ற லுடன் வீழ்ச்சியை ஏற்றுக்கொள்ள வேண்டியவராகிறார். அவருக்கு விடுதலை தரும் வழி மரணத்தின் இருளில் நீண்டு கிடக்கிறது.

ஒரு மனச்சுமை மனிதனின் மனவோட்டங்கள்தாம் 'பள்ளிகொண்டபுர'த்தில் கதையாடலாக விரிவடைகின்றன. ஏற்றுக்கொண்ட மதிப்பீடுகளுக்கும் புதிய மதிப்பீடுகளுக்கும் இடையில் உழலும் சாதாரண மனிதன் அனந்தன் நாயர்.

இன்னொரு பொருளில் நாவலின் களமான நகரமும் பழை மைக்கும் புதுமைக்கும் இடையில் தத்தளிக்கும் ஒன்றுதான். முடியாட்சியின் டாம்பீகத்துக்கும் ஜனநாயகத்தின் அணுகு முறைக்குமிடையில் காலத்தின் சுமையால் தளர்ந்துபோன நகரத்தைத்தான் நீல.பத்மநாபன் சித்தரிக்கிறார். சோர்ந்து போன மனிதராக அல்லாமல் உற்சாகவானாக அனந்தன் நாயர் இருந்திருப்பானால் திருவனந்தபுரம் நகரம் இத்தனை மானசீக நெருக்கத்துக்குரியதாக இராது என்று யோசிக்கவும் தோன்றுகிறது. 'திருவனந்தபுரத்தின் ஆத்மா சோர்வடைந்த ஒன்று. வயது முதிர்ச்சியால் அல்ல. திடீரென ஏற்பட்ட வீழ்ச்சி யால்' என்று கிருஷ்ணவாரியர் குறிப்பிட்டது நகரத்துக்கு மட்டும் பொருந்தக் கூடியதல்ல.

◆

ஏறத்தாழ அரை நூற்றாண்டுக் காலமாக இலக்கியத்தில் தீவிரமாக இயங்கி வருபவர் நீல.பத்மநாபன். இலக்கியத்தின் எல்லாப் பிரிவுகளிலும் ஈடுபாடு காட்டியிருக்கிறார். எனினும் அவரை முதன்மையாக ஒரு நாவலாசிரியராகவே கருதுகிறேன். குறிப்பாக, அவரது மூன்று நாவல்கள் – 'தலைமுறைகள்', 'பள்ளிகொண்டபுரம்', 'உறவுகள்' – தமிழ் நவீனப் புனைவில் பிரதான இடம் வகிப்பவை. இந்த மூன்றிலும் 'பள்ளிகொண்ட புரம்' பிரத்தியேகமானது. தமிழ் வாழ்வுக்குச் சற்று நெருக்க மானது எனினும் பண்பாட்டு அடிப்படையில் மாறுபட்ட ஒரு வாழ்க்கை முறையையும் இயல்புகளையும் மையமாகக் கொண்டு எழுதப்பட்ட நாவல் அது. வேற்று மொழியையும் அயல் கலாச்சாரக் கூறுகளையும் நுட்பமாகக் கையாண்ட நாவல் அது என்பதே வெளியான காலத்தில் 'பள்ளிகொண்ட புரம்' பெரும் விமர்சன அங்கீகாரம் பெற்றமைக்குக் காரணம் என்று தோன்றுகிறது.

உடனிகழ்வாக ஒரு நகரத்தைப் பற்றிய நவீனத் தொன் மத்தையும் நாவல் கட்டமைக்கிறது.

வெளிவந்த காலத்தில் புதுமையானதாகத் தென்பட்ட இந்த அயல் கலாச்சாரக் கூறுகள் இன்று காலத்தால் பின் னுக்குத் தள்ளப்பட்டுவிட்டன. நாவலில் வெளிப்படும் மலை யாளி மனோபாவம் இன்று நடைமுறையில் இல்லை. அன்று 'பள்ளிகொண்டபுரம்' நாவலை வாசிப்புக்கு உகந்ததாக ஆக்கி யிருந்தவை இரண்டு கூறுகள். ஒன்று – அதன் அயல் பண் பாட்டு அறிமுகம். இரண்டு – நடப்பியல் சார்ந்து உருவாக்கப் பட்டிருந்த மலையாளக் கலப்புள்ள அதன் மொழி நடை. இவையிரண்டும் நாற்பதாண்டுக் காலப் பிசுக்கில் மெருகு குன்றியிருப்பதாகவே தோன்றுகிறது. ஒரு மலையாளிப்

பெண் கணவனைப் பிரிந்து இன்னொருவனுடன் போவது கேரளக் கலாச்சாரச் சூழலில் மிகச் சாதாரணமானது. அந்தப் பின்னணியைப் பொறுத்து இந்தச் செயல் அதிர்ச்சியை உண்டுபண்ணக் கூடியதல்ல. நாவலில் இடம்பெறும் பெண் பாத்திரங்களில் அனந்தன் நாயரின் அக்கா கல்யாணியைத் தவிர எல்லாப் பெண்களுமே இந்த விதிக்குள் அடங்குபவர்கள் தாம். இன்று 'பள்ளிகொண்டபுர'த்தை வாசிக்கும்போது இந்த 'ஒழுக்கப் பிறழ்வு' எந்த அதிர்வையும் ஏற்படுத்துவ தில்லை. ஒருவேளை இந்த மதிப்பீட்டை முன்வைத்தது தமிழ்ப்பண்பாட்டில் ஊறிய நாவலாசிரியரின் மனச்சாய்வாக இருக்கலாம்.

இன்றைய தமிழ்ப் புனைவின் நடை அதிக வீச்சையும் செறிவையும் உள்ளோட்டங்களையும் கொண்டதாக மாறி விட்டிருக்கிறது. அவற்றுடன் ஒப்பிடும்போது நீல.பத்மநாபனின் நடை எளிமையானது. நேரடியானது. பெரும்பான்மையும் நடப்பியல் சார்ந்தோ இயல்புவாதத்தின் குணத்துடனோ அமைவது. உத்திகள் என்றோ சோதனை என்றோ மெனக் கெட விரும்பாதவர் அவர். ஆனால் படைப்பின் தேவை அவரை அதற்கு உந்திவிடும் தருணங்களும் உண்டு. எனினும் அவர் தெரிவு செய்யும் வாழ்க்கையனுபவங்களைப் புனை வாக மாற்ற இந்த நடை அவருக்கு உதவிகரமாகவே இருந் திருக்கிறது. அவரது பெரும்பான்மைப் பாத்திரங்கள் மன அரற்றலின் அடையாளங்கள். தமது துக்கங்களையும் ஆற்றாமைகளையும் தமக்குள் சொல்லிச் சொல்லி மாய்ந்து போகிறவர்கள். இதன் உச்சமான எடுத்துக்காட்டுகள் அனந்தன் நாயரும் ராஜகோபாலனும் ('உறவுகள்'). இந்த அரற்றலுக்கு நாவலாசிரியரின் நடை மிக இயல்பாகப் பொருந்துகிறது. மறுவாசிப்பில் இந்த மன அரற்றலின் கூறல்முறைதான் நாவலின்பால் என்னை ஈர்ப்பதாக எண்ணுகிறேன். மனித மனத்தை நெருங்குவதுதானே படைப்பின் நோக்கம். அந்த நெருக்கத்தை இப்போது வாசிக்கும்போதும் 'பள்ளிகொண்ட புர'த்தில் உணரமுடிகிறது. கூடவே ஒரு நகரத்தின் சலனத்தையும்.

திருவனந்தபுரம் சுகுமாரன்
6 டிசம்பர் 2008.

(காலச்சுவடு கிளாசிக் பதிப்புக்காக எழுதப்பட்ட முன்னுரை.)

O

1

பழவங்காடி பிள்ளையார் கோவிலின் முன் ராஜ வீதியில், ஒரு நிமிஷம் விழிகளை அடைத்து இருகரங்களையும் கூப்பி நிஷ்டையில் நின்றார் அனந்தன் நாயர்.

செடி கொடிகள், மரங்கள், ஜீவஜாலங்கள், அனைத்தையும் மௌனமாய், மறைவாய் சூல்கொள்ளச் செய்யும் பிரம்ம முகூர்த்தம் துவங்கிக்கொண்டிருக்கும் இளம் வைகறையின் சீதளச் சூழ்நிலை.

பட்டப்பகலின் இயந்திரச் சலனங்களில் களைத்துத் துவண்டு ஓய்ந்துபோய் துயில் கொள்ளும் நகரம்...

மோனமான சாந்தியின் மோகன மயக்கத்தில் இயற்கை அன்னை கிறுகிறுத்துக்கிடக்கும் தோற்றம்...

பிள்ளையார் கோவிலில் இருந்து திரும்பி வலப்பக்க வீதியில் நடந்தார் அனந்தன் நாயர்.

அதற்குள் குளித்துவிட்டிருந்ததால், உடம்பில் ஒரு துண்டு மட்டும் போர்த்தியிருந்தும்கூட, சுற்றுப்புறத்தில் கனத்த குளிர் அவருக்கு உறைக்கவில்லை. சீக்குப் பிடித்த உடம்பு. அதோடு எத்தனை எத்தனையோ மனக் குழப்பங்கள் இருந்தும்கூட, இந்த உற்சாக அனுபூதியின் காரணம் அந்த நீராடல் மகிமைதானா?

இந்த வீதிக்குத்தான் எவ்வளவு அகலம்! வடக்கில் நகரத்து முக்கியச் செயலகங்களை நோக்கி விரியும் பிரதான கடைவீதி... தெற்கே, ஏழுமைல் தொலைவில் இருக்கும் அழகான கோவளம் கடற்கரையை நோக்கி நீண்டும் நிமிர்ந்து கிடக்கும் தார் ரோடு...

வீதியின் வலப்பக்கத்து மைதானத்தில், பச்சைநிற நகர பஸ்கள் தாறுமாறாய் இறைந்து கிடந்து ஓய்வெடுக்கின்றன. அதன் இடையில் நகரத்தின் வர்த்தக மைய

மான சாலை பஜார் மேற்கு கிழக்காய்த் தூங்கி வழிந்துகொண்டு கிடக்கிறது.

வலப்பக்கத்தில், சரித்திரப் பிரசித்தமான எத்தனை எத்தனையோ நிகழ்ச்சிகளை இந்நாட்டில் தோற்றுவிக்கக் காரணமாயிருந்த பழவங்காடி மைதானம்... இங்கே நின்று கொண்டு, 'பிரியப்பட்ட நாட்டுகாரே...' என்று துவங்கிப் பேச்சுமழை பொழியாத ஒரு அரசியல்வாதியோ, கட்சித் தலைவனோ இந்நாட்டில் இருப்பார்களா?

மைதானத்தைத் தொட்டு நகர பஸ் நிலையம். அதையடுத்து, மேலே இரு ஓரங்களிலும் வெண்மை நிறத்தூண்களால் சூழப் பட்ட இரு சிறிய மண்டபங்களைக் கொண்டு, வெள்ளை வெளேரென்று பிரம்மாண்டமாய் உயர்ந்து நிற்கும் கிழக்குக் கோட்டை. அதன் வாசலின் முன் வந்ததும், மூடுபனியின் நிழலில் புகைக் கோடுகளால் இழுக்கப்பட்ட ஒரு கனவுக் காட்சியாய் ஸ்ரீ பத்மநாபசுவாமி ஆலயக் கோபுரம் பரிபாவன மாய் அவர் விழிகளில் தென்பட்டது.

கோட்டை நடையில் கணநேரம் நின்றவாறு, ஆலயத்தைப் பார்த்துக் கண்மூடி இரு கரங்களையும் பக்தி சிரத்தையுடன் கூப்பித் தொழுதார்.

பிறகு, கோட்டைக்குள் நுழைந்ததும் வெளி மாகாணங் களிலிருந்து வந்திருந்த உல்லாசப் பிரயாணிகளின் இரண்டு மூன்று பஸ்கள் அவர் கண்களில் தட்டுப்பட்டன.

பத்மநாபசுவாமி கோவில் பூஜா பாத்திரங்கள், ஊட்டுப் புரை வார்ப்புக்கள் முதலியவைகளை முன்பெல்லாம் கழுவும் பாத்திரக்குளம் வீதியின் இடப்பக்கத்தில் இப்போது அனாதை யாய்க் கிடைந்தது. இன்று தண்ணீர் வெளியில் தெரியாத அளவுக்குப் பாசி பரவிக்கிடக்கும் இந்தப் பாழ்குளம் நகரத்தில் சுகமரணத்திற்கு ஆண்களும் பெண்களும் தேர்ந்தெடுக்கும் ஒரு அபூர்வ புனித தீர்த்தம்!

குளத்தைத் தொட்டு கோட்டைக்ககம் போலீஸ் நிலையத் தின் ஒரு அவுட் போஸ்டு அறை. அதை அடுத்து இடப்பக்கத்தில் நீண்டு செல்லும் ஏகாந்தமான பாதை. அந்தப் பாதையோரத்தில் தலைவிரி கோலமாய் நிற்கும் காற்றாடி மரங்களின் கீழிருந்த மதிலகம் காரியாலயத்தைக் கண்டதும், நட்ட நடு வீதியில் நின்றார் அனந்தன் நாயர்.

இக்கோவில் காரியங்களை எல்லாம் பத்மநாப தாஸனான மகாராஜா இந்தக் காரியாலயம் வழியாகத்தான் கவனித்துக் கொண்டிருக்கிறார். 'உம்... இந்த ஆபீஸின் தலைமைக் காரி

யாலயத்தில்தானே முப்பது ஆண்டுகளுக்கும் மேல் நாமும் வேலை பார்த்தோம்' என்று அவர் மனம் சொல்லிக்கொண்டதும் ஒரு பெருமூச்சு அவரிடத்திலிருந்து பீறிட்டுக் கிளம்பியது.

அவர் நிற்கும் இடத்திலிருந்து நான்கு திசைகளிலும் செல்லும் அகலமான ராஜ பாட்டைகளில் குழல் விளக்குகளின் நெடுநீள ஒளி வரிகளின் வரிசை... நவராத்திரி காலங்களில் பத்மநாபபுரத்திலிருந்து சரஸ்வதி அம்மன் வந்து வீற்றிருக்கும் நவராத்திரி மண்டபம் இடப்பக்கத்தில் தெரிகிறது. அவர் சிறிது தூரம் முன்னால் நடந்து அண்ணாந்து பார்த்துக்கொண் டிருக்கையில், நவராத்திரி மண்டபத்தின் மேலே, மிக உயரத்தி லிருந்த 'மேத்தமணி' என்ற பெரிய கடிகாரத்தின் நடுவிலிருந்த அரக்கனின் வாய் 'ஆ' என்று பிளந்து உள்ளே இருந்த பற்கள் வெளியே தெரிய சடக்கென்று அடைந்த அதே நேரத்தில் பக்கவாட்டிலிருந்த இரண்டு பொம்மை ஆடுகளும், அந்த முகத்தின் கன்னங்களில் வந்து டப்பென்று மோதிக்கொள் கின்றன.

கடிகாரத்தின் சிறிய முள் மூன்றிலும் பெரிய முள் ஆறிலும்!

மணி மூன்றரை அடிக்கிறது.

மேத்த மணி அடித்ததும், பக்கத்தில் பாரா நின்ற போலீஸ் சிப்பாய், அங்கே கீழே தொங்கவிடப்பட்டிருந்த வெங்கல மணியில் ஒருமுறை டணார் என்று ஓங்கி அடிக்கிறான். அந்த ஒலி வெள்ளத்தில் நகரமே கிடுகிடுத்தது. எந்த இரவானாலும் சரி, பகலானாலும் சரி, நகரத்தை முழுதும், முழங்கி அறிவிக்கும் காலக்கணக்கின் பிரம்மாண்ட நாதப் பேரோசை இது!

நாலு மணிக்குத்தான் நிர்மால்ய பூஜைக்குக் கோவிலுக்குள் விடுவார்கள். இன்னும் அரை மணி நேரம் இருக்கிறது. அதுவரை எங்கே போய் உட்கார்ந்திருப்பது?

அனந்தன் நாயர் ஒரு கணம் தயங்கியவாறு மேத்த மணியின் முன்னால் நின்றார். ஆலயத்திற்கு மேலே மேலே ஏறிசெல்லும் கல்படிகளையும், கோவில் நடையிலும் கோபுரங்களில் ஒவ்வொரு மாடியிலும் பளிச்சிடும் விளக்குகளையும் ஒரு கணம் உற்றுப் பார்த்துவிட்டு அவர் திரும்பி நடந்தார்.

இடக்கைப் பக்கமாக ஞானானந்த சுவாமிகளின் ஆசிரமத்திற்குத் திரும்பும் அக்கிரகாரத்தில் திரும்பி, ஆசிரமத்தின் முன்நின்ற அரச மரத்தின் கீழ், நாக விக்கிரகங்கள் வட்டத்தில் வைக்கப்பட்டிருந்த விஸ்தாரமான கருங்கல் சதுர மேடையில் அவர் சென்று உட்கார்ந்து கொண்டார்.

இப்போது, ஆலயத்தின் பெரிய தீர்த்தக் குளம் அவர் முன் பளிச்சென்று தென்படுகிறது. அசுத்தப்படாமலிருக்க, சுற்றிக் கம்பிவேலிக்குள் சிறைப்படுத்தப்பட்டிருக்கும் பெரிய குளம். பளிங்கு போன்ற நீரில் ஆலயகோபுர விளக்குகள் ஜிலு ஜிலுவென்று ஆடிக் களிப்பது பிரதிபலித்துத் தெரிகிறது. சற்று நேரம் அந்த நீரையே உற்றுப் பார்த்துக்கொண்டிருக்கையில், அதற்குள் பரபரப்பான ஒரு நகரமே இயங்கி மறிவதைப் போன்ற ஒரு மனப்பிராந்தி . . !

அரசமரத்தின் மேலே, கிளைகளில் இலைகள் சலசலத்தன. அக்கிரகாரத்திலிருந்த ஏதோ வீட்டிலிருந்து ஒரு குழந்தை அழும் ஓசை லேசாகக் கேட்கிறது. தூரத்துப் போலீஸ் நிலையத்திலிருந்து ஒரு போலீஸ் வேன் முணு முணுத்தவாறு பாய்ந்து செல்கிறது.

இயற்கை மோன தபஸில் ஆழ்ந்து நிற்கும் மங்கலத் தருணம்... அனந்தன் நாயருக்குத் திடீரென்று ஒரு யோசனை தோன்றியது. கோவில் நடை திறப்பது வரையில் பொழுது போனது போலவும் இருக்கும்...

பத்மாஸனம் போட்டு உட்கார முனைகையில் கால் வலிக்கிறது. கொஞ்சம் ஆண்டுகளுக்கு முன், பூந்துறை ஆசிரமத்திலிருந்து கிடைத்திருந்த பயிற்சிகூட இப்போது பயனளிக்கத் தயங்குகிறதே..! உம்... இளமையான பிராயமா என்னா! இன்று ஐம்பது வயசு திகைகிறதல்லவா..!

இருந்தாலும், இரண்டு மூன்று தடவை முயன்று கஷ்டப்பட்டு முயற்சி செய்ததில், பத்மாஸனம் போட முடிந்தது. விழிகளை மூடி, சுவாசத்தை நிதானப்படுத்தி பிராணாயாமத்தில் அப்படியே உட்கார்ந்திருந்தார்.

புற உலகம் அரூபமானபோது, அக உலகம் விழித்துக் கொள்கிறது. அக உலகத்தை அப்படி விழிக்க விடுவது இப்போது அத்தனைக்கு நல்ல காரியமல்ல என்றும் அவருக்குத் தோன்றியது. வழக்கம்போல் கார்த்தியாயினியின் உருவம் உள்ளத்தின் உள்கோடியிலிருந்து மெல்ல மெல்ல எழுந்து வருகிறது. இது மிகவும் ஆபத்தானது..! எனவே அவர் விழகளைச் சடக்கென்று திறந்துகொண்டார்.

கார்த்தியாயினியைத் தவிர வேறெதையுமே தன்னால் நினைத்துப் பார்க்க முடியாதா?

'கடவுளின் இந்தப் புனித சன்னிதானத்தில் வந்து உட்கார்ந்த பிறகும், இந்த வயசான காலத்தில், ஒரு காலத்தில் என் கெட்டியவளாக இருந்த அந்த நன்றி கெட்டவளை நினைத்துப் பார்க்க வெட்கமாக இல்லையா?' என்று அவர் அந்தராத்மா கேட்டது.

திடச்சித்தத்துடன், ஸ்ரீ பத்மநாபன் பள்ளிகொண்டு சயனிக்கும் திருக்கோலத்தை மனக்கண்ணில் கொணர்ந்தார்... இது ஸ்ரீ பாதம் பூமியல்லவா? தான் இப்போது உட்காந்திருக்கும் இந்தத் திரு இடமும், சுற்றப்புறச் சூழ்நிலையும், எத்தனை எத்தனை இதிகாஸ இயக்கங்களை – சரித்திர சம்பவங்களை உள்ளடக்கி இருக்கின்றன என்று நினைக்கையில்...

அவர் உடலம் புல்லரித்தது.

மீண்டும் விழிகளை அவர் அடைத்துக்கொண்டார். வேண்டுமேன்றே அவர் நாக்கு அனந்தன் காட்டு மகாத்மியம் என்ற பத்மநாப சுவாமி கோவில் தலபுராணத்துப் பாக்களை அடக்கமான குரலில் உச்சரிக்கத் தொடங்கியது. உதடுகள் உச்சரிக்கும் சொற்களின் பொருளிலிருந்து திமிறிக்கொண்டு விலகிச் செல்லத் திணறிக்கொண்டிருந்த மனதைப் பிடித்து இழுத்து, வலுக்கட்டாயமாக அந்தச் சொற்களின் சூக்குமத்தில் சிறைப்படுத்தினார். இது அவர் இன்று நேற்றுச் செய்யும்

அப்பியாசமா என்ன! கடந்த பதினைந்து ஆண்டு காலமாக எத்தனையோ தடவை தீவிர முயற்சி செய்தும் அவருக்கு சித்தித்தும் சித்திக்காமலும் இருக்கும் ஒரு அனுக்கிரகம் இது! இடையிடையே வந்து அவரைத் தொந்தரவு செய்துகொண் டிருந்த குடும்ப பந்தங்களின் லௌகீக நினைவுகளை விழிக் கதவுகளுக்கு வெளியே நெட்டித் தள்ளிவிட்டு, அவர் உட்கார்ந்து கொண்டிருக்கும் ஸ்தலத்தின் புராணத்துக் காட்சிகளை ஒரு இனிமைமிகு கனவாய் உள்ளமெங்கணும் வலம் வரச் செய்ய அவர் பிரம்ம ப்ரயத்தனம் செய்யத் துவங்கினார்.

2

உள்ளத்து மேடையில் இறை நினைவுகளை பிர திஷ்டை செய்யக் கடுமையான சாதனை...

பரசுராமன் கோடாரி எறிந்து சமுத்திரத்திலிருந்து மீண்டெடுத்த புண்ணிய மண்ணில்...

நாடும் நகரமும் வீடும் வீதியும் எழும்பித் தழைக்கும் முன்,

கொடிய விலங்குகளின் குடியிருப்பான கோரவனாந் திரமாக இருந்த காலத்தில் ஒரு நாள்,

பக்தி சிரேஷ்டரான வில்வமங்கல மகரிஷி – திவாகர் முனிவர் வழக்கம் போல் சாளக்கிராமத்தை வைத்து பாலகிருஷ்ணனை உள்ளுருகி பூஜை செய்து தியானத்தில் முழுகியிருந்தபோது, அவருடைய கர்ணபுடங்களில் கிண் கிணி என்று சதங்கையொலியின் மெல்லிய – மென்மை யான நாத ரீங்காரம் வந்துவிழ, அவர் விழிகள் திறந்து பார்க்க, மாடுகள் மேய்த்திடும் பச்சிளம் பாலகன் ஒருவன் கலகலவென்று சிரித்து மகிழ்ந்தவாறு புனிதமான பூஜைப் பொருட்களைக் கைகளால் தட்டியும், கால்களால் உதைத்தும் அலங்கோலம் செய்து துடுக்குத்தனமாய் விளையாடும் அபச்சாரத்தைக் கண்ணுற்று, 'இதென்ன விபரீதம்' என்று ஆத்திரமடைந்து அவர் புறங்கையால் சிறுவனைத் தட்ட, 'பலகாலமாய் என்னைக் காண மாதவம் செய்த உனக்குக் காட்சி தர வந்த என்னை அடித்துத் துரத்திவிட்டாய்... இனி என்னைக் காண வேண்டுமானால் அனந்தன் காட்டுக்கு வா...' என்ற அசரீரி கேட்க, சிறுவன் மறைந்துவிட,

'ஐயகோ... தவறிழைத்துவிட்டேனே...' என்று பச்சா தபித்துப் புலம்பியழுதுகொண்டே, தன் முன்னால் விலகி விலகிச் சென்றவாறு கேட்டுக்கொண்டிருந்த சதங்கை

நாதத்தைப் பின்தொடர்ந்து சென்று அனந்தன் காட்டைத் தேடித் தேடி அலைந்த முனிவர், இறுதியில் ஒரு புலைய நங்கை வழிகாட்டி உதவ, அக்காட்டை அடைந்து,

சீதேவியும் பூதேவியும் அருகருகே அமர்ந்திருக்க,

நாபிச்சுழியில் முளைத்து நிற்கும் பத்மத்தில் நான்முகன் வீற்றிருக்க,

அனந்த சர்பத்தின் ஆனந்த மெத்தையில்,

திருவல்லத்தில் சிரஸ்,

அனந்தன் காட்டில் திருவுடல்,

திருப்பாப்பூரில் ஸ்ரீ பாதம்,

– இப்படிப் பதினெட்டு மைல்களில் வியாபித்து பள்ளி கொண்டிருக்கும் பெருமாளைத் தொழுது வணங்கத் தெரியாமல் மலைத்து மறுகி நின்று இறைஞ்ச,

தன் திருமேனியைப் பதினெட்டு அடிகளில் சுருக்கித் தரிசனம் அருளிய பகவானை வழிபட நைவேத்தியப் பொருட்கள் எதுவும் கிடைக்காததால், அப்புலைய நங்கையிடம் சென்று பச்சரிசி சாதமும் மாங்காய் ஊறுகாயும் பக்தி சிரத்தையுடன் சிரட்டையில் பெற்றுவந்து முனிவர் நைவேத்தியம் செய்து சிந்தை குளிர . . .

– இப்படி இப்படி ஸ்தல புராணப் பாக்கள் அனந்தன் நாயரின் உதட்டு நுனியால் உச்சரிக்கப்பட்டு, அவர் மனக் கண்ணாடியில் சென்று விழுந்து காட்சிகளாய் வடிவம் பெறப் போராடிக்கொண்டிருக்கையில், அவர் அந்தரங்க ஆழத்திலிருந்து இறந்தகால மாயையின் புகையிழைகளும் திமிறிக்கொண்டு சம்பந்தா சம்பந்தமின்றிப் பரவி அவரைத் திணற அடித்துக் கொண்டிருந்தன.

ஆஜானுபாகுவான ஒரு கிழவரின் உருவம் அகத்தில் மெல்ல நிழலாடுகிறது. காலில் மிதியடி, கழுத்தில் மஞ்சாடி முத்து அளவுக்குப் பெரிசான பொன் முத்துக்களால் கோர்க்கப் பட்ட முத்துமாலை . . . இரண்டு செவியோரங்களிலும் கருகரு வென்று வளர்ந்து குத்திட்டு நிற்கும் ரோமங்களின் இடையில் செக்கச்செவேரென்று டால் அடிக்கும் செந்நிறக் கம்மல்கள், சந்தனம் குழைத்துப் பூசியது போன்ற மஞ்சள் நிற வழுக்கைத் தலையில் ஆங்காங்கு மின்னி நிற்கும் வெள்ளி மயிர்கள், அதன் கீழ் நெற்றியில் கமகமக்கும் பெரிய சந்தனப் பொட்டின் நடுவில் சங்கமித்து நிற்கும் குங்கும வட்டம் – இப்டியொரு உருவம்.

இடுப்பில் இரண்டு விரல் அகலத்தில் கறுத்த கரைபோட்ட வெள்ளை வெளேரென்ற தூய வெள்ளை நிற வேட்டியும், மேலே உடம்பில் புளியிலைக் கரை நேரியதும்..!

–இவர் காலமாகி எத்தனையோ ஆண்டுகளாய்விட்ட அச்சன் அல்லவா? பால்க்குளங்கரை தறவாட்டுக் காரணவர் அவர்! கரையோகம் பிரஸிடண்டு பகவதிப் பிள்ளை என்றால் அவர் கண்டிப்பையும் வைர நெஞ்சையும் அறியாதவர்கள் யாரும் இருக்கமாட்டார்களாம். ஆனால் இப்படியெல்லாம் இருந்தும் அவருடைய பிள்ளைகள் எங்களில் யாரை அவரால் கரையேற்ற முடிந்தது? சொத்தும், கூடவே ஸ்தானமானங்கள் எல்லாமே கோவிந்தன் நாயரைத் தானே போய் அடைந்தன! அவனல்லவா அவர் கூடப்பிறந்த ஒரே தங்கச்சி குஞ்ஞுலக்ஷ்மிக்க ஒரே மகன்! மருமகன் தானே தறவாட்டுக் காரணவருக்க சொத்துக்கெல்லாம் அதிபதி!

உம்...கோவிந்தன் நாயரைக் குஞ்ஞுலக்ஷ்மி அம்மாவி தான் பெற்றாள்! அதில் சந்தேகமே இல்லை. ஆனால் நிறை பறையில் தென்னம் பூக்குலைகள் ஊன்றி நிறுத்தியிருந்த கதிர் மண்டபத்தில் வைத்து, கொட்டுமேளமும் குலவை ஒலியும் அமர்க்களப்பட, பரஸ்பரம் மோதிரம் மாறச் செய்து அப்பா அவளைக் கட்டிக்கொடுத்த சங்குண்ணி நாயருக்கா பிறந்தான்?

பக்த ஜனங்கள் யார்யாரெல்லாமோ குளத்தில் இறங்கிக் குளிக்கிறார்கள் போலிருக்கிறது. டப்... டப்பென்று துணி துவைக்கும் சத்தமும் அதன்கூடவே அது மறுகரையில் போய் எதிரொலித்து வரும் ஓசையும் கேட்கிறது.

தூரத்தில் எங்கோ காகங்கள் கரைகின்றன.

உம்... தன் அம்மாவன் சங்குண்ணி நாயர், அம்மாவி குஞ்ஞுலக்ஷ்மியின் மீது உயிரையே வைத்திருந்தாராம்... அம்மாவியைவிட இரண்டே இரண்டு வயசுக்குத்தான் அவர் மூப்பாம். நல்ல ஆராக்கியமும், அழகும்கொண்ட ஒரு மெலிந்த செறுப்பக்காரன். அப்பாதான் என்ன பாடு பட்டு சங்குண்ணி நாயரை குஞ்ஞுலக்ஷ்மி அம்மாவிக்காகக் கண்டு பிடிச்சாராம்! உம்... அப்படியெல்லாம் இருந்தும்...

மர உச்சியில் சலசலத்த காற்றின் ஓசை... தலையில் உதிர்ந்த ஒன்றிரண்டு பழுத்த அரசமர இலைகளின் மிருது ஸ்பரிசம்...

ஒரு அரைமணி நேரம்கூட, ஒரு குறிப்பிட்ட புள்ளியில் பஞ்சேந்திரியங்கள் அனைத்தையும் ஒருமுகப்படுத்தி நிறுத்த தன்னால் முடியமாட்டேங்குதே! விழிகளை மூடினால்...

சென்ற காலத்தின் நினைக்கத் தேவையில்லாத கறை படிந்த ஞாபகச் சரங்கள்...

இதற்கிடையில், 'நான் இப்போதும் இங்கேதான் இருக்கிறேன்' என்று கார்த்தியாயினியின் நினைவும்...

பகவான் பள்ளிகொண்டு வில்வமங்கலத்துக்கு விசுவரூபம் காட்டிய, தான் உட்கார்ந்திருக்கும் இந்த இடம் ஒரு காலத்தில் கொடும் காடு...

இன்று...

திருவாழும் பூமியாகிவிட்டது.

கண்படும் இடங்களில் எல்லாம்

மாளிகைகள்...

மனிதர்கள்...

அந்த மனிதப் பெருவெள்ளத்தில் தானும் ஒருவன் கார்த்தியாயினி ஒருத்தி

தன் மகன் பிரபாகரன்...

மகள் மாதவிக்குட்டி.

வாழ்ந்து மடிந்துபோன தன் அப்பா பகவதிப்பிள்ளை... அம்மா விஸ்வேஸ்வரி அம்மா.

அம்மாவி குஞ்ஞுலக்ஷ்மி, சங்குண்ணி நாயர், கொச்ச கிருஷ்ண கர்த்தா...

ஒரு காலத்தில் இந்த மண்ணின் ரட்சகராயிருந்த மகாராஜா...

ஹூம்... அவர்தானே, தன்னுடையவும் அன்னதாதாவாக இருந்தார்!

இன்னும்...

இன்னும்...

– அனந்தன் நாயரின் தவம் குலைந்தது. விழிகளைத் திறந்தார்.

அவர் முன்னால் நாலைந்து பேர்கள், உல்லாசப் பிரயாணிகள் போலிருக்கிறது. பயபக்தி விசுவாசத்துடன் விழிகளை அடைத்துத் தொழுது நிற்கிறார்கள். ஈர உடையுடன் அவர்கள் நிற்பதைப் பார்த்தால், பத்ம தீர்த்தத்தில் குளித்துவிட்டு வந்து நிற்பவர்களாய்த் தோன்றகிறது,

இன்னும் பலபேர்கள் குளத்தில் குளித்துக்கொண்டிருப்பதும் தெரிகிறது.

நீரில் தெரிந்த கோபுரமும், கோபுர தீபங்களும் பட்டுத் திரையைப் போல் படபடக்கின்றன.

ஓரிரு காகங்கள் வேறு பறக்கின்றன...

இந்நேரத்தில் மேத்த மணியும், கூடவே வெங்கல மணியும், இடைவிட்டு முழங்கத் தொடங்கிவிட்டது.

மணி நான்கு ...

இப்போது நடை திறந்திருப்பார்கள்...

தன்னிலை அடைந்து, உதறிக்கொண்டு எழுந்து நின்றார் அனந்தன் நாயர்.

“சாமிக்கு எந்த ஊரோ?”

அனந்தன் நாயர் திடுக்கிட்டார். இரு கைகளையும் கூப்பி, அவரை நோக்கி பவ்வியமாக அப்படிக் கேட்டவரை அவர் விழிகள் வெறித்தன.

பல மாத காலப் பிராயம் வந்துவிட்ட அடர்த்தியான தாடி மீசையை அவர் விரல்கள், அறியாமல் தொட்டுப் பார்த்துக் கொண்டன.

“நான் சாமியொண்ணும் இல்லே..! உங்களைப்போல் சாதாரண மனுஷன்தான்... நடை தொறந்திருப்பாங்க... வாங்க... சாமியைப் போய்க் கும்பிடுவோம்...” என்று கூறிவிட்டு, விறு விறுவென்று திரும்பிப் பார்க்காமல் நடந்தார் அனந்தன் நாயர்.

விரைவாய் நடந்து, படிகளில் குதித்தேறிக் கோவில் நடையில் துப்பாக்கியுடன் காவல் நிற்கும் சிப்பாயியையும், கற்சிலையாகிக் காவல் காக்கும் துவார பாலகர்களையும் தாண்டி, தோளில் கிடந்த துண்டை எடுத்து இடுப்பில் கட்டிய வாறு, வரிசை வரிசையாய் இரு பக்கங்களிலும் நிற்கும் சிற்பப் பாவைகளின் கைகளிலிருந்த நெய் விளக்குகளின் சீதளச் சுடர்கள் சிதறிய ஒளி வட்டங்களை ஆக்கிரமித்து அடிப்படுத்திக் கொண்டிருந்த திட்டுத் திட்டான இருளின் கனம் காரணமாக, காலை நிலத்தில் தடவிப் பார்த்து, உள்ளேயிருந்த சிறுசிறு படிகளைக் கடந்து, வௌவால்கள் சலசலக்கும் கோயில் பிரா காரம் வழியாக உள்ளே உள்ளே சென்றுகொண்டிருந்தார் அவர்.

3

ஆலயத்தின் மையத்திலிருந்த ஒற்றைக்கல் மண்டபத்திலிருந்து காற்றில் மிதந்துவதும் நாதஸ்வர இசையின் மெல்லிய இழைகள் இனிமையாய்ச் செவியை வருடுகின்றன.

ஏகாந்த மயமான கோவில் பிராகாரம்.

நெடு நீளத்தில் முணுக்முணுக்கென்று கண் சிமிட்டும் நெய் விளக்குகள்...

நடு நாயகமாய் நின்ற தங்கக்கொடி மரம் மினு மினுக்கிறது.

அதன் பக்கத்தில் பிரம்மாண்டமாக நிற்கும் அனுமான் விக்கிரகத்தில் வெண்ணெயின் மினுமினுப்பு... அங்கெல்லாம் வெண்ணெயின் மணம்...

சடக்கென்று வலப்பக்கக் கோடியில் அவர் விழிகள் திருட்டுத்தனமாய் ஊடுருவுகையில்...

மஞ்சள் விளக்கொளியில் மங்கலாய்த் தெரியும் கன்னங்கரிய ஒரு ஆள் உயரச் சிற்பம்...

திடீரென்று அவருக்கு வியர்த்துக் கொட்டியது. அத்துடன் உணர்வுகளின் ஒரு மிருதுத் தீண்டுதலும்...

தனக்கு அறிவுவந்த நாளிலிருந்து, எத்தனையோ காலமாய், எத்தனையோ தடவைகள், தான் வந்து மணிக் கணக்கில் நின்று வழிபட்டுக்கொண்டிருக்கும் ஆலயம்! இந்த ஆலயத்தின் ஒவ்வொரு மூலை முனைகளும் தனக்குத் தண்ணீர் பட்டபாடு! அப்படியிருந்தும், தான் அதுவரை பார்த்தறியாத அந்தச் சிலையை முதல் முறையாகத் தனக்குக் காட்டித் தந்தது கார்த்தியாயினிதானே! உம்... இல்லாவிட்டாலுமே, எந்த விஷயத்திலும் அவளுக்குத் தன்னைவிடக் கூர்மையான உணர்வுகள்தானே...

அனுமானை வணங்கும் சாக்கில், அனந்தன் நாயர் அங்கே சிறிது நேரம் அப்படியே மேய்மறந்து நின்று கொண்டிருந்தார்.

அப்போது, தான் கார்த்தியாயினியைப் பிடவிட செய்து ஒரு மாசம்கூட இருக்காது. அன்றுதான் முதல் முறையாக கார்த்தியாயினியின் கூட கோவிலுக்கு வந்த நாள்!

பங்குனித் திருவிழாவுக்காகக் கொடியேறியிருந்த காலம். அன்று நாலாவது திருநாள் உற்சவம். காலை சீவேலி நடந்து கொண்டிருந்தது. கொடிகள், குடைகள், தழைகள், ஆலவட்டங்கள், வெண்சாமரங்கள், பஞ்ச வாத்தியங்கள் புடைசூழ ஒற்றைப் பரிவட்டம் அணிந்து, மகாராஜா பொன்னு திருமேனி, பரிவாரங் களுடன் கால் நடையாக உடன் செல்ல, யானைமீது எழுந்தருளி யிருந்த ஸ்ரீ பத்மநாப சுவாமி, மேல் சாந்தி, கீழ் சாந்தி, ஸ்ரீகாரியக்காரர் முதலிய ஆலய ஊழியர்களுடன் ஒற்றைக்கல் மண்டபத்தைத் சுற்றி நீண்டு நிமிர்ந்து பிரம்மாண்டமாய்த் திகழ்ந்த சீவேலி மண்டபத்தில் வலம் வந்துகொண்டிருந்த தருணம்...

அந்த நேரத்தில கோவிலுக்குள் வருவது அந்தனைக்கு எளிதான காரியமா என்ன! ஆனால் கோவில் ஊட்டுப் புரைக் காரியக்காரர் ஆதிசேஷைய்யரின் மகள் கார்த்தியாயினிக்கும் மருமகன் தனக்கும் உள்ளே வரவா கஷ்டம்?

இங்கே, இந்த அனுமான் விக்கிரகத்தின் பக்கத்தில்தான், தானும் அவளும் நின்றவாறு சீவேலியைப் பார்த்துக்கொண் டிருந்தோம்.

கசவு போட்ட வெள்ளைப் புடவை உடுத்தி, எண்ணெய் மினுமினுப்புப் பளிச்சிட்ட முகத்தில் அபாரமான ஒரு களை துலங்க, அவள் நின்ற அழகு இப்போதும் நன்றாக ஞாபகத்தில் வருகிறது.

சுவாமியும், மகாராஜா பரிவாரங்களும் தங்களைக் கடந்து சென்றுகொண்டிருந்தார்கள். எல்லோருடைய கண் களும் அங்கேதான். பஞ்ச வாத்தியங்களும், நாதஸ்வரமும் அமர்க்களப்பட்டுக்கொண்டிருந்தன.

திடீரென்று கையில் கார்த்தியாயினி கிள்ளுவதை உணர்ந்து, அவள் முகத்தைத் தான் ஏறிவிட்டுப் பார்க்கையில்...

மையிட்டு மினுமினுத்த அவள் விழிகளில், ஒரு குறும்புத் தனம் துடித்து நிற்பது தெரிகிறது. அதோடு நாண உணர்ச்சி யின் ஒரு பரவச பாவம்...

அவள் விழிகள் சைகை காட்டிய அந்தத் திக்கில் திரும்பிப் பார்த்தபோதுதான்...

வாழ்க்கையில் முதல் முறையாக இந்தச் சிற்பம் தன் கண்களில் விழுந்தது.

சிற்பமா? ஏதோ பெயர் மறைந்துபோன ஒரு கலைஞன் கல்லில் வடித்தெடுத்த ஒரு காரிகையின் திருக்காவியம், பிறந்த மேனியில் . . !

கார்த்தியாயினியைக் கல்யாணம் செய்து புதுமோகம் கலையாத அந்த தினத்தில், அவளால் அப்படி முதல் முறையாகக் காட்டித்தரப்பட்ட இந்தச் சிலை தன்னிடம் எழுப்பிய கிளர்ச்சி . . .

ஏனோ காரணம் தெரியவில்லை. அந்தத் சிலைக்கும் கார்த்தியாயினிக்கும் ஏதோ ஒரு விதத்தில் ஒரு மாய ஒற்றுமை இருப்பதாகத் தன் அகத்தில் ஒரு மின்வெட்டு . . .

பள்ளியறையில் வைத்து அன்றைய இரவின் அந்திம ஜாமத்தில் மட்டுமா . . ! பிறகு எப்போது இந்தக் கோவிலுக்கு வந்தாலும் இந்தச் சிற்பத்தைப் பார்க்காமலிருக்கவும் முடிந்ததில்லை . . . என்னதான் தடையிருந்தாலும், அது விளைவிக்கும் மின்வெட்டின் பரவசத்தோடு கார்த்தியாயினியைச் சரணடையாமலிருந்ததும் இல்லை . . .

சே . . . சே . . . இதென்ன பைத்தியக்காரத்தனம் . . . ஆண்டவனை வழிபட ஆலயத்திற்கு வந்த இடத்திலுமா இம்மாதிரி வழி தவறிய விபரீத எண்ணங்கள் . . .

அனந்தன் நாயர் பழைய நினைவுகளிலிருந்து தன்னைச் சுதாரித்துக்கொண்டு கோவிலுக்குள் நீங்கினார்.

இவ்வளவு நாகரீக வசதிகள் வந்தும்கூட, கோயிலுக்குள் பளிச்சென்ற மின்சார ஒளிவெள்ளத்தைப் பாய்ச்சத் துணியாத, இவ்வாலய நிர்வாகஸ்தரான மகாராஜாவின் மீதிருந்த அனந்தன் நாயரின் மதிப்பை, இப்போது இங்கே சூழ்ந்திருக்கும் இருளின் அழகு இன்னும் உயர்த்தியது.

பத்மநாப சுவாமி பள்ளிகொள்ளும் ஒற்றைக்கல் மண்டபத்தின் இடப்பக்கம் ஸ்ரீ நரசிம்ம விக்கிரகம் பிரதிஷ்டை செய்திருக்கும் பத்ர மண்டபத்திற்கு வந்துவிட்டார் அவர். இங்கே வைத்தல்லவா தை, ஆடி சீவேலிகளில் முடியும் பத்ரதீபம் என்ற பெரிய திருவிழா நடக்கும் என்று அவர் மனம் சொல்லிக் கொண்டது! ஆறு ஆண்டுகளுக்குப்பின் வரும் பதிமூன்றாவது சீவேலியின்போது, ஐம்பத்தாறு நாட்கள் தொடர்ந்து நடைபெறும் முறைஜபத் திருவிழாவும், அதையொட்டி ஐம்பத்தி ஆறாவது நாளன்று ஜகஜ்ஜோதியாய் நிகழும் லட்சதீபமும் அவர் நினைவில் வந்து மோதியது.

உம்... இப்போது இதெல்லாம் எங்கே முன்னால்போல் ஒழுங்காக நடைபெறுகிறது என்று ஒரு பெருமூச்சும் அவரிட மிருந்து எழுந்தது.

பத்ரதீப மண்டபத்திலிருந்து, பத்மநாப சுவாமி பள்ளி கொள்ளும் ஒற்றைக்கல் மண்டபத்திற்குள் பக்திப் பரவசத் துடன் நுழைந்தார் அனந்தன் நாயர்.

இந்த அதிகாலை நேரத்திலும், அதற்குள் அங்கே நிரம்பி வழிந்த பக்த ஜனங்களின் கூட்டத்தைக் கண்டதும் அவருக்கு ஆச்சரியமாக இருந்தது.

தன்னைப் போல் இடுப்பு வேஷ்டி மட்டும் உடுத்தி, திறந்த மார்போடு வணங்கி நிற்கும் ஆண்கள்...

பக்திப் பெருக்கில் ஸ்ரீபாதம் தொழுது நிற்கும் பெண்கள்...

ஸ்ரீகோவில் இருக்கும் மண்டபத்திற்கு மேலேறிச் செல்லும் கருங்கல் படிகளைக் கண்டதும், மார்த்தாண்டவர்மா மகா ராஜா, எதிரிகளை எல்லாம் அடக்கி ஒடுக்கி நாட்டைப் பெரி தாக்கியபின், இவ்வாலயத்திற்கு விஜயம் செய்து ஸ்ரீபத்மநாப னின் இந்தத் திருப்படியில் தன் உடைவாளை உருவிச் சமர்ப் பித்துவிட்டுத் தலைவணங்கி, 'இந்நாட்டை உன் திருவடிகளில் – திருப்படிகளில் இதோ தானம் செய்துவிட்டேன்... இனி உன் தாஸனாக... பத்மநாப தாஸனாக, உனக்காக நான் இந்நாட்டை ஆளுகிறேன்...' என்று உரைத்திட்ட திருப்படி தானமென்ற சரித்திரச் சம்பவம் அவருக்கு லேசாய் ஞாபகம் வருகிறது.

படிக்கெட்டில் அங்கங்கே இடுக்குகளில் ஈயம் உருக்கிவிட் டிருப்பது தென்படுகிறது

'மோனே... இங்கே பாலாழி மீதல்லவா ஸ்ரீ பத்மநாபன் பள்ளிகொண்டிருக்கிறார். அதனாலெ அடிக்கடி, இந்தப் படி களின் இடுக்கு வழி கடல் நீரூற்று குபுகுபுண்ணு மேலெம்பி வந்துவிடுமாம் ... அதை அடைக்கத்தான் இந்த ஈயப்பற்று!' என்று சின்னப் பையனாக இருக்கையில் அம்மாவின் கையைப் பிடித்துக்கொண்டு இங்கே வரும்போது, தன் சந்தேகத்தை அம்மா நிவர்த்தி செய்தது அனந்தன் நாயருக்கு நினைவு வந்தது.

படிகளின் மீது மண்டபம் . . .

அதைத் தாண்டி மூன்று வாசல்களுக்குள் ஸ்ரீகோவில் . . .

முதல் வாசலில் பள்ளிக்கொண்டிருக்கும் பகவானின் திருசிரஸ் தெரிகிறது. நடுவாசல் வழி, சீதேவியும் பூதேவியும் எதிரெதிரில் அமர்ந்திருக்க, நாபிக்கொடியில் பிரம்மன் வீற்றிருக்க

பகவானின் திருமேனி தெரிகிறது. மூன்றாவது வாசலில் திருப் பாதங்கள் ..!

நடு வாசலில் இருக்கும் மகாவிஷ்ணுவின் சொர்ண விக் கிரகத்தை அந்த மேல் மண்டபத்தின் வலக்கோடியில் எடுத்துக் கொண்டு வந்து வைத்து, விஷ்ணு சகஸ்ரநாமம் ஜபித்தவாறு பாலாபிஸேகம் செய்துகொண்டிருக்கிறார்கள்.

அபிஷேகத்தின்போதும், கற்பூர ஆரவத்தியின்போதும், கணநேரத்திற்குத் தன் சொந்த வாழ்க்கையின் அவசரங்கள் அனைத்தையும் மறந்து ஆண்டவனிடம் மனதை ஐக்கியப் படுத்தினார் அனந்தன் நாயர்.

கற்பூர ஆரவத்தி கழிந்ததும், விக்கிரகங்கள் கர்ப்பக் கிருகத்தி னுள், நடுவாசலின் நேர் இடம் பிடித்துக்கொண்டன; இனி நாளை நிர்மால்ய பூஜையின்போது அபிஷேக ஆராதனைக்குத் தான் வெளியில் கொண்டுவருவார்கள்.

'ஆண்டவனே... என் உள்ள அவசங்கள் அனைத்தையும் உன் பாத கமலங்களிலேயே சமர்ப்பிக்கிறேன்...' என்று மான சீகமாய் வேண்டியவாறு, அங்கெ நெடுஞ்சாண் கிடையாக விழுந்து நமஸ்கரித்தார் அனந்தன் நாயர்.

அவர் எழுந்து நின்றபோது, பக்த ஜனங்கள் அர்ச்சகரிட மிருந்து தீர்த்த ஜலமும், பிரசாதமும் வாங்கியவாறு வெளியேறிக் கொண்டிருப்பது கண்ணில் படுகிறது.

இன்று, தனக்கு ஐம்பது வயசு திகையும் பிறந்த நாளல்லவா! 'புணர்தம், அனந்தன் நாயர்' என்று நட்சத்திரமும் பெயரும் கூறி, ஒரு ரூபாய் அர்ச்சனைக் காணிக்கையும் கொடுத்துவிட்டு, அர்ச்சகர் பகவானின் பாதத்தில் செய்யும் அர்ச்சனையை வணங்கினார் அவர். இரு கரங்களையும் கூப்பி, கர்ப்பக்கிருகத்தில் கனத்த இருளில் தெளிவில்லாது, எண்ணெய் மினுமினுக்கும் கன்னங்கரிய நெடு நீள நிழற்கோடாய்ப் புலப்படும் பள்ளிகொண் டிருக்கும் பகவானிடம் மனதை லயிக்கவிட்டு, அப்படியே நின்றார் அனந்தன் நாயர்.

4

பள்ளிகொண்டிருக்கும் இந்தப் பெருமாளின் பின்பக்கம் கர்ப்பகிருகத்தில், இதுவரை யாருமே சென்று பார்த்ததில்லை என்று, சிறு பிராயத்தில் தன் அம்மா அடிக்கடி சொல்வது அனந்தன் நாயருக்கு ஞாபகம் வருகிறது.

'ஆனா... ரெம்ப காலத்துக்க முந்தி ஒரு பூஜாரி அகஸ்மாத்தாக அங்கே ஒரு நாள் போயிட்டாராம்... அப்போ அங்கே இருந்த ஒரு சின்ன துவாரத்துக்குள் கடல் தண்ணீர் பால்போல் நுரை ததும்பிப் பொங்குவது தெரிஞ்சதாம். அந்தத் துவாரத்தின் ஆழத்தை அறிய அந்தப் பூஜாரி ஒரு நீளமான நூல் கயறில், தன் மோதிரத்தைக் கட்டி அதுக்குள் தாழ்த்தினாராம்... அது கீழே கீழே முடிவில்லாமல் போய்க்கொண்டே இருந்த தாம்... கடைசியில் களைச்சுப்போய், கயிறை வெளியே இழுத்துப் பார்த்தா மோதிரத்தைக் காணல்லே..! அடுத்த நாள் அரண்மனை சமையல்காரன், கடலிலிருந்து அண் ணைக்குக் கிடைச்ச ஒரு பெரிய மீனை சமையலுக்காக அருவாமணையில் வைச்சு சதக்குண்ணு நறுக்கினானோ இல்லையோ, ணிங்குண்ணு என்னமோ கீழே விழுந்ததாம்... எடுத்துப் பார்த்தால் பூஜாரியின் மோதிரம்...' என்றும் தன் அம்மா சொல்லியிருந்தது அவருக்கு நினைவு வருகிறது.

பத்ரதீப மண்டபத்தில் ஸ்ரீ நரசிம்ம கோவில் தீபா ராதனைக்கு மணி முழுங்கக் கேட்டபோது, அனந்தன் நாயர் திரும்பி அங்கே செல்கையில், இந்த ஒற்றைக்கல் மண்டபத்தின் இடக்கோடியில் இருந்த தொட்டில் அவர் கண்களில் விழுந்தது

ஆமாம்... இந்தத் தொட்டிலில்தானே பலவித உலோ கங்களாலும், மரங்களாலும் செய்யப்பட்ட சின்னச் சின்ன குழந்தைப் பொம்மைகள் கிடக்கின்றன..! அங்கே ஒரே

இருள். கல்யாணமான இளம் பெண்களும், கல்யாணமாக விருக்கும் கன்னிகளும் இங்கே வந்து சூழ்ந்துகொண்டு, ஸ்ரீபத்ம நாபனை பிரார்த்தித்தவாறு விழிகளை மூடிக்கொண்டு தொட்டி லுக்குள் கைவிட்டு, முதலில் கையில் தட்டுப்படும் ஏதாவது பொம்மையை எடுத்துக்கொண்டிருந்தார்கள். உலோகப் பொம்மை கிடைத்தவர்கள் சந்தான பாக்கியம் நிச்சயம் என்று அகமகிழ்ந்து போனார்கள். மரப்பொம்மை கிடைத்தவர்கள், அது நல்ல சகுனமல்லவே என்று மனம் கலங்கினார்கள்.

தானும் கார்த்தியாயினியும், அன்று முதல் முறையாக ஒன்றாக இங்கே வந்திருந்தபோது, அவள் எவ்வளவு ஆவலோ டும் துடிதுடிப்போடும் பகவானை வேண்டிக்கொண்டவாறு இங்கே வந்து, தொட்டிலில் கைவிட்டுப் பொம்மையை எடுத் தாள்! கையில் கிடைத்தது உலோகப் பொம்மை என்று கண்ட போது சின்னக் குழந்தையைப் போல் மகிழ்ந்து, பெண்மையின் நாணத்தால் விழிகள் படபடக்க அவள், தன்னைப் பார்த்த பார்வை..!

உம்... அப்படிப்பட்டவள்தானே, தான் நொந்து பெற்ற அருமையான பிள்ளைகள் இரண்டையும் தள்ளிவிட்டு...

அர்ச்சகர் நீட்டிய கற்பூரத்தட்டின் வெக்கை முகத்தில் பட்டதும் தன்னை உணர்ந்தார் அனந்தன் நாயர். அப்படி யென்றால், இத்தனை நேரமாய் நரசிம்ம சுவாமியின் தீபா ராதனையைக் கரம்கூப்பித் தொழுது நின்ற தன் மனத்தில் ஈஸ்வர சிந்தையே தோன்றவில்லையா? உம்... இத்தனை கால மாகிவிட்ட போதிலும், எங்கே போனாலும் சரி, அவளைப் பற்றிய பாவ நினைப்புக்கள்தானா தன் நெஞ்சகத்தில் நீக்கமற நிறைந்து நிற்கின்றன?

கற்பூர ஜ்வாலையை உள்ளங்கை இரண்டாலும் தொட்டு விழிகளில் ஒற்றுகையில், அவர் உள்ளங்கையில் கற்பூரச் சுடர் சுளீரென்று பட்டுச் சுட்டது. அது அவர் மனதின் வேக்காட்டைச் சிறிது தணித்தது போலிருந்தது.

சீவேலி மண்டபம் வழி, ஒற்றைக்கல் மண்டபத்தைப் பிரதட் சணம் வைத்து ஸ்ரீ கிருஷ்ணன் கோவிலை நோக்கி மெதுவாக நடந்தார் அவர்.

தெற்கு நடையைக் கடந்து நடக்கையில், இளம் வைகறை யின் ஊமை வெளிச்சத்தில் துயில்கொள்ளும் தெற்குத் தெரு அக்கிரகாரமும், இடப்பக்கத்திலிருக்கும் தெற்குத் தெரு கொட் டார மதிற்சுவரும், வலப்பக்கத்தில் திரும்பும் சோற்றுப்புரைச் சந்தும் அவர் கண்களில் விழுகின்றன. அந்தச் சந்தில் இன்னும் சற்று நேரத்தில், கோவிலிலிருந்து நைவேத்தியம் செய்யப்பட்டுக்

கொண்டுவரும் கட்டிச்சோறு வியாபாரம் மும்முரமாய் ஆரம்ப மாகிவிடும். மலிவான விலையில் கிடைக்கும் இந்தக் கட்டிச் சோற்றைச் சாப்பிட்டுத்தான், எத்தனை எத்தனை ஏழை எளிய குடும்பங்கள் இந்நகரில் வாழ்கிறது என்று மனதிற்குள் சொல்லிக் கொண்டார் அவர். இந்தக் கோவில் கட்டிச் சோற்றையும், பால் பாயாசத்தையும் குத்தகைக்கு எடுத்துப் பெரிய பணக்காரர் களாகி பிறகு நகரத்துப் பிரமுகர்களாகிவிட்ட எத்தனையோ பேர்களையும் அனந்தன் நாயரின் மனம் எண்ணிப் பார்த்தது.

தெற்கு நடையைக் கடந்து மெல்ல நடந்து படிஞாறே நடையில் வந்தார் அவர்.

ஆண்டில் ஐப்பசி மாதத்தில் ஒரு நாள், பங்குனி மாதத்தில் இன்னொரு நாள் – இப்படி இருமுறை நடக்கும் 'ஆறாட்டு' தினங்களில் சங்குமுகம் கடற்கரைக்கு ஆறாடச் செல்லும் பகவானும், உடன் செல்லும் மன்னரும் இந்த நடை வழியாகத் தான் கோவிலைவிட்டு இறங்கிப் பரிவாரங்களுடன் சேர்ந்து கொள்வார்கள்.

இந்த நடைக்கு வந்ததும், அனந்தன் நாயரின் கண்களில் தட்டுப்பட்ட துப்பாக்கி தாங்கி நின்ற சிப்பாயியையும் மீறி, வெளியில் நீண்டுகிடந்த அக்கிரகாரத்தில், முதலில் இருந்த இக்கோவில் காரியாலயக் கட்டிடச்சுவரில், 'வேலையிலிருந்து நீக்கப்பட்ட கோவில் ஊழியர்களைத் திருப்பி எடு,' 'ஊதிய உயர்வு கொடு' என்றெல்லாம் சிவந்த மையினால் கொட்டை எழுத்துக்களில் எழுதப்பட்டு, ஒட்டப்பட்டிருந்த பெரிய பெரிய வால் போஸ்டர்கள் அவரைக் கவர்ந்தன. தென்னையோலை யால் மேயப்பட்டிருந்த ஒரு சின்னப் பந்தலுக்குள் நாலைந்து சத்தியாக்கிரகிகள் வேறு!

தனக்குக் கிடைக்கும் பென்ஷன் பணம் குறைக்கப்பட்டு விட்டதால் தன் செலவுகளைச் சுருக்க ஆட்குறைப்புச் செய்யாம லிருக்க வழியில்லை என்று இவ்வாலயக் கைங்கரியங்களுக் கான சகல செலவுகளையும் இப்போதும் வகித்துக்கொண் டிருக்கும் திருவோணத்திருநாள் மகாராஜா மத்தியஸ்தம் பேச வந்த லேபர் ஆபீஸர்களிடம் தெரிவித்துவிட்டதாகக் கேள்வி!

ஹூம் . . . இதைப் போல், இங்கிருந்து ஐந்துமைல் தொலை வில் மாவலியாரில் உள்ள பிரதான அரண்மனை வாசலிலும், தன்னைப் போல் வேலையிழந்துவிட்ட தன் சக ஊழியர்கள், 'வேலையிலிருந்து நீக்கப்பட்ட பாலஸ் ஊரியர்களின் சத்தியாக் கிரகம்' என்றெல்லாம் எழுதப்பட்டிருக்கும் பிளேக் கார்டுகளைப் பிடித்தவாறு, இப்போதும் வானைப் பிளக்குமாறு முஷ்டிவீசிக் கோஷம் எழுப்பிக்கொண்டிருப்பார்கள் என்பதை நினைத்துப் பார்க்காமலிருக்க அனந்தன் நாயரால் முடியவில்லை.

அங்கே, மன்னர் குடும்பக் கணக்கு வழக்குகள், கோயில் காரியங்கள், நிலபுலன்கள், கட்டிடங்கள், கோர்ட்டு நடவடிக் கைகள் – இத்யாதி இத்யாதியானவைகளையெல்லாம் ஒழுங் காய்க் கவனிக்க பிரைவட் செக்கரட்டரியின் தலைமையில், மானேஜர், தலைமைக் குமாஸ்தா, மேல் குமாஸ்தாக்கள், கீழ் குமாஸ்தாக்கள், பியூன்கள் – இப்படி நூற்றுக்கணக்கில் எத்தனை எத்தனைக் காரியாலய ஊழியர்கள்!

இத்தனை ஆண்டு காலமாகத் தலைமை குமாஸ்தாவாக அங்கே பணியாற்றிக்கொண்டிருந்த தன்னையும் வெளியேற்றியது இந்த ஆட்குறைப்புத்தானே என்று அனந்தன் நாயர் பெருமூச் செறிந்தார்.

ஆலயத்திற்குள் நிற்கையிலும் ஆன்மீக உணர்வுகளை மழுங் கடிக்க வைத்துக்கொண்டு, ஆலயததின் வெளியே உள்ள லெளகீக வாழ்க்கைப் பிரச்னைகள்தானே தன் மனதில் விடாமல் இடம் பிடித்துக்கொள்கின்றன என்று ஒருவித ஆற்றாமையோடு அனந்தன் நாயரின் மனம் கஷ்டப்பட்டுக்கொண்டதே ஆனா லும், ‘உம்... அதுதானே என் சாபக்கேடே..! அதிலிருந்து எப்போதுதான் என்னால் மீள முடிந்திருக்கிறது? தாமரை யிலைத் தண்ணீரைப் போல் லெளகீக வாழ்வில் ஒட்டாமல் விலகிச் செல்லுவது என்பதே இதுவரை எனக்குக் கைவராத வித்தையாகத்தானே இருந்திருக்கிறது’ என்று அவர் தனக்குத் தானே சொல்லிக்கொண்டார்.

வடக்கு நடை, குலசேகர மண்டபம், ஶ்ரீபலி மண்டபம் எல்லாவற்றையும் தாண்டிக் கிருஷ்ணன் கோவிலுக்குள் குனிந்து அவர் நுழைந்தபோது, அங்கே அர்ச்சகர் ஜபிக்கும் ஶ்ரீ கிருஷ்ண அஷ்டோத்தம் கணீரென்று கேட்டுக்கொண்டிருந்து. தீபா ராதனையை வணங்கிவிட்டு, சற்று நீங்கியிருந்த சாஸ்தா கோவி லுக்கும் போய்த் தொழுதபின் அன்ன கணபதியைப் பிரதிஷ்டை செய்திருக்கும் கோவில் ஊட்டுப்புரை நோக்கி நடந்தார்.

அன்ன கணபதியை வணங்கி பிரசாதத்தைப் பெற்றுக் கொண்டு சுற்று முற்றும் பார்வையிட்டார் அனந்தன் நாயர். உம்... கதகளி முடிந்துவிட்ட கூத்தரங்காய் வெறிச்சோடிக் கிடந்தது ஊட்டுப்புரை! இங்கே கிடைக்கும் இருநேர பந்திச் சாப்பாட்டை நம்பி ஒரு காலத்தில் எத்தனை எத்தனை பிராம் மணக் குடும்பங்கள் வாழ்ந்தன! அப்போதெல்லாம், இந்நேரத்தில் இங்கே தன் மாமனார் ஆதிசேஷைய்யர் எவ்வளவு சுறுசுறுப் பாக இயங்கிக்கொண்டிருப்பார்! அப்போ இந்த இடம் இப்படியா தூங்கி வழியும்? எவ்வளவு பரபரப்பாக – அமர்க்களமாக இருக்கும்!

என்றும் காலை தரிசனத்திற்கு ஏழே முக்காலுக்குக் கோவிலுக்குள் விஜயம் செய்யும் மகாராஜா தரிசனம் முடித்து எட்டே முக்காலுக்கு வெளியில் இறங்கையில், பருப்பு, அப்பளம், வடை, சாம்பார், மூன்று கூட்டம் பிரதமன் சகிதமுள்ள பந்திச் சாப்பாட்டுக்காக இங்கே ஆயிரக்கணக்கில் பெரிய பெரிய தலைவாழையிலைகள் வரிசை வரிசையாகப் போடப் பட்டிருக்கும். அனைத்தும் முழுக்க முழுக்கத் தன் மாமனார் ஆதிசேஷைய்யர் தலைமையில்தானே நடைபெறும்... எனவே ராத்திரி பூராவும் அவர் இங்கேதான் வாசம்.

உம்... அவர், ஆள்தான் எப்படி இருப்பார்! கட்டுக் கட்டுண்ணு இரும்பிலெ செய்த உடம்பு. தார் பாய்ச்சி உடுத்தி யிருக்கும் இடுப்பு வேஷ்டியும், எப்போப் பார்த்தாலும் கசங்கிப் போயிருக்கும் தோள் துண்டும், அந்தப் பூணூலும், உச்சிக் குடுமியும், கையில் எப்போதும் பளபளக்கும் வெள்ளிப் பொடி டப்பியும் அவருடைய டிரேட் மார்க் சின்னங்கள்..! நாற் பத்தி அஞ்சு வயசு வரைக்கும் நைஷ்டிக பிரம்மச்சாரி, கடைசி யில், கோயில் நெல் குத்துக்காரி ஜகதம்மா நாயரிடம் எப்படித் தான் மனசைப் பறிகொடுத்து விட்டாரோ..! இறுதிவரை அவளைத்தானே பெண்டாட்டியாக வைத்திருந்தார்..!

உம்... அவர் இங்கே மேற்பார்வை பார்த்துக்கொண்டே வருகையில், பெரிய பெரிய வார்ப்புக்களில் கொதித்துக்கொண் டிருக்கும் பதார்த்தங்களில் அகப்பையை முக்கி ஒரு நிமிஷ நேரம் மூக்கருகில் கொண்டு சென்று முகர்ந்து பார்ப்பார்,

அவ்வளவுதான்... பிறகு 'ஏய் வைத்தீ... ஒரு கரண்டி உப்பு கொண்டு வாரும்' என்றோ, இல்லாவிட்டால், 'தேங்காய்ப்பால் கொஞ்சம் விடணும்' என்றோ ஒரு சத்தம் போட்டுவிட்டால் போதும், இந்தக் கல்மண்டபம் எல்லாம் கிடுகிடுங்கும். சமையல் மேதாவிகளான வைத்தி, சகஸ்ரநாமய்யர், பட்டாபி எல்லோரும் வெடவெடாண்ணு நடுநடுங்கிக்கொண்டு ஓடி வருவார்கள். அவருக்கு அவ்வளவு நிச்சயம்..!

ஹூம்... கீழ்த்தட்டு இந்துக்களின் எத்தனையோ பெரிய புரட்சிக்குப்பின் வந்த ஆலயப் பிரவேச உத்தரவுக்குப் பிறகு, இந்த ஊட்டுப்புரைச் சாப்பாடு கொஞ்சம் கொஞ்சமாய்க் குறைந்து, இப்போது அடியோடு நின்றுபோய்விட்டது.

5

நேரம் பலபலவென்று வெளுத்துக்கொண்டிருக் கிறது. சற்றுக் கழிந்து ஆலயத்திற்கு எழுந்தருளும் மகா ராஜா, ஸ்ரீ பத்மநாபனை வணங்கிவிட்டுப் படைக்கும் பலிச்சோற்றை எதிர்பார்த்து வாடிக்கைக்காரர்களான காகங்கள் நூற்றுக் கணக்கில் பலிக்கல்லைச் சுற்றிப் பரபரத்தவாறு இப்போதே தயாராகக் காத்து நிற்கின்றன.

அனந்தன் நாயர் மெல்ல, தான் கோவிலுக்குள் பிரவேசித்த கிழக்கே நடை நோக்கி நடந்தார். சற்று முன் கோவிலுக்கு வருகையில், தன் நெஞ்சிலிருந்த கனம் அப்படியொன்றும் பெரிசாய்க் கரைந்துவிட்டதாக அவ ருக்குத் தோன்றவில்லை.

என்றும் மகாராஜா காலையில் ஆலயத்திற்கு வரும் போது, மன்னர் புகழ் கூறும் புருஷஸூக்தம் முதலிய பாக்களை வரிசையாய் உட்கார்ந்து வாசித்து வாழ்த்துப் பாடி, மாதம் நாற்பது ரூபாயும், நாளொன்றுக்கு இரண்டு கட்டி கோவில் கட்டிச்சோறும் ஊதியமாய்ப் பெறும் இருபது முப்பது இளைஞர்கள் தங்கள் வாசிப்புக்குத் தயாராகிக்கொண்டிருக்கிறார்கள்.

தவிர, மகாராஜா அளிக்கும் மாதச் சம்பளத்தில், முதலில் இருந்து வாசிக்கத் தொடங்கி, முடித்து, பிறகு மீண்டும் துவங்கி, முடித்து – இப்படித் திரும்பத்திரும்ப ஆண்டில் முந்நூற்று அறுபத்தைந்து நாட்களும் கோவி லுக்குள் உட்கார்ந்திருந்து கணீரென்ற குரலில் விடாமல் ராமாயணம் வாசித்துக்கொண்டிருக்கும் ஐயர் மிகவும் பயபக்தி விசுவாசத்துடன் கண்ணும் கருத்துமாய்த் தன் கர்மமே கண்ணாயிருந்தார்.

உம்... இப்படி எத்தனை எத்தனை குடும்பங்கள் இந்தக் கோவிலால், கோவிலை நடத்தும் மகாராஜாவால்

வாழ்கிறது என்று அனந்தன் நாயரால் ஒரு கணம் நினைத்துப் பார்க்காமலிருக்க முடியவில்லை. வேலையில்லாத் திண்டாட்டத்தைப் போக்க, தொழில் சௌகரியங்கள் பெருக, பெரிய பெரிய தொழிற்கூடங்கள் தொடங்குவதற்கான திட்டங்கள் தீட்டும் காலமல்லவா இது என்றும் அவர் மனம் பேசியது.

திருவிழாக் காலங்களில் கதகளி, ஓட்டன் துள்ளல் முதலிய கலை நிகழ்ச்சிகள் விமரிசையாக நடக்கும் நாடக சாலையைத் தாண்டி அந்தக் கிழக்கே நடை வழியாகக் கோவிலின் வெளியில் வந்து, அந்நடையின் முன்னால் பிரம்மாண்டமாய் உயர்ந்து நிற்கும் குத்துவிளக்கின் முன் நின்றுகொண்டு, கீழே பார்த்தார் அவர்.

மகாராஜாவின் பிறந்த நாளான ஐப்பசி மாச, திருவோண நட்சத்திரம் தோறும் இங்கே வருகிற யாவருக்கும் 'சர்வாணி' யாகக் கிடைக்கும் இரு வெள்ளிப் பணத்தை வாங்க, சிறு பையனாக இருக்கையில் தானும் இங்கே வந்து, இங்கே அலை மோதிக்கொண்டிருக்கும் ஜனசமுத்திரத்தின் இடையில் முண்டியடித்துக்கொண்டு நின்ற நாட்கள் அனந்தன் நாயருக்கு இப்போது பசுமையாய் ஞாபகம் வந்தன.

சாக்கு மூட்டைகளில் வைத்திருக்கும், ஒரு பக்கத்தில் சங்கு முத்திரையும் மறுபக்கத்தில் மகாராஜாவின் சிரசும் அழகாய்ப் பொறிக்கப்பட்டு சின்னஞ் சிறிசாகத் தோற்றமளிக்கும் வெள்ளிப் பணத்தை மகாராஜா திருக்கரத்திலிருந்து பெறுவது என்பது சாமானியமானதா? அதுதான் எவ்வளவு புண்ணியமானதாக அப்போதெல்லாம் தோன்றியிருக்கிறது . . !

வெளிச்சத்தை மெல்ல மெல்லப் பரவச்செய்யும் பொன் உஷஸ்ஸின் புன்சிரிப்பு . . .

இந்தக் கருங்கல் படிகளின் கீழே நீண்டு விஸ்தாரமாய்க் கிடக்கும் இந்தத் திறந்த வெளியில் பங்குனித் திருவிழாக் காலத்தில் பஞ்சபாண்டவர்களின் பிரம்மாண்டமான உருவங்கள் எவ்வளவு கனகம்பீரமாய்த் திகழும்! பத்து நாட்களும், மாலை வேளைகளில் அமர்க்களமாய் நடக்கும் காக்கரு களி, சொக்கன் களி, திருவாதிரைக் களி முதலிய நாடோடி நடனங்கள் எல்லாம் எவ்வளவு வேடிக்கையாகவும் இனிமையாகவும் இருக்கும்! தாரைத் தம்பட்டங்கள் அமர்க்களமாய் ஒலிக்க, பஞ்ச பாண்டவர்களிடம் கௌரவர்கள் வில்லும் அம்பும் வேலுமாக வந்து கடுமையான யுத்தம் செய்வதாகவும், இறுதியில் போரில் கௌரவர்கள் தோற்றுப் பின்வாங்கிப் புறமுதுகு காட்டி ஓடுவதாகவும் அபிநயித்து, பம்பரமாய்ச் சுழன்று நடனம் செய்யும் நூற்றியொரு பேர்களின் 'வேல்

களி'யை மத்தியானமும், இரவிலும் தன் சிறு பிராயத்தில் எத்தனை தடவை வீட்டில் தெரிந்தும் தெரியாமலும் வந்து பார்த்து மகிழ்ந்திருக்கிறோம் . . !

இடப்பக்கத்தில் பத்ம தீர்த்தக்குளம் இப்போது பகல் வெளிச்சத்தில் வெள்ளி ஏரியாய்க் காட்சியளிக்கிறது. உம் . . . 'முறைஜப'த்தின் கடைசி நாள், தண்ணீர் முழுதும் இறைக்கப் பட்டுச் சுத்தப்படுத்தப்பட்டிருக்கும் இந்தக் குளத்தினுள் தரையில் நம்பூதிரிமார்களுக்கு வரிசை வரிசையாய் வைக்கும் சாப்பாட்டுப் பந்தியையும், மோர்விட்டுச் சப்பிட அவர்கள் துவங்கும் வேளை யில் குளத்தின் மடை திறக்கப்பட்டு குபுகுபுவென்று தண்ணீர் குளத்தினுள் பாய்ந்து இலைகளை அடித்துச் செல்ல, சாப் பிட்டது பாதி, சாப்பிடாதது பாதி நம்பூதிரிமார்கள் பரபரத்துக் கொண்டு எழுந்து, விழுந்தடித்துக்கெண்டு கரை நோக்கி ஓடி வரும் காட்சியையும் நினைத்துப் பார்த்துக்கொண்டார் அனந்தன் நாயர்.

கிழக்கே கோட்டை இப்போது பளிச்சென்று தெரிகிறது. அதைக் கடந்து குறுக்கே தெரியும் வீதியில் பச்சை நிற நகர பஸ்கள் உயிர் வந்து ஓடுவதும் தெரிகிறது. கோட்டை வாசலின் கிழக்கில் தூக்காய் நீண்டு செல்லும் சாலை பஜாரும் ஒரு நெடுநீளப் பென்ஸில் கோடுபோல் தென்படுகிறது. டி.ஆர். பார்த்தசாரதி ஐயங்கார் திவானாக இருக்கையில், திடீரென்று ஒரு நாள் இந்தச் சாலை பஜாரின் இருபக்கங்களிலுமுள்ள கடைகளை எல்லாம் இடித்து நீக்கி அகலப்படுத்தப் போவதாக அவர் விட்ட அறிக்கையைக் கண்டு, சாலைக்கடை முதலாளி மார்கள் எல்லோரும் பதறிப் பரபரத்து விழுந்தடித்துக்கொண்டு திவானிடம் ஓடிச்சென்று, பொன்னையும் பொருளையும் வாரி வாரி வழங்கியதாகவும், இறுதியில்தான், சர்க்கார் கஜானா காலியாக இருப்பதை அறிந்து அதை நிரப்ப திவான் கையாண்ட ராஜதந்திரம்தான் அது என்ற செய்தி பரந்ததாகவும் பிரச் சாரத்திலிருந்த ஒரு கதை இந்தச் சாலை பஜாரைப் பார்க்கை யில் எல்லாம் வேடிக்கையாக அனந்தன் நாயரின் மனதில் எழும்பும். இந்தக் கதை எவ்வளவு தூரத்திற்கு உண்மை என்று தெரியாவிட்டாலும், யாராயிருந்தாலும் சரி, இந்தக் கதையைப் புனைந்தவன் சாணக்கியனைப் போல் ஒரு பெரிய ராஜ தந்திரியாகத்தான் இருக்க வேண்டும் என்று அவர் தனக்குத் தானே சொல்லிக்கொண்டார்.

தூரத்தில் தலைவிரித்தாடும் கற்பக விருட்சமான தென்னை மரங்களின் உச்சியில், தென்னையோலைப் பீலிகளின் இடை வழி பாலசூரியன் தலைநீட்டிப் பார்ப்பதைப் பார்வையிட்டவாறு அவர் மெல்ல மெல்லப் படியிறங்கிக் கொண்டிருந்தார்.

மேத்த மணி ஆறு அடிக்கப் போவதை வேடிக்கை பார்க்க உல்லாசப் பிரயாணிகளின் ஒரு கூட்டம் அண்ணாந்து பார்த்துக் கொண்டு அங்கே நிற்கிறது.

ஞானானந்த சுவாமிகளின் ஆசிரமத்தில் காலை பஜனைப் பாடல்கள் அமர்ந்த குரலில் கேட்டுக்கொண்டிருக்கிறது. எனவே, மெல்ல ஆசிரமத்தை நோக்கி நடந்தார் நாயர்.

ஆசிரமத்தில் அதிக ஆட்கள் இல்லை. அங்கே புதிதாய்த் திருப்பணி செய்திருந்த கிருஷ்ணன் கோவிலின் முன் காவி கௌபீனம் மட்டும் தரித்து நிஷ்டையில் ஆழ்ந்திருக்கிறார் ஞானானந்தர்.

ராதா விக்கிரகத்தின் முன்னால் கீழே உட்கார்ந்திருந்த ஆண்களும் பெண்களும் 'ஹரே ராமா ஹரே ராமா, ராம ராம ஹரே ஹரே; ஹரே கிருஷ்ணா ஹரே கிருஷ்ணா, கிருஷ்ண கிருஷ்ண ஹரே ஹரே' என்று பஜனை செய்துகொண்டிருக் கிறார்கள். பெண்களின் கீச்சுக் குரலின் கூட அடக்கி ஆனால் கம்பீரமாய் எதிரொலித்த ஆண்களின் கனத்தக் குரலும் சேர்ந்து எழுந்த அந்த நாத ரீங்காரம், கேட்க சுகமாக இருந்தது.

என்றென்றும், இருபத்திநான்கு மணி நேரமும் கீழே வைக்கப்படாமல், மாறி மாறிச் சிஷ்யர்களின் கையிலிருந்து இசை எழுப்பிக்கொண்டிருந்த வீணையைக் கையிலேந்தியவாறு கொஞ்சம் சிஷ்யர்களும் அதே பஜனையைப் பாடி பிரதட் சணம் வந்துகொண்டிருக்கிறார்கள்.

வலப்பக்கத்தில் சட்டம்பி சுவாமிகளின் சமாதி நிலையி லிருக்கும் சிலையிலும் தீபங்கள் சுடர்விடுகின்றன.

அனந்தன் நாயர் ஆட்கள் அதிகம் இல்லாத ஒரு மூலையில் போய்த் தரையில் உட்கார்ந்தார்.

இதுவரை தெரியாத களைப்பு இப்போது நன்றாகத் தெரி கிறது. மேல்மூச்சு கீழ்மூச்சு வாங்கியது அவருக்கு. நெஞ்சிலும் முணுக்முணுக்கென்று ஒரு வலி. அதோடு தொண்டையில் ஒரு வறட்சி. ஒரு குடம் தண்ணீரை அப்படியே எடுத்து மடமட வென்று குடித்துக்கொண்டே இருக்க வேண்டுமென்று ஒரு தாகப் பரவசம்..!

இப்படியெல்லாம் உடல் உபாதை செய்துகொண்டிருந்தும், பஜனையில் மனம் லயித்து விழிகளை மூடுகையில் அவர் உடம்புக்கும் உணர்வுக்கும் சிறிய சாந்தி கிடைப்பது போலிருந்தது.

நேரம் போனது தெரியவில்லை...

"இது ஆரு அனந்தனோ?"

தன் முன்னால் வெகு சமீபத்திலிருந்து வந்த அந்தக் குரலைக் கேட்டு அவர் விழிகளைத் திறந்தபோது, கறுத்த கரை போட்ட வெள்ளை வெளேரென்ற ஒரு வேஷ்டியின் கீழ் இரண்டு மஞ்சள் நிறப் பாதங்கள், தான் உட்கார்ந்துகொண்டிருக்கும் வெண்மை நிறச் சர்க்கரை மணலில் ஊன்றி நிற்பது தென்படுகின்றன.

சற்று நேரம்கூட மேலே தலை உயர்த்திப் பார்க்கத் தோன்றாமல் என்னவோ ஒரு பிரமையில் ஆழ்ந்துவிட்டதைப் போல் அந்தப் பாதங்களையே பார்த்தவாறு உட்கார்ந்திருந்தார்.

முதுமையால் மெலிந்தும், நிறம் மங்காது, எண்ணெய் மனுமினுப்பிருந்த பாதங்கள் ...

"அநியன் என்ன அப்படியே இருந்துட்டே?"

மீண்டும் அந்தப் பெண்குரல் ஒலிக்கக் கேட்டு அவர் திடுக்கிட்டு, தலை உயர்த்திப் பார்த்தபோது...

அவள் நாசியின் துவாரங்கள் முதலில் அவர் கண்களில் தெரின்றன. அதை மீறிச் சிரிக்கும் விழிகள் ... நெற்றியில் சந்தன வரை. நெற்றியின் மேல் சீவி ஒழுங்காக்கி வைத்திருக்கும் வெள்ளை வெளேரென்ற தும்பைப்பூப் போன்ற தலைமயிர் ...

இது, தன் அக்கா கல்யாணி அம்மா அல்லவா..! "ஆரு அக்கச்சியோ?" என்று கேட்டவாறு எழுந்து நின்றார் அனந்தன் நாயர்.

ஆசிரமப் பந்தலின் வெளியில், பளிச்சென்று வெயில் விழுகிறது. பஜனை இன்னும் நடந்துகொண்டுதானிருக்கிறது.

தன் அக்காளை ஒரு தடவைகூட ஏறெடுத்துப் பார்த்தார் அவர்.

காலைக் குளியலின் எண்ணெய் மினுமினுப்பு முகத்தில் இருக்கிறது. உம் ... தன்னைவிடப் பத்து வயசுக்கு மூத்தவள்! சுருக்கங்களும், வயோதிகத்தின் தழும்புகளும் முகத்திலும் உடம்பிலும் தெரிகிறதே ஆனாலும், ஒரு காலத்தில் அவள் முகத்தில் திகழ்ந்திருந்த பொலிவுக்கு, இப்போதும் சான்று பகர்ந்தவாறு எழுந்து நிற்கும் அந்த எடுப்பான மூக்கு ...

"உம் ... போன தடவை பார்த்ததைவிட இப்போ ரொம்ப மோசமா இருக்கையே..! தாடி மீசை வேறு! ஆளை அடை யாளம் கண்டுக்கவே முடியல்லே ... ஏன் இப்போ மருந்து ஒண்ணும் இல்லையா ..?"

அவர் லேசாகச் சிரித்தார்.

நீல. பத்மநாபன்

“எல்லாம் குடிக்கேனே . . !”

பொய்தான் என்று தெரிந்தேதான் அப்படிச் சொன்னார் அவர். பாவம் . . . இவள் மனசைக் கஷ்டப்படுத்துவானேன்!

“என்னா பதிவில்லாமெ இங்கே ஆசிரமத்துக்கு வந்திருக்கே?” என்று அவள் கேட்டபோது, தனக்கு அன்று ஐம்பதாவது பிறந்த நாள் ஆதலால் கோவிலுக்கு வந்தபோது, இங்கே ஆசிரமத்திற்கும் வரநேர்ந்தது என்ற விவரத்தை அவளிடம் வெளியிட விருப்பமின்றி, “சும்மாத்தான்! ஸ்ரீபத்மநாபனைப் பார்த்துத் தொழுது ரொம்ப நாளாச்சு . . ! அதுதான் நிர்மால்யம் தொழுதுகிட்டுப் போகலாமுண்ணு வந்தேன் . . . இங்கே பஜனை கேட்டதால், இங்கேயும் வந்து எட்டிப் பார்த்துவிட்டுப் போகலாமுண்ணு வந்தேன் . . . அவ்வளவுதான் . . !” என்றார் அனந்தன் நாயர்.

தன் இடக்கையில் பத்திரமாய் வாழையிலைத் துண்டில் பொதிந்து வைத்திருந்த சிவந்த அரளிப் புஷ்பங்களின் இடையிலிருந்து கொஞ்சம் சந்தனத்தை எடுத்து அவர் அவளிடம் நீட்டியபோது, அதைப்பெற்று நெற்றியில் பூசியவாறு, “என்ன நிர்மால்யம் தொழவா?” என்று அவள் கேட்ட கேள்வி, அனந்தன் நாயரைச் சற்றும் எதிர்பாராமல் என்னவோ செய்தது! சடக்கென்று, தான் அப்படி அவரிடம் கேட்டிருக்கக்கூடாது என்ற வருத்த உணர்வு முகத்தில் படர, ஒரு குற்றவாளித் தோற்றத்துடன், பேச்சை மாற்றத்தான் அவள், “பிரபாகரன் நாயருக்கு ஜோலி கிடைச்சுட்டதா?” என்று கேட்பதாக அவருக்குப் பட்டது.

அவள் தர்மசங்கடம் அனந்தன் நாயருக்கும் புரிந்தது. எனவே பேச்சின் திசைமாற்ற முனையும் அவளுடன் ஒத்துழைப்பதுதான், தனக்கும் நல்லது என்ற தோரணையில், “இல்லை . . . என்ஜினியரிங் பாஸானவங்களுக்கு இனி எங்கே வேலை கிடைக்கப் போவுது?” என்று விரக்தியோடு பதிலளித்தார் அவர். “அவன் எஞ்ஜினியரிங் பட்டம் வாங்கி மூணு வருஷம் இருக்காதா! உம் . . . எல்லாம் தலை விதிதான் . . !” என்று அவரை ஆசுவாசப்படுத்தும் விதத்தில் அவள் சொன்னாள். “நீ மட்டும்தான் இங்கே வந்தையா? கூடெ பாஸ்கரன் நாயர் வரல்லையா?” என்று கேட்டார் அவர்.

“ஆரு பாஸியா? அவன்தான் இந்த மாதிரிக் கோவில், ஆசிரமம், எல்லாற்றையும் மீறிய சுத்த வேதாந்தி ஆயிட்டானே தெரியாதா? இதெல்லாம் தனக்கு அவசியமே இல்லை என்கிறான் அவன்! வீட்டுக்கு ராத்திரி வந்தா உண்டு, வராட்டெ இல்லை . . . அப்படியே வந்தாலும், பனிரண்டு ஒரு மணி வரை என்னவெல்லாமோ தடிமனான வேதாந்தப் புஸ்தகங்

களையெல்லாம் படிச்சுகிட்டேயிருப்பான். எப்போத்தான் உறங்குவானோ எனக்குத் தெரியாது. ரெண்டு மணிக்கெல்லாம் எழுந்திரிச்சு பச்சைத் தண்ணியில் குளிச்சுவிட்டு அறையை உள்ளிருந்து தாட்பாள் போட்டுக்கொண்டு, அப்படியே ஒரு மணி நேரத்துக்கும் மேல் நிஷ்டையில் இருப்பான்! அவனைத் தேடி வருபவர்களோ, எல்லோரும் அறுபது வயசுக்கு மேலே இருக்கும் கிழ சன்னியாசிகள்! க்கும்! கல்யாணமே வேண்டா முண்னு சொல்லுகிறான் ... இப்போதெல்லாம் நானும் அவனை நிர்ப்பந்திப்பதில்லை ... ஆபீஸுக்கு மட்டும் ஒழுங்காப் போய் வாறான்!"

உருக்கமாக ஒலித்த அவள் வார்த்தைகளைச் செவிமடுத்த வாறு, ஆசிரமத்திலிருந்து வெளி வாசலை நோக்கி அவள் கூட நடந்துகொண்டிருந்த அனந்தன் நாயரின் மனதில் ஒரு வலி. உம் ... மாதவிக்குட்டி கொடுத்து வைத்தது அவ்வளவு தானா?

செக்கரட்டேரியட்டில் ஒரு சூப்பிரண்டாக வேலை பார்த்து வந்தான் பாஸி என்பது அவருக்கும் தெரியும்.

"அவனுக்கு வயசு என்னாச்சு?"

"வருகிற கர்க்கடகத்தில் முப்பத்தஞ்சு திகைகிறது! உம் ... தலையில் எழுதியிருப்பது போல்தானே எல்லாம் நடக்கும்! நம்ம கையில் என்ன இருக்கு?" என்று அவள் பெருமூச்செறிந்தது அவருக்கும்கூட சேர்த்துத்தான் என்று அனந்தன் நாயருக்குப் புரிந்ததே ஆனாலும், அப்போது அவர் மனதின் அகக்கோடி மாதவிக்குட்டி உட்பட்ட தன் சுய கவலைகள் அனைத்தையும் சற்று நேரத்திற்கு அடியோடு மறந்துவிட்டு, தன் அக்காள் அவளுக்காகக் கசிந்துருகியது.

6

முப்பத்தஞ்சு வருஷம் இருக்காதா அது நடந்து! அப்போ தனக்குப் பதினஞ்சு வயசுதான் இருக்கும்! ஆனாலும் நிறமுள்ள நிழற்கோடுகளாய் இப்போதும் தன் அகத்தில் அந்த ஞாபகம் நிலைச்சு நிற்கத்தானே செய்கிறது . . !

கல்யாணி அக்கா மூத்த மகள் ஆதலால் எவ்வளவு செல்லமும் செலவுமாக அப்பாவும் அம்மாவும் இவளை வளர்த்தினார்கள்! கடைசியில் வேதாந்தத்தில் டாக்டரேட் பாஸாகி வந்த அரவிந்தாட்சக் குறுப்புக்கு அவளை விவாகம் செய்து கொடுக்க முடிந்தபோது எல்லோருக்கும் எவ்வளவு சந்தோஷமாக இருந்தது. அம்மா மட்டும் அடிக்கடி மருமகனைப் பற்றி அப்பாவிடம் சொல்லுவதைக் கேட்கலாம்.

'உம் . . . காஷாயம் உடுக்காத குறை ஒண்ணுதான் . . ! அவ்வளவு பெரிய வேதாந்தி . . !'

அதுக்கு அப்பா அவருக்கே உரித்தான கம்பீரக் குரலில், 'எடீ விஸ்வேஸ்வரி . . . அவனைக் கிடைக்க நாம எவ்வளவு கொடுத்து வச்சிருக்கணும் தெரியுமா? அவன்கிட்டெ இருந்து வேதாந்தமும் குண்டலினீயோகமும் எல்லாம் படிக்க அமேரிக்காவிலிருந்தும் இங்கலாண்டிலிருந்தும் எத்தனை எத்தனை வெள்ளைக்காரங்க வாறாங்க தெரியுமா? உம் . . . உனக்கென்ன தெரியும், கழுதைக்குத் தெரியுமா கற்பூர வாசனை . . !' என்று சொல்லி அம்மாவை ஒரேயடியாய் அடக்கிவிடுவார்!

அப்படிப்பட்ட பெரிய மனுஷன் குறுப்பேட்டன் . . !

உம் . . . கடைசியில் . . .

ஒரு திருவோண காலத்தில் பால்க்குளங்கரைத் தறவாட்டு வீட்டில் வைத்துதான் அது நடந்தது.

ஓணத்திற்கு வழக்கம்போல் கல்யாணி அக்காவும் குறுப் பேட்டனும் தறவாட்டு வீட்டுக்கு வந்திருந்தார்கள்.

நாயர் வீடுகளில் எல்லாம் கொட்டும் குரவையுமாக ஒரே பரபரப்பு . . .

கோடி ஆடைகளும், உப்பேரியும், பிரதமனும் எல்லாம் வீடு முழுதும் விதம் விதமான மணங்களை எழுப்பிக் கொண் டிருந்தன.

அக்காவும், அடுத்தவீட்டு அச்சிமார்களும்,

மாவேலி நாடு வாணிடும் காலம்,
மானுஷரெல்லாம் ஒன்னுபோலே
கள்ளமும் இல்ல, சதியும் இல்லா . . .

என்று, மகாபலி நாடாண்ட பொற்கால மகிமையை எடுத் தோதும் ஓணப்பாட்டுக்களை உற்சாகமாய்ப் பாடியவாறு, இரண்டு தென்னை மரங்களின் குறுக்கே இழுத்துக் கட்டிய வடத்திலிருந்து, கீழே மர உலக்கையைப் போட்டுக் கட்டி யிருந்த ஊஞ்சலில் உட்கார்ந்துகொண்டு ஆகாயம் முட்டுமாறு வீசிவீசி ஆடிக்கொண்டிருந்தார்கள்.

நாராயண பிள்ளைச் சேட்டன் கல்யாணி அக்காளுக்கும் எனக்கும் இடையில் பிறந்தவன். என்னைவிட அஞ்சு வயசுக்குத் தான் அவன் மூப்பு. அவனும் நானுமாக ஓணப்பந்து விளை யாடிக்கொண்டிருந்தோம். அப்போ அம்மா வந்து அத்தப்பூ விட கொஞ்சம் பூப்பறித்துக் கொண்டுவரச் சொன்னதால், பக்கத்து வீட்டுத் தோப்பில் சென்று பூப்பறித்துக்கொண்டிருந் தோம்.

கேட்டுக்கொண்டிருந்த ஊஞ்சல் பாட்டு திடீரிண்ணு நிண்ணது. ஒரு பயங்கரமான நிசப்தம் . . . கொஞ்சம் கழிஞ்சு ஓவெண்ணு அக்காளும் அம்மாவும் சத்தம் போட்டு அழும் ஓசை . . .

இதயம் நிண்ணுவிட்டது போல் ஒரு பிரமிப்பு . . . ஓடி வீட்டுக்குப்போயிப் பார்த்தபோது, நாலைஞ்சு பேருங்க அக்கா ளின் பர்த்தா குறுப்பேட்டனைத் தூக்கிக்கொண்டு வந்து திண்ணையில் கிடத்துகிறார்கள். அவருக்குப் பேச்சு மூச்சில்லை.

ஒரே அழுகை . . . செய்வதறியாது திகைச்சுப் போய் நிற்கிறார் அப்பா.

அப்போதான், யாரும் சற்றும் எதிர்பாராமல், தாடியும் மீசையுமாய் ஒரு சன்னியாசி அங்கே ஏறிவந்து, குறுப்பேட்ட னின் நாடி பிடிச்சுப் பார்த்தார். பிறகு, காடு பிடிச்சுக் கிடந்த

வீட்டுத்தோப்பின் ஒரு கோடியில் போய் ஒரு பச்சை இலையைப் பறிச்சுகிட்டு வந்து, உள்ளங்கையில் வச்சு சாறு பிழிஞ்சு, குறுப்பேட்டனுக்கு நெற்றியில் கொஞ்சம் தடவிவிட்டு, மீதியை உதட்டு இடுக்கு வழி வாய்க்குள் விட்டார்.

சற்று நேரத்தில் குறுப்பேட்டன் கண் திறந்தார். 'குறுப்பே... குருவைப் பரீட்சை செய்து பாக்கக் கூடாது... கேட்டையா..? அது பாபமாகும்..!' என்றுவிட்டு, அந்த சன்னியாசி வெளியி லிறங்கி நடந்து மறைந்துவிட்டார். அவர்தான் பிரபலமான சட்டம்பி சுவாமிகள் என்று பிறகு தெரிஞ்சது.

எழுந்து உட்கார்ந்த குறுப்பேட்டனின் கண்கள் நிரம்பி வழிந்தன. இந்தச் சம்பவத்துக்குப் பிறகு, அப்பா, அக்கா, வேறு யார் யாரெல்லாமோ, எப்படி எப்படியெல்லாமோ கேட்டும் குறுப்பேட்டன் வாய்திறந்து பேசி யாருமே கேட்ட தில்லை. எப்போதும் மௌனம்... மௌனம்... ஒரே மௌனம்..! முகத்தில் மட்டும் என்னவோ ஒரு வேதனை கலந்த தீவிர மான சிந்தனை பாவம்..! அதோடு உணவும் வெகுவாகக் குறைந்துவிட்டது.

அதிகமென்ன..! மூன்றாம் மாசத்தில் அப்படியே உட் கார்ந்திருந்து சமாதியாகிவிட்டார் அவர்.

அப்போ பிள்ளை உண்டாகியிருந்த அக்கா, ரெண்டு மூணு மாசத்தில் பாஸ்கரன் நாயரைப் பெற்றாள்.

குறுப்பேட்டனின் மரணத்துக்குப் பிறகு அக்கா ஆள் ஒண்ணுக்குக் பாதியாகிவிட்டாள். ஆனாலும் பனங்குலை போலிருந்த அவள் தலை முடியையும், அழகு குறையாத உடம்பையும் பார்த்து அம்மா அடிக்கடி பெருமூச்சு விடுவாள்; கண்ணைக் கசக்குவாள்.

குறுப்பேட்டன் இறந்து ஒரு வருஷம் கழிஞ்சதும் அக்காளுக்கு மறுபடியும் சம்பந்த ஆலோசனைகள் வரத்தொடங்கி விட்டன. மகாராஜா குடும்பத்திலிருந்துகூட ஏதோ ஒரு ஆலோசனையைத் தரகன் சங்கரப் பிள்ளை கொண்டுவந்தான்.

இனியொரு கல்யாணமே வேண்டாமுண்ணு அக்கா ஒரேயடியாக மறுத்துவிட்டாள்.

அம்மாவும் அப்பாவும் விடவில்லை. எப்போதும் அக்கா பக்கத்தில் உட்கார்ந்துகொண்டு மந்திரோபதேசம் செய்வதைப் பார்க்கலாம்:

'எடீ... பொன்னுமோளே..! நாயர் ஸ்த்ரீக்குத் தாலி யறுப்பும் இல்லை, கடலில் திரை நிப்பதும் இல்லை... ஒனக்

கென்ன இப்போ பெரிய வயசா ஆயிட்டது? பேசாமெ சரீண்ணு சொல்லி விடுடீ ... பாஸியையும் அவன் நல்ல முறையில் வளத்துவான் ... ஒனக்கும் அங்கே ஒரு குறையும் இருக்காது ... பெரிய தம்பி அங்ஙத்தெ குடும்பமுண்ணா சும்மாவா ..!' – இப்படி அம்மா சொல்லுவாள்.

'எடீமோளே ... நீ எவ்வளவு காலம் இப்படிக் கண்ணீரும் கையுமா ஒற்றேலெ இருப்பே? நீர்க்கோலி நினைச்சால்கூட 'அத்தாழம் முடக்கிவிட முடியும்! அப்படிப்பட்ட காலம்! நெக்கிக் கொல்ல வரப்பட்டவர்களைக் கண்டு விலகிப்போய் விடலாம் ... ஆனா நக்கிக் கொல்ல வருபவங்களிடமிருந்து எப்படி உன்னை நீயே காப்பாற்றிக்கொள்ளுவே? பேசாமெ இந்தக் கல்யாணத்துக்குச் சம்மதிச்சுவிடு மோளே ... உனக்க நல்லதுக்குத்தான் சொல்லுதோம் ..!'

– இப்படி அப்பா உபதேசிப்பார்.

ஆனால் அக்கா மட்டும் ஒரேயடியாய்த் தீர்மானமாகச் சொல்லிவிட்டாள்:

'இந்த விஷயத்தில் மட்டும் நீங்க யாரும் தயவு செய்து குறுக்கிடப்படாது. இனி எனக்கொரு கல்யாணமே வேண் டாம் ... தாங்க ஆள் உண்டுமானால் தளர்ச்சியும் உண்டு அவ்வளவுதான்! என் பாஸிக்க அச்சனைத் தவிர இன்னொரு வரை – அவர் என்னதான் பெரிய மகாராஜாவாக இருந் தாலும் சரி, என் பர்த்தாவாக என்னால் நினைச்சுப் பாக்கவே முடியாது ... உம் ... வாயில் கொள்ளப்பட்டதைத்தானே கொத்த முடியும்! ஆனா உங்களுக்கு நான் ஒரு பாரமாக இருக்கமாட்டேன் ... இன்னும் நீங்க என்னை நிர்ப்பந்திச்சா என்னைப் பிறகு உங்களுக்குப் பார்க்கவே முடியாது ..!'

– இப்படித் தீர்மானமாகச் சொல்லி எல்லோருடைய வாயையும் அடைத்துவிட்டாள் இந்தக் கல்யாணி அக்கா!

அதன் பிறகு இந்த முப்பத்தஞ்சு ஆண்டு காலமாக இப்படி யொரு ஆன்மீக வாழ்க்கை! காலையில் எழுந்திருப்பது முதல், ராத்திரிபோய்ப் படுப்பதுவரை ஆசிரமம், கோயில், குளம், பூஜை, புனஸ்காரம், புராணங்கள் வாசிப்பு இப்படி நாளைக் கழிச்சுக்கொண்டிருக்கிறாள்.

குறுப்பேட்டன் வலிய சாலையில் சொந்தமான இரண்டு மூன்று வீடுகளும், நெடுங்காட்டில் ஒரு பெரிய ஏலாவும் விட்டுவிட்டுப் போயிருந்ததால், மகன் பாஸ்கரன் நாயரின் படிப்பை நல்ல முறையில் கவனிக்க முடிந்தது. இப்போ அவனே கைநிறைய சம்பாதிக்கத் தொடங்கிவிட்டதால் கவலை இல்லை.

உம்... இத்தனைக்கு வைராக்கிய சித்தமுள்ள கல்யாணி அக்கா பிறந்த இதே குடும்பத்தைச் சேர்ந்தவள்தானே அப்பாவின் தங்கச்சி குஞ்ஞுலக்ஷ்மி அம்மாவியும்..!

ஏன்? என் கெட்டியவள் கார்த்தியாயினி..! குஞ்ஞுலக்ஷ்மி அம்மாவிகூடப் பரவாயில்லை, கெட்டியவனை மட்டும்தானே விட்டுவிட்டுப் போனாள்..!

ஆனால் கார்த்தியாயினியோ..?

கல்லுபோல் நான்..; எனக்கு அவள் வயிற்றில் பிறந்த பிரபாகரன், மாதவிக்குட்டி, இப்படி எல்லோரையும்...

“சாலையில் வைரவன் பிள்ளையின் கடையில் புதிய வேலையெல்லாம் எப்படியிருக்கு?”

கல்யாணி அக்காளின் அந்தக் கேள்வி அனந்தன் நாயரைத் தன்னிலை அடையச் செய்தது.

“பரவாயில்லை... உம்... கணக்கெழுத்துத்தானே..!” என்றபோதும் அவர் மனம் தத்தளித்துக்கொண்டேதான் இருந்தது.

“கொட்டாரத்தில் இனித் திரும்பவும் வேலையில் சேர்த்துக் கொள்வார்களா? சத்தியாக்கிரகம் எல்லாம் எப்படியிருக்கு?”

“உம்... திரும்ப எடுப்பாங்கண்ணுத் தோணல்லே... சத்யாக் கிரகம் எல்லாம் இப்பவும் நடந்துகிட்டுதான் இருக்கு! ஏதோ கொஞ்சம் கிராட்டு வட்டித் தொகை கிடைச்சால் சரிதான்..!” என்று கசப்போடு முடித்தார் அனந்தன் நாயர்.

“சரி... அப்போ நான் வரட்டுமா..?”

கல்யாணி அக்கா காரில் ஏறிக்கொண்டிருந்தாள். அவள் வீடு வலியசாலையில் இருந்தது.

“நீயும் வாறெயானா பெருந்தான்னியில் கொண்டுபோய் உன்னை விட்டுவிட்டுப் போறேனே... காரில் ஏறேன்...” என்று அழைத்தாள்.

“இல்லே... இங்கே வழியில் எனக்கு ஒரு ஆளைப் பார்க்கணும்... நீ போய் வா...” என்று ஒரு சிறு பொய்யைக் கூறி விடை கொடுத்தார் அனந்தன் நாயர்.

“ஒரு நாள் மாதவிக் குட்டியையும் கூட்டீட்டு வீட்டுக்கு வாயேன்... அவளைப் பார்த்து எத்தனை நாளாச்சு..!” என்று அவள் சொன்னதற்கு “ஆகட்டும்” என்று அனந்தன் நாயர் தலையாட்டிக்கொண்டிருக்கையில், டிரைவர் காரை ஸ்டார்ட்ப் பண்ணி ஓட்டிச்சென்றான்.

7

காலை ஏழு மணி வெயில் முகத்தைச் சுகமாக வருட அனந்தன் நாயர் நடந்துகொண்டிருந்தார்.

இப்போது, பத்மதீர்த்தக் குளத்தில், தனித்தனியே அமைந்த படித்துறைகளில் கூட்டம் கூட்டமாய் ஆண்களும் பெண்களும் குளித்துக்கொண்டிருக்கிறார்கள்.

கோவில் கோபுரம், நவராத்திரி மண்டபம், ஏனைய வெள்ளை நிறக் கட்டிடங்கள் எல்லாம் எவ்வளவு அழகாக நீரில் இப்போது பிரதிபலித்துத் தெரிகின்றன. ஸ்படிகம் போன்ற அந்த நீரைக் கண்டபோது ஒரு தடவை கூடக் குளித்தால் என்ன என்று தோன்றிய ஆவலை, ஆரோக்கிய நிலைமையை உத்தேசித்து, சிரமப்பட்டு அடக்கிக்கொண்டார் நாயர்.

மதிலக ஆபீஸ் பக்கத்துக் காற்றாடி மரத்தில் வெளவால்களுக்கு ஏன் இந்தக் கும்மாளம்?

அன்றைக்கு சட்டம்பி சுவாமிகள் குறுப்பேட்டனிடம் 'குருவைப் பரீட்சை செய்து பார்க்கக் கூடாது' என்று சொல்லக் காரணம்?

சிறுவயதில் அர்த்தமாகாத அந்தக் கேள்வியின் தாத்பரியத்தைப் பற்றி, வயது வந்தபின், அக்காளிடமும், ஏனைய குறுப்பேட்டனின் ஆத்மீக நண்பர்கள் யார் யாரிடமெல்லாமோ, என்னவோ ஒரு ஆவல் காரணமாகக் கேட்டுப் பார்த்தும்கூட இன்றுவரை அதன் சரியான காரணம் புலப்படவில்லையே! அது என்னவாக இருக்கும்?

ஒருவேளை, அப்பாவின் அடிச்சுவட்டில் ஆன்மீகத்தில் ஈடுபட்டிருக்கும் பாஸ்கரன் நாயருக்குத் தெரிந்திருக்குமோ? அடுத்த தடவை அவனைக் காணும்போது இதைப் பற்றிப் பேசிப் பார்க்கணும்..!

'உம் ... நமக்கென்னத்துக்கு தேவையில்லாத இந்த விவகார மெல்லாம்? நம்ம பாடே பெரும்பாடாக இருக்கிறது!' என்று, இத்தனை நேரம் அக்காவின் அனுக்கிரகிக்கப்பட்ட தூய்மை வாழ்க்கையை நினைந்துருகிக்கொண்டிருந்ததால், சுய துக்கத்தை மறந்திருந்த அகமனம் பழையபடி விழித்துக்கொண்டது . . !

குஞ்ஞுலக்ஷ்மி அம்மாவியைக்கூட, சரியாகச் சொல்லப் போனால் குறைகூற முடியுமென்று தோன்றவில்லை. உலகத் திற்கு எல்லாம் சங்குண்ணி அம்மாவன் ஆணழகனாக இருந் திருக்கலாம் ... அம்மாவிக்காக உயிரையே விடத் துணிந்தவ னாகவும் அவர் இருந்திருக்கலாம். ஆனா ... குஞ்ஞுலக்ஷ்மி அம்மாவிக்கு அவரிடம் திருப்தி ஏற்படவில்லையோ என்னமோ, யார் கண்டார்கள்? அதன்கூட, குழந்தைகள் வேறு இல்லையே ... அதெப்படிச் சொல்ல முடியும்? பிடவிட செய்து ஒரு வருஷம் கூட ஆகும்முன், அவரிடமிருந்து பந்தம் ஒழிப்பித்துவிட்டு, ஏற்கெனவே கல்யாணமாகி ஐந்தாறு பிள்ளைகள் வேறு இருந்த கொச்சு கிருஷ்ண கர்த்தாவிடம் போய்ச் சேர்ந்துவிட்டாளே அவள் . . !

ஹ¬ம் ... தனக்கு நேரடியாகத் தெரியாத விஷயமாச்சே அதெல்லாம் . . ! அம்மா சொல்லித்தானே, தனக்கு அறிவுவரும் முன்னே தறவாட்டில் நடந்த அந்தப் பழைய சம்பவத்தைப் பற்றித் தான் அறிந்துகொண்டதே . . !

ஆனால் ...

கார்த்தியாயினி விஷயம் அப்படியா?

அவள் கெட்டியவன் தன்னிடம், அவளுக்கு என்ன அதிருப்தி?

தங்கக் கட்டிபோல் பிரபாகரன் நாயரும், மாதவிக்குட்டி யும் இருக்கத்தானே செய்கிறார்கள். அப்போது, என்றால், பதினஞ்சு ஆண்டுகளுக்கு முன், பிரபாகரன் நாயருக்கு வயசு பத்து, மாதவிக்குட்டிக்கு ஐந்து ... அறிவு வந்த பிராயம்தான் . . !

அப்படியிருந்தும்கூட ...

கிழக்கே கோட்டையின் கீழ் நிற்பதை உணருகிறார் அனந்தன் நாயர்.

திடீரென்று பீ ... என்று தூரத்தில் பழவங்காடிக் கோவில் பக்கத்திலிருந்து, போலீஸின் நீண்ட ஊதல் ஒலி கேட்கிறது. உடனே இங்கே கிழக்கே கோட்டை நடையில் ஸ்பெஷல் டியூட்டியில் நின்றுகொண்டிருக்கும் டிராபிக் ஜவானும் கையி லிருந்த பித்தளை விசிலை வாயில் வைத்து நீட்டமாய் ஊதுகிறான். அதைக் கேட்டு வலப்பக்கத்தில் வெட்டி முறிச்சான் கோட்டை

நடையில் நின்றுகொண்டிருக்கும் ஜவானும் இதே மாதிரி ஒலியெழுப்புவது லேசாய் இங்கே கேட்கிறது.

மணி ஏழே முக்காலாகிவிட்டதா? திருவோணத் திருநாள் காலைத் தொழுகைக்கு பத்மநாப சுவாமி கோவிலுக்கு எழுன் னள்ளத்து செய்கிறார் என்பதைத் தெரிவிக்கும் ஊதல் ஒலி யல்லவா இது . . .!

வீதியில் நடந்துகொண்டிருந்த பாதசாரிகள் மடித்துக் கட்டி யிருந்த வேட்டியை எல்லாம் சரியாக்கி மட்டு மரியாதையுடன் வீதியோரத்தில் விலகிநின்று குனிந்து கும்பிட, ரோட்டில் ஓடிக் கொண்டிருந்த பஸ்கள், கார்கள், எல்லாம் ரோட்டோரத்தில் ஒதுக்கி நிறுத்த, சிலர் பஸ்கள், கார்களிலிருந்து வெளியிலிறங்கித் தாழ்ந்து வணங்க, திருவோணத் திருநாள் அந்த விலை உயர்ந்த பெரிய காரினுள் உட்கார்ந்திருந்தவாறு, புன்முறுவல் பூத்த முகத்துடன் இரு கரங்களையும் கூப்பித் தாழ்ந்து தொழுதுகொண் டிருக்க, அந்தச் செந்நிறக்கார், முன்னால் சங்கு முத்திரை பொறித்த சிவந்த கொடி பறக்க விர்ரென்று பாய்ந்து வந்து, பழக்கம் காரணமாக வீதியில் முன்னே வந்து இரு கைகளையும் கூப்பித் தொழுது நின்ற அனந்தன் நாயரையும் கடந்து சென்றது.

மகாராஜா ராஜப்பிரமுகர் ஆனபிற்பாடும் எந்தக் குந்தகமும் வராது, மாவலியார் அரண்மனையிலிருந்து மெயின்ரோடு வழி, காலை ஏழேமுக்காலுக்கு பத்மநாப சுவாமி கோவிலுக்குப் போவதற்கும், எட்டே முக்காலுக்குக் கோவிலில் இருந்து அரண் மனைக்குத் திரும்பிச் செல்வதற்கும் நித்தம் நித்தம் செய்யும் ராஜகீய பயணம் இது . . !

வெட்டி முறிச்சான் கோட்டையைக் கடந்து வலப் பக்கம் தெக்கேத் தெருவில் திரும்பி மறைந்துவிட்டது அந்தக் கார்.

அனந்தன் நாயர் இடப்பக்கம் திரும்பி நடந்தார்.

நகரம் தூக்கத்திலிருந்து சோம்பல் முறித்துக்கொண்டு எழுந்து இளம் வெயிலில் சுறுசுறுப்பாக இயங்கத் தொடங்கிவிட்டது என்பதற்கு அடையாளமாக வாகனப் போக்கு – வரத்தும், ஜன நடமாட்டமும் ஆரம்பமாகிவிட்டிருந்தன.

சுமார் ஐந்து மணி நேரத்திற்குமுன், இவ்வழியாகத் தான் கோவிலுக்குச் செல்கையில் இங்கே எங்கணும் குடிகொண் டிருந்த சாந்தமும் மோனமும் எல்லாம் இப்போது எங்கே போய் ஒளிந்துகொண்டனவோ என்றும் அவர் மனம் குழந்தைத் தனமாகக் கேட்டுக்கொண்டது.

அனந்தன் நாயரின் மனம் முழுதும் இந்த ஆலயமிருக்கும் இந்நகரை ராஜதானியாகக்கொண்டு, இவ்வாலயத்தில் பள்ளி கொண்டிருக்கும் ஸ்ரீ பத்மநாபனின் தாஸர்களாய் இந்நாட்டைச் சுபிட்சமாய் ஒரு காலத்தில் ஆண்ட சேர ராஜகுலத்தைப் பற்றிய இனிமையான நினைவுகள் இப்போது நிரம்பி வழியத் தொடங்கிவிட்டன.

வீரத்தில், இசையில், சித்திரக் கலையில், இலக்கண இலக்கி யங்களில், ஆன்மீகத்தில் எல்லாம் தத்தம் திறமைகளைத் திறம் படக் காட்டி – சாதனைகள் பல புரிந்து சரித்திரப் புகழ் ஈட்டிய மாமன்னர்களைக்கொண்ட ராஜவம்சம்...

மருமக்கத்தாயமல்லவா ! ஸ்ரீபரணித் திருநாளுக்குப் பிறகு நாடாளத் தத்தெடுக்கப்பட்ட இரு சகோதரிகளில், மூத்தவர் ராணி பத்மாவதித் தம்பிராட்டி, இளையவர் ராணி பாகீரதித் தம்பிராட்டி.

ஸ்ரீபரணித்திருநாள் நாடு நீங்கையில் இளைய ராணி பாகீரதித் தம்பிராட்டியின் மூத்தமகன் திருவோணத் திரு நாளுக்குப் போதிய வயதாகவில்லையாதலால், ரீஜண்டாகக் கொஞ்சம் காலம் நாடாண்டார் திருவோணத்திருநாளின் பெரியம்மா மூத்தராணி பத்மாவதித் தம்பிராட்டி. உரிய காலத்தில் ஆட்சிப் பொறுப்பைப் பெரியம்மாவிடமிருந்து ஏற்று வாங்கினார் திருவோணத்திருநாள்.

உம்... அப்போதுதானே அரண்மனைக் காரியாலய வேலைக்காகத் தானும் அங்கே போய்ச் சேர்ந்தோம் என்று அனந்தன் நாயர் தன் ஞாபகத்தைப் புதுப்பித்துக்கொண்டார்.

ஸ்கூல் ஃபைனல் பாஸாகி, காலேஜ் படிப்புக்குப் போக வேணுமா வேண்டாமா என்று ஆலோசித்துக்கொண்டிருந்த காலம்...

கல்யாணி அக்கச்சி இப்படி விதவை ஆயாச்சு . . . நாராயண பிள்ளை அண்ணன் மூன்றாம் வகுப்பு தாண்டவில்லை. அதற்குள் அவன் ஈடுபாடு எல்லாம் அப்போது தமிழ் நாட்டிலிருந்து இங்கே வந்து கோவலன் நாடகம் போட்டுக்கொண்டிருந்த ஒரு பாய்ஸ் டிராமா கம்பனியில் சென்றுவிட்டது. அப்பா என்னதான் நயத்தாலும், பயத்தாலும் சொல்லியும், ஏன் ஒரு தடவை கம்பியைக் காய்ச்சி பிரஷ்டத்தில் பழுக்கச் சூடுபோட்டும்கூட அவன் மசியவில்லை. கடைசியில் போஞ்ச கொள்ளி புறத்தே என்று அவனை வீட்டைவிட்டே விரட்டி யடித்துவிட்டார். நாடகக் கம்பனியின்கூட, கண்ட கண்ட பெண்களையும் கூட்டிக்கொண்டு ஊர் ஊராக அவன் சுற்றிக்கொண்டிருப்பதாக அடிக்கடி செய்தி வரும். அப்பா காணாமல், அம்மா மூக்கைச் சிந்திப்போட்டு அழுவதோடு சரி . . . அதுவும் அம்மா அவனுக்காக அழுவதை அப்பா கண்டுவிட்டால், பிறகு அம்மாவையும் தரையில் நிறுத்தமாட்டார். அத்தனைக்கு அவருக்கு அவன் மீது கோபம் . . !

ஹூம் . . . அப்படியிருந்த நாராயண பிள்ளை அண்ணன் இப்போது எவ்வளவு பெரிய பணக்காரனாக, பெரிய இடத்து மனிதனாக, பத்மநகர் காலனியில் பிரம்மாண்டமான பங்களா, கப்பல் போல் கார், அது, இதுண்ணு அமர்க்களமாக வாழ்ந்து கொண்டிருக்கிறான் . . ! சினிமா நடிகன் என்றால் சும்மாவா! பால்க்குளங்கரை நாராயண பிள்ளை என்றால் இப்போது தெரியாதவர்கள் யாராவது இருப்பார்களா? இந்த வயசில், முன்னால் கெட்டிய நாலு பேர்களையும் தள்ளிவிட்டுப் புதுசாக மதுரப் பதினேழுகாரியான ஒரு செறுப்பக்காரியை வடக்கே திருச்சூரிலெங்கோ இருந்து சம்பந்தம் செய்துகொண்டு வந்திருக் கான்! இரண்டு மூன்று குழந்தைகள் வேறு இருப்பதாகக் கேள்வி! உம் . . . அவன்கிட்டே யாரு போகப்போறா! இப்படி யொரு தம்பி இருப்பதாக அவனுக்கும் மறந்துபோயிருக்கும்!

கடைசியில், அப்பா ஒருநாள் தன்னைக் கூப்பிட்டுச் சொன்னார்:

“எடா அனந்தா! உனக்க அண்ணனைக்கொண்டு நமக்குக் கால் காசுக்குப் பிரயோசனமில்லை. வேலி சாடும் பசுவுக்கு, எண்ணைக்கானாலும் சரி, கோல் கொண்டுதானடா மரணம்! என்னைப் பொறுத்தவரையில் அவன் இப்பவே செத்ததுக்கு சமம்தான்! ஆனா . . . இனி உனக்க இளையவன் மதுசூதனனை நீ படிச்சது வரையாவது படிப்பிக்க வேண்டாமா? சுகுமாரனுக் கானா அடிக்கடி சுழலி வந்து விழுந்துவிடுகிறான். அவனுக்க வைத்தியச் செலவு வேறெ! இந்த லட்சணத்தில் இனிமேலும் நீ படிச்சுக்கிட்டிருந்தா குடும்பம் குட்டிச்சுவராகிவிடும் . . . அதனாலெ கொட்டாரத்தில் உனக்கு ஒரு வேலைக்கு, பொன்னு

திருமேனிக்க பிரைவட் செக்கரட்டரி கிட்டெ சொல்லியிருக்கேன். என்ன ஆனாலும் ஸ்ரீபத்மநாபனுக்க ஒரு சக்கிரமாவது சம்பளமா கிடைச்சா அதைவிட பாக்கியம் உண்டாடா?"

அப்பா இப்படி ஒரேயடியாய் அடித்துச் சொல்லிவிட்ட பிற்பாடு, படிப்பைப் பற்றிய தன் ஆசைக் கனவுகளை எல்லாம் மூட்டை கட்டி வைக்காமல் வேறென்ன வழி?

8

பழவங்காடி கணபதி கோவில் நடையில் மட மடவென்று வெடலைகள் வெடித்துச் சிதறிக்கொண் டிருந்தன. காலையில், அதற்குள் உடைந்து சிதறிய தேங் காய்த் துண்டுகள் நிறைந்த சாக்கு மூட்டைகள் தள்ளு வண்டியில் ஏறிக்கொண்டிருந்தன.

உம்... இந்தக் கோவிலில் விடலைக் குத்தகை பிடிக் கிற கண்ட்ராக்டருக்குத்தான் எவ்வளவு லாபம் என்ற லௌகீக நினைப்பை மனதிலிருந்து விரட்டியடிக்க பிரயத் தனம் செய்தவாறு, பிள்ளையாரை இரு கரங்களையும் கூப்பித் தொழுதுவிட்டு, ஸ்ரீபத்மநாப சுவாமி கோவில் வடக்கே நடை இருந்த வடக்கே தெரு அக்கிரகாரத்திற்குள் புகுந்து மேற்குப் பார்த்து மெல்ல நடக்கலானார் அனந்தன் நாயர்.

பட்டம் பால்ப் பண்ணையிலிருந்து பெரிய வேனில் கொண்டுவரும் பால்க்குப்பிகளைப் பால் விநியோக கியோஸ்கில் இறக்கிக்கொண்டிருந்தார்கள். கூப்பனும், முந்திய நாள் குப்பியுமாக ஆண்களும் பெண்களும் க்யூவில் வரிசையாக நிற்கிறார்கள்.

வண்டி இழுப்பவன் ஒருவன், வண்டியில் உட்கார்ந்து கொண்டு அன்றைய தினசரியை உரக்க வாசித்துக்கொண் டிருக்க, அதைக் கேட்டுக்கொண்டிருக்கும் அவன் சகாக்க ளான மற்ற கூலிகள் அதைப் பற்றி விமர்சனம் செய் கிறார்கள். உம்... இவர்களுக்கிருக்கும் அரசியல் ஞானம் தனக்குக்கூட இருக்குமா?

அரண்மனையில் குமாஸ்தாவாக வேலையில் சேரும் முன்பும், சேர்ந்த பின்பும் அரண்மனையையும், ராஜ குடும்பத்தையும் பற்றித் தனக்கிருந்த அபிப்பிராயங்கள் ஒரு கணம் அனந்தன் நாயரின் உள்ளத்தில் தோன்றி மறைந்தன.

நீல. பத்மநாபன்

தான் வேலையில் போய்ச் சேரும் நாள் அங்கே கண்ட, தன்னால் புரிந்துகொள்ள முடியாத அந்த நிகழ்ச்சி...

அரண்மனைப் பூங்காவில் ரத்தநிற ரோஜாக்கள் கூட்டம் கூட்டமாய்ச் சிரித்து நிற்கின்றன..!

அவசரம் அவசரமாகக் கொட்டாரம் டாக்டர் காரில் வருகிறார். பார்க்க ஆஜானுபாகுவாக இருக்கிறார் அவர். சற்று நேரத்தில் காரில் திரும்பிப்போகும் அவர் களைத்துப் போய்க் காணப்படுகிறார்...

யாரோ உரக்கச் சத்தம் போடும் ஓசை வருகிறது...

சற்று நேரத்தில் வெளியே பாய்ந்து சென்ற பெரிய காருக்குள், சம்பந்தா சம்பந்தமில்லாமல் என்னவோ சத்தம் போட்டுச் சொல்லித் திமிறிக்கொண்டிருந்த ஒருவரை மூன்று நான்கு பேர்கள் வலுக்கட்டாயமாகப் பிடித்துக்கொண்டிருப்பது தெரி கிறது..!

அன்று வீடு திரும்பியபோது, அப்பாவிடம் திக்கித் திணறி அங்கே நடந்தவைகளை வெளியிட்டபோது, "எடோ அனந்தா..! உங்கிட்டெ அப்பம் திங்கச் சொன்னா எதுக்குடா குழி எண்ணப் போறே? எப்பவுமே உனக்கு அவசியமில்லாததைப் பற்றி அறிஞ் சுக்க நீ நினைக்கக் கூடாது... சம்மன்ஸ் இல்லாமெ நீ ஒண் ணுக்கும் ஆஜராக வேண்டாம்... நாலு காசானாலும் ஸ்ரீபத்ம நாபனுக்க காசைப் பொன்னு திருமேனிக்க திருக்கையிலிருந்து வாங்க நீ எவ்வளவு புண்ணியம் செய்திருக்கணும் தெரியுமா? அதை ரெண்டு கையாலையும் வாங்கி கண்ணிலெ ஒற்றிவிட்டு, சொன்ன வேலையை சுஷ்காந்தியாச் செய்து, படிப்படியா ப்ரமோஷன் வாங்கப் பாரு... உனக்கு வேண்டாததை எல்லாம் நீ நினைச்சுப் பாக்கப்படாது... ஆமா... சொல்லிவிட்டேன்..!" என்று அன்று அப்பா சொன்னதை, மூன்று மாதங்களுக்கு முன், ஆட்குறைப்புக் காரணமாக வேலையிலிருந்து தன்னை நீக்கும் நாள் வரையிலும் இவ்வளவு காலமாக சிரமேல்கொண்டு. அக்ஷரம் பிரதி அப்படியே அனுசரித்துத்தானே வந்திருக்கிறோம்..!

மனதின் அடிமட்டத்தில் சமாதி செய்யும் பயிற்சி தனக்கு அவ்வளவு இளமையிலேயே கிடைத்திருந்ததால் தானே, தன் சொந்த வாழ்க்கையின் அந்தச் சோதனைக் காலத்திலும் அது தனக்கு அருமருந்தாய்ப் பயன்பட்டது. இல்லாவிட்டால், இந்தப் பதினைந்து வருஷகாலமாக, இப்படி உள்ளுக்குள் குமுறிக்கொண் டிருக்கும் ஒரு நடமாடும் அக்னி பர்வதமாக உயிர்வாழத் தன்னால் முடிந்திருக்குமா?

வடக்கே தெரு அக்கிரகாரம்...

தொட்டுத் தொட்டு கோழிக்கூடுபோல் சின்னச் சின்ன வீடுகள் . . ! எப்படித்தான் வெளிச்சமோ காற்றோ இல்லாத இந்த மடங்களில் இவர்கள் நெருக்கியடித்துக்கொண்டு வசிக் கிறார்களோ . . ! குறுக்கலாகப் படுத்தால் காலை மடக்காமல் படுக்க முடியாது. அத்தனைக்கு அகலம் . . . அப்படியிருந்தும், தான் சின்னப் பையனாக இருக்கையில், நவராத்திரி காலங் களில் இந்த வீடுகளில் வைத்திருக்கும் கொலுவைப் பார்க்க வருகையில், நடையில் நிற்கும் விவரம் தெரியாத சிறுமிகள், 'சூத்திரப் பையங்கடீ . . . ஒத்திக்கோ . . . ஒத்திக்கோ . . .' என்று சொல்லிக்கொண்டே ஓடுவது அனந்தன் நாயருக்கு இப்போதும் ஞாபகம் வந்தது.

ஹரே ராமா, ஹரே ராமா . . . என்ற பஜனையும் ஜாலராத் தாளமுமாக, மஞ்சள் நிறக் கொடியும், காவி வேட்டியுமாக ஞானானந்த ஆசிரமத்தைச் சேர்ந்த ஏழெட்டுச் சுவாமிகள் தெருவில் வீடுவீடாய் பிக்ஷாடனம் செய்தவாறு அமர்க்களமாய் வந்துகொண்டிருந்தது தெருவுக்கு ஒரு சலசலப்பை அளித்தது.

இடப்பக்கம் பத்மநாபசுவாமி கோவில் நந்தவனமாய் இருந்த விஸ்தாரமான இடத்தில், இப்போது நகர அபிவிருத்தித் திட்டத்தின் நேரடிப் பொறுப்பில் பிரம்மாண்டமாக – பளிச் சென்று எழும்பி நிற்கும் புத்தம் புதிய வீடுகளின் இடையிலிருந்து ஒரு பெரிய கார் கனைத்தபடி வந்து அவரைத் தொட்டுத் தொடாமல் நின்றது.

பதறிக்கொண்டு விலகி நின்றார் அனந்தன் நாயர். "ஆரு அனந்தனோ . . . எங்கே போயிட்டு வாறே? அம்பலத்தில் இருந்தா ?"

சடக்கென்று தலை உயர்த்திப் பார்த்தபோது . . .

ஓஹோ . . . இவனா? தன் அண்ணன் பால்க்குளங்கரை நாராயண பிள்ளை . . .

சில்க் ஜிப்பா . . . கழுத்தில் செயின், பளிச்சென்று தெரியும் அகலமான மீசை . . . கார் ஸ்டீயரிங்கைப் பற்றிக்கொண்டிருந்த கைவிரல்களில் எல்லாம் வைர மோதிரங்கள் டால் அடிக் கின்றன.

பக்கத்தில் ஒரு நவநாகரீக யுவதி . . . அவன் ஐந்தாவது மனைவி போலிருக்கிறது . . . அவளுக்குத்தான் என்ன ஒயில் . . . லிப்ஸ்டிக்கும், கையில்லா ரவிக்கையும் . . !

ஆப்டர் ஷேவ் லோஷனின் மணம் கம்முண்ணு வீசுகிறது.

உம் . . . இவன், தன் அண்ணன் . . ! ஆனால் தன் தம்பியைப் போன்ற தோற்றம் . . . நிறத்தையும் உடம்பின் தளதளப்பையும்

மீறி, செவியோரத்து மயிர்களின் வெண்மை மட்டும்தான், ஒருவேளை உண்மை வயதைத் தெரிவித்துவிடக்கூடும்...

அவன் கேட்டதுக்குப் பதில் சொல்லக் கூடாது என்பதில்லை. ஆனால் அவனிடம் ஒன்றும் பேசத்தோன்றாமல் நின்றார் அனந்தன் நாயர்.

ரோட்டில் சென்றுகொண்டிருந்த ஓரிருவர் நாராயண பிள்ளையைச் சுட்டிக்காட்டி கண்கள் விரிய அதிசயத்தோடு பார்த்துவிட்டு, என்னமோ பேசிக்கொண்டு செல்வதையும் அனந்தன் நாயர் கவனித்தார். உம்... சினிமா நடிகனல்லவா..!

"முந்தா நேத்தைக்கு கார்த்தியாயினியை ஏரோ டிரோமில் வச்சுப் பார்த்தேன்... அவ பவறைப் பார்க்கணுமே... என்னைத் தெரிஞ்சதாகவே காட்டிக்கொள்ளவில்லை..!

அவன் வாயிலிருந்து அப்படியொரு தூஷணையைக் கேட்க, அனந்தன் நாயருக்கு என்னவோ போலத்தான் இருந்தது. மேலும், அவன் புதிய பெண்டாட்டியின் அருகில், அப்படி நட்ட நடுவீதியில் வைத்து அந்தப் பிரச்னையைப் பற்றி விசாரணை செய்வது அவருக்குப் பிடிக்கவில்லை.

எனவே, மேலும் என்னவோ சொல்ல முனைந்த நாராயண பிள்ளையை இடைமறித்துக்கொண்டு, "எனக்குக் கொஞ்சம் அவசரமா போணும்... இன்னொரு நாள் பேசுவோம்..." என்றுவிட்டு, அவன் பதிலைக் கேட்கக்கூட நிற்காமல், காரைத் தாண்டி முன்னால் நடந்தார் அனந்தன் நாயர்.

சைத்தான் வேதம் ஓதியதாம்! இவனுக்குக் கார்த்தியாயினியைக் குறைகூற என்ன யோக்கியதை? ஒரு மனிதனுக்கு இதற்குமேல் கெட முடியாது. நகரத்து மதுக்கடைகளில் ஒரு நிரந்தர விருந்தாளி... பெண்கள் கல்லூரி அருகில், தன் எல்லாப் பசிகளையும் தீர்த்துக்கொள்வதற்காகவென்றே நவீன வசதிகள் அனைத்தும் ஒருங்கே கொண்ட ஒரு பிரம்மாண்டமான ஹோட்டலையே நடத்துகிறவன்..! ஹூம்... கார்த்தியாயினியைப் பற்றித் தன்னிடம் இழுக்காய்ப் பேசுவதில் இவனுக்கும் ஒரு மனசாட்சிக் குத்தும் இல்லையே..!

பின்னாலிருந்து சிரிப்புச் சத்தம் கேட்கிறது. திரும்பிப் பார்த்தார் அனந்தன் நாயர். அவளிடம் தன்னைப் பற்றி அவன் என்னவோ சொல்லியிருக்க வேண்டும். அவள் காரிலிருந்து தலையை வெளியில் நீட்டி, தன்னை எட்டிப் பார்த்துச் சிரிக்கிறாள்.

கார் வேகமாய் மறு திசையில் சென்று மறைகிறது.

உம்... யாரையும் குற்றம் சொல்லிப் பயன் இல்லை..! எல்லாம், தன் தலைவிதி..! இல்லாவிடில், தன் வாழ்க்கையில்

மட்டும் ஏன் இப்படியொரு பேரிடி விழுந்தது! அப்படிச் சொல்ல முடியுமா?

பேரிடியாகத் தன் மனசுக்குத் தோன்றியதால்தான் இந்த மன அவஸ்தை எல்லாம்...! வரும் அவமானங்களையும், துன்பங்களையும் எல்லாம் உதறித்தள்ளிவிட்டுத் தனக்குத் தானே யோக்கியப்பட்டமும் கட்டிக்கொண்டு வாழ்ந்துவிட வேண்டும். ஒரு கெட்ட கனவைப் போல் அவளை மறந்துவிட்டு, இன்னொருத்தியின்கூட, ஒரு புது வாழ்க்கையை, விட்ட இடத்திலிருந்து துவங்கிவிட்டிருந்தால் இந்தக் கொடுமையான உள்ளப் போராட்டத்தில் வெந்து வெந்நீராகிக்கொண்டிருக்கும் வாழ்க்கை வாழ வேண்டிய அவசியமே தனக்கு இருந்திருக் காதே..!

அதை விட்டுவிட்டு, யாரையோ பழி தீர்த்துக்கொள்ளு வதற்கு என்பதைப் போல், தன்னைத் தானே அங்குலம் அங்குல மாய் வதைத்துக்கொள்ளும் – அழித்துக்கொள்ளும் இப்படியொரு நடைப்பிணமான வாழ்க்கையா?

இதிலும் இப்போது தோல்வியடைந்துகொண்டிருப்பது தான்தானா?

வீதியின் இடப்புறத்தில், சற்று தூரத்தில் தள்ளிக் காட்சி யளித்த பத்மநாபசுவாமி கோவிலின் வடக்கு நடை நோக்கித் தொழுதார்.

அவருக்கு மேல்மூச்சு கீழ்மூச்சு வாங்கியது. நடக்கக் கஷ்ட மாகத்தான் இருக்கிறது. முடியாமல்தான், நேரே செல்லும் வீதியில் நடந்தார் அவர்.

ரோட்டின் வலப்பக்கத்தில் பாழடைந்து காணப்பட்டது ஒரு பழைய அரண்மனை. கொஞ்சம் ஆண்டுகளுக்கு முன்னால் வரையிலும், சதாநேரமும் இங்கே வெளியில் இழுத்து மூடி யிருக்கும் பெரிய வெளிகேட்டின் முன் ஒரு சிப்பாய் காவல் நின்றுகொண்டிருப்பதைப் பார்க்கலாம்.

இப்போது உள்ளே ஆள் வாசமும் இல்லை. வெளியே போலீஸ் காவலும் இல்லை. இருந்தும் நட்ட நடு இரவுகளில், நடு மத்தியான நேரங்களில் பயங்கரமான அலறலும், அழுகையும் எல்லாம் கேட்டு, இவ்வழி செல்லும் பல பேர்கள் தலைதெறிக்க ஓடித் தப்பித்துக்கொண்டதாக வதந்திகள் உண்டு.

இது எவ்வளவு தூரத்திற்கு வாஸ்தவமென்று அனந்தன் நாயருக்குத் தெரியவில்லை. ஆனால் அந்த வீதியில் இந்த இடம் மட்டும், சொல்லத் தெரியாத, பயம் விளைவிக்கும் ஒருவித மோனச் சூழ்நிலையில் சொட்டச் சொட்ட முழுகி யிருப்பதாக ஒரு பிரமை மனதில் தட்டத்தான் செய்கிறது..!

நீல. பத்மநாபன்

இந்த வீதி போய்ச்சேரும் விஸ்தார முச்சந்தியில் வைத்துத் தானே, ஐப்பசி, பங்குனி ஆறாட்டு நாட்களின் முந்திய நாள் மகாராஜாவின் ‘வேட்டை’ என்ற மாமூல் சடங்கு அமர்க்கள மாய் நடைபெறும்.

மகாராஜாவின் தங்கச்சி ரோகிணித் திருநாளுக்கும் மோகன வர்மாவுக்கும் சில ஆண்டுகளுக்கு முன் விமரிசையாகப் பள்ளிக் கெட்டு நடைபெற்ற இன்னொரு பெரிய கொட்டாரத்தைத் தொட்டு இடப்பக்கமாய்ச் செல்லும் யானைக் கொட்டில் தெருவில் நடந்தார் அனந்தன் நாயர்.

சற்று தூரம் சென்றபோது ஒரு நாற்சந்தி.

நேராகத் தெற்கில் செல்லும் பாதை தெக்கேத் தெரு வுக்கும், பெரிய தெப்பக்குளத்தைக்கொண்ட பிரசித்திபெற்ற ஸ்ரீ வராகம் கோவிலுக்கும் செல்லும்.

நாற்சந்தியின் கிழக்கு தெரிந்த ஸ்ரீ பத்மநாப சுவாமி கோவில் மேற்கு நடை வாசலில் கூடி நிற்கும் வேலையிலிருந்து விலக்கப் பட்ட கோவில் ஊழியர்களின் ஆக்ரோஷமான கோஷம் கேட்கிறது.

ஆறாட்டு நாளன்று, ஸ்ரீ பத்மநாப சுவாமி, திருவோணத் திருநாள் மகாராஜா, இளைய மகாராஜா ராஜ ராஜ வர்மா, திவான், மகாராஜாவின் செக்கரட்டரிமார்கள், ஏனைய முக்கிய மான பெரிய பெரிய சர்க்கார் உத்தியோகஸ்தர்கள், காலாள் படை, குதிரைப்படை, யானைப் படை – இப்படி அணி அணி யாய் இந்நடையிலிருந்து அலங்காரமாய் அணி வகுத்து, இந்த நாற்சந்திக்கு வந்து, மேற்கே நேராகச் செல்லும் பாதை வழி சங்குமுகம் கடற்கரைக்குச் செல்லும் அந்தத் திருக்காட்சியைக் காண நாட்டின் சகல பாகங்களிலுமிருந்து திரள் திரளாக வந்து சேரும் மக்கள் வெள்ளம் இங்கிருந்து சங்குமுகம் கடற் கரை வரையுள்ள வீதியின் இருபக்கங்களிலும் குழுமி நின்று வேடிக்கை பார்த்து மகிழ்வதெல்லாம் அவருக்கு ஞாபகம் வருகிறது.

மேற்கே சங்குமுகம் செல்லும் பாதையில் திரும்பி, சோர்ந்து போய் நடந்துகொண்டிருந்த அனந்தன் நாயரின் மனம், அப்படி யொரு ஆறாட்டு நாள்தானே தன் குடும்பச் சூறாவளிக்கே முதல் முக்கியக் காரணமாக அமைந்துவிட்டது என்று நினைந்து கசிந்துருகிக்கொண்டிருந்தது.

9

'ஜகதம்ம நாயர் நல்ல தறவாட்டுக்காரியா! ஸ்ரீபத்ம நாப ஸ்வாமி க்ஷேத்திர ஊட்டுப்புரை காரியஸ்தன் ஆதிசேஷைய்யரைப் பற்றி நான் சொல்லாண்டாம்..! பொண்ணை அனந்தன் நாயர் போயி ஒருக்கப் பாக் கட்டும், பிறகு தெரியும் கார்த்தியாயினிக்க அருமையை! அசல் ரம்பையல்லவா ரம்பை..! காரணவரே... ஒட்டு மாங்காய்க்கு இருக்கும் ருசியே அலாதிதானே... அதுவும் நாடன் ஒட்டா? உயர்ந்த ஜாதி ஒட்டு..!' என்றெல் லாம், அப்பாவிடம் தல்லாள் சங்கரப் பிள்ளை வர்ணித்துக் கொண்டிருப்பது தனக்கும் கேட்டது.

'காரணவரே... ஆதிசேஷைய்யருக்கு ஸ்ரீபத்மநாப ணுக்க ரெண்டு காசாவது சம்பளமா வாங்கப்பட்டவன் தான் மருமகனா வரணுமுண்ணு ஒரே நிர்பந்தம்..! இல்லாட்டெ சாலைக்கடை மொதலாளிமாரோ, பாண்டியிலிருந்து செட்டியார்மாரோ ஆராவது வந்து றாஞ்சிக்கிட்டுப் போயிர மாட்டாங்களா அவளை! அவளுக்கு வயசு வருகிற மேடத்தில் பதினஞ்சுதான் ஆகிறது... அவ்வளவு செறுப்பம்..!'

கடைசியில் அப்பாவின் உத்தரவை மீற முடியாமல், ஒரு நாள், பெண் பார்க்கத் தேங்காப்புரைச் சந்திலிருக்கும் அவர்கள் வீட்டுக்குச் சென்றது அனந்தன் நாயருக்கு ஞாபகம் வந்தது.

தரகன் சங்கரப் பிள்ளை வாசகம் அடிப்பதில் பெயர் போனவர் என்பது தெரியுமாதலால் அனந்தன் நாயர் பெரிதாக ஒன்றும் எதிர்பார்க்கவில்லை.

ஆனால் அங்கே கண்ட காட்சி தன்னைப் பேச்சு மூச்சற்றவ னாக்கிவிட்டதே..!

ஒரே ஒரு தடவைதானே அன்று கார்த்தியாயினியை ஏறெடுத்துப் பார்த்தோம்.

ஜரிகை நேரியதும் வேஷ்டியும் உடுத்து, பின்பக்கம் ஜிலு ஜிலுவென்று நீண்டு கிடந்த கூந்தலில் பிச்சி ஆரமும் சூடி, இமைப்பீலிகளை விரித்து, மையெழுதிய விழிகளால் ஒரே ஒரு தடவை, தன்னை ஏறெடுத்துப் பார்த்துவிட்டு, சடக்கென்று பார்வையைப் பின்வாங்கி நிலம் நோக்கிக் கால்விரல்களால் கோலம் வரைந்து அவள் நின்ற நிலை...

தனக்கு வேர்த்துக்கொட்டியது..!

இப்படியொரு அழகா?

அந்த அபூர்வ நொடியில், நெடுஞ்சாண்கிடையாக அவள் முன்னால் விழுந்து, அவள் தளிர் பாதங்களைத் தன் கண்ணீரால் நனைக்க வேண்டுமென்று, தன் அந்தக் கணத்தில் எழுந்த அந்த வெறிதான் எவ்வளவு பைத்தியக்காரத்தனமானது என்று இப்போது தோன்றுகிறது.

அப்பா, தன்னிடம் அபிப்பிராயம் எதுவும் கேட்கவில்லை. அப்பாவைப் பொறுத்தவரையில், அவர் ‘கெட்டுடா’ என்றால் கட்டிவிட வேண்டியது... அவ்வளவுதான்! திருவாக்குக்கு எதிர்வாக்கு என்ற பேச்சே கிடையாது. பெண் பார்க்கப் போய் வரத் தன்னை அவர் அனுமதித்ததே, வெறும் சம்பிராதாயத் திற்குத்தான்..!

பெண் எப்படியென்று அம்மா கேட்ட போது, ‘அம்மே... தயவு செய்து அப்பாட்டெச் சொல்லு. எனக்கு இந்தப் பெண் வேண்டாம்!’ என்று தான் சொன்னது இப்போதும் ஞாபகம் இருக்கிறது. ஆலயத்தில் வைத்து ஆராதனை செய்ய வேண்டிய அழகைப் பள்ளியறையில் கொண்டு வந்து சிறை செய்வது முறையாகுமா? – இப்படித்தான் அன்று தன் மனம் கேட்டது.

அம்மா ஆச்சரியப்பட்டாள்.

‘எடா கிறுக்கா... அவளைக் கெட்ட நீ கொடுத்து வச்சிருக்க ணும்டா... கொடுத்து வச்சிருக்கணும்...’ என்று கூறித் தன் வாயை ஒரேயடியாய் அடைத்துவிட்டாள் அவள்.

தான் சொன்னது அப்படி, அப்பாவைப் போய்ச் சேரவே இல்லை. சேர்ந்திருந்தாலும் அதை அவர் செவிமடுத்தேயிருக்க மாட்டார் என்பதும் தனக்குத் தெரியும்..!

இடப்பக்கமிருந்த மித்திரானந்தபுரம் குளத்தின் மதிலைத் தாண்டி வேகமாய்க் குளிர்ந்த காற்று வீசியது. அந்தச் சின்ன மதிலைப் பிடித்தவாறு மதிலின் மறுபக்கத்தில், கீழே ஆழத்தில்

தெரிந்த சிறிய குளத்தையே வெறித்தவாறு, களைப்பைத் தீர்க்கச் சற்றுநேரம் நின்றார் அனந்தன் நாயர்.

சுற்றிலும் பச்சைப் பசேலென்று நெருக்கமாய் வளர்ந்து நிற்கும் பெரிய, சிறிய மரங்கள், செடிகொடிகள் பிரதிபலித்து பச்சையாய்த் தெரியும் குளத்தில் சிறுசிறு அலைகள் விளையாடிக் கொண்டிருந்தன.

கோவில் பூஜாரிகள், அர்ச்சகர்கள் முதலிய பிரம்மச்சாரிகள் நீராடுவதற்கென்று அமைந்த இந்தக் குளத்தில், அவர்களின் பிரம்மச்சரியத்திற்குப் பங்கம் வரக்கூடும் என்ற முன்னெச்சரிக்கை யினால், பெண்கள் என்ற வர்க்கமே இங்கே குளிக்கலாகாது என்று அமுலாக்கப்பட்டிருந்த விலக்கின் புத்திசாலித்தனத்தை வழக்கம் போல் அவர் உள்ளம் இப்போதும் சிலாகித்துக் கொண்டது.

சுள்ளென்று உறைத்தது வெயில். இனி வீட்டில் போய் காப்பி பலகாரம் ஏதாவது சாப்பிட்டுவிட்டுக் கடைக்குப் போக வேண்டாமா என்று அவர் மனம் கேட்டது. இன்கம் டாக்ஸ் கணக்கு சம்பந்தமாக ஆடிட்டர் கைமனைப் போய்ப் பார்க்க வேண்டுமென்று முதலாளி சொல்லியிருந்தது அவருக்கு ஞாபகம் வந்தது.

அவசரம் அவசரமாக நடந்தார் அவர்.

வெண்மையாய் நின்ற பெரிய படிஞாறேக் கோட்டை வாசலின் கீழ்வழி நடக்கும்போது, கோட்டையின் வலப்பக்கம் செல்லும் பாதையைப் பார்த்துக்கொள்ள அவர் விழிகள் தவறவில்லை. அந்தப் பாதை வழியாகப் போனால் தன் தறவாடு வீடு இருக்கும் பால்க்குளங்கரைக்குப் போகலாம்... உம்... இப்போது அங்கே குஞ்ஞுலக்ஷ்மி அம்மாவியின் மகன் கோவிந்தன் நாயர் குஷாலாய்க் குடும்பம் நடத்துகிறான். ஹூம்... மருமக்கதாயக் குடும்ப அமைப்பில் குடும்பச் சொத்துக்கெல்லாம் அதிபதி அப்பாவின் மருமகனான அவன்தானே..!

ஆனால்... பால்க்குளங்கரையில்தானே ஒரு வாடகை வீட்டில், தன் தம்பி மதுசூதனன் நாயரின் குடும்பமும் வசிக் கிறது. காலம் கடந்து செய்த கல்யாணம். அதிக பிராயமில் லாத மூன்று குழந்தைகள் இருக்கிறார்கள் அவனுக்கு. அவன் கூடத்தான் கடைசித் தம்பி சுகுமாரன் நாயரும் இருக்கிறான்.

தன்னை விடவும், பத்து வயசுக்காவது இளமையானவன வல்லவா மதுசூதனன் நாயர்! பெரிய அரசியல்வாதி. இளமை யிலேயே 'மகாத்மா காந்திக்கு ஜே' என்று கோஷம் போட்டுக் கொடி பிடித்தவன். தன் பதினைந்தாவது வயசிலேயே 'நிவர்த் தன'ப் புரட்சியிலும், 'உத்திரவாத' ஆட்சிக்கான சத்தியாக்

கிரகத்திலும் எல்லாம் ஈடுபட்டுச் சிறைக்குச் சென்றவன். உம் ... இப்போ புரட்சிவாதியான ஒரு தொழிற் சங்கத் தலைவன்.

இந்நகரத்திலிருந்து மாகாணத் தலைநகரை வடக்கே ஒரு பட்டணத்தில் மாற்றுவதற்கு முன்னோடியாக, இந்நகரத்தில் பலகாலமாய் இயங்கிக்கொண்டிருந்த ஹைக் கோர்ட்டை வடக்கே இருந்த அந்தப் பட்டணத்திற்கு மாற்றுமாறு அப்போதிருந்த அரசாங்கம் உத்தரவிட்டதை எதிர்த்துக் கிளர்ந்தெழுந்த பொதுஜனப்புரட்சியில் தீவிரமாக ஈடுபட்டதோடு மிகவும் பிராபல்யமாகிவிட்டான் மதுசூதனன் நாயர்.

அதன்பின் உல்லாசப் பிரயாணிகள் கூட்டம் கூட்டமாய் இம்மாகாணத்தில் வரும்பொருட்டு பெரிய பெரிய விமானங்கள் இந்நகரில் இறங்கும் வசதிக்காக, விஸ்தரிக்கப்படத் திட்டமிடப்பட்டிருந்த இந்நகர் ஏறோடிரோமின் பக்கத்தில், இத்திட்டத்தை முறியடிக்கும் ரீதியில் கட்டப்பட்டுக்கொண்டிருந்த ஒரு ஐந்து மாடி அரசாங்கக் கட்டிடத்தை இடித்துத் தரை மட்டமாக்க வேண்டுமென்று அவன் தலைமை தாங்கி நடத்திய துணிச்சலான போராட்டத்திற்குப் பிறகு இந்நகர மக்களின் கண்ணிலுண்ணி ஆகிவிட்டான். பிறகு கேட்க வேண்டுமா? அவன் இப்போது இந்நகரத்தில் ஒரு எம்.எல்.ஏ. தொழில் முழுநேர அரசியல்தான் .. ! அவனுக்கும் தனக்கும் உள்ள தொடர்பும் ஒரு விதத்தில் பட்டும் படாமலும்தான்! உம் ... எல்லாம் அம்மாவின் மரணத்தோடு போச்சு ..! அவள் இருக்கும் வரையிலும் ஒரு கண்ணியாகக் குடும்பத்தை எல்லாம் சேர்த்து வைத்துக்கொண்டிருந்தாள்.

படிஞாறேக் கோட்டையைத் தாண்டி, தொட்டுத் தொட்டு அம்மராணிமார்களின் பெரிய பெரிய அரண்மனைகளிருக்கும் பெருந்தான்னி ரோடு வழி நடந்துகொண்டிருக்கையில், பிரபாகரன் பிறப்பது வரை பால்க்குளங்கரை தறவாட்டு வீட்டில் கார்த்தியாயினியின் கூடத் தங்கியிருந்த அந்த ஓராண்டு காலத்தை எண்ணிப் பார்த்துக்கொண்டார் அனந்தன் நாயர்.

பெண் வீட்டில் வைத்துக் கல்யாணம். முதலில் பந்திச் சாப்பாடு ... பிறகு விவாகம். அது கழிந்த உடனையே தங்கள் ஜாதி வழக்கப்படி, பெண்ணையும் கூட்டிக்கொண்டு மாப்பிள்ளை தானும், ஏனையோர்களும் இங்கே தங்கள் தறவாட்டு வீட்டுக்கு வந்தாச்சு ...

முதல் இரவு ...

அடுத்த நாள் இரவு ...

இப்படி ஒரு வாரத்திற்கும் மேம்பட்ட இரவுகள் பகலான விதத்தை நினைக்கையில் இப்போதும் சிரிப்பாக வருகிறது.

கடைசியில் கார்த்தியாயினியே வாய்திறந்து கேட்கும் நிலை வந்தது.

'ஆமா... எவ்வளவு காலம் இப்படிப் பார்த்துப் பார்த்தே நேரம் வெளுப்பிக்க உத்தேசம்?'

முகர்ந்து பார்த்தால், எங்கே வாடிவிடுமோ என்று தொலைவிலிருந்தே சௌந்தரிய பூஜை செய்துகொண்டே ஆத்ம நிறைவு அடைந்துகொண்டிருந்த தன் பைத்தியக்காரத் தனத்தை அவள் குத்திக் காட்டியபோதுதான் விழித்துக்கொண் டோம்...

இதன்பிறகுதான் சாதாரண கணவன் – மனைவி ஏற் பாட்டின் எல்லாவிதப் பந்தங்கள்...

அப்பாவின் நிர்ப்பந்தத்தினால் கார்த்தியாயினியையும் கூட்டிக்கொண்டு, அம்ம மகாராணியிடமும் மகாராஜா விடமும் 'முகம் காட்ட'வென்று ஒரு நாள் போயிருந்தோமே...

அப்போது மகாராஜா புன்முறுவல் பூத்தவாறு தன் விரலில் அணிவித்த மோதிரம்...

அம்ம மகாராணி கார்த்தியாயினியின் கழுத்தில் இட்ட தங்கக் காசு மாலை...

இன்னொரு நாள் பத்மநாப சுவாமி கோவிலுக்கு அவளைக் கூட்டிச் சென்றது. உம்... அன்றுதானே அவள் அந்த மனோகரச் சிற்பத்தைத் தனக்குக் காட்டித் தந்தாள்! இப்படி வாழ்க்கை எவ்வளவு இனிமையாக இருந்தது.

இடப்பக்கத்திலிருந்த பழைய மகளிர் கல்லூரிக் கட்டி டத்தைத் தாண்டிச் சென்றுகொண்டிருந்தார் அனந்தன் நாயர். ஹூம்... கனவுகளிலும், நினைவுகளிலும், ஏன் பார்வைகளிலும் மட்டும் நின்று தன்னைத்தானே தயாரித்துக் கொண்டதெல் லாம், இறுதியில் எவ்வளவு பெரிய உக்கிரத் தாக்குதல்களாகப் பரிணமிக்கத் தொடங்கிவிட்டன என்று அவர் மனம் இப்போது தனக்குத்தானே கேட்டு வியந்துகொண்டிருக்கிறது.

இரவுக்காகக் காத்திருந்த காலங்கள்...

ஆபீஸில் வைத்தும், வெளியில் வைத்தும் நினைக்க நினைக்க உணர்ச்சிகள் கொப்புளித்துக் காட்டாற்று வெள்ளமாய்ப் பாய்ந்து பிரவகித்துவிடும் கட்டங்கள்...

இப்படி, மேல் கீழாய், கட்டுப்பாடின்றி விழுந்துகொண் டிருந்த மலைவெள்ளத்தை, விள்ளல்கள் விழுந்து ஆட்டம் கண்டிருந்தும்கூட, சிறிதேனும் கட்டுப்படுத்திக்கொண்டிருந்த ஒரே ஒரு அணையும் உடைந்து சிதறிவிட்டபோது...

நீல. பத்மநாபன் ❖ 65 ❖

ஆமாம் . . . பாடான பாடுபட்டு, ஊரெல்லாம் தேடித் தான் தேர்ந்தெடுத்த பெரிய பண்டிதனான கல்யாணி அக்காளின் மாப்பிள்ளை, சற்றும் எதிர்பாராமல் இளமையில் திடீரென்று இறந்துபோன அதிர்ச்சி, ஏற்கெனவே அவள் கல்யாணத்தைப் பழைய தறவாட்டு மகிமை குறையாமல் நடத்த வேண்டுமென்ற பிடிவாதத்தில் ஜாம் ஜாமுண்ணு நடத்திப் பொடி பொடித்த தால் நேர்ந்துவிட்ட பெரிய கடன் தொல்லைகள், அக்காளுக்கு மறுமணம் செய்து வைக்க எவ்வளவோ நிர்ப்பந்தித்தும் அவள் ஒரேயடியாய் மறுத்துவிட்டு கைம்மைக் கோலம் பூண்டு வாழ்ந்து கொண்டிருப்பதைக் காணும் துர்பாக்கியம், வெளியில் காட்ட வில்லையானாலும் அப்பாவின் உள்ளத்தை நீறு பூத்த நெருப் பாய் அரித்துக்கொண்டிருந்த நாராயண பிள்ளை அண்ணன் வீட்டை விட்டே ஓடிப்போய்விட்ட சம்பவத்தின் தாக்குதல்; கடைசி மகன் சுகுமாரன் அடிக்கடி காக்கா வலிப்பு வந்து விழுந்து துடிதுடிக்கும் கோரம்.., இதற்கெல்லாம் மேலே கோவிந்தன் நாயர் தான்தான் அப்பாவின் மருமகன், ஆதலால் தறவாட்டுச் சொத்து முழுவதுக்கும் தானே அதிபதி என்று கேஸ் போட்டு அதில் ஜெயித்துவிட்ட நிகழ்ச்சி – இப்படி எல்லாம் எல்லாம் சேர்ந்து, அப்பாவின் பழைய சமூக அந்தஸ்தையும், தன்மானத்தையும் கீழே சாய்த்துச் சரித்துத் தரை மட்டமாக்கிவிட்டது. அதே கவலையில் படுத்த படுக்கையி லானார் அப்பா. அதோடு, தன் கல்யாணத்தின் போதும், பழைய தறவாட்டு மகிமையைக் காட்ட ஆடம்பரமாகச் செலவு செய்ததால், கல்யாணம் கார்த்தியாயினியின் வீட்டில் வைத்து நடந்தும்கூட, ஆதிசேஷைய்யர் சீதனமாகத் தந்த பணத்தையும் தீர்த்து, மேற்கொண்டு கடனும் வாங்க நேர்ந்துவிட்ட கொடுமை ..! தன் சம்பளமோ, வீட்டுச் செலவுக்குக்கூடக் காணத பரிதாபம்...!

மொத்தத்தில் குடும்பம் பெருங்காயம் இருந்த டப்பா ஆகிவிட்டிருந்தது. கடைசியில், இந்தக் கவலைகள் எல்லாம் அணு அணுவாய் வாட்டி வதைக்க, அவர் போய்ச் சேர்ந்து விட்டர். அதோடு, சொத்துக்களில் மிஞ்சியிருந்த குடும்ப வீடும், அதைச் சுற்றியிருந்த தோப்பும்கூட கோவிந்தன் நாயரின் கையில் போய்ச் சேர்ந்துவிட்டன.

பிறகு, எல்லோரும் வீட்டைவிட்டு இறங்கிக் கொடுக்காமல் வேறு வழி? நல்ல வேளை, பர்த்தாவின் சொத்து கொஞ்சம் இருந்ததால் கல்யாணி அக்கா வசதியாக வலிய சாலையில் சொந்த வீட்டிலேயே வசித்து வந்தாள். முதலில் வேறு வழி யின்றி எல்லோரும் அங்கேதான் அடைக்கலம் புகவேண்டி வந்தது. ஆனால் எல்லோரும் அங்கேயே நிரந்தரமாய்த் தங்கி யிருப்பது முறையல்ல என்று அம்மா கேட்டுக்கொண்டதின் பேரில், கார்த்தியாயினியையும், பிரபாகரனையும் கூட்டிக்கிட்டு,

பெருந்தான்னியில் ஈஞ்சைக்கல் முக்கு தாண்டிச் செல்லும் தெருவில் இப்போது தான் குடியிருக்கும் வீடு, குறைந்த வாடகைக்குக் கிடைத்ததால், இங்கே மாறினோம்.

கண்டிப்புக்கும், முரட்டுத்தனத்திற்கும் பெயர் போன அப்பாவின் கூட, முப்பது ஆண்டுகளுக்கும் மேலாக, ஒரு தாம்பத்திய வாழ்க்கை நடத்திய தேகமல்லவா அம்மாவினுடையது...! பிறகு அங்கே சீக்குக்குக் கேட்க வேண்டுமா? அதோடு மாறாத மனக்கவலை...! இங்கே, தான் குடி வந்து கொஞ்சம் நாட்களில், கல்யாணி அக்காவின் வீட்டில் வைத்தே, உடம்பும் உள்ளமும் ஒன்றுபோல் உடைந்து உருக்குலைந்து போன அம்மாவும், அப்பா போன இடத்துக்கே போய்ச் சேர்ந்துவிட்டாள். உம்... அப்பாவாவது, பால்க்குளங்கரை தறவாட்டு வீட்டில் வைத்துக் காலமானதால், தறவாட்டு வீட்டுத்தோப்பின் ஒரு மூலையில் வைத்துத் தகனக்கிரியைகள் நடத்தப்பட்டு அந்திம ஓய்வு கொள்ளும் பழைய தறவாட்டுக் காரணவர்களின் கூடச் சேர்ந்துகொள்ள முடிந்தது அவருக்கு. ஆனால் அங்கேயிருந்து வெளியேறிய பிறகுதான் அம்மாவின் சாவு நேர்ந்ததால், அம்மாவுக்கு அந்த பாக்கியமும் கிட்டவில்லை .., தைக்காடு பொது சுடுகாடுதான் அவள் கடைசி அபயஸ்தானமாகியது. ஹூம்... தறவாட்டு வீட்டில் வைத்து இறந்திருந்தாலும் எந்த விசேஷப் புண்ணியமும் வந்துவிடப் போறதில்லை... ஆமாம்... அங்கேயிருக்கும் அப்பாவின் அஸ்தி மாடத்தில் அந்தி நேரங்களில் இப்போ யாரும் விளக்குக் கொளுத்தி வைப்பதில்லை... அங்கே நடப்பட்டிருந்த சுடலைத் தெங்கு கூடப் பட்டுப்போய்விட்டது.

அப்படியாக, இங்கே தனிமையில் விடப்பட்ட ஒரு வாழ்க்கை! தங்கள் இருவரின் சரச சல்லாபத்திற்குச் சாட்சியாக இருந்தது ஒரே ஒரு வயசான பிரபாகரன் மட்டும்தான்..! பிறகு கேட்க வேண்டுமா?

தடை செய்யவோ, கட்டுப்படுத்தவோ பெரியவர்கள் யாரும் இல்லாத ஏகாந்தம்...

ஒரு போதும், யாருக்காகவும் அஞ்சவேண்டிய தேவையே இல்லை.

இரவும் பகலும் ஒன்றாகியது.

விறைத்து விறுவிறுத்து நிற்கும் வாலிப உணர்ச்சிகள்... அவளை நேரில் காணும் நேரத்தில் மட்டுமா அவை எரிமலையாய்க் கொந்தளித்தன? இல்லை, மனதில் அவள் நிழலாட்டம் விழுகிறபோதெல்லாம், தான் தானல்லாமலாகிவிடும் ஒரு பைசாச வெறி...!

நெற்றியிலிருந்து ரத்தம் பீறிட்டுப் பாய்கையிலும் சிலிர்த்துக் கொண்டு முட்டிமோதத் தயாராகி நிற்கும் இரு போர் ஆட்டுக் கிடாக்களின் கொதிப்பு...

எப்படியும் எதிராளியைத் தோற்கடித்து விடவேண்டு மென்ற ஒரு அலாதி ஆவேசம்..., இரு ஆடுகளுக்கும்தான்..!

ஒன்று !

இரண்டு !!

மூன்று !!!

—இப்படி, நிற்காமல் அது தொடர்கிறது.

யார் தோற்றார்கள்?

யார் ஜெயித்தார்கள்?

யாரும் சளைக்கவில்லை...

மீண்டும் மீண்டும் அதிகரித்த பலத்துடன் ஒரு படை யெடுப்பு...

துவந்த யுத்தம்..!

உம்... அழகு, ஆராதனை, பூஜை, தெய்வம், புனிதம், கண்ணீர், அது, இது என்றெல்லாம் தன் அந்தராத்மாவில் மோகனமாய் உருவாக்கிப் பாதுகாத்த காவிய உணர்வுகளின் – அனுபூதி விசேஷங்களின் சங்கற்பங்கள் எல்லாம் எங்கே போய் மறைந்துவிட்டன..?

ஒரே வேட்கை..!

வேட்கை மட்டும்தான்...

உடம்பில், உச்சியிலிருந்து உள்ளங்கால் வரை ஒவ்வொரு நாடி நரம்புகளிலும் நுரை ததும்பிப் பிரவகித்துப் பீறிட்டெழுந்து, நேரடியாய் உறைந்து உணர வைக்கும் போக சுகத்தின் அசல் அனுபவம்...

அதற்கு மட்டும்தான் அங்கே ஸ்தானம்...

அப்படி, இங்கே ஈஞ்சைக்கல் சந்தில் குடிவந்து ஆறாம் மாதம்...

துப்பும் கோழையில் எல்லாம் செங்கோடுகள்...

நெஞ்சு வலி...

தீராத இருமல்...

மூச்சுத் திணறல்...

இரவுக் காய்ச்சல்...

டாக்டர் கேசவன் நாயரைக் கோட்டைக்ககம் ஆஸ்பத்திரியில் போய்ப் பார்த்தபோது, ஒரு முழுப் பரிசோதனைக்குப் பிறகு, 'அனந்தன் நாயர்... உங்களுக்கு டி.பி.யின் ஆரம்பம்... கன்ட்ரோல் செய்யாவிட்டால் உயிருக்கே ஆபத்து...' என்று தன்னிடம் ரகசியமாகச் சொன்னார் அவர்.

10

பெருந்தான்னி வீதி அமைதியாய்க் கிடந்தது.

இரு பக்கங்களிலும் இருந்த பழைய தம்பிராட்டிமார்களின் அரண்மனைகள் அதிகமும் இப்போது பூட்டித் தான் கிடக்கின்றன. ஒரு சில அரண்மனைகளின் நடையில் மட்டும் சில அரசாங்க இலாகாக்களின் போர்டுகள் தென்படுகின்றன.

ஏகாந்தமான வீதிதான். இங்கிருந்து சங்குமுகம் கடற்கரைக்கு ஒரு மைல் தொலைவுகூட இருக்காது. கடலின் அலையோசை கேட்டுக்கொண்டிருந்தது. மெல்ல நடந்து கொண்டிருந்த அனந்தன் நாயரின் அகத்திலிருந்து அம்மாதிரி ஒரு அலையோசை எழுந்து அவருக்கு மட்டும் கேட்கும்படி இரைந்துகொண்டிருந்தது.

உம்... டி.பி. ஸானிட்டோரியத்துக்குப் போகத் தயங்கியதால் வீட்டில் வைத்தே சிகிச்சை ஒழுங்காக நடந்துகொண்டிருந்தது. ஆனால் எனக்கு டி.பி. வரும் முன்வரை கோலாகலமாய் நடந்த தாம்பத்திய வாழ்க்கை என்ன? அதன் பிறகு, டாக்டர் சொன்னவாறு வேறு வழியின்றி உணர்ச்சிகளை வலுக்கட்டாயமாய் அடக்கிக் கொண்டு பத்தியமாய் வாழ்ந்த வாழ்வு என்ன?

ஏற்கெனவே பட்டுத்தெரிஞ்ச தேகசுகம், அப்படி எளிதில் என்னைவிட்டுப் போய்விடுமா?

அது மட்டுமா?

எனக்குத்தான் பத்தியம், வியாதி காரணமாக..!

அவளுக்கு?

அவளுக்கும் கடமை இல்லையா?

பொறுப்பு இல்லையா?

தாம்பத்திய வாழ்க்கை என்பது எப்போதும் இடைவிடாமல் நடைபெற்றுக்கொண்டிருக்கும் வெறும் துவந்த யுத்தம்தானா?

அங்கே வேறொன்றுமே இல்லையா?

பரஸ்பரம் விட்டுக்கொடுக்கும் தன்மை, இன்னொருவருக்காக மற்றவர் செய்யும் தியாகம், பொறுமை – இவைகளுக்கு ஒன்றும் அங்கே இடமே இல்லையா?

கார்த்தியாயினியை இந்த விஷயத்தில் என்னால் எப்படிக் குற்றம் சொல்ல முடியும்?

எனக்கு வியாதி இன்னதென்றும், அது வரக் காரணம் என்னவென்றும் அறிந்துகொள்ளக் கூடிய விசேஷ புத்தி அவளிடத்தில் இல்லாமலா இருந்தது?

இருந்தது ... தேவைக்கும் மீறி அதிகமாகத்தான் இருந்தது ..!

எனவே இரவுகள் எனக்கு நரகங்கள் ஆகிவிட்ட கொடுமை ...

சமயா சமயத்திற்கு மருந்துகள் ரெடி ...

புஷ்டியான ஆகாரங்கள் தயார் ...

அசல் காய்கறிப் பட்சிணியான அவள் எனக்காக சூப்பும், முட்டைக் குழம்பும் எல்லாம் தயாரிக்கக் கற்றுக் கொண்டாள்.

ஆனால் ...

வியாதிதான் ...

உயிருக்கே ஆபத்துதான் ...

இல்லையென்று சொல்லவில்லை ...

அதற்காக, எத்தனை நாள்தான் சகித்திருக்க முடியும்?

அவள் அலங்காரங்கள் எதுவும் செய்துகொள்வது இல்லை ... ஆனால் எதுக்கு அலங்காரங்கள் ..? கசங்கிய அவள் ஆடை அணிகள்தானே உள்ளத்தை இன்னும் அதிகமாய்க் கிளர்ச்சியுற வைக்கின்றன ..!

விழிகளில் புதிசாய் ஒரு அழகு ... ஆமாம் ... கண்களின் கருநீல ஆழத்தில் சதா தேங்கித் தெரியும் அந்தச் சோக பாவத்துக்குத்தான் எவ்வளவு கவர்ச்சி ...

அவளைப் பார்க்கையில் எல்லாம் உணர்ச்சிகள் முறுக்கேறும் அவலம். ஒரு கவிஞனாகிவிடுவோமோ என்ற பிரமை ...

ஆனால் ...

அவள் விலகி விலகிப் போய்க்கொண்டிருக்கிறாள்.

என் ஆரோக்கிய வாழ்வுக்காகவும், ஆயுள் பலத்துக்காகவும் மட்டும்தானா?

அதுமட்டுமல்ல ... அவளுடைய ஆரோக்கியத்தையும் உத் தேசித்துத்தான் என்பதை அவள் செய்கைகள் எனக்குப் புலப் படுத்தத் தொடங்கிவிட்டனவே . .! உம் ... எப்படியானாலும் டி.பி. தொத்து வியாதி அல்லவா? அதனால், அதிலிருந்து தன்னையும் தன் குழந்தையையும் காப்பாற்றிக்கொள்ள வேண்டு மென்ற அவள் தற்காப்புப் பொறுப்புணர்வை எப்படி என்னால் குறைகூற முடியும்?

ஆனால்... எத்தனை யுகங்கள் இந்தக் கொடுமையைச் சகிப்பது? மருந்துகள், புஷ்டியான ஆகாரங்கள் முதலியவை கொஞ்சம் கொஞ்சமாய் ஆசுவாசம் வேறு தந்து கொண்டிருந்தன ...

ஒருநாள் இரவில் வழக்கம்போல் பிரபாகரனைத் தூக்கிப் பக்கத்தில் கிடத்திக்கொண்டு கார்த்தியாயினி முகம் திருப்பிப் படுத்திருக்கையில் ...

உணர்வுகள் மெல்ல மெல்லப் படம் எடுக்கின்றன. எனினும், அறிவும் முழுக்க முழுக்கத் தூங்கிவிடவில்லை. ஏன் என்றால் இருமல் அடிக்கடி நிலைமையை உணர்த்திக்கொண்டிருக்கிறது.

"எடீ ... கார்த்தியாயினீ ..!

பதில் இல்லை. அவள் தூங்கியிருக்க முடியாது. அவளால் இவ்வளவு சீக்கரத்தில் தூங்கிவிட முடியாது ... இது எனக்குத் தெரியாதா என்னா?

"கார்த்தியாயினீ ..."

"உம் . . ?"

"இங்கே வா ..."

பதில் இல்லை.

"உன்னையல்லவா கூப்பிடுறேன் ... உன்னை நான் கடிச்சுத் திண்ணுவிட மாட்டேன் ... எனக்கப் பொன்னு கார்த்தீ ... இங்கே ஒண்ணு வா ... தயவு செய்து வா ... உங்கிட்டெ ஒரு விஷயம் சொல்லணும் . . !

அவள் என்னைப் பார்த்துத் திரும்பிப் படுத்தாள்.

"சொல்வதோடு சரிதானே . . ?"

என்னை அவளுக்குத் தெரியாதா என்னா . . !

"இங்கே வா என்றால் ..."

குரலில் கோபம் இருந்திருக்க வேண்டும்.

அவள் எழுந்து வந்தாள்.

விடிவிளக்கின் ஒளியில் அவளைச் சற்று நேரம் பார்த்துக் கொண்டிருக்கையில் . . .

அவள் ஒரு ஸ்வப்பன நங்கையாகக் காட்சி தரும் விந்தை . . .

அவள் கரங்களைப் பற்றுகையில் என் விழிகள் நிறைந்தன. அதோடு அவளும் அழுகிறாள்.

என் கண்ணீரின் காரணம் அவளுக்குத் தெரியும்.

அவள் அழுகையின் காரணம் எனக்கும் புரியும்.

குன்றுபோல் அன்னம் குவிந்திருந்தும் பசியைத் தணிக்க முடியாத கொடுமை . . .

கோரிக்கை அற்றுக்கிடக்கும் வேரில் பழுத்த பலாவா இவள்?

தூக்கம் கரைந்து விலகிய பிற்பாடு . . . மெல்ல . . .

மீண்டும் அவள் தடுத்தாள் . . .

என் பசியைவிட அவள் பசியைத் தீர்த்தே ஆக வேண்டு மென்று அர்த்தமில்லாத ஒரு அனுதாப உணர்ச்சிவெறி . . .

சற்றுக் கழிந்தபோது . . .

பழைய வழக்கம்தான் . . .

அவளும் சாவிகொடுத்த ஒரு யந்திரமாகிவிட்டாள் . . . சாது போல் தோற்றமளிக்கும் இவளுக்கு எங்கிருந்துதான் இந்த ராட்சஸ பலமும், பைசாச வெறியும் எல்லாம் வந்துவிடு கின்றனவோ . . !

என்னால் தாக்குப்பிடிக்க முடிந்ததா?

தோல்வி எனக்குத்தானா?

சுவாசம் விடமுடியாத ஒரு அவஸ்தை . . .

மூச்சு முட்டியது. மேல்மூச்சு கீழ்மூச்சு வாங்கியது. எனினும் இந்தப் பரமானந்த க்ஷணத்தின் அனுபூதியில் லயித்து அப்படியே உயிர்ப்பறவை பறந்துவிட்டால் எவ்வளவு இனிமையாக இருக்கும் என்று ஒரு எண்ணத் திளைப்பு . . .

அதோடு ஒரு மயக்கம் . . .

பெரும் பாம்பின் சீற்றம் என் காதருகில் கேட்கிறது . . .

"சொன்னாக் கேட்டாத்தானே . . . அணைக்க முடியுமுண்ணா தீயைப் பத்த வைக்கணும் . . . முடியாட்டெ, தொட்டாரை

நீல. பத்மநாபன் ❖ 73 ❖

ஒட்டிவிடும் சுகக்கேடை வச்சுக்கிட்டுப் பேசாமெ கிடந்து உறங்கணும் ...” – இப்படி எரிச்சலுடன் சொல்லும் வார்த்தைகள் கனவில் கேட்பதுபோல் ஒரு பிரமை ...

தூங்கினது எப்போதென்று தெரியவில்லை ...

பகல் விடியும் போது, விழிகளைத் திறக்க முடியவில்லை ... முகத்தில் ஒரு கூடை தீக்கனலை வாரிக்கொட்டியது போல் ஒரு தகிப்பு ...

உடம்பெல்லாம் ஆவிபறக்கும் சூடு ...

அதோடு நெஞ்சிலும் வலி ...

டாக்டர் கேசவன் நாயர் வந்து பார்த்துவிட்டு, “ஒரு மாசம் டி.பி. ஸானிட்டோரியத்தில் தங்கியிருந்து சிகிச்சை செய்யாமல் இனி முடியாது” என்று சொல்லிவிட்டார்.

வேறு வழியின்றி அன்றுதான் டி.பி. ஸானிட்டோரியத்தில் என்னைச் சேர்க்கப்பட்டது.

ராத்திரி தோறும் வந்துகொண்டிருந்த ஜுரம் நீங்க மட்டுமே பதினஞ்சு நாட்களுக்கும் மேலாகிவிட்டன.

என்கூட ஆஸ்பத்திரியில் தங்க வேண்டாமுண்ணு கார்த்தி யாயினியை, வேண்டுமென்றேதான், தடை செய்தேன். ஸானிட் டோரியத்தில் நோயாளி தவிர பிறத்தியாரைத் தங்க அனுமதிப்ப தில்லை என்று சட்டமிருந்தது ரொம்ப செளகரியமாய்ப் போய் விட்டது. பிரபாகரனை வைத்துக்கொண்டு அவள் வீட்டிலேயே இருந்தாள். அம்மாவின் மரணத்துக்குப் பிறகு, கல்யாணி அக்காளுக்கு ஒரு துணையாக வந்து சேர்ந்த, அம்மாவின் ஒரு முறைக்குத் தங்கச்சியான காமாட்சி அம்மா, என்றும் காலையில் ஒரு தடவை, மாலையில் ஒரு தடவை வந்து பார்த்துவிட்டுச் செல்வாள்.

உம் ... சொந்தக்காரர்கள், கல்யாணி அக்கா, தம்பிமார்கள் மதுசூதனன் நாயர், சுகுமாரன் நாயர், எல்லோரும்தான் வந்து பார்த்துவிட்டுச் சென்றார்கள் ...

கார்த்தியாயினியும் அடிக்கடி வந்து பார்த்துவிட்டுச் செல்வாள் ...

இப்படி ஒரு மாசத்துக்கும் மேல் டி.பி. ஸானிட்டோரியத்தில் தன்னந்தனிமையில் கிடக்கையில்தான், எத்தனை எத்தனையோ விஷயங்களைப் பற்றித் தீவிரமாய்ச் சிந்தித்துப் பார்க்க முடிந்தது ...

வாழ்க்கை என்பது இம்மாதிரி பால் உறவுகள் மட்டும் தானா?

அதைத் தவிர எத்தனை எத்தனையோ பிரச்னைகள் இல்லையா?

அதையெல்லாவற்றையும் நினைச்சுப் பார்க்க விடாமல் என்னை ஒரேயடியாய்த் தடுத்த சக்திதான் என்ன?

உம்... இந்த மாதிரியான மன அவசங்களுடன் டி.பி. ஸானிட்டோரியத்தில் கழித்துவிட்டு, ஒருவாறு வியாதி எல்லாம் சொஸ்தமாகி வீடு திரும்பி சில மாதங்கள் கழிந்துதான் என் வாழ்க்கையின் திசையையே திருப்பிவிட்ட அந்த ஆறாட்டு வந்தது...

11

ஆறாட்டு நாளில், தான் இதோ இப்போது நடந்து கொண்டிருக்கும் இந்தப் பெருந்தான்னி வீதியில், இரு பக்கங்களிலும் தொட்டுத் தொட்டுப் பிரம்மாண்டமாய் நிற்கும் அம்மராணிமார்கள் வசிக்கும் அரண்மனை வாசல்களில் குத்து விளக்குகள், மின்சார தீபங்கள், கொடிகள், பூப்பந்தல் தோரணங்கள் இப்படி இப்படி என்னென்ன அலங்காரங்கள் அமர்க்களப்படும்...!

வாசல்களில் போடப்பட்டிருக்கும் அலங்கார மேஜைகள் மீது, ஆரமிட்டு அழகாக நிறுத்தப்பட்டிருக்கும் மகாராஜாவின் பெரிய அளவில் உள்ள உருவப்படங்களின் முன், சுடர்விடும் குத்து விளக்குகளின் பேரொளியில் நனைந்தவாறு தாலப்பொலியோடு இளம் தம்பிராட்டிகள் நிற்கும் கண்கொள்ளாக் காட்சி...

இந்த வீதி முழுதும் விரிக்கப்பட்டிருக்கும் மாவு சர்க்கரை போலிருக்கும் வெள்ளை வெளேரென்ற கடற்கரை மணல்தான் அந்தி வெயிலில் பளீரென்று எவ்வளவு நேர்த்தியாகத் துலங்கும்...!

வள்ளக்கடவு பாலத்திற்குச் செல்லும் முன், வலப்பக்கத்தில் திரும்பும் ஈஞ்சைக்கல் முக்கில் வந்து நின்றார் அனந்தன் நாயர்.

ஹூம்... நானும் கார்த்தியாயினியும் இங்கே வாசம் தொடங்கிய பிறகு வந்த முதல் ஆறாட்டின்போது, நான் இங்கே இல்லை... அப்போ நான் டி.பி. ஸானிட்டோரியத்தில் அல்லவா கிடந்திருந்தேன்..!

ஆனால்... நான் ஸானிட்டோரியத்திலிருந்து இங்கே திரும்பிவந்த பிறகு வந்த ஆறாட்டு நாள் அன்று...

அப்போதும் என் வியாதி பரிபூரணமாக குணமாகி விட்டதாகச் சொல்ல முடியாது. ஆனாலும் பொன்னு

பள்ளிகொண்டபுரம்

திருமேனியான மகாராஜாவின் காசில் அல்லவா நானும் என் குடும்பமும் உயிர்பிழைத்துக்கொண்டிருப்பதே . . ! எனவே இந்த ஈஞ்சைக்கல் முக்கில் என் கணக்காக மகாராஜாவின் உருவப்படம், குத்து விளக்கு முதலியவைகளால் மேஜை அலங் காரம் செய்து, நானும் கார்த்தியாயினியும் கைகூப்பி வணங்கி நின்றோம். என் கையிலிருந்த பிரபாகரன் யானைகளையும் குதிரைகளையும் தன் பிஞ்சுக் கைகளால் சுட்டிக்காட்டி உற்சாகத் தோடு வேடிக்கை பார்த்துக்கொண்டிருந்தான்.

அப்போதுதான், இருபக்கங்களிலும் குதிரைப் படை அணிவகுப்பு மரியாதை செய்தவாறு நீங்கிக்கொண்டிருக்க, வீதியின் நடுவில், வேஷ்டி மட்டும் உடுத்தி கையில் உருவிய உடைவாளும், சிரஸில் டால் அடிக்கும் பச்சை நிறப் பட்டுக் குல்லாயுமாக, தேஜஸ் தெறிக்கும் திருமுகத்தில் புன்சிரிப்புத் தவழ மகாராஜா, பீடு நடை நடந்து வருகிறார்.

பின்னால் பரிவாரங்கள் . . .

பெரிய பெரிய சர்க்கார் உத்தியோகஸ்தர்கள் அனைவரும் வேஷ்டி மட்டும் உடுத்தி, திறந்த மார்புடன், கைகட்டி, வாய் பொத்தி பஞ்ச புச்சமும் அடக்கி, பவ்வியமாக அணிவகுத்து நடந்து சென்றுகொண்டிருக்கிறார்கள். கழுத்தில் முத்து மாலை யும், இடுப்பில் பட்டு வேஷ்டியுமாக அவர்கள் கூட வந்துகொண் டிருந்த தகஸில்தார் விக்கிரமன் தம்பியின் கழுகுக் கண்கள் சடக்கென்று கார்த்தியாயினியின் மீது விழுந்து அள்ளுகின்றன . . .

அதோடு என்னையும், அவளையும் மாறி மாறி விழுங்கி விடுவது போல் ஒரு பார்வை . . .

இதைக் கண்ட நான் சடக்கென்று கார்த்தியாயினியைப் பக்கவாட்டில் திரும்பிப் பார்த்தபோது . . .

திடீரென்று என் மனசுக்குள் ஒரு மாயப்பிரமை . . . ஜரிகை இழையோடும் வெள்ளை வேஷ்டியும், மேல் துண்டும் அணிந்து பனங்குலை போன்ற கூந்தலில் முல்லை மாலையும் சூடி, முத்துப் பற்கள் காட்டிச் சிரித்து நிற்கும் இந்த மோகனாங்கி யார்?

இவளுக்கும் எனக்கும் என்ன உறவு?

இவள் என் மனைவிதானா? இல்லை, ஏதோ ஒரு அந்நியப் பெண்ணல்லவா இவள் . . !

ஏனோ அந்தக் கணத்தில் விசித்திரமாக அப்படியொரு வேற்றுபாவம் என் மனசில் சடக்கென்று மின்னி மறைந்தது. அதன் காரணம் என்னவென்று இன்றுவரை எனக்கு அர்த்த மாகவில்லை.

உம் . . . எது எப்படியானாலும் அன்று விக்கிரமன் தம்பி அவளைக் கண்டதிலிருந்துதானே, விதி என்கூடக் கொடுமையாய் விளையாடத் தொடங்கிவிட்டது என்பது மட்டும் உண்மை . . !

தன் வீட்டு நடையில் நிற்பதை உணர்ந்தார் அனந்தன் நாயர். வெளிக்கதவு திறந்துதான் கிடக்கிறது.

மனதில் பலவித நினைவுக் குழப்பங்கள் . . .

வராந்தாவில் ஏறியதும் அங்கே கிடந்த ஈஸிச்சேரில் சாய்ந்த போது, நோயின் உபாதையோடு, வழக்கமில்லாமல் அன்று அதிகாலையில் எழுந்து நடந்த களைப்பும், தூக்கக் கலக்கமும் வந்து சூழ்ந்துகொண்டன.

விழிகள் தானாக அடைந்தபோது வீட்டினுள்ளே பேச் சொலி கேட்கிறது.

மாதவிக்குட்டியும் பிரபாகரன் நாயரும் என்னவோ விவாதித்துக்கொண்டிருக்கிறார்கள் போலிருக்கிறது. உம் . . . அண்ணனுக்கும் தங்கைக்கும் எப்போதுமே தர்க்கம்தான் . . . இருவருக்கும் ஒன்றிலும் பொருந்திப்போகும் ஏற்பாடே கிடையாது . . !

தான் வந்ததை, அவர்கள் அறியவில்லை போலிருக்கிறது . . . பேச்சில், தானும் அடிபடுவதாகத் தோன்றியதால், விழிகள் மூடியிருந்தும் அனந்தன் நாயரின் செவிகள் கூர்மையாயின . . .

"எனக்கப் பொன்னு சேட்டா . . ! நீ என்ன சொன்னாலும் சரி, நீ இவ்வளவு சொரணையும், மானமும் இல்லாதவண்ணு நான் நினைக்கவே இல்லை . . ! இந்தப் பதினஞ்சு வருஷகால மாக அப்பா நமக்காகச் சின்னப்பாடா பட்டிருக்கிறார்! நீ அவருக்குச் செய்யப்பட்ட கைமாறா இது?"

"மாதவிக்குட்டீ . . . காளை பெற்றதூண்ணுக் கேக்க முந்தி நீ கயிறெடுக்கையே . . ! நீ ஒரு மண்டிப் பொண்ணுதான்! இவ்வளவு படிச்சிருந்தும் உனக்கு புத்தியில்லை . . ! நீ எங்கிட்டெ வந்து மோத வாறியே, உங்கிட்டெ இதெல்லாம் ஆரு சொன்னா?"

"ஆடு கரைந்தது கொழை இல்லாததால்! அப்போ நீ அம்மாவைப் பாக்கப் போகவே இல்லேண்ணாச் சொல்லுதே . . ?"

மாதவிக்குட்டியின் குரலில் கேலியும் எரிச்சலும் மண்டிக் கிடப்பது தெரிகிறது.

சிறிது நேரத்திற்கு மௌனம். பதில் எதுவும் கேட்கவில்லை.

"உம் . . . என்னா மௌனமாயிட்டே? கொஞ்சம் நாளாக உன்னைப் பாத்தாலே தெரியுதே . . ! சும்மாவாச் சொன்னா [4]உண்ணியைக் கண்டால் ஊரின் பஞ்சம் தெரியுமுண்ணு . . !

“நீ அதிகமொண்ணும் வாசகமடிக்க வேண்டாம் . . . நான் என்னத்துக்கு உங்கிட்டெ கள்ளம் சொல்லணும்? போனேன் . . . அதுக்கு உனக்கிப்போ என்ன வேணுமாம் . . ?”

அனந்தன் நாயரின் நெஞ்சுக்குள் ஒரு சுண்டியிழுப்பு . . .

தான் கேட்பது உண்மைதானா?

“அதுதானே கேட்டேன் . . . அம்மாட்டெ பணச் செழிப்புக்குக் கேக்கணுமா . . ! அங்கே உனக்கு செல்லும் செலவும் கிடைக்கும். உம் . . . கஞ்சி குடிச்ச மலையாளி சோற்றைக் கண்டா விடுவானா? ஆனா ஒண்ணு அண்ணா . . ! அப்பாக்கு இதைவிடப் பெரிய ஒரு துரோகம் செய்ய உன்னாலெ முடியாது, கேட்டையா . . ?”

பிரபாகரன் நாயரின் குரல் கோபத்தில் மேலே ஏறிக் கேட்கிறது: “எடீ . . . நம்மைப்பெற்ற அம்மாவைப் போய் நான் பாத்தா அது எப்படி துரோகமாக முடியும்?”

“ஆமாமா . . . சரியா கேட்டெ நீ! பதினஞ்சு வருஷத்துக்க முந்தி உன்னையும், என்னையும் கண்ணில் சோர இல்லாமெ தள்ளிவிட்டு இறங்கிப் போய்விட்ட அவகிட்டெப் போய் அம்மாண்ணு சொந்தம் கொண்டாட உனக்குக் குறச்சல் இல்லையா . . ?

படீரென்று எழும்பிய மாதவிக்குட்டிகள் அந்தக் கேள்வியில் குமுறிக் கொந்தளிக்கும் தன்னுடைய தார்மீக ரோஷத்தின் குரலே கூர்மையாய் ஒலிப்பதாய் அனந்தன் நாயருக்குப் பட்டது.

அவர் உடல் முழுதும் வியர்வையால் நனைந்துவிட்டது.

“அது என் இஷ்டம் . . . நீ உன் ஜோலியைப் பார்த்து விட்டுப் போடீ . . !”

சடசடவென்று காலடிகளின் ஓசை உள்ளே போவது தெரிகிறது . . . பாத்ரூமின் கதவைச் சடக்கென்று திறந்து மூடும் சத்தம் . . . மடமடவென்று வாளியில் தண்ணீர் நிறையும் அரவம் . . .

சில நிமிடங்களுக்குப் பிறகு, தன் அருகில் மென்மையான காலடிகளின் ஓசை . . .

சற்று நேரத்திற்கு நிசப்தம் . . .

வேதனை மட்டும் நிரம்பிய வாழ்வில், தன் ஒரே ஆசைக் கொடியும் கார்த்தியாயினியை நோக்கித்தான் சாய்கிறதென்றால் . . ?

அப்படியானால், இங்கேயும் தோல்வி தனக்குத்தானா?

இல்லை . . . அப்படியில்லாமல் இருக்கட்டும் . . .

முன்னால் நடந்தவற்றையெல்லாம் இந்த மனம் தாங்கிக் கொண்டதென்றால், இந்த ஒரே ஆசுவாசத்தை மட்டும் நம்பித்

தான் ... இப்போது, இதுவும் இப்படியாகிவிட்டதென்றால், பிறகு இதையும் மீறித் தான் வெளிவருவது என்ற பிரச்னையே அங்கு கிடையாது ..!

"அச்சனோ ..? நேரத்தையே வந்தாச்சா ..!"

தனக்குத்தானே சொல்வதுபோல் மாதவிக்குட்டியிடமிருந்து மெதுவாக ஒலித்த அந்தக் குரலில் இருந்த பதற்றத்தின் உள்ளர்த்தம் அனந்தன் நாயருக்குப் புலப்பட்டது.

விழிகளைத் திறக்கத் தோன்றாமல் அப்படியே கிடக்கிறார். இப்படியே இந்தப் பாழும் உயிர் போய்விட்டதென்றால் எவ்வளவு பெரிய அமைதியாக இருக்கும் ... உடம்புக்கு ..! உள்ளத்துக்கு!! வாழ்க்கையில் கிடைக்காத சாந்தியைச் சாவில் நாடுவதும் ஒரு விதத்தில் சௌகரியமாகத்தான் இருக்கிறது ..!

"ஹூம் ... அப்பா என்ன உறக்கமா?"

இந்தக் கேள்வியின் கூட ஒரு ஆசுவாசப் பெருமூச்சும் கேட்கிறது.

'பாவம் மாதவிக்குட்டீ ..! உனக்குள்ள தன்மானமும் தீவிரமும்கூட ஆணாப் பொறந்தவனான உன் அண்ணனுக்கு இல்லையே ..! அவள் நம்மைவிட்டுப் போகும்போது உன்னை விட அஞ்சு வயசுக்குப் பெரியவன் அவன் – பத்துவயசு அவனுக்கு! உன்னைவிட அறிவு வந்த பிராயம் ... அப்படியிருந்தும் ரோஷம் வரவில்லையே அவனுக்கு ..!' – இப்படி மானசீகமாய்ச் சொல்லிக் கொண்டார் அவர்.

அப்படியே கண்ணயர்ந்துவிட்டாரோ என்னமோ என்று தெரியவில்லை. சற்று கழிந்து, "அப்பா ... மணி ஒம்பதரைக்கு மேல் ஆயாச்சு ... கடைக்குப் போக வேண்டாமா ..? எழுந்திரிச்சு காப்பி குடியுங்கள் ..." என்று மாதவிக்குட்டி வந்து குலுக்கி எழுப்பியபோது, அவர் சடக்கென்று கண் விழித்தார்.

வராந்தாவில் தானிருக்கும் இடம் வரையிலும் வெயில் ஆக்கிரமித்துவிட்டது. மாதவிக்குட்டி ஆபீஸ் போக டிரஸ் பண்ணிக்கொண்டு தயாராகி நிற்கிறாள் ...

கார்த்தியாயினிதான் தன் முன்னால் வந்து நிற்பதைப் போல் சடக்கென்று ஒரு பிரமை ... ஆமாம் ... மாதவிக்குட்டி அவள் அம்மாவின் அதே அச்சு ... உடல் மட்டும் கார்த்தி யாயினியைவிடக் கொஞ்சம் மெலிந்திருந்தது.

பிரபாகரன் நாயரைக் காணவில்லை.

காப்பி குடித்துக்கொண்டிருக்கையில் அவள் கேட்டாள்: "உம் ... இந்த அப்பாட்டெ எத்தனை தடவை சொன்னாலும்

கேட்பதில்லை . . . ஒண்ணு ரெண்டு சுகக்கேடா? அதோடு ஒழுங்கா மருந்தும் குடிப்பதில்லை . . . இந்த லட்சணத்தில் இப்படி நேரம் விடிய முந்தி எழுந்து குளிச்சா உடம்புக்கு ஒத்துக்கொள்ள வேண்டாமா? இண்ணைக்கு என்ன வழக்க மில்லாமல் அப்பா காலம்பர கோவிலுக்கு?"

தன் ரட்சகர்த்தாவாக அவள் அப்படிப் பேசுவதைக் கேட்க அனந்தன் நாயர் விரக்தியுடன் சிரித்தார்.

"மோளே . . . இண்ணைக்கோடு பாவி நான் இந்த லோகத்தில் ஜன்மெடுத்து அம்பது வருஷம் ஆயிட்டதுடி . . !

"ம்ஹா . . ! அப்பாக்கப் பிறந்தநாளா . . ! அப்பா நேரமே சொல்லவே இல்லையே . . . ஹேப்பி ரிட்டேன்ஸ் . . !

அவள் குரலிலிருந்த சிறுபிள்ளையின் குதூகலத்தின் காரணம் அவருடைய விரக்தியை விரட்டத்தான் என்பது அனந்தன் நாயருக்குப் புலப்படாமலிருக்கவில்லை.

"அம்மும்மே . . . கேட்டியா . . . இண்ணைக்கு அப்பாக்கக் பிறந்தநாளாம் . . ! நமக்கு அதைக் கொண்டாட வேண்டாமா? கொஞ்சம் சர்க்கரை மட்டும் வாங்கணும் . . . கடலைப் பிரதமன் வச்சிருவோம் . . !" என்றெல்லாம் அவர் தடுத்ததையும் மீறி உள்ளேபோய்க் காமாட்சி அம்மாவிடம் சொன்னாள் மாதவிக்குட்டி.

தம்பி மதுசூதனன் ஒரு நிலையில் வந்து சேருவது வரை கல்யாணி அக்காளுக்கு ஒரு துணையாக இருந்த காமாட்சி அம்மாளை, கார்த்தியாயினி அவரை விட்டுப் போனபின், குழந்தைகளைக் கவனித்துக்கொள்வதற்காக இங்கே கூட்டிக் கிட்டு வந்தார் அனந்தன் நாயர், உம் . . . இவளுக்கும் கிட்டத் தட்ட அறுபது வயசுக்கு மேலிருக்கும். வெள்ளையம்பலத்தி லிருக்கும் லாட்டரி இலாகாவில் ஒரு என்.ஜி.ஓ.வான மாதவிக் குட்டி ஆபீஸுக்குச் சென்றுவிட்டால், இங்கே காமாட்சியம்மா சாப்பாடு எல்லாம் தயாராக்கி மத்தியானம் சோறு கொண்டு போகும் பையனிடம் அவளுக்கு ஆபீஸுக்கும், தனக்குக் கடைக்கும் தனித்தனியே கொடுத்தனுப்பிவிடுவாள். பிரபா கரனுக்கு இந்த மூணு வருஷமாக வேலைவெட்டி எதுவும் இல்லையாதலால், சமயா சமயத்துக்கு இவள் போடும் சாப் பாட்டைச் சாப்பிட்டுவிட்டு வேலை தேடி நடக்கும் வேலை தான் . . !

"உம் . . . அம்பது வயசுதான் ஆச்சு . . . ஆனா ஆளைப் பாத்தா, கூட பதினஞ்சு மதிக்கலாம் . . ." என்று வருத்தத்துடன் சொல்லிப் பெருமூச்சு விட்டுவிட்டு, சத்தத்தைக் குறைத்து,

“மோளே ... மூணு மாசமா பலசரக்குக் கடை அண்ணாச்சிக்கு பாக்கி ரூபாய் கொடுக்கல்லே ... இப்பம் போயி பணம் கொடுக் காமெ சர்க்கரை கேட்டா தருவானோ என்னமோ ...” என்று மாதவிக்குட்டியிடம் காமாட்சி அம்மா சொல்வது அனந்தன் நாயருக்கும் கேட்கிறது.

“உம் ... சாரமில்லே ... ஒண்ணாம் தேதி சம்பளம் கிடைச் சதும் முதல் வேலையா பணத்தைக் கொடுத்திரலா முண்ணுச் சொல்லு ... தருவார் ... பிரதமன் வச்சு அப்பாக்குக் கடைக்குக் கொடுத்தனுப்பிவிடு. எனக்கு ஆபீஸுக்குக் கொடுத்தனுப்ப வேண்டாம் ... விஷயம் என்னாண்ணு அறிஞ்சா, பார்ட்டி நடத்து, சாக்கலட்டு வாங்கூண்ணூ சிநேகிதிகள் எல்லோரும் தொந்தரவு செய்வா ... அதுக்கெல்லாம் காசேது ..! நான் சாயந்திரம் வீட்டுக்கு வரும்போ குடிச்சுக்கிறேன் ...” என்று மாதவிக்குட்டி சொல்வதும் கேட்கிறது.

உமித்தீயாக என்னவெல்லாமோ கவலைகள் அனந்தன் நாயரின் மனதில் புகைந்துகொண்டிருக்கின்றன...

12

கடைக்கு நேரமாகிவிட்டது. வழக்கமான வெள்ளை ஜிப்பா, நாலுமுழம் மல்வேஷ்டி, கையில் குடை – இத்யாதி வேஷத்தோடு அவசரம் அவசரமாக இறங்கினார் அனந்தன் நாயர்.

இனி சாலை பஜார் வரை நடக்க முடியாது. ஸிற்றி பஸ்ஸில்தான் போகணும் . . . நல்லவேளை . . . ஈஞ்சைக்கல் முக்கு பஸ் நிறுத்தத்தில் அவர் வந்து ஓரிரு நிமிஷங்களில் பஸ் வந்தது. ஒருவாறு குஸ்தி போட்டு பஸ்ஸில் ஏறிக் கொண்டார்.

காலேஜ், ஆபீஸ் நேரம் . . . எனவே நல்ல கூட்டம். கண்டக்டரிடம் சில்லறையைக் கொடுத்து டிக்கட்டை வாங்கி ஜேபியில் போட்டுவிட்டு, மேலே நெடு நீளத்தில் இணைத்திருக்கும் மரச்சட்டத்தைப் பிடித்துக்கொண்டு பஸ்ஸினுள் சர்க்கஸ் பயின்றுகொண்டிருக்கும் ஆண்கள், பெண்களின் கூட ஒருவராக அவரும் நின்றார்.

பஸ்ஸினுள் ஒரே வியர்வை நெடி . . .

பஸ் முன்னால் நீங்கியதும், வெளியிலிருந்து சுத்த வாயு உள்ளே நுழைந்ததால் சிறிது ஆசுவாசமாக இருந்தது.

படிஞாறே கோட்டை பஸ் நிறுத்தத்திலிருந்து பஸ்ஸினுள் ஏறியவர்களில் ஒருவர், "உம் . . . உம் . . . இப்படி இங்கே முன்னால் அடஞ்சு நிண்ணா எப்படி, பஸ்ஸுக்க உள்ளே பந்து விளையாட இடம் இருக்கு . . . உம் . . . உம் . . . உள்ளே உள்ளே நீங்கி நில்லுங்கோ . . . உம் . . ." என்றெல்லாம் போலீஸ் குரலில் அதட்டியவாறு, ஏற்கெனவே களிமண் உருண்டைகளைப் போல் பரஸ்பரம் சேர்ந்து, விலகத் தெரியாமல் திருதிருவென்று விழித்துக் கொண்டு நிற்கும் பிரயாணிகளை நெருக்கியடித்துக் கொண்டு உள்ளே உள்ளே ஏறி வந்துகொண்டிருக்கிறார் . . .

முக்கால் பங்கும் வெள்ளிக்கம்பிகளாக இருந்தும் முறுக்கி விடப்பட்டிருந்த கப்படா மீசை, முகத்தில் ஆங்காங்கே ஆழமாய்த் தெரியும் தழும்புகள், சிவந்த கல்கடுக்கன், நெற்றி நிறைந்திருக்கும் பெரிய சந்தனப்பொட்டு, செவியிடுக்கிலிருந்து அபாய விளக்காய் எட்டிப்பார்க்கும் ஒரு அரளிப்பூ – இத்தகைய அவருடைய அங்கலட்சணத்தைக் கண்ட சக பிரயாணிகள், அவர் செவி கேட்காதவாறு தங்களுக்குள் முணுமுணுத்துத் தங்கள் ஆத்தி ரத்தைத் தீர்த்துக் கொள்வதையும் அனந்தன் நாயர் கவனித்தார்.

சடக்கென்று அவர் இன்னாரென்று அனந்தன் நாயருக்கு ஞாபகம் வந்தது.

“ஏட்டு அங்ஙத்தெ வாசு பிள்ளையல்லவா . . ?” என்று அவர் உதடு முணுமுணுக்கு முன்னே அனந்தன் நாயரை அவரும் கண்டுகொண்டார்.

“ம்ஹா . . . அனந்தன் நாயரல்லவா . . ! உன்னைப் பாத்து ஒரு சங்கதி சொல்ல ஒருநாள் உன் வீடுவரை வரணுமுண்ணு கொஞ்ச நாளா நினைச்சுக்கொண்டிருந்தேன் . . . இப்போ தேடிய வள்ளியே காலில் சுற்றிவிட்டது . . .” என்று சொல்லிய படி கூட்டத்தை முண்டியடித்துக்கொண்டு, பக்கத்தில் நிற்கும் பிரயாணிகள் முகம் சுளிப்பதை ஒன்றும் பொருட்படுத்தாமல், அவர்கள் கால்களையெல்லாம் பதம் பார்த்தவாறு அனந்தன் நாயரை நோக்கி இன்னும் நெருக்கமாக வந்துகொண்டிருந்தார்.

வெறும் போலீஸ்காரனாக இருந்த வாசு பிள்ளை ஏட்டாகி, இப்போது பென்ஷனும் ஆயாச்சு. இப்போ சிட்டி பிஸினஸ், ஊர்க்காரியங்கள் எல்லாம் உண்டு.

பஸ் யானைக்கொட்டில் தாண்டி வடக்கேத் தெரு வழி ஓடிக்கொண்டிருந்தது. சத்தம் போட்டுத்தான் வாசு பிள்ளை அவரிடம் பேசினார்:

“கேட்டையா அனந்தன் நாயர் . . ! மகளைக் கொஞ்சம் விலக்கி வைக்கணும் . . ! நாமொ தறவாட்டு நாயர்களல்லவா? ஒரு நாயர் பொண்ணுக்கு ஒரு கொட்டிப் பையனிடம் இவ்வளவு தூரத்துக்கு அடுப்பம் கூடாது . . . ஆமா . . .”

ஈழவர்களை மேல் ஜாதியில் பட்டவர்கள் குறைத்துப் பேச உபயோகிக்கும் ‘கொட்டி’ என்ற அந்த வார்த்தை அனந்தன் நாயரை என்னமோ செய்தது. பஸ்ஸில் நின்றுகொண்டிருந்த ஒரு சிலரின் முகங்கள் சுருங்குவதையொன்றும் சட்டை செய் யாமல் வாசு பிள்ளை ஆக்ரோஷத்துடன் அவரிடம் சொல்லிக் கொண்டிருந்தார்:

“பேட்டையில் எனக்க வீட்டுக்க கிட்டெத்தான் அவனுக்க தாமசம். ‘சமத்துவப் புஷ்பம்’ டெயிலிப் பேப்பரில் அவனுக்கு

என்னவோ வேலை ... பெயர் தர்ம பாலனாம் ... பூர்வீகமெல் லாம் செம்பழன்னி நாராயண குரு சமாதி பக்கத்தில்! ஒண்ணு ரெண்டு தடவை உன் மகளையும் அவனையும் ஒண்ணாகப் பாத்தேன் ... பாத்த உடனையே நாயர் ஸ்திரீண்ணு எனக்குப் புரிஞ்சு போயிட்டது. ஆனா ... ஆள் இன்னாருண்ணு எனக்குப் பிடிபடல்லை ... கடைசியில் விசாரிச்சதில்தான் தெரியவந்தது உன் மகள்ண்ணு .. ! உம் ... எங்கெல்லாமோ என்னவெல்லாமோ நடக்குது ... ஆனா ... கேட்டோ ... அனந்தன் நாயர் ... பிரசித்தி பெற்ற பால்க்குளங்கரை பகவதிப் பிள்ளைக்கத் தறவாட்டுலெ இந்த விருத்தி கெட்டத்தனம் கூடவே கூடாது ... ஆமா ... சொல்லிவிட்டேன் ... மகளைக் கண்டிச்சு வை ... ஸூட்சிக் கணும் ...”

அனந்தன் நாயருக்கு வியர்த்துக்கொட்டியது. ஒரு இங் கிதமும் தெரியாத அநாகரீக மனுஷன் .. ! இத்தனை பேர்கள் இருக்கும் இந்த பஸ்ஸில் வைத்து இப்படிப் பகிரங்கமாக அம்பலப் படுத்த வேண்டிய செய்தியா இது?

ஹூம் ... இதைவிடக் கொடுமையான அவமானத்தை எல்லாம் எவ்வளவு எளிதில் ஜீரணித்துக்கொண்டு இந்தப் பதினைந்து வருஷ காலமாக உயிர்வாழ்ந்து கொண்டுதானே இருக்கிறோம் .. !

ஆனாலும் ...

மாதவிக்குட்டி ...

அப்படியும் இருக்குமா .. ?

இவர் என்னவோ உளறுகிறார் என்று அவளை நாம் சந்தேகிப்பது சரியா? இண்ணைக்குத்தானே கொஞ்சம் முந்தி பிரபாகரன் நாயரிடம், எவ்வளவு ஆணித்தரமாக அவள் தகப்பன் தனக்காக வக்காலத்து வாங்கி வாதாடினாள் அவள்.

அப்படிப்பட்டவளா .. ?

ஒருவேளை ... ஒருவேளை ... அப்படித்தான் இருந்துவிட் டாலும் அதில் என்ன தப்பு?

சொந்தத் தறவாட்டைச் சேர்ந்தவர்களும், சுயஜாதியில் பிறந்தவர்களும், தனக்கு என்னென்ன வாரி வழங்கிவிட்டார்கள்?

உபகாரம் வேண்டாம் ... எவ்வளவு உபத்திரவங்கள் .. !

பிறகு ஒரு ஈழவன் கூட மாதவிக்குட்டி பழகுகிறாள் என்பதில் என்ன குடிமுழுகிப் போய்விடப்போகிறது .. !

சே ... சே ... அப்படி இருந்துவிட முடியுமா .. ?

என்னதான் வந்துவிட்டாலும், தான் ஒரு தறவாட்டு நாயரல்லவா . . ! கொஞ்ச வருஷங்களுக்கு முன் வரையிலும் மார்பு மறைக்கக்கூட உரிமையில்லாதிருந்த ஒரு ஈழவத்திக்கு, தெங்கேறி கள்ளு செத்தும் ஒரு ஈழவனில் பிறந்த ஒருத்தன், தன் மகளிடம் நெருங்குவதா?

பஸ் கிழக்கே கோட்டை நகர பஸ் நிலையத்தில் முக்கி முனகியவாறு நின்றது. அனந்தன் நாயருக்குத் தலை சுற்றியது. ஆனாலும் சமாளித்துக்கொண்டு சாலை பஜாரை நோக்கி நடந்தார்.

வியர்த்து விறுவிறுத்துக் கடையில் போய் ஏறிய அவரை, "என்னா அனந்தன் நாயர் . . . உறக்கம் எந்திக்க நேரம் ஆயிப் போச்சா . . ." என்ற வைரவன் பிள்ளை முதலாளியின் பரிகாஸக் கேள்விதான் அமர்க்களமாய் வரவேற்றது.

கடைப்பையன்கள் எல்லோரும் சிரித்தார்கள்.

"இல்லை சார் . . . இல்லை இல்லை முதலாளி . . . ராவிலெ கோவிலுக்குப் போயிருந்தேன். அதுதான் நேரம் ஆயிப்போச்சு . . ." என்று ஒரு குற்றவாளி தொனியில் சொல்லியவாறு முதலாளி யின் இடப்பக்கத்திலிருந்த தன் இடத்தில் போய் உட்கார்ந்தார் அனந்தன் நாயர். ஆபீஸ் பழக்க தோஷத்தால் இந்த 'சார்' என்ற வார்த்தையே 'முதலாளி' என்ற வார்த்தைக்குப் பதிலாக வாயில் எப்போதும் வந்து அவரைக் கஷ்டப்படுத்திக்கொண் டிருந்தது.

13

மின்விசிறிக் காற்று வியர்வையை உலர்த்திக்கொண் டிருக்கிறது.

கடையில் வியாபாரச் சந்தடி...

அதன் கூட அடுத்த கடையின் ஒரு ஓரத்தில் ரத்த நிற மாலை அணிந்து போர்டும் கையுமாக இரண் டொருவர் 'இங்குலாப், ஸிந்தாபாத்' என்றெல்லாம் கோஷம் போட்டுக்கொண்டிருக்கும் ஆரவாரம்.

வைரவன் பிள்ளை முதலாளியின் இந்தக் கடையில் மொத்த வியாபாரமும் உண்டு, சில்லறை வியாபாரமும் உண்டு. சாலையில் மிகவும் பழக்கம் வாய்ந்த கடை...! ஆனால் அரிசி பிஸினஸ் போனதோடு கடையின் ஐஸ்வரியமும் போய்விட்டதாக வைரவன் பிள்ளை அடிக்கடி சொல்லிக்கொள்வதை அனந்தன் நாயர் கேட் டிருக்கிறார்.

வைரவன் பிள்ளை, முதலாளிமார்களின் சகலமான அங்கலாவண்யமும் ஒருங்கே பொருந்தியவர். வழுக்கைத் தலை, தொந்தி வயிறு, சர்க்கரை வியாதி – இத்யாதி இத்யாதி அடையாளங்கள்... ஒரே வித்தியாசம் என்ன வென்றால், அவருக்கு காந்தி மார்க்கத்தில் அபார நம்பிக்கை இருந்ததினால்தானோ என்னமோ இப்போதும் கதராடை தவிர வேறெதுவும் கட்டி அவரை இதுவரை பார்த்ததில்லை அனந்தன் நாயர்.

மற்றபடி, பி.ஏ. பட்டம் எடுத்திருந்ததால் நகர சேம்பர் ஆப் காமேர்ஸின் தலைவர், தவிர நகரத்துப் பிரதான சங்கங்கள் – ஜீவகாருண்ய சங்கம், கென்னல் கிளப், ரோட்டரி கிளப், லயன்ஸ் கிளப், தியோஸிபிக்கல் சொஸைட்டி முதலிய ஸ்தாபனங்களில் எல்லாம் முக்கிய மான பதவிகள் வகிக்கும் அங்கத்தினர் என்ற பெருமை யும் வைரவன் பிள்ளை முதலாளிக்கு நிரம்ப உண்டு.

இதனால் நகரத்து ஆய்வறிவாளர்களான பிரமுகர்களில் இவரைத் தெரியாதவர்கள் யாருமே இருக்கமாட்டார்கள்.

இவைதவிர வேறு சில தனிப்பெருமைகளுக்கும் வைரவன் பிள்ளை ஆளாகியிருந்ததும் அனந்தன் நாயருக்குத் தெரியும். தமிழ் நாட்டிலிருந்து பி.கெ. அழகாம்மாள், கனகலக்ஷ்மி, மேலும் மறைந்து போன சினிமாப் புகழ் நாகப்பா பாகவதர், நடராஜ பாகவதர் முதலிய பெயர்போன சங்கீத வித்துவான்கள் எல்லாம் முதன்முதலாக இந்நகரத்தில் கச்சேரி செய்ய வந்தது வைரவன் பிள்ளை முதலாளியின் வீட்டில் ஆண்டு தோறும் அமர்க்கள மாய் நடந்துவந்த நவராத்திரி பூஜைகளின் போதுதான். அப்போது பார்க்கவேண்டும் இவர் பங்களா இருந்த தம்பானூரில் ஜே ஜேயென்னு திளைத்து மறிந்த ரஸிகப் பெருமக்கள் கூட்டத்தை! மகாராஜா காலத்தில், நவராத்திரி விழாவின் கடைசி நாளான பூஜையெடுப்பன்று, மகாராஜா ஏழு குதிரைகள் கட்டிய ரதத்தில், கஜ துரக பதாதிகள் உடன்வர, இந்தச் சாலை பஜார் வழி பூஜப்புரை அரண்மனைக்கு எழுந்தருளும் தருணத்தில், இங்கே இவர் கடை நடையில் ஏராளமான பொருள் செலவில் செய்யப் படும் பிரமாதமான அலங்காரம் ரொம்பப் பிராபல்யம் வாய்ந்தது.

என்னதான் சொந்தக் கவலைகள் இருந்தாலும், கடையில் நுழைந்து தன் இடத்தில் உட்கார்ந்துகொண்டு கணக்குப் புத்தகங் களில் முழுகிவிட்டால், பிறகு அனந்தன் நாயருக்கு வேறெதையும் பற்றி நினைத்துப் பார்க்கவே மறந்துவிடும் . . ! அத்தனைக்குத் தாறுமாறான, குழப்பமான கணக்குகள் . . .

செயில்ஸ் டாக்ஸ், இன்கம் டாக்ஸ் ஆபீஸ்களிலிருந்து வாய்தா வரும்போதெல்லாம், கணக்கை ஒழுங்காக்கி, கணக்குப் புத்தகங்களை எடுத்துக்கொண்டு சென்று அங்கே உள்ள உத்தி யோகஸ்தர்களிடம் காட்டி, அவர்களின் கண்களில் மண்ணைத் தூவி, கண்டத்திலிருந்து தானும் தப்பி, தன் முதலாளியையும் தப்பவைத்துவிட்டு பத்திரமாய் வந்து சேரவேண்டிய வேலை அனந்தன் நாயரைச் சேர்ந்தது. எனவே நூறை எடுத்து ஆறிலேயும், ஆறை எடுத்து நூற்றிலேயும் போடும் சர்க்கஸ் அப்பியாசங்கள் – தகிடு தத்தங்கள் எல்லாம் சரிவரத் தெரிந்த கணக்கப் பிள்ளை மார்களுக்குத்தான் வைரவன் பிள்ளையின் கடை வாழ்க்கை சாசுவதம் . . . மேற்படி காரணத்தால், இந்தக் கடையில் கணக்கப் பிள்ளை வேலைக்கு வருபவர்கள், சாதாரணமாக சம்பள பாக்கியை வாங்கக்கூட நிற்காமல் தப்பினோம் பிழைத்தோம் என்று கூறாமல் கம்பி நீட்டிவிடுவது ரொம்ப சகஜம். எனவே தான், இங்கே தனக்கும் எளிதில் இந்தக் கணக்கப்பிள்ளை வேலை ஆகியது என்பதும் அனந்தன் நாயருக்குத் தெரியாதது அல்ல . . . !

கட்டுக்கட்டாய் இருந்த லிஸ்டுகளுக்கு சாமான்கள் எடுக்கும் வேலையில் கடைப் பையன்களின் மும்முரம் . . . வாடிக்கைக் காரர்களின் ஜேபியிலிருந்து பட்டறையிலிருக்கும் முதலாளியின் மேஜை இழுப்பறைக்குக் கத்தை கத்தையாய் நோட்டுக்கள் பறந்து செல்லும் பரபரப்பு . . . பனையோலை வட்டிகள், கள்ளிப் பெட்டிகள் முதலியவைகளில் நிரப்பிக் கட்டப்பட்டிருக்கும் மளிகைச் சாமான்களைச் சுமைதூக்கும் தொழிலாளர்கள் வெளியில் நிற்கும் கைவண்டிகளில் எடுத்துக்கொண்டு போய் வைத்து வாடிக்கைக்காரர்களின் வீடுகளுக்கு இழுத்துச்செல்லும் அவசரம் . . . பழக்கமில்லாமல் கடைக்கு வருகிறவர்கள் இங்கே நீக்கமற நிறைந்திருக்கும் மிளகாய் மணத்தை உட்கொண்டு ஜீரணிக்க முடியாது கண்களில் நீர் நிறைய இச் இச் என்று அடுக்கடுக்காகத் தும்மல் போட்டுக் கலி தீர்க்கும் ஆரவாரம் . . . கடையின் வெளியில் சுமைதூக்கும் கூலிச் சிறுவர்கள் துக்கடா ராகத்தில் கைகொட்டித் தாளம் போட்டு பாட்டுப் பாடும் ஒலி வினோதம் . . . – இவைகள் எல்லாம் கனவில் என்பதைப் போல் வெளிப்புலன்கள் உணர, மூளையில் எண்கள், வெறும் எண்கள் மட்டும் வரிவரியாய் வலம் வந்துகொண்டிருக்கின்றன . . .

திடீரென்று கணீர் கணீர் என்று போன் அலறுகிறது. முதலாளி கையில் எடுக்கிறார்.

"ஹலோ . . . எஸ் . . . வைரவன் பிள்ளை . . ."

". . . . ."

"நமஸ்தே . . ."

". . . . ."

"ஒஹோ . . . அப்படியா . . ! எவ்வளவு?"

". . . . ."

"ஒரு லோடா?"

". . . . ."

"பதினாயிரமா? சரி . . . பாங்கில் உடனையே கட்டிவிடு கிறேன் . . ."

டெலிபோனை வைக்கிறார். பிறகு கடையின் முக்கிய காரியஸ்தன் குமாரனைக் கூப்பிட்டு, "குமாரா . . . உடனையே மாவலியார் கொட்டாரம் வரை போய் பத்தாயிரம் புரட்டணும் . . . இல்லாவிட்டால் . . . நில்லு . . . கேக்கட்டும் . . !" என்றுவிட்டு, டெலிபோனில் டயல் செய்கிறார் முதலாளி.

"உம் . . . ஹலோ . . . வைரவன் பிள்ளை . . . பிரைவட் செக்கரட்டரி சார்தானே . . . குட்மார்னிங் . . . குட்மார்னிங் . . .

கொஞ்சம் ரூபாய் வேணுமே சார் . . . ரொம்ப அவசரம் . . ! பத்தாயிரம் . . . ஒரு எண்ணாயிரமாவது . . . என்ன ஐயாயிரமா . . ? . . . சரி . . . டிராப்டுதானே? . . . சரி . . . சரி . . . குமாரனை உடனையே அனுப்புதேன் . . . தயாரா இருக்கட்டும் . . . பாங்கு டைம் கழிஞ்சிரக் கூடாது சார் . . . சரி . . . சரி . . . ரொம்ப தேங்ஸ் . . ."

போனை வைக்கிறார். "அப்போ ஐயாயிரமாச்சு . . ." என்று தனக்குத்தானே முணுமுணுத்தவாறு வழுக்கையை அன்புடன் தடவி என்னவோ ஆலோசித்துவிட்டு மீண்டும் டயல் செய் கிறார் . . .

"உம் . . . யாரு . . . விமன்ஸ் ஹாஸ்டல்தானே? . . . வார்டர் ரமாதேவிதானே . . ? . . . உம் . . . நமஸ்காரம் . . . இது வைரவன் பிள்ளை . . . ஹி . . . ஹி – ஆமா . . . சாலையிலிருந்துதான் . . . பின்னே . . . ஒரு ஐயாயிரம் அவசரமா வேணும் . . . சரி . . . சரி . . . குமாரனை அனுப்புதேன் . . . செக்குதானே . . ? . . . சரி . . . சரி . . . ரொம்ப ரொம்ப தேங்ஸ் . . ."

போனை வைக்கும் அவர் முகத்தில் பரம திருப்தி. "குமாரா . . . கொட்டாரத்தில் ஸெக்கரட்டரியைப் போய்ப் பாரு. ஒரு ஐயாயிரத்துக்கு டிராப்டு தருவார் . . . விமன்ஸ் ஹாஸ்டல் வார்டன் ரமாதேவி ஐயாயிரத்துக்கு செக் தருவா . . . பாங்க் டைம் கழியும் முந்தி நம்ம பாங்கிலெ கொண்டு போய்ப் போட்டுவிடு . . ! சரக்கு டெமறேஜ் ஆகப்படாது . . ." என்று அவசரப்படுத்தி அவனை அனுப்பி வைக்கிறார். சைக்கிளில் குமாரன் பறந்தான்.

பிறகு, "ஒய் . . . அனந்தன் நாயர் . . . கொட்டாரத்திலிருந்து ஒரு ஐயாயிரமும், விமன்ஸ் ஹாஸ்டலிலிருந்து ஒரு ஐயாயிரமும் வரவு வச்சிரும் . . . உம் . . . எண்ணைக்குத்தான் இவுங்க எல்லாம் பாக்கி முழுதும் தந்து தீர்க்கப்போறாங்களோ . . ! ஒரு மாசம் ஐயாயிரம் தந்தா, பற்று பத்தாயிரம் ஆவது வரையிலும் பேச்சு மூச்சில்லை . . . ஹூம் . . . மகாராஜா கொட்டாரத்தில்கூட பஞ்சப்பாட்டுத்தான் . . !" என்று அனந்தன் நாயரைப் பார்த்துச் சொல்லிக்கொண்டார்.

அனந்தன் நாயர் பேரேட்டைப் புரட்டி அவர் சொன்னவை களைக் குறித்துக்கொள்கிறார்.

உம் . . . கொட்டாரத்திலும் இவர்தான் பலசரக்கு சப்ளே செய்கிறார் . . . அந்த விதத்தில் அங்கே, தான் வேலையாய் இருக்கும்போதே இவருமாகத் தொடர்பிருந்ததால்தானே அங்கே ஆட்குறைப்புக் காரணமாக வேலை போய்விட்ட போது, இங்கே வேலைக்குச் சேர முடிந்தது . . !

பிரபாகரன் நாயருக்கு என்றைக்கு வழி பிறக்கப் போவுதோ . . ! மாதவிக்குட்டியின் சம்பளம் மட்டும் உண்டு . . . அதன்கூட, தனக்கு வேலை போய் சம்பளம் வராமலிருந்த கொஞ்சம் நாட்களில் எங்கேயெங்கே எல்லாமோ சில்லறைக் கடன்கள் வேறு பெருகிவிட்டன . . !

ஹூம் . . . கொட்டாரத்தில் முப்பதாண்டுகளுக்கு மேல் வேலை பார்த்தும் ஏன் தன்னால் மட்டும் ஒன்றையும் அடைய முடியவில்லை . . ? ஒவ்வொருவர் எவ்வளவு எவ்வளவு சம்பாதித் திருக்கிறார்கள் . . ! சர்க்கரைக் குடத்தில் கை முக்கியவர்களில் நக்காதவர்களும் உண்டா?

ஆனால் தன்னைப் பொறுத்தவரையில் சம்பளம் தவிர வேறென்ன வந்தது . . ! எனினும் கொட்டார வேலையால் தான் ஒன்றையுமே அடையவில்லை என்று அறுதியிட்டுச் சொல்ல முடியுமா?

அங்கிருந்து மாதா மாதம் கிடைத்துக்கொண்டிருந்த சம்பளப் பணத்தால்தானே, பிரபாகரன் நாயரை இன்ஜினியரிங் படிப்பித்துப் பட்டம் எடுக்க வைக்க முடிந்தது; மாதவிக் குட்டியை ஒரு பட்டதாரியாக்க முடிந்தது.

ஆனால் குடும்பத்தில் தன் கடமைகள் எல்லாம் சரிவர முடிந்துவிட்டதா? பிரபாகரன் நாயருக்கு ஒரு வேலை வாங்கிக் கொடுக்க வேண்டாமா? இப்போ கார்த்தியாயினியை வேறெ அவன் சந்திக்கிறானாம் . . . மானம் கெட்டவன் . . !

மாதவிக்குட்டிக்கானால் வயசு இருபதாகிவிட்டது. அவளுக்கு ஒரு கல்யாணம் செய்து வைக்க வேண்டாமா? கல்யாணி அக்காளின் மகன் பாஸ்கரன் நாயரை நினைத்து இப்போதும் மனத்தாழத்திலிருந்து ஒரு சிறு சபலம் தலை நீட்டத்தான் செய்கிறது . . . அவன் முறைப்பையன் வேறு . . ! உம் . . . கல்யாணி அக்கா இண்ணைக்குக் காலம்பரெச் சொன் னதைப் பார்த்தால் அவன் கல்யாணம் பண்ணிக்கொள்வானோ என்பதே சந்தேகமாய் இருக்கிறது.

இந்த நிலைமையில், ஏட்டு அங்கத்தெ வாசு பிள்ளை வேறு பஸ்ஸில் வைத்து எவ்வளவு பெரிய இடி குண்டைத் தூக்கி அனாயாசமாகப் போட்டுவிட்டுப் போய்விட்டார் . . . பாவி மனுஷன் . . !

சடக்கென்று ஒரு கார் வந்து கடையின் முன்னால் நிற்கிறது. பின்பக்கத் கதவைத் திறந்துகொண்டு யாரோ இறங்கிய பின், படாரென்று அந்தக் கதவு அடைந்துகொள்கிறது.

“யாரு . . . மகாதேவய்யரா . . ! வாருங்கோ . . . வாருங்கோ . . . பாத்து ரொம்ப நாளாச்சே . . .” என்று அமர்க்களமாய் முதலாளி

வரவேற்க, மிகவும் சோர்ந்து போய்க் காணப்பட்ட மகா தேவய்யர் கடையினுள் ஏறி, முதலாளி பக்கத்தில் கிடந்த நாற்காலியில் வந்து அமருகிறார்.

அனந்தன் நாயர் தலை உயர்த்தி மகாதேவய்யரைப் பார்த்தார். ஏற்கெனவே தனக்கு அறிமுகமானவர்தானே..! வழுக்கைத்தலை... கன்னத்தில் ஒரு மஞ்சாடி எடுத்து ஒட்ட வைத்தது போல் ஒரு பாலுண்ணி... வெற்றிலை போட்டுச் சிவந்து போயிருந்த உதடுகள்... மாறு கண்ணான இடது கண்... சில்க் ஜிப்பாவின் இடை வழி கழுத்தில் தெரியும் மைனர் செயின்... கையில் மூக்குக் கண்ணாடிக் கூடு.

அவரும் அனந்தன் நாயரைப் பார்த்தார்.

"உம்... அனந்தன் நாயரல்லவா... இப்போ இங்கையா..?" என்று அவர் கேட்டபோது, அனந்தன் நாயர் மிகவும் பவ்விய மாக, "அதே சார்..." என்று பதிலளித்தார்.

முதலாளி காப்பிக்கு ஆர்டர் பண்ணினார்.

14

நாள் வழியிலிருந்தும், பில் புத்தகங்களிலிருந்தும் பேரேட்டில் கணக்கு விவரங்களை எடுத்தெழுதிக்கொண் டிருந்த அனந்தன் நாயரின் மனதில், இப்போது ஒரு காலத்தில் திவான் பேஷ்காராக இருந்து அமர்க்களமாய் வாழ்ந்த மகாதேவய்யர் இடம் பிடித்துக்கொண்டார்.

வைரவன் பிள்ளை முதலாளியைவிடப் பத்து வயசாவது இவருக்குக் கூடுதல் இருக்கும்... ஆமா... இப்போ இவருக்கு குறைஞ்சது எழுபது வயசாவது இருக்கணும்... ஹூம்... என்னதான் ஆனாலும் ரிட்டய ரான பிறகு விஷப்பல் பிடுங்கப்பட்ட பாம்புதானே..!

எவ்வளவோ சம்பாதித்தார். வாய்க்கும் வயிற்றுக்கும் இல்லாமல் தவித்து, ஊட்டுப்புரைச் சாப்பாடு, கட்டிச் சோறு, ஸர்வாணி, தெருவிளக்கொளி – இவைகள் உதவி செய்ய, தன் சுயமூளையென்ற ஒரே மூலதனத்தை முழு மூச்சாய் முதலீடு செய்து, படிப்படியாக முன்னுக்கு வந்து திவான் பேஷ்கார் வரை ஆவது என்பது சாமானிய காரியமா?

ஆனால்... இப்படி வெளி வாழ்க்கையில் இவருக்குக் கிடைத்த வெற்றி, வீட்டு வாழ்க்கையில் கிடைக்கவில்லை என்பதும் இந்நகரத்தில் எல்லோருக்கும் தெரிந்த சங்கதி தானே..!

இரண்டு குழந்தைகளைப் பெறுவது வரையிலும் எல்லாப் பெண்களையும் போலிருந்த இவர் மனைவி, மூணாவது பிரசவம் கழிந்ததோடு, எப்போப் பார்த்தாலும் ஒருவித மௌனத்தில் ஆழ்ந்துபோயிருப்பாளாம்... அடிக் கடி ஒரு சிரிப்பும், அழுகையும்..! என்னவெல்லாமோ சிகிச்சை செய்தும் பலனில்லை... இதில் வேடிக்கை என்னவென்றால், இம்மாதிரி மூளைக் கோளாறின் லட்சணங்கள் எல்லாம் இருந்தும்கூடத் தடை எதுவு

நீல. பத்மநாபன்

மில்லாமல் நாலாவதாக இன்னொரு குழந்தையையும் அவளால் பெறமுடிந்தது என்பதுதான்..! இப்போதும், வீட்டில் அவள் வளைய வளைய வருவாளாம். வேறு உபத்திரவம் எதுவுமில்லை. வீட்டில் வேலைக்கென்று வந்த அச்சி பொன்னம்மா ரொம்ப சமர்த்து..! அவள்தான் இப்போ இவர் வீட்டுக் காரியங்கள் 'எல்லாவற்றையும்' பார்க்கிறாளாம்..!

இவருடைய மூத்த மகனுக்கும், அவன் அம்மாவைப் போல் தலைக்கு நல்ல சுகமில்லை என்ற உண்மை அவன் வளர வளர மெல்ல வெளியாகிவிட்டது. எப்போதும் ஒரு மௌனம்... வீட்டில் யார் வந்தாலும் ஒரு சிரிப்பு... சமயா சமயத்துக்குச் சாப்பாடு மட்டும் ஒழுங்காச் செல்ல வேண்டும்... அவ்வளவுதான்..! உடல் அடைந்திருக்கும் அளவுக்கு மூளை வளரவில்லையாம்...

காப்பி வந்துவிட்டது. மௌனமாய் அதைக் குடித்துவிட்டு, வெற்றிலை போடத் தொடங்கினார் மகாதேவய்யர்.

கடையில் சந்தடி வெகுவாகக் குறைந்துவிட்டிருந்தது. இனி மாலையில்தான் பரபரப்பும் சந்தடியும் எல்லாம் மீண்டும் அதிகரிக்கும். முதலாளியின் அருகில் இருந்து கணக்கில் ஈடுபட்டிருந்த அனந்தன் நாயரின் செவியில் முதலாளியும் மகாதேவய்யரும் பேசிக்கொள்வது தெளிவாகக் கேட்கிறது. பேச்சுத் தோரணையிலிருந்து இருவரும் நெருக்கமான குடும்ப நண்பர்கள் என்று தெரிகிறது அனந்தன் நாயருக்கு.

"இந்தப் பக்கமாகப் பாத்து ரொம்ப நாளாச்சே..! மககிட்டெயிருந்தும் மகன் கிட்டெயிருந்து முடங்காமல் எழுத்து வருதல்லவா..?"

"உம்... உம்... மகள் கிட்டெயிருந்து மட்டு வருதுடா... ராமபத்ரன் எங்கே இருக்காண்ணு துப்பே இல்ல..!"

மகாதேவய்யரின் குரலில் அசாத்தியமான எரிச்சல் மண்டிக் கிடக்கிறது.

இவருக்கு ரெண்டாவது பிறந்த பெண் இங்கிலீஷில் எம்.ஏ. பாஸாகியிருந்தாள். அவளைக் கல்யாணம் பண்ணியவன் பிஸினஸ் மேனேஜ்மென்டில் டாக்டரேட்டோ என்னமோ எடுக்கவென்று அமெரிக்காவுக்குப் போன இடத்தில் அங்கேயே வேலையாகிவிட்டதால், தன் மனைவியையும் அங்கே கூட்டிக் கொண்டு சென்றுவிட்டானாம். இப்போ அவளுக்கும் அங்கே ஏதோ வேலையாகி, சொந்த பங்களா, ரெண்டு மூணு கார்கள், முதலிய குபேரபுரியின் நவீன வசதிகள் அனைத்தையும் அனுபவித்துக்கொண்டு அங்கே அவர்கள் சுகமாக வாழ்வதாகக் கேள்வி..!

இவருடைய அடுத்த மகன் ராமபத்ரனைப் பற்றித் தெரியாதவர்கள் யாரும் இந்நகரில் இருக்கமாட்டார்கள். பொது மராமத்து இலாகாவில் என்ஜினீயராக இருக்கையில், என்னவோ ஒரு பெரிய ஊழல் கேஸில் பிரதிவாதியாகி, இலாகாவிலிருந்தே சஸ்பென்டுச் செய்யப்பட்டவன் அவன். ஆனால் . . . நகரத்துப் பாமர மக்கள் தலைவெட்டிப் பள்ளி என்று அழைக்கும் ஒரு கிளப்பில் அவன் ஒரு அங்கத்தினன். அவன் மட்டுமல்ல; மாத வரும்படி நான்கு எண் தொகையில் குறையாத நகரின் பெரிய பெரிய உத்தியோக, வர்த்தகப் பிரமுகர் அனைவருமே அதன் உறுப்பினர்கள்தான். அந்தக் கிளப்பினுள் என்ன நடக்கிறது என்பது நாளிதுவரை யாருக்கும் தெரியாத ரகசியமாகவே இருந்து வருகிறது. ஆனால், ஒருவருக்கொருவர் உயிரைக்கொடுத்தும்கூட பரஸ்பரம் உறுதுணையாக இருக்க வேண்டுமென்று மண்டையோட்டைத் தொட்டு சத்தியம் செய்தபின்தான் அங்கே உறுப்பினராக முடியுமென்று அதிகாரபூர்வமற்ற கொஞ்சம் வதந்திகள் பரவியிருந்தன. மதுவிலக்க அமுலில் இருந்த காலத்தில் கூட, அந்தக் கிளப்பிற்குள் எல்லாவித சீமைச் சரக்குகளும் வெள்ளமாய் ஓடும் என்று சிலர் சொல்லி அனந்தன் நாயரும் கேட்டிருக்கிறார்.

ராமபத்ரன் லஞ்ச ஊழல் கேஸ் நகரத்தை முழுதும் பிடித்துக் குலுக்கியது. அத்தனைக்குச் சாட்சியங்கள், தடயங்கள், அத்தாட்சிகள் எல்லாம் அவனுக்கு எதிராக இருந்தன. கையும் களவுமாகப் பிடிக்கப்பட்ட, லட்சக்கணக்கான ரூபாய்கள் துண்டு விழும் பிரமாத கேஸ் அதுவென்றும் செய்திகள் பரவின . . . கீழ்க் கோர்ட்டு, மேல் கோர்ட்டு, ஸ்பெஷல் பெஞ்சு, இப்படி, இப்படி எங்கெல்லாமோ ரொம்ப நாட்கள் அமர்க்களமாய் நடந்தது கேஸ். இறுதியில், போதிய தடயங்கள் இல்லை என்று கட்டாயப் பென்ஷனோடு அந்தக் கேஸ் பொசுபொசுத்து விட்டது . . ! பெரிய ஒரு தொகை அபராதத்தையும், அரசாங்கத்தை வஞ்சித்ததற்கு ஐந்தாண்டுக் கடுங்காவல் தண்டனையையும் குறைந்தபட்சமாய் எதிர்பார்த்த பொதுஜனம் முட்டாளாகி விட்டது. அதற்குக் காரணம், இன்றைய சட்டமுறையை வெளிப் படையாகக் குறை கூறுவது கோர்ட்டை அவமதிப்பதாகிவிடும் என்ற புனித அரசியல் சாசனத்தைப் பயந்து, பொதுஜனம் பரஸ்பரம் செவிகளில், ‘கேஸின் பிரதிவாதியான ராமபத்ரனும் தலைவெட்டிப்பள்ளி மெம்பர், தீர்ப்புச் சொன்ன ஜட்ஜ் மன்மதன் மேனோனும் தலைவெட்டிப் பள்ளி மெம்பர்’ என்று மட்டும் தங்களுக்குள் ரகசியத்தைப் பரிமாறி தத்தம் மன பாரத்தைத் தீர்த்துக்கொண்டார்கள். அது எவ்வளவு தூரத்திற்கு உண்மை என்பதில் அனந்தன் நாயருக்கு இப்போதும் குழப்ப மாகத்தான் இருந்தது.

ராமபத்ரன் இப்போது எங்கையோ கண்காணாத திசையில் போய் குடும்பத்தோடு சுகமாக ரிட்டயர்டு வாழ்க்கை நடத்துவ தாகக் கேள்வி..!

"என்னா... இண்ணைக்கு ரொம்பச் சோர்ந்து போயிருக் கேளே..! உம்... சங்கதி என்னா..?" என்று வைரவன் பிள்ளை முதலாளி மகாதேவய்யரிடம் கேட்டபோது, அனந்தன் நாயரின் சிந்தனைத்தொடர் அறுந்தது.

"என்னடா வைரவன் பிள்ளை... தெரியாமெத்தான் கேக்கிறியா... இல்லை, என் வாயாலெச் சொல்லித்தான் கேக்கணுமுண்ணு கேக்கிறியா..?"

"சே... சே... என்ன இப்படியெல்லாம் சொல்லுகிறேள்..? விஷயம் என்னாண்ணு கொஞ்சம் தெளிவாகத்தான் சொல் லுங்களேன்..."

முதலாளியின் குரலில் அவருக்கிருந்த அபரிமிதமான ஆவல் வெளிப்பட்டது.

சிறிது நேரம் மௌனம். மகாதேவய்யர் எழுந்து போய் கடை நடையில் நின்றவாறு வெற்றிலை எச்சிலைத் துப்பிவிட்டு, கூஜாவிலிருந்து தண்ணீரை எடுத்து வாயைக் கொப்புளித்த பின், நாற்காலியில் வந்து உட்காருகிறார். பிறகு, குரலைத் தாழ்த்தி அடக்கமாக, ஆனால் நிதானமாகச் சொல்லுகிறார்:

"கீதா வீட்டைவிட்டு ஓடிப்போய், நேற்றைக்கு ஒரு கிருஸ்து வனை ரெஜிஸ்டர் மேரியேஜ் பண்ணிக்கொண்டாள்."

"என்னா?"

அனந்தன் நாயரின் மனமும் சடக்கென்று திடுக்கிட்டு ஒரு துள்ளுத் துள்ளி அமர்ந்தது. மகாதேவய்யரின் கடைசி மகளான கீதா எம்.எஸ்ஸி. பாஸாகிவிட்டு இங்கே பிஎச்.டி.க்கு என்னமோ ஆராய்ச்சி செய்துகொண்டு பெற்றோர்களின் கூட இருப்பது தனக்கும் தெரிந்த விஷயம்தான்... அவளா?

இது நிஜம்தானா?

சிறிது நேரத்திற்கு யாரும் பேசவில்லை. ரோட்டில் சென்று கொண்டிருக்கும் கார்களின் ஹாரன் ஒலிமட்டும் கேட்கிறது.

"என்னா... நீங்க சொல்வது உண்மைதானா?"

"நானே என் மகளைப் பற்றி எதுக்குப் பொய் சொல்ல ணும்டா..?"

மீண்டும் மௌனம்.

“நீங்க போலீஸுக்குத் தகவல் கொடுக்கல்லையா? கேஸ் போடல்லையா?”

மகாதேவய்யர் சிரிக்கிறார்.

“நீ என்னடா இந்தக் காலத்து ஆளில்லையா? அவள் மைனரா என்னா? அவளுக்குப் பரிபூரண சம்மதம் . . . கட்டிக்கிட்டாள் . . . நம்மால் குறுக்கே நிற்க முடியுமா?”

“பையன் யாரு?”

“அதுதான் சொன்னேனே . . . ஜாதியில் கிருஸ்துவன் . . . அவளுடைய காலேஜ் லெக்சரர்தானாம் . . . வலிய துறையில் வீடாம் . . . பெயர்கூட என்னவோ சொன்னாங்களே . . . ஆமா . . . அலோஷியஸ்ஸாம் . . !”

“ஆமா . . . ரெஜிஸ்டர் கல்யாணம் வரைக்கும் போகணு முண்ணா நேரமையே தொடர்பு இருந்திருக்கணுமே . . . நீங்க அறியவே இல்லையா . . ?”

“நான் எங்கேடா அறிய! ஆத்திலெ ரெண்டு பைத்தியங்கள் . . ! எனக்கானால் முன்னால் போல ஹெல்த் இருக்கா? அவ பொன்னம்மா இருக்கிறதால் நான் பிழைச்சின்டிருக்கேன் . . . இவ கீதா, காலேஜ், லைப்ரரி அப்படி இப்படீண்ணு நடப்பாள் . . . ஹூம் . . . கடைசியில் அது இவ்வளவு தூரத்திற்குப் போகுமுண்ணு யாரு கண்டா?”

“ஆனாலும் நேற்றைக்கு அறிஞ்ச பிறகும் இதைத் தடுக்க நீங்க முயற்சி எதுவும் செய்யல்லையா?”

“உம் . . . அது பெரிய கதை . . ! முந்தாநாள் ராத்திரியிலெ எல்லோரும் தூங்கின பிறகு, இவ புடவை, நகை, நட்டு, அது, இதுவெல்லாம் எடுத்துக்கொண்டு ஆத்தைவிட்டுப் போயிருக்கிறாள். அவ படுக்கையில் இல்லை என்பதை பொன்னம்மா தான் முதலில் கண்டுபிடிச்சு எங்கிட்டெ வந்து சொன்னாள். என்னவோ ஏதோண்ணு பயந்துபோய், உடனையே போலீஸைப் போனில் கூப்பிட்டு அவளைக் காணவில்லை என்று விஷயத்தை அறிவித்தேன். கடைசியில் கேட்டுக் கேட்டு வந்த பிறகுதான் நேக்கு விஷயமே புரிஞ்சது . . . அவர்கள் ரெண்டுபேருக்கும் முந்தா நேற்றைக்கு ராத்திரி வீட்டிலெ இடம் கொடுத்து, நேற்றைக்கு ரெஜிஸ்டர் மேரேஜ் பண்ணி வச்சது எல்லாம் வேறு யாரும் இல்லே . . . நம்ம எம்.எல்.ஏ. மதுசூதனன் நாயர் தான் . . ! ஹூம் ‘எம்பரான் அல்பம் கட்டு புஜிச்சால் அம்பலவாஸிகளொக்கெ கக்கும்’ – அப்படீண்ணு சும்மாவாச் சொன்னா . . !”

அனந்தன் நாயர் திடுக்கிட்டார்.

"என்னா... நம்ம அனந்தன் நாயருக்க தம்பி மதுசூதனன் நாயரா..?" என்று அசந்து போய் வைரவன் பிள்ளை கேட்ட போது, "ஆமாம்" என்று மிக நிதானமாக மகாதேவய்யரிடமிருந்து பதில் வந்தது.

15

“என்னா அனந்தன் நாயரே . . . மகாதேவய்யர் சொன்னதைக் கேட்டேரா . . ?”

இப்போது கடையில் மகாதேவய்யர் இல்லை. கொஞ்சம் முந்தி, அவர் லிஸ்டின்படியுள்ள சாமான் களை எடுத்து டிரைவர் காருக்குள் கொண்டு வைத்த பின், “ஒரு மகள் அமெரிக்காவோடு போயாச்சு . . . ராம பத்ரனை இனி நம்ப வேண்டாம் . . . அவன் இனி எனக்குக் கொள்ளி வைக்கவாவது இங்கே வந்தால் என் பாக்கியம் . . . ஆத்துக்காரியையும் பெரிய பையனையும் பற்றிக் கேட்க வேண்டாம் . . . ஹூம் கீதாவுக்காவது உள்ளூரிலேயே ஒரு கல்யாணத்தைப் பண்ணி வைத்து, அவளை மட்டு மாவது ஆத்தோடு வெச்சிருந்தா ஒரு துணையாக இருக்கு மேன்னு நினைச்சேன் . . . அதுவும் இப்போ இப்படி ஆயாச்சுடா . . . எல்லாம் பிராப்தம் போலத்தானே நடக்கும் . . ! என்னாலெ இந்தத் தள்ளாத காலத்தில் கோர்ட்டு, கச்சேரி, அப்படி, இப்படீண்ணு எல்லாம் அலைய ஒண்ணும் கழியாது. ஆனா . . . இனி நான் உயிரோடு இருப்பது வரைக்கும் ஆத்துப்படியை வந்து மிதிச்சிரக்கூடாதுண்ணு கீதாகிட்டெச் சொல்லிவிட்டு வந்துட்டேன் . . .” என்று பெருமூச்சு விட்டவாறு சொல்லி விட்டு மகாதேவய்யர் போகும்போது அனந்தன் நாயரின் மனமும் அவருக்காக உள்ளுக்குள் உருகியது.

“என்ன அனந்தன் நாயர் . . . உம்ம தம்பி செய்த காரியத்தைக் கேட்டீரல்லவா?”

இரண்டாவது தடவையும், அப்படி வைரவன் பிள்ளை கேட்டபோது அனந்தன் நாயர் தலை உயர்த்திப் பார்த்தார்.

“கேட்டேன் முதலாளி . . . ஆனா . . . அதுக்கு நான் என்ன செய்வேன் . . !” என்றுதான் அவருக்குப் பதிலளிக்க முடிந்தது.

“ஆமாமா . . . நீரு என்னேவேரு . . ! உம் . . . அவாள் அவாள் வீட்டிலிருந்து ஒரு பெண்ணை இப்படி ஆராவது இழுத்துக் கிட்டு ஓடிப்போய் கள்ளக்களவில் ரெஜிஸ்டர் கல்யாணம் செய்துக்கிட்டா, அப்போ தெரியும் அதுக்க அருமையை . . !”

அனந்தன் நாயருக்குச் சுருக்கென்றது.

இவருக்குத் தன் குடும்ப வரலாறு எல்லாம் தெரியுமா?

ஏனோ, சற்றுமுன் ஏட்டு அங்நத்தெ வாசு பிள்ளையிட மிருந்து அறிந்துகொண்ட சேதியில் அனந்தன் நாயரின் மனம் சென்றது.

மாதவிக்குட்டியும் இப்படித் துணிவாளா?

துணிஞ்சால் . . .

மகாதேவய்யர் வந்துவிட்டுப் போவதைப் பார்த்து அங்கே வந்த எதிர் கடை நாராயணசாமி ரெட்டியாரின் மகன் விஜயரங்கன் (அவன் ஜூனியர் சேம்பர் ஆப் காமேர்ஸின் செயலாளர்), “நீங்க இப்படிச் சொல்றேள் . . ! எல்லோரும் ஜாதி ஒழியணும், மதம் ஒழியணும் அப்படீண்ணெல்லாம் கழுதையா கத்துறா . . . ஆனா . . . இப்படி ஒரு சம்பவம் எங்கே யாவது நடந்துட்டா, உடனையே நடக்கக் கூடாதது என்னவோ பெரிய அபச்சாரமா நடந்துவிட்டதாய் எல்லோரும் வாயிலும் வயிற்றிலும் அடிச்சுக்கிறா! இல்லே . . . நானும் தெரியாமல் தான் கேக்கிறேன், இந்தக் கல்யாணத்தாலெ இப்போ என்ன குடிமுழுகிப் போய்விட்டதாம்?” என்று கேட்டதும், முதலாளிக்குக் கோபம் வந்துவிட்டது.

“ஆமாண்டா . . . நீ இப்படியெல்லாம் சொல்லுவே . . . ஆனா இதையே ஓங்கப்பா சொல்லமாட்டாரு . . . ஏன்ண்ணா வீட்டிலெ அவருக்கு ஒரு மக – அதுதான் உனக்க ஒரு தங்கச்சி பிராயம் வந்து இருக்கா பாரு . . !” என்றார் முதலாளி அர்த்த புஷ்டியுடன்.

இதைக் கேட்டு விஜயரங்கனின் முகம் கறுத்துப்போய் விடும் என்று எதிர்பார்த்து அவனைத் தலைதூக்கிப் பார்த்த அனந்தன் நாயரை, “என் தங்கச்சி எல்லாம் சரிதான் . . ! அவளா இஷ்டப்பட்டு ஒருத்தனை – அவன் ஜாதியில் ஒரு பறையனாகத்தான் இருக்கட்டுமே, கல்யாணம் செய்துக்கிட்டா, அதிலெப்போய் நான் அனாவசியமா குறுக்கிட மாட்டேன், கேட்டேளா . . ! அப்படி ஒரு கல்யாணம் நடந்துவிட்டது என்று வானம் ஒண்ணும் இடிஞ்சு நம்ம தலையிலெ விழுந்து விடப் போவதில்லை . . .” என்ற அவன் வார்த்தைகள் ஆச்சரியப் படவைத்தன.

"உம் ... உம் ... நீ இளங்கன்றுதானே ... இப்போ இப்படியெல்லாம் வீறாப்புப் பேசலாமுடா ... அப்படி ஒண்ணு தத்துப் பித்துண்ணு நடந்துட்டா அப்போ தெரியும் ரெண்டு கண்ணிலிருந்தும் ரத்தக் கண்ணீர் வடிவதை .. !" என்று அந்த விவாதத்திற்கு முற்றுப்புள்ளி வைத்தார் வைரவன் பிள்ளை முதலாளி.

சற்றுக் கழிந்து டீ குடிக்க வெளியில் இறங்கிய அனந்தன் நாயரைத் தன் கடைக்குக் கூப்பிட்டு நடந்ததைச் சொன்னான் விஜயரங்கன்:

"அலோஷியஸும் கீதாவும் ரொம்ப நாளா சிநேகமாம். அதோடு, நேற்றைக்குப் பதிவுத் திருமணம் பண்ணிக்கொள்றதுக்காக, ஒரு மாசத்துக்க முந்தியே ரெண்டு பேரும் ரெஜிஸ்டர் ஆபீஸில் போய் பெயர்களைப் பதிவு செய்துகொண்டார்களாம். முன்கூட்டிப் போட்ட திட்டப்படி முந்தாநேற்றைக்கு ராத்திரி கீதா வீட்டிலிருந்து இறங்கியிருக்கிறாள் ... ஹோட்டலில் தங்குவது என்ற ஏற்பாடு ... ஆனா ... ராத்திரியே மகாதேவய்யர் போலீஸுக்கு ரிப்போர்ட் செய்திருக்கிறார். தவிர லோக்கல் பீப்பிள் எல்லாம் அவருக்குத்தான் அனுகூலம் ... ஏன் என்றால் எப்படியானாலும் அலோஷியஸ் ஒரு கிருஸ்துவன் அல்லவா! ஒரு ஜாதி ஹிந்துப்பெண்ணை ஒரு கிருஸ்துவன் கல்யாணம் பண்ணிக்கொள்ளவிடலாமா? ஹோட்டலில் பெரிய குழப்பமாகிவிட்டது. வேறு வழியில்லாமல் அலோஷியஸும் கீதாவும் ஒங்க தம்பி மதுசூதனன் நாயர்கிட்டெப் போயிருக்கிறாங்க ... எப்படியானாலும் அவன் இந்நகர எம்.எல்.ஏ. அதனாலெ அவனுக்கும் சில கடமைகள் இல்லையா? தவிர, எலக்ஷனில் அவன் ஜெயிக்க முக்கியமான காரணம், துறையைச் சேர்ந்த மக்களின் ஆயிரக்கணக்கான வோட்டுக்கள்தான் என்பதும் உங்களுக்குத் தெரிஞ்சிருக்குமே ... உம் ... அதிகமென்ன ... கடைசியில் மந்திரி லெவல் வரைக்கும் அந்த அர்த்தராத்திரியில், பாவம், மதுசூதனன் நாயர் போய் எல்லாவற்றையும் சரிக்கட்டிவிட்டான். நேற்றைக்கு, நேரமே நிச்சயித்திருந்தவாறு ரெஜிஸ்டர் ஆபீஸில் வைத்து கல்யாணமும் நடந்து முடிஞ்சாச்சு ... இப்போ அலோஷியஸின் கூட வலிய துறையில் அவன் வீட்டில்தான் கீதாவின் வாசம் ..."

கடைக்குத் திரும்பித் தன் இடத்தில் வந்து உட்கார்ந்த அனந்தன் நாயர் சற்றுநேரத்திற்குத் தன் சுயகவலைகளை மறந்தேவிட்டார் என்றுதான் சொல்ல வேண்டும்.

அவன் அலோஷியஸ் .. !

இப்போதுதான் அவருக்கு ஞாபகம் வருகிறது. மதுசூதனன் நாயரின் தேர்தல் பிரசார வேலையில், வீடு வீடாகச் சென்று

வோட்டுக் கேட்கும் குழுக்களிலும், எல்லாப் பொதுக்கூட்டங் களிலும் முன்நின்று பிரசங்கமாரி பொழிந்து சுறுசுறுப்பாக இயங்கிக்கொண்டிருந்த ஒரு இளைஞன்.

சென்ற தேர்தலில் நின்று இத்தனைக்குப் பிரபலமாவதற்கு எல்லாம் முன், மதுசூதனன் நாயர் வெறும் தொண்டனாக இருக்கையில் நடந்த சில விஷயங்கள் அனந்தன் நாயருக்கு இப்போது ஞாபகம் வருகின்றன.

வலிய துறை கடற்கரையில் மீனவர்களின் குடிசைகளின் இடையிலிருந்த பெரிய ஒரு பங்களாவில்தான் அலோஷியஸின் ஒன்றுவிட்ட அக்காள் மோளியின் குடும்பம் வசித்துவந்தது. மோளியின் கணவனுக்கு சிங்கப்பூரில் சம்பை வியாபாரம், இரண்டு மூன்று பாக்டரிகள் இப்படி என்னென்னவோ இருந்த தால் ஒரு ஆண்டுக்கோ இரண்டு ஆண்டுக்கோ ஒரு முறை தான் இங்கே ஊருக்கு வந்து பார்த்துவிட்டுச் செல்வார். சிங்கப்பூரில் ஒரு சீனக்காரி அவருடன் குடியிருப்பதாகவும் ஒரு வதந்தி உண்டு! அதெல்லாம் என்னமோ, மோளியின் கணவர் இங்கே இருக்கும்போதே அவர்கள் குடும்பத்தில் ஒருவனாகிவிட்டிருந்த மதுசூதனன் நாயரின் தொடர்பு, அவர் இங்கே இல்லாதபோது இன்னும் இறுக்கமாய் நெருங்கிவிட் டிருந்தது . . .

மோளி பார்க்க வாட்டசாட்டமாகக் கவர்ச்சியாகவே இருப்பாளாம் . . !

உம் . . . அதிகமென்ன . . . கடைசியில், தானும்கூடத் தான் முயன்று ரொம்ப சிரமப்பட்டு, மதுசூதனன் நாயரை அங்கே துறையில் மோளியிடமிருந்து மீட்டு கூட்டிக்கிட்டு வந்தோம் . . ! ஆனா . . . அவன் கெட்டிக்காரன் . . ! ஒரு பெரிய தொகையும் கொடுத்து, கண்ணீரோடுதான் அவனுக்கு விடை தந்து அனுப்பினாளாம் மோளி!

தேர்தலின்போது இந்த அலோஷியஸும், மோளியும் துறையில் வீடுவீடாக ஏறி மதுசூதனன் நாயருக்கு வோட்டுப் பிடித்ததும், வலிய துறை மக்களின் ஆயிரக்கணக்கான வோட்டுக்கள் காரணமாகத்தான் மதுசூதனன் நாயர், கடுமை யான போட்டியிருந்தும்கூட, தேர்தலில் எளிதில் வெற்றிபெற்றான் என்பதும் எல்லோருக்கும் தெரிந்த விஷயம்தானே . . !

புகைமூட்டம் போல் அனந்தன் நாயரின் நெஞ்சம் முழுதும் என்னவெல்லாமோ சிந்தனைகள் . . .

மோளியைக் குறைகூற முடியுமா?

அவளுக்கும் கார்த்தியாயினிக்கும் என்ன வித்தியாசம் . . ?

–இப்படிக் குழப்பமான பற்பல கேள்வியலைகள்..!

தடத்தை மீறி வாழ்க்கைச் சகடம் நீங்கையில், இம்மாதிரி வேதனைகள், ஆரம்ப உறுத்தல்கள் எல்லாம் இருக்கத்தான் செய்யும்... அதை ஒருவிதத்தில் அனுபவித்துத் தீர்க்கத்தான் வேண்டும் என்று மூளை சொல்கிறதே ஆனாலும், தன் இதயம் அவைகளை அங்கீகரிக்காமல் ஏன் இப்படிக் கசிந்துருகி மாள வேண்டும்..?

தர்ம சங்கடங்களினால் விளையும் உள்ளப் போர்கள் தான் தன் வாழ்க்கையில் நித்தம் நித்தம் எத்தனை எத்தனையோ நேர்ந்துவிட்டன. 'வேலி சாடும் பசுவுக்குக் கோல் கொண்டு தான் மரணம்' என்று அடிக்கடி தன் அப்பாவும் அம்மாவும் சொல்லும் பழமொழி அனந்தன் நாயருக்கு ஞாபகம் வந்தது. ஆனால்... வேலிகளைக் கடக்க, சாடாமல் வேறென்ன வழி? வேலிகளை அடியோடு நசிப்பித்துவிடுவது எளிதா? ஹூம்... வேதாந்தமெல்லாம் பேசமுடிகிறது... கார்த்தியாயினியின் காரியம் போகட்டும்... மாதவிக்குட்டியை நினைத்தால் பயமாகத் தான் இருக்கிறது... ஏட்டு சொன்னது உண்மையாக இருக்குமா? தனக்கென்று வருகையில் அனுபவிக்க வேதனையாகத்தானே இருக்கிறது..! தலைவலியும் காய்ச்சலும் தனக்கு வந்தாத்தானே தெரியும்..!

"ஓய் ராமன் பிள்ளை... நாளைக்கு இன்கம் டாக்ஸ் கணக்கு இருக்கு... கணக்கெல்லாம் தயாராக இருக்கட்டும்..." என்று அந்தக் கடையின் இன்னொரு கணக்கப்பிள்ளையான ராமன் பிள்ளையைப் பார்த்து உத்தரவு போட்டுவிட்டு, "அனந்தன் நாயர்... எல்லாத்தையும் சரியாக்கி, நீருதான் இன்கம் டாக்ஸ் ஆபீஸூக்குக் கொண்டுபோய்க் காட்டீட்டு வரணும்..." என்று அவரிடம் வைரவன் பிள்ளை முதலாளி சொன்னபோது, அனந்தன் நாயர் சடக்கென்று விழித்துக்கொண்டார்:

"சரி... முதலாளி..."

16

சாப்பாட்டுப் பாத்திரத்தைத் திறக்கும்போதே, புளிசேரியும், ஓலனும், பிரதமனும் கமகமவென்று மணக்கின்றன. குஞ்ஞும்மா தன் பிறந்த நாளை லேசில் விட்டு விடவில்லை . . !

வழக்கமான கோதுமைச் சாப்பாட்டிலிருந்து இண்ணைக்கு ஒருநாள் மட்டுமாவது தனக்கு விடுதலை தர மாதவிக் குட்டி உத்தரவு கொடுத்திருக்கக்கூடும்!

ஆமாம் . . . ஏழெட்டு வருஷங்களுக்கு முந்தி, எப்போ பார்த்தாலும் தொண்டையில் வறட்சி, ஒரே தாகம், வயிற்றில் ஒரு வலி – இம்மாதிரி ரோக லட்சணங்களுடன், மாதவிக் குட்டியின் நிர்ப்பந்தம் சகிக்கமுடியாமல் அவளுடன்தான், டாக்டர் கேசவன் நாயரிடம் போய், சிறுநீர் எல்லாம் பரிசோதனை செய்து பார்த்தபோது, அவர் 'மூணு பிரசன்டேஜ் ஷுகர் இருக்கு . . . கவனிக்கணும் . . . அரிசி உணவைக் குறைக்கணும், வழக்கமாக இன்ஸுலின் ஊசி போடணும் . . . உம் . . . டி.பி.யும், டயப்பட்டிக்ஸும் நெருக்கமான உறவுக்காரங்க . . !' என்றெல்லாம் சொல்லி அனுப்பினார். இப்போ இன்ஸுலின் எல்லாம் போச்சு . . ! மாதவிக்குட்டியும், தன்னை நிர்ப்பந்தித்து நிர்ப்பந்தித்து ஓய்ந்து போனாள். போகிற உயிர் கொஞ்சம் முன்னால் போய்விட்டால் அத்தனைக்கு நிம்மதி . . ! ஆனால் கோதுமைச் சாப்பாட்டை மட்டும் மாதவிக்குட்டியிடமிருந்து மறுக்க முடியவில்லை.

சாப்பிட்டுக்கொண்டிருக்கையில் அனந்தன் நாயருக்கு லேசாகச் சிரிப்புக்கூட வந்தது.

உம் . . . இங்கே நாம் என்னவெல்லாமோ லாப நஷ்டக் கணக்கெல்லாம் எழுதிக் கிழிக்கிறோம். ஆனா . . . அம்பது வருஷ என் வாழ்க்கை . . ! இதில் என் லாபமென்னா?

நஷ்டமென்னா? பாலன்ஸ்ஷீட் ஒண்ணு தயாரிச்சால் அதில் என்ன மிஞ்சும்?

எதை நினைச்சு ஆசுவாசப்படுவது?

அப்பா . . .

அம்மா . . .

அம்மாவி

அம்மாவன்

சகோதரி சகோதரர்கள் . . .

மனைவி மக்கள்

முன்பு எனக்குப் படியளந்த பொன்னு திருமேனி – மகாராஜா.

இப்போ படியளக்கும் வைரவன் பிள்ளை முதலாளி.

நண்பர்கள், எதிரிகள்.

பழகி மறந்தவர்கள், பழகிக்கொண்டிருப்பவர்கள் . . .

– இப்படி இப்படி அனந்தன் நாயரின் நினைவு வட்டம் பெருகிப் பெருகி இறுதியில் ஒரே ஒரு மையப் புள்ளியில் வந்து சுருங்கி நிலைக்கிறது . . .

அந்தப் புள்ளி . . ?

"அனந்தன் நாயர் . . . சாப்பிடுகிறீரா . . ?"

கல்லாவில் இருந்த முதலாளியின் இரண்டாவது பையன் சுப்பிரமணிய பிள்ளை கேட்கிறான்.

"ஆமா . . . இதோ வந்துட்டேன் . . ." என்று குரல் கொடுத்துவிட்டு, அவசரம் அவசரமாக அள்ளிப் போட்டுக்கொள்ளத் தொடங்கினார் அனந்தன் நாயர்.

முதலாளி சாப்பிட தம்பானூரிலிருந்த வீட்டுக்குப் போயிருக்கிறார். அவர் சாப்பிட்டுவிட்டு நாலு மணிக்கு வருவது வரைக்கும் மகன் சுப்பிரமணிய பிள்ளைதான் கடையிலிருப்பான்.

இவன் சுப்பிரமணிய பிள்ளைக்கு பிரபாகரன் நாயரின் வயசுதான் இருக்கும். உம் . . . அவன் கூடத்தான் இவனும் எஸ்.எஸ்.எல்.ஸி. வரை வஞ்சியூர் ஸ்ரீ பரணித் திருநாள் விலாசம் பள்ளியில் படித்தானாம். படிக்கையில் ரெண்டு பேரும் பெரிய சிநேகிதர்களாக இருந்தாங்களாம் . . . ஆனால் பிரபாகரன் நாயருக்குக் குளத்தூர் என்ஜினியரிங் காலேஜில் அட்மிஷன்

கிடைச்சதிலிருந்து அவனைக் கண்டால், தெரிஞ்சதாகவே இவன் பாவிப்பது இல்லையாம் ... ஓரிரு தடவை பிரபாகரன் நாயர் வலியப்போய்ப் பேசியும், இவன் ஒன்றும் உரையாடாமல் கௌரவமாகப் போய்விட்டதாகப் பிரபாகரன் நாயர் தன்னிடம் சொல்லியிருந்ததும் அனந்தன் நாயருக்கு ஞாபகம் வந்தது.

உம் ... குசும்புக்கும் கஷண்டிக்கும் மருந்தேது? என்ற பழமொழியை மனதிற்குள் சொல்லிக்கொண்டார் அவர்.

இப்போ ... அப்படி என்ஜினியரிங் பாஸாகி வருஷம் மூணு ஆய்விட்டன ... என்ன வாரிக் கொட்டிக்கொண்டான் பிரபாகரன் நாயர் .. ! திடீரென்று காலையில் கேட்க நேர்ந்த பிரபாகரன் நாயர் – மாதவிக்குட்டி விவாதம் நினைவில் வந்து அவர் உள்ளத்தை இன்னும் பிசைந்தது.

கை கழுவிவிட்டுத் தோளில் கிடந்த துண்டில் துடைத்த வாறு வெளியில் வந்தபோது, சுப்பிரமணிய பிள்ளையின் பக்கத்தில் இன்னொருவர் உட்கார்ந்திருப்பதைக் கவனித்தார் அனந்தன் நாயர்.

சுப்பிரமணிய பிள்ளை அனந்தன் நாயரை மிகப் பக்கத்தில் அழைத்து, கடையில் வேறுயாரும் கேட்காதவாறு மெல்லிய குரலில் சொன்னான். அவன் குரலில் ஒரு படபடப்பு இருந்தது.

“ஓய்! தகஸில்தார், புட் இன்ஸ்பெக்டர், வேறெ ஆபீஸர் மார்கள் யார்யாரெல்லாமோ இன்னும் அரை மணி நேரத்தில் நம்ம பாக்டரியில் இன்ஸ்பெக்ஷன் செய்ய வரப்போறாங் களாம் ... யாரோ புகார் பண்ணியிருக்காங்க ... அப்பா இப்போதான் வீட்டிலிருந்து போன் பண்ணிச் சொன்னார். நீரு உடனையே பாக்டரிக்குப் போய் இருபத்தி அஞ்சு மூட்டை பஞ்சாரையை அடுப்பில் போட்டு காய்ச்சச் சொல்லும் ... ஒரு இருபத்தி அஞ்சு மூட்டையை வார்ப்பில் தட்டித் தண்ணீர் விட்டு முழுசா கரைச்சு விடச் சொல்லும் ... இங்கே கல்லா வில் யாரும் இல்லை ... இப்போ அப்பா வந்துடுவார் ... வந்ததும் நானும் அங்கே வந்து விடுகிறேன் ... உடனே போவும் ...”

கடையைத் தொட்டுப் பின்பக்கத்திலிருந்த மிட்டாய் பாக்டரியும் அவர்களுடையதுதான். சர்க்கரைக்கு மிகவும் கட்டுப்பாடு இருந்தும்கூட, பெரிய இடத்து சிபாரிசுகளால், மிட்டாய் உற்பத்திக்கு என்று அவர்களுக்கு முந்நூறு மூட்டை சர்க்கரை, கன்ட்ரோல் விலையில் கோட்டா இருந்தது. ‘மிட்டாய் கிட்டாய் ஒண்ணும் உற்பத்தி பண்ணாமலேயே ஓப்பன் மார்க் கட்டில் ஐம்பது மூட்டை விற்றால், எளிதில் ஆயிரம் ரூபாய் சுளையாகப் பெட்டியில் விழுந்துவிடும் சமாசாரம் .. !’ – என்றெல் லாம் நினைத்தவாறு அவசரம் அவசரமாக அனந்தன் நாயர்

பாக்டரிக்கு ஓடிச்சென்று முதலாளியின் 'இரண்டு கட்டளை களை' ஊழியர்களிடம் அறிவித்தார் . . .

கட்டம் ரொம்ப சுறுசுறுப்பாகிவிட்டது.

சற்று கழிந்து, திமுதிமுவென்று வந்த உத்தியோகஸ்தமார் களின் படையின் கூட, முதலாளியும் சிரித்த முகத்துடன் பாக்டரிக்குள் வந்தார்.

"சார் . . . சரியா எண்ணிப் பாருங்கோ . . . இதோ அம்பது சாக்கு அடுப்பில் காயுது . . . சரல் பஞ்சாரை . . . தண்ணீரில் கலக்கி வடித்தெடுக்காவிட்டால் சரிப்படாது . . . இதோ அம்பது சாக்கு தண்ணீரில் கலக்கி வச்சிருக்கிறோம் . . . மிச்சம் இதோ ஸ்டாக்கிருக்கு . . . எண்ணிப் பாருங்கோ . . . இருநூறு சாக்கு . . !"

எல்லாம் ரொம்ப ரொம்ப கரெக்ட் . . ! டிரிங்ஸ், இனிப்பு, சிகரட் எல்லாம் வந்தன.

பாக்டரிக்குள் வேடிக்கை பார்க்கவந்த பக்கத்துக் கடைக் காரர்களின் கூட்டம் வேறு.

"வெரி ஸாறி . . . இவ்வளவு கனகச்சிதமா இருந்தும் கூட கம்பளைன்டு செய்திருக்காங்களே . . ! என்னா மிஸ்டர் வைரவன் பிள்ளை . . . பக்கத்துக் கடைக்காரங்களில் உங்களுக்கு எதிரிகள் யாராவது உண்டுமா ?"

– இது தகஸில்தாரின் கேள்வி.

முதலாளி பால்போல் சிரிக்கிறார்.

"சார் . . . முதுகில் கூன் இருந்தாத்தானே குனிய பயப்படணும். வியாபாரத்தில் நஷ்டம் எனக்கு ஒரு பொருட்டல்ல . . . ஆனா . . . நாணயம் வேண்டும் சார் . . . நாணயம் . . ! கடவுள் சகாயத் தால் இன்றுவரை அதை நான் காப்பாற்றிக்கொண்டுதான் வருகிறேன் . . . உம் . . . பிறகு எதிரிகளின் காரியம் . . ! சார் . . . இந்தக் காலத்தில் நல்லவர்களுக்கு எந்தத் துறையில்தான் எதிரிகள் இல்லை . . ? அந்தந்தத் துறைகளில் ஒருவன் முன்னுக்கு வருகிறான் என்றால், பழம் பெருச்சாளிகள் சிலருக்குத் தலைச் சுற்றல் வந்துவிடுகிறது . . . யோக்கிய வேஷம் போட்டுக்கிட்டு குதிகால் வெட்டப் பின்னால் வரத்தான் வருவாங்க . . . நாமொ அதுக்குப் பயந்தா வாழ முடியுமா சார் . . ?"

"நீங்க சொல்வது ரொம்ப ரொம்ப கரெக்ட் !"

முதலாளி விடவில்லை. "தும்மினால் தெறிச்சுவிடும் மூக் குண்ணா அந்த மூக்கு நமக்கு வேண்டவே வேண்டாம் சார் . . ." என்று அடித்துப்பேசினார் அவர்.

எல்லோரும் கடைக்கு வந்தார்கள். கூட அனந்தன் நாயரும் வந்தார்.

“இதெல்லாம் யாருக்க வேலைண்ணு எனக்குத் தெரியும் சார் ... நம்ம மூணாவது கடை ராமய்யா பிள்ளையைத் தெரியுமா? உம் ... அவரும் நம்ம இனஜாதிக்காரர்தான் ... அவர் செய்த வேலைதான் சார் இதெல்லாம்..! போன மாசம் அவருக்க புதிய பாக்டரி இன்ஸ்பெக்ஷனில் அம்பது மூட்டை கோட்டா பஞ்சாரை பிளாக்கில் வெளியே போயிருப் பதை நீங்க வந்து கண்டுபிடிச்சு சார்ஜ் செய்தது ஞாபகம் இருக்குதா? அவரு நினைச்சுக்கொண்டிருக்கிறாரு அதுக்குக் காரணம் நான்தான் என்று! ஆனா நம்மகிட்டே இந்த மாதிரி தகிடுதத்த வேலைகளே கிடையாது சார் ...” என்கிறார் முதலாளி.

வந்தவர்கள் எல்லோரும் போய்விட்டார்கள். சிறிது நேரத்தில் கட்டம் பழைய நிலைமையை அடைந்தது. இப்போது வழக்க மான வெறும் வியாபாரச் சந்தடி மட்டும் தான் கடையில் இருக்கிறது. அடிக்கடி அடுத்த கடையிலிருந்து கோஷம் மட்டும் கேட்டுக்கொண்டிருக்கிறது.

டெலிபோன் கதறியது.

சற்று நேரம் முதலாளி என்னமோ பேசிக்கொண்டிருந்தார். பிறகு, “ஓய் அனந்தன் நாயர் ... நாளைக்கு இன்கம் டாக்ஸ் கணக்கு அல்லவா? நம்ம ஆடிட்டர் கைமன் கணக்குப் புஸ்தகங் களையும் எடுத்துகிட்டு அவருக்க ஆபீஸுக்கு வரச் சொல் கிறார். புஸ்தகங்களை எடுத்துக்கிட்டு போயிட்டு வாரும் ... நம்ம வீட்டிலும் ஒரு கணக்குப் புஸ்தகம் கிடந்தது. போனில் கூப்பிட்டு வீட்டில் சொல்கிறேன் ... அங்கே இருந்து அந்தப் புஸ்தகத்தையும் கூட வாங்கிக்கொண்டு போவும் ...” என்றார் முதலாளி, அனந்தன் நாயரைப் பார்த்து.

மூன்று மணி வெயில் அவ்வளவாக, அப்போதைய மன நிலைமையில் அவருக்கு உறைக்கவில்லை. கணக்குப் புஸ்தகங் களை அடுக்கிப் பொட்டலமாகக் கட்டிக்கிட்டு குடையையும் எடுத்துக்கொண்டு இறங்கினார் அனந்தன் நாயர்.

ஒரே களைப்பு ... நாக்கு வேறு வறண்டது. பாச்சு பிள்ளை யின் சாயக் கடையில் ஏறி, சர்க்கரை போட்டே திக்காக ஒரு டீயும் குடித்து, பக்கத்து வெற்றிலை பாக்குக் கடையி லிருந்து ஒரு தடவை முறுக்கிவிட்டு மெல்ல முதலாளியின் வீட்டை நோக்கி நடந்தார் அனந்தன் நாயர்.

இந்தச் சாலை பஜாரில், ஜனசந்தடியில்லாத நேரம் என்ற ஒன்றே கிடையாதா? இந்த வழியே நடக்க எப்போப் பார்த் தாலும் இந்த நெருக்கடிதானே..!

நகரில் முதலில் தோன்றிய ராஜகீய மரியாதை மிக்க பஜார் இதுதான்... ஆனால் அதன்பின் பழவங்காடி, புத்தன் சந்தை, கன்டோன்மென்ட் என்றெல்லாம் நகரில் புதிய புதிய பஜார்கள் தோன்றியும், இன்னும் இந்த முன்னாள் சாலை பஜாரின் மகத்துவம் மட்டும் ஏன் குறைந்து போகவில்லை?

சம்பக்கடைச் சந்தையில் லாரிக்கணக்கில் வந்திறங்கும் காய்கறிகள், கடல் வாழைக்காய்கள், சபாபதி கோயில் தெருவில் வந்துசேரும் நவதானியங்கள், பூக்கடைகளில் வந்து குவியும் அன்றலர்ந்த பூக்கள், இவையெல்லாம் சேர்ந்து எழும்பும் கதம்ப நறுமணத்தின் கூட, 'நானும் இருக்கிறேன்' என்று சாக்கடையின் வாடையும்...!

இதன்கூட, பொருள்களை வாங்கிச் செல்ல, நடந்தும், ஸ்கூட்டரிலும் வந்து சேரும் மக்கள்... ஒரு வழிப் போக்கு வரத்து இருந்தும்கூட, நடக்க இருக்கும் சிரமம்...

அகலம் குறைந்த சாலைவீதியின் இடத்தை அடைத்துக் கொண்டு, திலோத்தமா சில்க் பாலஸின் நடையில் வரிசை வரிசையாகப் புத்தம்புதிய கார்கள் சூரிய ஒளியில் பளிச் சென்று மின்னியவாறு கிடக்கின்றன...

கார்களின் இடை வழித் தெரியும் அந்தப் பட்டு அரண் மனையை அனந்தன் நாயரின் கண்கள் வெறிக்கின்றன.

அவர் திடுக்கிட்டார்.

கடைக்குள் திரண்டிருந்த ஆண் பெண்களை விட்டுச் சிறிது விலகித் தனியாக ஒரு இடத்தில் ஒருவருக்கொருவர் சேர்ந்து நின்றவாறு என்னவோ சொல்லிச் சிரித்தபடி துணி மணிகளைப் பார்வையிட்டுக்கொண்டு நிற்கும் இருவரில் ஒருவன் பிரபாகரன் நாயர்...

மற்றது...?

அனந்தன் நாயரின் கால்கள் இயங்க மறுத்துவிட்டன. ரோட்டைப் பார்த்திருந்த முழுநீளக் கண்ணாடியில் பிரதி பலித்துத் தெரியும் அந்த இளம் நங்கையை அவர் நன்றாகவே பார்த்துக்கொள்கிறார்...

அவருக்கு வியர்த்துக்கொட்டியது...

இது...

இது...

தன் அருகில் நின்ற காரின் பின்பக்க நம்பர் பிளேட்டில் ரெஜிஸ்டர் எண்ணுக்குப் பதில் சிவந்த எழுத்துக்களில் இருந்த சின்ன போர்டு அது ஸ்டேட்கார் என்பதைப் புலப்படுத்தியது.

நீல. பத்மநாபன்

பிறகு அவர் அங்கே நிற்கவில்லை. விறுவிறுவென்று நடந்தார். இருவரும் தன்னைப் பார்க்கும்முன் அரங்கை விட்டு மறைந்து விட வேண்டுமென்று ஒரு வெறி ...

ஆனாலும் ...

பிரபாகரன் நாயர் இத்தனைக்குத் துணிவான் என்று, தான் சற்றும் எதிர்பார்க்கவே இல்லையே ...

காலையில் மாதவிக்குட்டி அவனிடம் வாதாடிய விஷயத்தை யும், சற்றுமுன் ஜவுளிக்கடையில், தான் நேரில் கண்ட காட்சியை யும் அவர் மனம் பொருத்திப் பார்த்துக்கொள்கிறது ...

இப்போது பல விஷயங்கள் புரிவது போலவும் தோன்று கிறது, புரியாதது போலவும் இருக்கிறது ...

ஆனால் ... தன்னுடைய மானம் முழுவதையும் கார்த்தி யாயினியால் துவம்சம் செய்யப்பட்டுவிட்டதாகத் தான் நினைத்தது எவ்வளவு தப்பு ..! அரைகுறையாகக் கொஞ்சம்கூட மீதி இருந்திருக்கிறது என்பதை, இப்போது, அது நசுக்கப்படும் போதுதானே தன்னால் உணர முடிகிறது ..!

ஹாரன்கள் இடைவிடாமல் சப்தித்துக்கொண்டிருக்கின்றன. வீதியில் யார் யாரெல்லாமோ என்னவெல்லாமோ பேசிக் கொண்டு செல்கிறார்கள். கையிலிருந்த கணக்குப் புஸ்தகங்கள் பிணமாய் கனக்கின்றன, வழக்கமில்லாமல், முதலாளியின் வீடு இருக்கிற தம்பானூருக்கு இன்று ஏன் இவ்வளவு தூரம் ..?

தமலம் தம்பிராட்டியின் மகளான இந்த லீலகுமாரித் தங்கச்சியுமாக பிரபாகரன் நாயருக்கு எப்படித் தொடர்பு வந்திருக்கும்? பிடிச்சாலும் பிடிச்சான் ... புளியம்கொம்பாய் ...

ஒரு காலத்தில் தூப்புக்காரியாக இருந்தவள்தான் தமலம் தம்பிராட்டி என்று சிலர் பேசிக்கொள்கிறார்களே ... அது உண்மையா?

'அப்பம் திங்கச் சொன்னா ஏண்டா குழி எண்ணுறே?' என்று தன் அப்பா, தன்னிடம் சொன்னது ஞாபகம் வந்து அடிக்கடி தன் மனதை அடக்கி ஒடுக்கப் பாடுபட்டதே ..!

அப்படியென்றால் ...

கண்ணால் கண்டதும் பொய் ...

காதால் கேட்பதும் பொய் ...

தீர விசாரிப்பதும் பொய் ...

எல்லாமே பொய் ...

உலகமே பொய்தானா..?

வித்தொன்று முளையிட்டு அதன் மூலம் தன் அதிகார அந்தஸ்த்துக்கள் புறக்கணிக்கப்பட்டு விடுமோ என்று மூத்த முதல் மரத்தைத் தனிமரமாக நிறுத்தப்பட்ட காலம்..!

தாய் மரமே இதைச் செய்தால்..?

வாலிபத்தின் சேஷ்டையை மறுக்கப்படும்போது...

அடக்கி ஆளப்பட்ட உணர்வுகள் என்பது இளமையின் காட்டாற்று வெள்ளமல்லவா..?

பஞ்சின் அருகில் நெருப்பைத் தனியே நெருங்க விடுவதே இல்லை... அப்படியிருந்தும்கூட ஒருநாள்...

அது தரையிலிருந்து பெருக்கிச் சேர்த்த அசிங்கமான குப்பையில் புகைந்துகொண்டிருந்த மக்கி மடிந்துபோன ஒரு அசுத்தப்பொறிதான்...

ஆனாலும் அக்கினிப் பிஞ்சல்லவா..?

அந்தத் தீயில் போய் விழுந்தது சப்பிர மஞ்சத்துப் பஞ்சு...

யாராரும் அறியும் முன் தீயை விலக்கிப் பஞ்சுக்கும், பஞ்சை விலக்கித் தீய்க்கும் விமோசனம் அளிக்கப்படுகிறது...

எனினும்...

சிலர் சொல்வதுபோல் லீலகுமாரியின் முகத்தில் ஒரு ராஜகளை துலங்குகிறதா..?

17

முதலாளியின் பங்களா நடையில் ஒன்றிரண்டு கார்கள் கிடக்கின்றன.

வெளி கேட்டைத் தாண்டி அனந்தன் நாயர் உள்ளே நுழைந்தபோது நாய்கள் குரைத்தன. எனினும் யாரும் உள்ளிருந்து வெளியே வரவில்லை.

யுத்தம் இந்நகரத்திலும் வந்து புகுந்துவிடும் என்று பயந்து, இரண்டாவது உலகப்போர் காலத்தில் தன் பெண்டாட்டியையும் பிள்ளைகளையும் எல்லாம் முன் னெச்சரிக்கையாக கடுக்கரையிலிருந்த அவள் பிறந்தகத் திற்கு அனுப்பி வைத்த முதலாளிக்கு, தன் பிள்ளைகளை மட்டும்தான் திரும்ப இங்கே வீட்டுக்குக் கூட்டிக்கொண்டு வரமுடிந்தது என்று கடையில், ராமன் பிள்ளை சொல்லி அனந்தன் நாயரும் அறிந்திருந்தார். பிறந்தகத்தில் வைத்து அவர் மனைவி டைபாய்டில் இறந்து போனாளாம்.

வீட்டுக்குள்ளிருந்து சற்று கழிந்து ஒரு பெண் வெளியில் வந்தாள். முதலாளியின் மூத்த மகன் கோபால பிள்ளையின் மனைவி போலிருக்கிறது. இளையவன் சுப்பிரமணிய பிள்ளைக்குத்தான் இன்னும் கல்யாணமே ஆகவில்லையே . . !

நல்ல, லட்சணமான முகம். முப்பது வயசுக்கு மேல் இருக்குமென்று தோன்றவில்லை. நெற்றியில் செந்தூரப் பொட்டு பெரிசாகப் பளிச்சென்று துலங்கியது. அவள் கண்களில் மூச்சு முட்டி நிற்கும் ஒரு சோகத்தின் நிழல் . . .

"உம் . . . யாரு . . ?"

"இல்லே . . . கணக்கு புஸ்தகம் இங்கே இருப்பதா முதலாளி சொன்னாங்க . . ."

"ஆமா . . . போனில் சொன்னாங்களே . . . எடுத்து கிட்டு வாரேன் . . ."

அனந்தன் நாயர் முற்றத்தில் அடக்க ஒடுக்கமாக நிற்கும் போது மாடிப்படிகளில் பேச்சரவம் கேட்கிறது . . . யாரெல் லாமோ இறங்கி வரும் ஒலிகள் . . .

அனந்தன் நாயர் ஒதுங்கி நின்றார் . . .

முன்னால் வருவது . . .

கேசவன் தம்பியல்லவா . . ?

தாசில்தார் விக்கிரமன் தம்பியின் தம்பி . . .

ஏதோ மந்திரியின் பிரைவட் செக்கரட்டரியல்லவா இவன் . . !

அவன் விழிகள் சிவந்து காணப்படுகின்றன. பின்னால் வந்துகொண்டிருந்த கோபால பிள்ளையின் நடை தள்ளாடு கிறது . . .

இன்னொருவரும் வருகிறார். அவர் யாரென்று அனந்தன் நாயருக்குத் தெரியவில்லை.

"உம் . . . கோபால பிள்ளே . . . ஒண்ணுக்கும் பயப்பட வேண்டாம் . . . எல்லாம் நான் பார்த்துக்கொள்கிறேன் . . . சரி நான் வரட்டுமா . . ?" என்று கோபால பிள்ளையின் முதுகில் தட்டி ஆறுதல் கூறிவிட்டு, கேசவன் தம்பியும், அந்த மூன்றா வது ஆளும் தள்ளாடியவாறு வெளியில் போகிறார்கள். கால் நிலத்தில் உறைக்காமல் வெளி கேட்வரை சென்று அவர்களை வழியனுப்பிவிட்டுத் திரும்பி வருகிறான் கோபால பிள்ளை.

இரண்டு கார்களும் இரைந்துகொண்டு செல்வது தெரிகிறது.

திரும்பி வீட்டினுள் ஏறுகையில் அனந்தன் நாயரைக் கண்ட கோபால பிள்ளை, "உம் . . . யாரு . . . என்ன வேணும் . . ? ஏன் இங்கே வந்து நிக்கிறீரு . . ?" என்று அதட்டிக் கேட்கிறான். அவன் நாக்கு குழறுகிறது.

"இல்லே . . . இன்கம்டாக்ஸ் கணக்குப் புஸ்தகம் என்னமோ இங்கே இருக்கிறதாம் . . . வாங்கிகிட்டு ஆடிட்டர் கிட்டெ கொண்டு போய்க் காட்டச் சொன்னாங்க முதலாளி. அதுதான் நிக்குதேன் . . ." என்று அனந்தன் நாயர் சொல்லித் தீரும்முன் அவன் மனைவி உள்ளேயிருந்து புஸ்தகத்தைக் கொண்டுவந்து அவரிடம் கொடுத் தாள்.

அதைப் பெற்றுக்கொண்டு வெளி கேட்டை நோக்கி நடக்கும் போது, முற்றத்தில் குனிந்து நின்று 'ஓ' என்று ஓங்கரித்தவாறு வாந்தியெடுக்கும் கோபால பிள்ளையின் முதுகைத் தடவிக் கொடுத்துக்கொண்டு அவள் நிற்பதைத் திரும்பிப் பார்க்காம லிருக்க அனந்தன் நாயரால் முடியவில்லை.

ஹூம் . . . இவனுக்கு லாட்டரி இலாகாவில் பெரிய ஆபீசர் உத்தியோகம் . . . ஆமா . . . மாதவிக்குட்டி வேலை பார்க்கும் ஆபீஸில்தான் . . ! கை நிறையச் சம்பளம், எக்கச் சக்கமான சொத்து . . . கண் நிறைந்த மனைவி . . . உம் . . . குழந்தைகள் இன்னும் பிறக்கவில்லை . . . ஆனா . . . அதைப் பெரிய கவலை யாகச் சொல்வதற்கில்லை. ரெண்டு பேருக்கும் இப்போதும் இளம் வயசுதானே . . !

பிறகு ஏன் இந்த வம்பில் எல்லாம் மாட்டிக்கொண்டிருக் கிறான் . . ?

யாரெல்லாமோ என்னவெல்லாமோ சொல்கிறார்கள் . . . மாதவிக்குட்டியும் இவனைப் பற்றித் தன்னிடம் என்னவெல் லாமோ சொல்லியிருக்கிறாளே . . !

வெளி மாகாணங்களில் லாட்டரி ஏஜன்டுகளை நியமித்த வகையில் இவன் மீது என்னவோ பெரிய லஞ்ச ஊழல் கேஸாம் . . . அதோடு ஆள் ரொம்ப இம்மோறலாம் . . . ஆபீஸில் அவன் கீழ் வேலை பார்க்கும் பெண்களிடத்திலேயே சிறுசிறு தொடர்புகள் . . .

மேற்படி காரணங்களால் இவன் ப்ரமோஷன் பாதிக்கப் பட்டிருப்பதாகவும் வதந்திகள் . . .

ஹூம் . . . எது எப்படியோ . . ! எந்தப் புற்றில் எந்தப் பாம்போ . . ! யாருக்குத் தெரியும்? கேசவன் தம்பியை வீட்டில் கூட்டிக்கிட்டு வந்து சீமைச்சரக்கு விருந்து வைக்கும் அளவுக்கு விஷயம் சீரியஸ்ஸாகத்தான் இருக்க வேண்டும் . . ! ஆமாமா . . . தம்பி சொன்னவாறு இனி பயப்படவும் தேவை இல்லைதான் . . ! கேசவன் தம்பி ஆள் என்ன சாமானியமா?

வெறி முழுமூச்சாய் இயக்க ரோட்டில் கிடந்து சத்தம் போட்டுக்கொண்டிருந்த கஞ்சா வியாபாரி கிருஷ்ணனைக் கடந்து, ஆடிட்டர் கைமனின் ஆபீஸை நோக்கி நடந்துகொண் டிருந்தார் அனந்தன் நாயர்.

உம் . . . கொட்டாரத்தில் தான் வேலையாக இருக்கையில், அங்கே அடிக்கடி வேலை விஷயமாக வந்து போகும் கேசவன் தம்பியை எத்தனையோ தடவை பார்த்திருக்கிறோமே . . .

ஆனால் . . . அவன் சாமானிய ஆள் அல்ல என்பதில் சந்தேகமே இல்லை. பொன்முடியிலிருந்த ஒரு தேயிலை எஸ்டேட்டை அவன் மாமனாருக்கு, மகாராஜாவிடமிருந்து எவ்வளவு மலிவான விலையில் வாங்கிக்கொடுத்துவிட்டான் . . ! அவன் மாமனார் அச்சுதப் பொதுவாளும் ஆள் மோசமில்லை . . . இவனைவிடப் பெரிய ஆள் . . ! சாலையில் பிரபல நகைக்

கடை முதலாளி ஸி.எம்.பி. செட்டியாருக்கும் லட்ச ரூபாய்க்கு மேல் லாபத்தில் அதே எஸ்டேட்டை கேசவன் தம்பி விற்றுக் கொடுத்தபோது, மாமனார் பொதுவாள், செட்டியாரிடம் போய் ரகசியமாய், 'இந்த வியாபாரத்தில் நம்ம மருமகப் பிள்ளைக்குத் தரகு எவ்வளவு விழுந்திருக்கும்?' என்று கேட்டாராம். செட்டியாரும் லேசுப்பட்ட ஆளல்ல ... மாமனார் கேட்டதை மருமகன் செவியிலும் மறக்காமல் போட்டு வச்சாராம் ... அதை அறிஞ்சதும், கேவசன் தம்பி வேறொண்ணும் செய்யவில்லையாம் ... நேராகப் பெண்டாட்டியிடம் வந்து, 'உனக்க அப்பன் போட்ட நகை நட்டு எல்லாம் ஒண்ணில்லாமல் கழற்றிவை ... உம் .. !' என்று உத்தரவு போட்டான். நடுநடுங்கிய வாறு ஒன்று மீதியில்லாமல் அத்தனையையும் கழற்றி வைத்தாள் அவள். பிறகு மாமனாரிடமிருந்து கிடைச்சிருந்த பாத்திரம் பண்டங்கள் எல்லாவற்றையும் வேலைக்காரர்களைக் கொண்டு பாக் பண்ணி முன்னால் கொடுத்தனுப்பிவிட்டு, போகிற வழியில் ஸேவியரில் ஏறி ஜோராய் ஒரு இழுப்பு இழுத்துவிட்டு, மாமனார் முன்னால் போய் நின்னான் கேசவன் தம்பி.

'எடோ பொதுவாளே ... இனிமேல் உனக்க மக ஸ்ரீமதி அங்கே இருக்காண்ணு அந்த வீட்டு நடையில் வந்து மிதிச்சால் ... ஹ¯ம் ... அவ்வளவுதான் .. !' – அப்படீண்ணு ஒரு உறுமல் உறுமி நகைகளை அவர் முகத்தில் வீசியெறிந்து விட்டு வந்து விட்டானாம்.

அதன் பிறகு நாளதுவரை அவரும் மகள் வீட்டுக்கு வந்த தில்லை ... மகளும் தகப்பன் வீட்டுக்குச் சென்றதில்லை ...

அரசாங்கத்தில் அவனுக்கிருக்கும் செல்வாக்குக்கு முக்கியக் காரணம் அவனுடைய அபாரத் துணிச்சலும், சாமர்த்தியமும் தான் என்பது அனந்தன் நாயருக்குத் தெரியாததல்ல .. ! எதுக்கும் துணிஞ்சவன் .. !

அப்படிப்பட்டவன் நினைத்தால் கோபால பிள்ளையின் பிரச்னை எதுவாக இருந்தால்தான் என்ன, புஷ்பம்போல் நடந்துவிடாதா என்று அவர் மனம் கேட்டுக்கொண்டது.

ஆடிட்டர் கைமன் தைக்காடு சாஸ்தான் கோவில் பக்கத்தில் தான் ஆபீஸ் போட்டிருந்தார். அவர் அனந்தன் நாயரைத்தான் எதிர்பார்த்துக் காத்துக்கொண்டிருந்தார்.

கணக்குப் புஸ்தகங்களையெல்லாம் கொஞ்ச நேரம் ரொம்ப கவனமாகப் பார்வையிட்டார் கைமன். பிறகு அவருடைய குமாஸ்தாவைக் கூப்பிட்டு, முக்கியமான விவரங்களையெல் லாம் குறிப்பிட்டுக் குறித்தெடுக்கச் சொன்னார்.

"அனந்தன் நாயர்..! வைரவன் பிள்ளை மகள் பேருக்கு ஒண்ணரை லட்சம் ரூபாய்க்கு வாங்கிய அந்தப் பிறாவச் சம்பலம் கொட்டாரம் ஒண்ணுதான் கணக்கை உதைக்குது..! உம்... உம்... பார்ப்போம்... நாளைக்கு காலம்பொரெதானே கணக்கு... நாளைக்கு வாரும்... இந்தப் புஸ்தகம் மட்டும் இங்கே இருக்கட்டும்... மற்றதையெல்லாம் நான் பார்த்து விட்டேன்... நீரு கொண்டு போயிரும்... சரி... நான் வைரவன் பிள்ளைகிட்டெ போனில் பேசிக்கிறேன்..!" என்று அனந்தன் நாயருக்கு விடை கொடுத்துவிட்டு, போனில் டயல் பண்ணி முதலாளியிடம் கைமன் பேசிக்கொண்டிருக்கையில், ஏனைய புஸ்தகங்களை எடுத்துக்கொண்டு ஆடிட்டர் அறையைவிட்டு வெளியேறினார் அனந்தன் நாயர்.

முதலாளிக்கு ஒரே ஒரு மகள்தான்.., பெயர் ராஜேஸ்வரி... அவள் ரேவதித்திருநாள் பெண்கள் குழந்தைகள் ஆஸ் பத்திரியில் ஒரு டாக்டர். அவள் கணவனும் மெடிக்கல் காலேஜ் ஒரு பேராசிரிய டாக்டர்! இருவரும் மெடிக்கல் காலேஜில் க்வார்ட்டேர்ஸில்தான் வாசம்... கைராசியுள்ள டாக்டர்கள் என்று இருவருக்கும் நகரத்தில் நல்ல பெயர்.

முதலாளியின் ஆசியோடு நடந்த காதல் கல்யாணம் அது..!

ஓரிரு தடவை அவர்கள் இருவரும் காரில் கடைக்கு வந்திருப்பதை அனந்தன் நாயர் பார்த்திருக்கிறார்... நல்ல பொருத்தமான ஜோடி..! அகம்பாவமோ, பணத்திமிரோ இல்லாத எளிமையான தோற்றம்.

முதலாளிக்கு மகள் ராஜேஸ்வரி மீது அபார அன்பு... அதன் காரணமாகத்தான் பிறாவச்சம்பலத்தில் இருந்த அந்த அரண்மனையை அவள் பெயரில் வாங்கியிருந்தார். எப்போ தாவது சொந்தமாக நர்சிங்ஹோம் ஏதாவது தொடங்க உபயோகப் படும் என்று!

உம்... ஆடிட்டர் கைமன் கெட்டிக்காரர்... எப்படியாவது சமாளித்துவிடுவார்... முதலாளிக்கும் இன்கம் டாக்ஸ் ஆபீஸர் இந்துசூடன் நாயரைத் தெரியாதா என்னா?

அனந்தன் நாயருக்குத் திடீரென்று ஆச்சரியமாய்ப் போய் விட்டது. ஆமாம்... தான் ஏன் இத்தனைக்கு அக்கறையோடு முதலாளியைப் பற்றியே சிந்திக்கிறோம்? இன்று கண்டதும், கேட்டதுமான தன் சொந்தவாழ்வை நேரடியாகப் பாதிக்கும் பிரச்னைகளைப் பற்றிய கவலைகளே வண்டி வண்டியாக இருக்கையில், தன்னால் எப்படி இது சாத்தியமாகிறது?

இதுதான் தன்னுடைய வெற்றியா?

பள்ளிகொண்டபுரம்

இதனால்தானே சுயவாழ்வில் எவ்வளவோ பேரதிர்ச்சி களுக்கு உள்ளாகியும்கூடத் தன்னால் உயிர்வாழ முடிகிறதோ... என்றும் தனக்குத்தானே அனந்தன் நாயர் கேட்டுக்கொண் டார். ஊர்க்கவலைகளால் உள்ளத்தை நிரப்பிவிட்டால், பிறகு அங்கே சுயகவலைகளை உட்கொள்ள இடமே இருக்காது என்ற தந்திரம் எவ்வளவு நேரத்திற்குக் கைகொடுக்கும்?

கேசவன் தம்பியைப் பற்றிகூட, சற்றுமுன் வலுக்கட்டாய மாகத் தன் மனதைக்கொண்டு சிந்திக்க வைத்ததின் காரணமே, அவனுக்கு முன்பிறந்த அவன் அண்ணன், தாசில்தார் விக்கிரமன் தம்பி எங்கே தன் மனதில் வந்துவிடுவாரோ என்ற அச்சம் தானா..?

விக்கிரமன் தம்பி...

அனந்தன் நாயருக்கு என்னவோ போலிருந்தது... தன் வாழ்க்கையில் ஒரு சூறாவளியாய் வீசிய விக்கிரமன் தம்பியை, அப்படி எளிதில் பிய்த்துப் பிடுங்கி மனதிலிருந்து எறிந்துவிடத் தன்னால் முடியுமா?

அவருக்குத் தலையைச் சுற்றியது. கர்கர் என்று சுவாசம் தகராறு பண்ணியது. நெஞ்சுவலியோடு, தொண்டை வறட்சியும் சேர்ந்துகொண்டபோது உடல் வியர்த்தது...

இன்னும் நடந்துகொண்டிருந்தால், ஒருவேளை கீழே விழுந்து விட்டாலும் விடலாம் என்ற அளவுக்கு ஒருவித தளர்ச்சி...

இப்படியே செத்துப்போய்விட்டால்கூட நிம்மதிதான்..! இப்போதாவது தனக்கு சாப விமோசனம் கிடைக்குமா..?

மணி நாலு நாலரை இருக்காதா?

எதிரில் தெரிந்த தைக்காடு சாஸ்தான் கோயில் வாசலில் நின்று தொழுதுகொண்டிருந்தவர்களின் இடையில் சென்று நின்றுகொண்டு, கணக்குப் புஸ்தகங்களைக் கோயில் வெளித் திண்ணையில் வைத்துவிட்டு, விழிகளைப் பூட்டிக் கரங்களைக் குவித்து, மனதைத் தியானத்தில் ஒருமுகப்படுத்த முயற்சி செய்தார் அனந்தன் நாயர்.

நீல. பத்மநாபன்

18

விழிகளைத் திறந்தபோது, தான் உட்பட இரு பக்கங்களிலும் நின்று தொழுதுகொண்டிருந்தவர்களின் இடைவழி, மெல்ல நடந்து கோவிலுக்குள் செல்கிற நான்கு பேர்களைக்கொண்ட ஒரு குடும்பத்தின் பின் பக்கம் அனந்தன் நாயருக்குத் தென்படுகிறது.

குடும்பக்கட்டுப்பாடுத் திட்ட விளம்பர டிசைன் களில் சாதாரணமாகக் காண்பதைப்போல் நடுவில் நடுத்தர வயதுக்கு மேலிருக்கும் ஒரு கணவன் – மனைவி, இரு பக்கங்களிலுமாகக் கணவன் கையைப் பிடித்துக் கொண்டு ஒரு சிறுவன், மனைவியின் கையைப் பிடித்துக் கொண்டு இன்னொரு சிறுவன்.

ஜம்பரின் கீழ் தெரிந்த அந்தப் பெண்ணின் சதைப் பாங்கான முதுகுப்புறம் அரண்மனை கோசாலையில், தான் பார்த்திருக்கும் கொழுகொழுப்பான கறாச்சிப் பசுவை ஏனோ அனந்தன் நாயருக்கு ஞாபகப்படுத்து கிறது.

திடீரென்று ஒரு உணர்வு ...

இது ...

இது கார்த்தியாயினி அல்லவா?

சந்தேகமே இல்லை ... கார்த்தியாயினியும் விக்கிரமன் தம்பியும்தான் ... சிறுவர்கள் அவர்களின் பையன்களாக இருக்கும் ...

அனந்தன் நாயர் மீண்டும் விழிகளை அடைத்துக் கொள்கிறார்.

ஹரி ஹர ஸுதனே ...

என் மனம் எவ்வளவு தூரத்திற்குப் பக்குவம் அடைந்திருக்கிறது என்று நீ பரீட்சித்துப் பார்க்கிறாயா..?

நெஞ்சில் தாங்கமுடியாத ஒரு கனம்...

இதயத்தின் படபடப்பு தன் செவிகளுக்குக் கேட்கிறது.

இங்கே அருகில் கண்ணேற்று முக்கில்தானே இவள் குடியிருக்கிறாள். மாப்பிள்ளை, குழந்தைகள் கூடக் கோவிலுக்கு வந்திருக்கிறாள் போலிருக்கிறது.

அனந்தன் நாயரின் பொறிகள் முழுதும் கலங்கின. தான் சற்றும் எதிர்பாராத காட்சி... அவள் தன்னைக் கண்டிருப்பாளா?

கண்டும் காணாமல் போகிறாளா?

இல்லை காணவில்லையா?

இந்தப் பதினஞ்சு ஆண்டுகள் அவள் உடலில் எவ்வளவு பொலிவையும் வளர்ச்சியையும் அளித்துவிட்டிருக்கின்றன..! மனதில்..?

விக்கிரமன் தம்பிக்குத்தான் வழுக்கை விழுந்திருக்கிறது. தன்னைவிடக் குறைந்தது அஞ்சு வயசுக்காவது அவர் மூப்பு தானே..!

அவர்களுக்கு இரண்டு குழந்தைகள் உண்டு என்ற செய்தி தன்னை முன்பே எட்டியிருந்ததுதானே..!

இவள் தன்னைவிட்டு விலகிச் சென்றபின் இரண்டாவது தடவையாக இப்போது பார்க்கிறோம். இதற்குமுன் ஒரு தடவை, தன்னைவிட்டு இவள் போய் அஞ்சு ஆண்டுகளுக்குப் பிறகு, இதுபோல்தான், சற்றும் எதிர்பாராமல் அந்த முதல் சந்திப்பு நிகழ்ந்தது.

எக்காரணத்தாலும் சாவது வரைக்கும் அவளைச் சந்தித்து விடலாகாது என்று தன் மனதில் செய்திருந்த சங்கல்பத்தை இடைவெட்டி, சற்றும் எதிர்பாராமல் நடந்துவிட்ட நிகழ்ச்சி... இந்த நகரில் வாழ்ந்துகொண்டிருக்கும் இவளை அப்படி இரண்டே இரண்டு தடவைதான் சற்றும் எதிர்பாராமல்கூடச் சந்திக்க நேர்ந்திருக்கிறது என்பதுதானே அதிசயம்! எத்தனையோ பொது இடங்கள்... பொதுச்சாலைகள்... அப்படிப் பல இருந்தும், இந்த விஷயத்தில் கடவுள் தன்கூட ஒத்துழைத்துத் தானே இருக்கிறார்..!

அன்று அவள் தன்னைப் பார்த்தாள். தானும் அவளைப் பார்த்தோம். இருவரும் பேசிக்கொண்டோம்.

ஆனால், அப்போதும் இப்போது போலத்தான், வேறெதுவும் நடந்துவிடவில்லை. தன் இதயத்தின் ஓசை மட்டும் இப்போதுவிட கொஞ்சம் கூடியிருந்தது. உடம்பு இப்போது வியர்க்கவில்லை. அப்போது உடல் முழுதும் தொப்புத்தொப்பென்று வியர்த்துவிட்டது. அந்த முதல் சந்திப்புக்குப் பிறகுதான் இந்த இரண்டு சிறுவர்களும் பிறந்திருக்க வேண்டும் . . .

ஆனால் . . .

அவளிடம் எந்த பாவ பேதமும் நிகழ்ந்திருப்பதாகத் தன்னால் இப்போது கண்டுகொள்ள முடியவில்லையே . . . அப்படியே ஏதாவது இருந்தாலும் அதை அவள் வெளிக்காட்டிக் கொள்வாளா ?

இல்லாவிட்டாலுமே அவள் ரொம்ப நெஞ்சழுத்த முள்ளவள் தானே . . ! அப்படி இல்லாதிருந்தால் தன்னையும், குழந்தைகளையும் விட்டுவிட்டு அப்படி சென்றிருப்பாளா . . ?

"என்னா அனந்தன் நாயர் . . . வழக்கமில்லாமல் இங்கே . . ?"

அவர் திடுக்கிட்டுத் திரும்பிப்பார்த்தபோது, விரல்களில் வைரமோதிரங்கள் டால் அடிக்க சாஸ்தாவை நோக்கிக் கை கூப்பியவாறு பழநியாண்டிச் செட்டியார் கம்பீரமாய் நின்கிறான். சாலையில் பிரபல நகை வியாபாரி ஸி.எம்.பி. செட்டியாரின் தம்பி மகன்.

"இல்லே . . . இங்கே ஆடிட்டர் கைமன் கிட்டெ கடை சம்பந்தமாக வந்தேன் . . . அவரைப் பார்த்தாச்சு . . . அப்படியே சாஸ்தாவைக் கும்பிட்டுவிட்டுப் போகலாமுண்ணு வந்தேன் . . ."

"சரி . . . கிளப்புக்குப் போறேன் . . . வாறேரா, வழுதக்காடு முக்கிலெ இறக்கி விட்டுவிட்டுப் போறேன் . . . இது ரெண்டும் கெட்டான் இடம் . . . இங்கே நிண்ணால் உமக்கு பஸ் கிடைக்காது . . ." என்று அவன் அழைத்தபோது அனந்தன் நாயரின் அப்போதைய உடல் தளர்ச்சியும் மன ஆயாசமும் அதை அனுசரிக்கத் தூண்டின.

காரின் முன் ஸீட்டில் ஸ்டீயரிங்கும் கையுமாக இருந்த பழநியாண்டிச் செட்டியாரின் இடப்பக்கத்தில், கணக்குப் புஸ்தகங்களுடன் ஏறி உட்கார்ந்துகொண்டார் அனந்தன் நாயர். பக்கத்தில் கிடந்த வெண்மை நிறக் கார் அவர் கண்களை உறுத்தியது.

இது விக்கிரமன் தம்பியின் கார் அல்லவா? அதைப் பழநியாண்டிச் செட்டியாரும் கவனித்திருக்க வேண்டும் . . . ஒன்றும் பேசாமல் அவர் முகத்தை அவன் பார்த்த பார்வையிலிருந்து அதை அவரும் புரிந்துகொண்டார்.

தன் பேன்ட்ஸ் பாக்கட்டிலிருந்து சிகரெட்டையும் லைட்டரையும் எடுத்து, சிகரெட்டைப் பற்றவைத்து உதட்டு இடுக்கில் இறுக்கிவிட்டு, சாவியை எடுத்துப் பொருத்திக் காரை ஸ்டார்ட்டு பண்ணினான் அவன்.

விலை உயர்ந்த சிகரட் போலிருக்கிறது ... கமகமவென்று மணம் வந்துகொண்டிருந்தது.

"அனந்தன் நாயர் ... சிகரெட் .. ?"

"வேண்டாம் ... வேண்டாம் .. !"

கார் டாணா முக்கில் வந்து இடப்பக்கம் திரும்பி மராமத்து மந்திரி கெ.டி. பாலகிருஷ்ணனின் மாளிகை முன் வழிச் சென்று கொண்டிருந்தது. இடப்பக்கமிருந்த தைக்காடு மைதானத்திலிருந்து ஜிலு ஜிலுவென்று குளிர்ந்த காற்று வீசியது. சென்டின் மென்மையான மணம் காருக்குள் நிறைந்து நிற்கிறது.

உம் ... நகரில் எவ்வளவு பெரிய செல்வாக்குள்ளவனாகி விட்டான் இந்தப் பழநியாண்டிச் செட்டியார்! இவனுடன் இப்படிப் பயணம் செய்துகொண்டிருப்பதுகூடப் பெருமையாகத் தான் இருக்கிறது ... எல்லாம் தன் அரண்மனை சேவுகத்தின் விளைவுதானே .. !

பழநியாண்டி இண்ணைக்கு நகரில் இரண்டு மூணு சினிமாக் கொட்டகைகளின் முதலாளி. அதோடு குளத்தூரில் ஒரு சினிமா ஸ்டுடியோ வேறு .. ! நகரில் கோல்ப் லிங்ஸ், டென்னிஸ் முதலிய கிளப்புக்களின் தலைவன். நகர் கோவில்களின் கொண்டாட்டக் குழுக்களில் எல்லாம் தர்மகர்த்தா. இப்படி இப்படிப் பல்வேறு பதவிகள் .. ! இவன் முகராசி அப்படி .. ! ஆள்தான் பார்க்க எப்படியிருக்கிறான் ... உரித்து வைத்த உருளைக்கிழங்கு மாதிரி ...

இதற்கெல்லாம் மேலே ...

கவிதைகூட எழுதுவதாகக் கேள்வி! ஏதோ ஒரு பிரபல இலக்கியப் பத்திரிகைக்குக்கூட இவன் கௌரவ ஆசிரியராம் .. !

நகரில் இவனுக்கிருக்கும் இந்தச் செல்வாக்கு எல்லாம் எல்லாம் ...

பணத்தால்தானா?

இவன் பெரியப்பா ஸி.எம்.பி. செட்டியாருக்குக் குழந்தை குட்டிகள் எதுவும் கிடையாது. எனவே அவருடைய கொழுத்த சொத்துக்கெல்லாம் இவன் ஒருவன் மட்டும்தானே அதிபதி ... பிறகென்ன .. !

உம் ... ஸி.எம்.பி. செட்டியாரைப் பற்றிச் சொல்ல வேண்டாம். நகரத்தில் கல் நோட்டத்தில் அவரைவிட சமர்த்தர்

வேறு யாரும் இருந்ததில்லையாம் . . . விலை உயர்ந்த வைரங் களைப் பரிசோதித்து மதிப்பிட கொட்டாரத்தில் இருந்துகூட, அடிக்கடி காரை அனுப்பி அவரை அழைத்து வருவதை, தான் எத்தனையோ தடவை பார்த்திருக்கிறோமே . . ! ஆமாம் சாலையில் பெயருக்கென்று இருந்த ஒரு சின்னக்கடையில், கீழே, தன் பெரிய கொடவண்டியும் கோப்புமாக உட்கார்ந்து கொண்டு, தன் வயிற்றைத் தடவியவாறு, 'தம்பீ . . . இந்த மண்ணு அசல் வைரம் விளையப்பட்ட மண்ணுடா . . . இந்த மண்ணில் விளையாத வைடூரியம் இல்லை. ரத்தினம் இல்லை, இந்திர ஜாலக்கல் இல்லை . . . உம் . . . இப்போ யாரு கஷ்டப்பட்டு அதையெல்லாம் தேடியெடுக்க முயற்சி பண்ணுகிறாங்க?' என்று சொல்லிக்கொண்டிருப்பதை, அவர் கடையின் முன்வழி சாலை யில் செல்கிறவர்களில் யாருமே ஒரு காலத்தில் கேட்காமல் இருந்திருக்க முடியாது. அப்படித்தான் ஒரு தடவை அருவிக் கரையில் இருந்து – அங்கேதான் வைரக்கற்கள் அதிகமாக விளைகின்றனவாம், ஒரு விவசாயி காலையில் 'கால் கழுவ'ப் போனபோது ஒரு கல் கிடைச்சுதாம் . . . ஒரு கோலிக்குண்டு அளவுக்குப் பெரிசு . . . என்னவோ கண்ணாடிக்கல் போலிருந்தது. உம் . . . எப்படியும் இருக்கட்டும், சாலையில் ஸி.எம்.பி. செட்டி யாரிடம் கொண்டுபோய்க் கொடுப்போம், ஏதாவது தரமாட் டாரா என்று அதையும் எடுத்துக்கொண்டு சாலை பஜாருக்கு வந்தானாம், ரகசியமாக! வேறு யாராவது அறிஞ்சு, அரசாங் கத்துக்கு அறிவிச்சுவிட்டால், கைக்கு எட்டியது வாய்க்கு எட்டாமல் போய்விடாதா . . ?

செட்டியார் கல்லைத் திருப்பி மறிச்சுப் பார்த்துவிட்டு, 'என்னடே பைத்தியாரா . . . எங்கேருந்து இந்தக் கண்ணாடிக் கல்லு கிடைச்சுது . . ? இதைப்போய் வேலைமெனக்கெட்டு, ஒரு உடையும் உடுத்தி, நடையும் நடந்து, காலம்பார கடை தொறக்க முந்திகொண்டு வந்துட்டையே . . . உம் . . . இண்ணைக்கு எனக்க வியாபாரமே போச்சு . . .' என்று விட்டு ரோட்டில் தூக்கிப்போட்டுவிட்டாராம்.

வந்தவனுக்கு ஆற்றாமை பொறுக்க முடியவில்லை. 'முதலாளி அப்படிச் சொல்லப்படாது . . . காலம்பார வீட்டிலெ கஞ்சி கூடக் குடிக்காம வந்துட்டேன் . . . திரும்பிப் போக பஸ் செலவுக்குக் கூட கையில் காசில்லை . . .' என்றெல்லாம் பரிதாபமாய்ச் சொல்லியவாறு மீண்டும் அந்தக் கல்லைக் கையில் எடுத்துக் கொண்டு செட்டியாரிடம் வந்து தலையைச் சொறிந்தானாம்.

'நீ என்னடா பெரிய திருவாளத்தானா இருக்கையே . . . உம் . . . சரி . . . சரி . . . இந்தக் கல்லுக்கில்லே . . ., நீ இப்படி மூக்காலெ அழுதுகிட்டு சொணங்கிச் சொணங்கி நிக்குறதினாலே, உனக்கு

அஞ்சு ரூபா சக்கிரம் சும்மா தாறேன் . . . உம் . . ! அடுத்தவாட்டி யாவது நல்ல கல்லா கொண்டுவா . . !' என்றவாறு வேண்டா வெறுப்பாக அந்தக் கல்லை வாங்கிக் கால் பெட்டிக்குள் எறிந்துவிட்டு, 'ஓய் . . . கணக்கப்பிள்ளை . . . இவனுக்கு அஞ்சு ரூபா கொடுத்தனுப்பிவிட்டு, தர்மச் செலவில் எழுதிவிடும் . . .' என்று கட்டளை போட்டார். அந்த ஐந்து ரூபாயையும் வாங்கிக்கொண்டு நடையைக் கட்டினானாம் அந்த அப்பாவி.

அந்த ஒரு கல்லிலேயே அவருக்குப் பத்தோ இருபதோ ஆயிரம் கிடைத்ததாகப் பேச்சு . . . இப்படி எத்தனை எத்தனையோ சம்பவங்கள் . . .

பிறகு லட்சாதிபதியாகவா கஷ்டம் . . ! கேசவன் தம்பியின் மாமனார் பொதுவாளிடமிருந்தும். ஏன் மகாராஜாவிடமிருந்து நேரடியாகக்கூட, யானை விலை குதிரை விலை கொடுத்து, பொன்முடியில், விதுரையில், பொன்குன்னத்தில் எல்லாம் பெரிய பெரிய எஸ்டேட்டுகளாக வேறு வாங்கிக் குவித் திருந்தார் . . ! பிள்ளையும் குட்டியும் ஒன்றும் இல்லாததால் சொத்து சுதந்திரத்தை எல்லாம் பத்திரமாக அவர் தம்பியின் ஒரே மகனான இந்தப் பழநியாண்டிச் செட்டியாருக்கு எழுதி வைத்துவிட்டு சிவலோகம் போய்ச் சேர்ந்தார்.

இப்போது இவன் ஆண்டு அனுபவிக்கிறான். ஆனால் எல்லோரிடமும் நல்ல முறையில் பழகத் தெரிந்திருந்ததால், நகரத்தில் எல்லாத் தட்டு மக்களிடையிலும் இவனுக்குச் செல்வாக்கு இருக்கிறது.

விமன்ஸ் காலேஜைத் தாண்டிக் கார் செல்கிறது.

"ஆமா . . . கொட்டாரத்தில் உமக்குத் திரும்ப வேலை கிடைக்க சான்ஸ் இருக்குதா அனந்தன் நாயர் . . ?" என்று கேட்டான் அவன்.

"கிடைக்குமுண்ணு தோணவில்லை . . ."

"வைரவன் பிள்ளை என்ன தருகிறார்?"

"மாசம் இருநூறு தாறார். அடுத்த மாசத்திலிருந்து அம்பது கூடத் தருவதாகச் சொல்லியிருக்கிறார் . . ."

"உம் . . . பரவாயில்லையே . . !"

பேச்சு இன்னும் தொடரும் முன் வழுதக்காடு ஜங்ஷன் பஸ் ஸ்டாப் வந்துவிட்டது.

கார் நின்றது.

"சரி . . . நான் இறங்கிக்கிறேன் . . . ரொம்ப உபகாரமுங்க" என்று நன்றி தெரிவித்தவாறு கணக்குப் புஸ்தகங்களையும்

கையிலெடுத்துக்கொண்டு அனந்தன் நாயர் காரிலிருந்து இறங்கினார்.

பஸ் நிறுத்தத்தில் கூட்டம் கூட்டமாய் நின்றுகொண்டிருந்த அழகான பெண்களை வெறித்தவாறு, நேராக வெள்ளையம்பலம் செல்லும் ரஸ்தாவில் காரை விட்டுச்சென்றான் அவன். உம்... கிளப்பில் அவனுக்காக எத்தனை எத்தனை இளம் கிளிகள் காத்திருக்கின்றனவோ..!

19

பழநியாண்டியின் காரிலிருந்து இறங்கும் பாக்கியம் சித்திக்கப்பெற்ற இந்த மகானுபாவன் யார் என்று அந்த பஸ் நிறுத்தத்தில் நிற்பவர்கள் தன்னை உற்றுப்பார்ப்பதாக அனந்தன் நாயருக்குப் பட்டது.

இந்த வழுதக்காட்டில்தான், டி.பி.ஐ. ஆபீஸ், சர்வே ஆபீஸ், ஆர்.டி.ஓ. ஆபீஸ், ரேடியோ ஸ்டேஷன் இத்யாதி இத்யாதி எத்தனை எத்தனை காரியாலயங்கள்...

பஸ் ஸ்டாப்பில் பத்து பஸ்ஸுக்கான ஆட்கள் நிற்கிறார்கள்... பெண்கள்தான் அதிகமும்..!

பெட்ரோல் பம்பின் வலக்கோடியில் ஒரு காரை உயரத்திலிருந்த மேடையில் நிறுத்தி ரப்பர் குழாயிலிருந்து குபீரென்று பாயும் தண்ணீரால் கழுவிக்கொண்டிருக்கிறார்கள் ஒன்றிரண்டு பேர்கள்.

பக்கத்திலிருந்த வெண்ணெய்க் கடையின் மணம் மூக்கைத் துளைக்கிறது.

இங்கே வழுதக்காடு ஜங்ஷனைப் பார்த்திருந்த விமன்ஸ் காலேஜின் 'வே இன்' கேட் வழி ஒரு வேன் வெளியே வருகிறது... வேனுக்குள் அத்தனையும் திரண்ட பெண்கள்..!

கல்லூரிக் கோர்ட்டில் பைஜாமா, நிக்கர் அணிந்திருந்த மாணவிகள் துள்ளிக்குதித்து பாஸ்கட் பால் விளையாடிக்கொண்டிருக்கும் அட்டகாசம். காலேஜ் காம்பவுண்டு மதிற்சுவர் ஓரத்தில் நிற்கும் முந்திரி மரங்களின் தாழ்ந்து கிடந்த கிளைகளில் நாலைந்து மாணவிகள் சௌகரியமாய் உட்கார்ந்து மேலும் கீழும் ஆடியவாறு, சுவாரஸ்யமான பேச்சில் முழுகியிருப்பது தெரிகிறது.

பக்கத்திலிருந்த பிரம்மாண்ட ஹோட்டலில் இருந்து ரேடியோ கர்ண கடோரமாகப் பாடுகிறது. உம்... புதிசாய் இங்கே தொடங்கப்பட்ட ஓட்டல் போலிருக்கிறது... இதுக்கு முன், இந்த வழி போகையில் இதை, தான் கவனிக்கவே இல்லையே..! கல்லாவில் உட்கார்ந்திருந்த ரெட்டியார்கூட தனக்கு ஏற்கெனவே அறிமுகமானவர்போல்தான் அனந்தன் நாயருக்குத் தோன்றுகிறது! வெளியே 'பிராமணாள் ஹோட்டல்' என்ற போர்டு வேறு! பெயருக்காவது இந்த ஹோட்டலின் சமையலறைக்குள்ளே ஒரு பிராமணன் இருக்கிறானோ என்னமோ ஆண்டவனுக்கே வெளிச்சம்..!

இப்போது ஞாபகம் வருகிறது. இந்த ரெட்டியார் சாலையி லிருந்த அன்னபூரணா பிராமணாள் ஹோட்டலில் பில் போட்டுக்கொண்டிருந்ததை முன்பு பார்த்திருக்கிறோமே..! போர்டை மீறி அதுவும் ரெட்டியார் ஹோட்டல்தானே..? ஓஹோ... இப்போது இந்த ஹோட்டலுக்கு இவர்தான் முதலாளி போலிருக்கிறது... இல்லை இது சாலை பஜார் ஹோட்டலின் கிளையா?

எது எப்படியானாலும், இந்நகரின் வெஜிட்டேரியன் ஹோட்டல் பிஸினஸ் முழுதையும் எவ்வளவு சீக்கிரத்தில் இவர்கள் இப்போது கையடக்கிவிட்டார்கள்..! மெயின் ரோட்டில், சாலையில், மெடிக்கல் காலேஜ் பக்கத்தில், ரயில்வே

பள்ளிகொண்டபுரம்

ஸ்டேஷன் முன் – இப்படி நகரின் சகல சந்துபொந்துக்களிலும் பாழடைந்து கிடந்த ஹோட்டல்களை எல்லாம், ஒரு நாள் காலையில், யானை விலை குதிரை விலை கொடுத்து வாங்கி, ஏர் கண்டிஷன் என்னா, ரெபறிஜிறேட்டர் என்னா, பெரிய டைனிங் ஹால் என்னா – இத்யாதி எல்லா நாகரீக வசதி களோடு மிகக் கவர்ச்சிகரமாகப் புதுப்பித்து இப்படி ஜாம் ஜாமுன்னு நடத்த வேண்டுமானால், அதன் 'டிரிக்' என்ன வாக இருக்கும் என்று அனந்தன் நாயர் தன்னைத்தானே கேட்டுக்கொண்டார்.

கொடிகளும், போர்டுகளும் தாங்கி, 'இங்குலாப், ஸிந்தா பாத்' என்று முத்திரை வாக்கியம் – கோஷம் முழக்கியவாறு ரோட்டின் வலப்பக்கத்திலிருந்து இடப்பக்கம் நோக்கி ஒரு ஊர்வலம் செல்வது தெரிகிறது. உம் . . . வழக்கம்போல் இன்றும் பழவங்காடி மைதானத்தில் ஏதாவது பொதுக்கூட்டம் இருக்கும் . . ! எல்லோரும் ஊர்வலத்தைப் பார்த்து நிற்கிறார்கள்.

"திவான் பேஷ்காரின் மகள் கிருஸ்துவன்கூட ஓடிப் போனாள் . . . மாலைப்பத்திரிகை . . . சத்திய கீர்த்தி . . . பத்து பைசா . . ." என்று சத்தம்போட்டு, மும்முரமாய்ப் பத்திரிகை விற்றுக்கொண்டிருந்தான் ஒரு பையன். உம் . . . பதினஞ்சு ஆண்டுகளுக்கு முந்தி இந்தப் பத்திரிகை இருந்திருந்தால் 'கொட்டாரம் உத்தியோகஸ்தனின் பெண்டாட்டி, கட்டிய மாப்பிள்ளையையும், பெற்ற பிள்ளைகளையும் விட்டு தாஸில் தாரின் கூட ஓடிச்சென்றாள் . . .' என்று வீதிவீதியாய் உரக்கக் கூவி, பையன்மார்கள் பத்திரிகை விற்றிருப்பார்களா . . . – இப்படியொரு நினைப்பு சுருக்கென்று அனந்தன் நாயரின் நெஞ்சைக் குத்தியது.

அப்பாடா . . . பஸ் வந்தது !

பஸ் நிறைந்து வழிந்தது. க்யூவாவது ஒண்ணாவது . . ! கூட்டத்தில் முண்டியடித்து பஸ்ஸினுள் ஏறி, மற்றவர்களைப் போல் வெளவாலாகத் தொத்திக்கொண்டு நின்றார் அனந்தன் நாயரும்.

பஸ்ஸின் உள்ளேயும் ஆண்களைவிடப் பெண்கள்தான் அதிகம். ஒரே புழுக்கம் . . . வெக்கை . . .

ரொட்டிக்கடை முக்கு கடந்து, எதிரும் புதிருமாய் பாளையத்தில் உயர்ந்து நிற்கும் கிருஸ்துவப்பள்ளி, முஸ்லீம் மசூதி இவைகளின் இடைவழிச் செல்லும் மெயின்ரோட்டில் பஸ் புகுந்தது.

டவுன் ஹால் பஸ் நிறுத்தத்தில் வந்து பஸ் நின்றது.

பஸ்ஸிலிருந்த கூட்டம் முக்காலும் கரைந்துவிட்டது. இனி செக்கரட்டேரியட் பஸ் ஸ்டாப்பிலிருந்துதான் கூட்டம் கூட்டமாய் அரசாங்க ஊழியர்கள் ஏறுவார்கள்.

அனந்தன் நாயர் சௌகரியமாக உட்கார்ந்துகொண்டார். டவுன் ஹாலில் என்னவோ புதிய நாடக அரங்கேற்றம் போலிருக்கிறது, நல்ல கூட்டம்.

"அனந்தன் நாயரோ?"

திரும்பிப்பார்த்தபோது பிஷாரடி. பக்கத்தில் வந்து உட்கார்ந்துகொண்டார் அவர்.

தன் கூடக் கொஞ்ச நாட்கள் கொட்டாரத்தில் வேலை பார்த்துவிட்டு, பிறகு ரெவன்யூ போர்டில் வேலை கிடைத்துப் போய்விட்டவர் இவர். அவரைப் பார்க்க அனந்தன் நாயருக்குப் பொறாமையாக இருந்தது.

"என்னா ஆபீஸிலிருந்தா..?"

"ஆமா... ஆனா... நம்ம பென்ஷன் பேப்பரைத் தள்ளிவிட...!"

"என்னா..?"

"ஆமா... ரிட்டயராகி ரெண்டு வருஷம் ஆயாச்சு..! இன்னும் பென்ஷன் கிடைக்கத் தொடங்கவில்லை. நான் முன்னால் வேலை பார்த்துவந்த ஒவ்வொரு ஆபீஸிலும், இப்போ இந்த வயசான காலத்தில் போய் நெரங்கிக்கொண்டிருக்கிறேன்..! அக்கௌண்டு ஆபீஸ், கன்ட்ரோலர் ஆபீஸ், இப்படியுள்ள எல்லா ஆபீஸ்களுக்கும் போய் கைமடக்கு கொடுத்தும், இன்னும் ஒண்ணும் ஆகல்லை... இப்போதும் வஞ்சி திருனக்கரையில்தான்..!"

இதைக் கேட்டபோது அனந்தன் நாயருக்குப் பாவமாக இருந்தது. உம்... இவ்வளவு நாளா சர்க்காரைச் சேவித்ததற்கு இந்த முதுமைக் காலத்தில் கிடைக்கும் கைம்மாறு! ஹூம்... நன்றி கெட்ட உலகம்! அவரிடமிருந்து ஒரு பெருமூச்சு வெளியேறியது.

யூனிவேர்ஸிட்டி காலேஜ் தாண்டி பஸ் ஓடிக்கொண்டிருக்கிறது.

"பிறகு என்னவெல்லாம் விசேஷம்?"

"விசேஷம் அசேஷமில்லை!"

சற்றுகழிந்து பிஷாரடியே தொடர்ந்தார்:

"உம்... என்ன சொல்ல அனந்தன் நாயரே..! இன்னும் வாழ்க்கை ஒரு கரையைப் போய் அடையவில்லை. மூத்த மகனுக்கு பி.ஏ.யில் பஸ்டு கிளாஸ் இருந்தது. லஞ்சம் கொடுத்துத் தான் எம்.ஏ.க்கு அட்மிஷனே கிடைச்சுது... உம்... எம்.ஏ. பாஸாகித்தான் என்ன பிரயோஜனம்? டிரான்ஸ்போர்ட்டில் ஒரு கிளார்க்கு வேலைக்கு கைக்கூலி வகையில் இதுவரை ஐயாயிரம் செலவாயாச்சு..! அடுத்தவன் ரெண்டு வருஷத்துக்கு முன்னாலேயே எம்.பி.பி.எஸ். பாஸாகிவிட்டு இன்னும் வேலை கிடைக்காமல் அலைகிறான்... ஆமா... என்ஜினியரிங் பாஸாகி யிருந்த உங்க மகனுக்கு வேலை ஆயிட்டுதா?"

"இல்லை..."

"ஹூம்... இப்படிப்போனா எங்கே போய் நிக்கப் போறதோ..! எனக்க மற்ற பிள்ளைகளின் படிப்பு இன்னும் முடியவில்லை... முடிஞ்ச பிறகு அவுங்க கதியும் இதுதானே..! நாடு எப்படி உருப்படப்போறதோ அந்த ஸ்ரீ பத்மநாபனுக்குத் தான் வெளிச்சம்..!"

அனந்தன் நாயருக்குத் திடீரென்று ஞாபகம் வந்தது. "உம்... ராஜம்மா, மெடிக்கல் காலேஜ் ஹாஸ்பிட்டலில் தானே..?"

"அல்லாமல்..!"

"கல்யாணம்..?"

"ஒம்பது வருஷம் கழிஞ்சுதானே கல்யாணம் பண்ணிக்கலா முண்ணு எக்ரிமெண்டு! நாலு வருஷம்தான் ஆச்சு... இனி அஞ்சு வருஷம் கழிஞ்சுப் பாத்துக்கொண்டால் போதும்... அதுக்குள் அவள் கிழவியாகிவிடுவாள்... பிறகு யார் கட்டப் போகிறார்கள்..!"

பிஷாரடி பெருமூச்செறிந்தார்.

"ஹூம்... எல்லாம் அந்த மேத்தனால் வந்த வினை..!" என்று அனந்தன் நாயர் சொன்னதைக் கேட்டு பிஷாரடி வேதனையோடு சிரித்தார்.

"உம்... அதெல்லாம் இனிச் சொல்லி என்ன பிரயோ ஜனம்..? எல்லாம் நம்ம தலைவிதி!"

காலேஜில் படிக்கையில், அட்டக்குளங்கரையைச் சேர்ந்த உம்மர் என்ற பெயருடைய ஒரு முஸ்லீம் இளைஞனுக்கும் ராஜம்மாவுக்கும் இடையில் சிநேகம் வந்ததும், கடைசியில் வீட்டுக்காரர்களின் எதிர்ப்பையும் மீறி அவன் கூடச்சென்று விட ராஜம்மா துணிந்தபோது, உம்மர் தன் மதத்திலிருந்தே

ஒருத்தியை நிக்காஹ் செய்துகொண்டு ஊரைவிட்டுப் போய் விட்டதும், அதனால் மனம் உடைந்து, 'ஒன்பது வருஷம் கல்யாணம் செய்துகொள்ளக் கூடாது' என்ற ஒப்பந்தத்தில் கையொப்பமிட்டு ராஜம்மா நர்சிங் பயிற்சிக்குப் போய்ச்சேர்ந் ததும் எல்லாம், தனக்கும் தெரிந்த பழைய கதைதானே..! ஹூம்...

பஸ் ஸ்பென்ஸர் ஜங்ஷனைத் தாண்டி ஊர்ந்து சென்று கொண்டிருந்தது.

வரிவரியாய் எத்தனை எத்தனை கார்கள்...

விலை உயர்ந்த ஆடை அணிகளுக்குள் எத்தனை எத்தனை மக்கள்..!

இவர்கள் எல்லோரும் அற்று விழுந்ததுபோல் எங்கே இவ்வளவு வேகமாய் விரைகிறார்கள்..?

எல்லோரும் சிரிக்கிறார்கள்...

பேசுகிறார்கள்...

இவையனைத்தும் சாவிகொடுத்த வெறும் யந்திரத்தின் இயக்கங்களா? இவர்களின் உள்ளங்கள் அனைத்திலும், தன் உள்ளத்தில் எரிவதைப் போல் ஒவ்வொரு எரிமலை புதைந்து கொண்டிருக்கிறதா? அதை மறைக்கத்தானா இந்தச் செயற்கை யான பல்லிளிப்புக்கள்..!

தேசாபிமானி பரமேஸ்வரன் பிள்ளையின் சாலையைக் கடந்து பஸ் செல்கிறது.

அக்கௌண்டண்டு ஜெனரல் ஆபீஸிலிருந்து சாரிசாரி யாய் இறங்கும் ஊழியர்கள்...

வலப்பக்கம் தெரிந்த பிரம்மாண்டமான கட்டிடத்தின் உள்ளே ஷோரூமில் மின்சார வெளிச்சத்தில் குளித்து வரிவரி யாய்க் கிடக்கும் புத்தம் புதிய கார்கள், பெரிய கண்ணாடிச் சுவர் வழி பளிச்சென்று தெரிகின்றன.

சத்தியாகிரக கேட் என்று காரணப்பெயர் கொண்ட செக்கரட்டேரியட் கேட்டைத் தொட்டு, ஒன்றிரண்டு ஓலைக் கூடாரங்கள் வேறு போட்டு பல துறைகளிலுள்ள சத்தியா கிரகிகள் கொடிகளும், போர்டுகளும் பிடித்து ஆர்ப்பாட்ட மாகக் கோஷம் போட்டுக்கொண்டிருக்கிறார்கள்.

ரோடு முழுதும் நிறைந்து வழிந்த ஜனங்கள், வாகனங்கள் காரணமாக நின்று நின்று நத்தைபோல் மெல்ல மெல்ல பஸ் ஊர்ந்துகொண்டிருந்ததால், அங்கே நடப்பவைகளையெல்லாம்

அனந்தன் நாயருக்கும் ஏனைய பஸ் பிரயாணிகளுக்கும் பஸ்ஸி லிருந்தவாறே வேடிக்கை பார்க்க சௌகரியமாக இருந்தது.

செக்கரட்டேரியட்டின் உள்ளே இருந்து கொடிவைத்த மந்திரிமார்களின் கார்கள் கேட்டைத் தாண்டி வெளியே வருகையில், சத்தியாகிரகிகளுக்குப் புதிய உற்சாகமும், அதி கரித்த ஆவேசவீச்சும் குபீரென்று பிறக்கின்றன. காரைத் தடுத்து நிறுத்தி, கார் ஜன்னல் வழி கையைக் காருக்குள், மந்திரியின் முகத்தில் நேராக நீட்டி, கைமுட்டிச் சுருட்டி, கீழிருந்து மேலாகக் கையை ஆக்ரோஷமாக வீசி வானைப் பிளக்குமாறு கோஷம் எழுப்புகிறார்கள் அவர்கள்.

ஒரு ஆண், பெண், இரண்டு மூணு பொடிக்குழந்தைகள், இத்தனை பேர்களும், ‘பட்டாள சேவைக்கான பென்ஷனுக் காக பத்தனம்திட்டை ராமப்பணிக்கர் குடும்பத்தோடு சத்தியா கிரகம் – பத்தாம் நாள்’ என்று எழுதப்பட்ட ஒரு துணி பானரை யும் தாங்கியவாறு நின்று பரிதாபமாய் கோஷம் போட்டுக்கொண் டிருப்பதும் தெரிகிறது.

‘குருடர்கள் வித்தியாலயத்தில் படித்து பாஸான எங்களுக்கு வேலை தா’ என்று கையிலிருந்த போர்டில் எழுதப்பட்டிருந்த அதே வாக்கியத்தைக் கோஷமாய் எழுப்பிக்கொண்டிருந்தார்கள், இருபது முப்பது கறுப்புக் கண்ணாடியணிந்த கண்ணிழந்த வாலிபர்கள்.

‘வேலையிலிருந்து நீக்கப்பட்ட பாமிலி பிளானிங் வாலன் டியர்களைத் திருப்பியெடு’ என்று கீச்சுக்குரலில் கோஷம் போட்டவாறு, கேட்டின் இருபக்கங்களிலும் அணிவகுத்து நின்று கொண்டு ஆவேசமாய் கைசுருட்டி தலைக்குமேல் வீசி, தங்கள் எதிர்ப்பைத் தெரிவித்துக்கொண்டிருக்கிறார்கள், ஒரேமாதிரி வெள்ளைநிற ஸாரியும், ஜம்பரும் அணிந்திருந்த நூற்றுக்கணக் கான அழகான இளம்பெண்கள்.

மொத்தத்தில் ஓரே இரைச்சல்.

இதற்கிடையில் உள்ளே ஒரு போலீஸ் வேன் விரைந்து செல்கிறது. “லாஸ்டு கிரேடு ஊழியர்களிடம் காப்பி வாங்கி வரச் சொல்வதை எதிர்த்து அவர்கள் செக்கரட்டேரியட் ஊழியர் களை கெராவோ செய்கிறார்களாம் . . .” என்று ரோட்டில் செல்லும் பாதசாரி ஒருவர் இன்னொருவரிடம் சொல்வது கேட்கிறது.

“ஹூம் . . . அழப்பட்ட குழந்தைக்குத்தான் பால் கிடைக்குது அனந்தன் நாயர் . . ! இப்போ என் கேஸையே எடுத்துக்குங் களேன் . . ! முப்பது வருஷகால சர்வீஸுக்குப் பிறகு இந்த

வயசான காலத்தில் எங்கெயாவது ஒரு மூலையில் போய்க் கிடந்து சமாதானமாக மண்டையைப் போடலாமுண்ணு பார்த்தா எனக்குப் பென்ஷன் பணத்தை லேசில் தாராங்களா? நானும் எனக்க பொண்டாட்டி, பிள்ளைகளைக் கூட்டிக்கிட்டு, இங்கே வந்து ஒரு கொடியையும் பிடிச்சுக்கிட்டு உட்கார்ந்து விடலாமாண்ணுப் பாக்கிறேன் ...” என்றார் பிஷாரடி சிரித்தவாறு.

அனந்தன் நாயரும் சிரித்தார்.

“இல்லே ... நான் சும்மா சொல்லலே ... நீங்க எங்கே போனாலும் சரி, லஞ்சம் கொடுக்காட்டா காரியம் ஒன்றுமே நடக்காது. இங்கே மட்டும் இல்லை ... எல்லா மாகாணங் களிலும் இதேதான் கதை! உதாரணமாச் சொல்லுதேன் ... கன்யாகுமாரி ஜில்லாவில் தோவாளையில் எனக்க பெண்டாட்டி பேருக்குக் கொஞ்சம் வயல் கிடக்குது ... இங்கே நல்ல அரிசிக் குள்ள பஞ்சம்தான் உங்களுக்கும் தெரியுமே ... அந்த சொந்த நிலத்தில் விளையும் நெல்லை இங்கே கொண்டு வரணுமுண்ணா எவ்வளவு அவஸ்தை தெரியுமா? எனக்கு ரேஷன் கார்டை யானால் கேன்சல் செய்தாச்சு ... இனி இங்கே எனக்கு ரேஷன் அரிசியும் வாங்க முடியாது ... அதுக்குக்கூடெ கிடைக்கும் ரேஷன் சர்க்கரையும், மண்ணெண்ணெயும் எல்லாம் போச்சு ..! எட்டுத்தடவை நாகர்கோவில், தோவாளை, இங்கே வஞ்சியூர் – கலக்ட்ரேட் எல்லா இடமும் அலைஞ்சேன் ... காரியம் நடந்துதா? கடைசியில் தோவாளையிலிருந்து இங்கே வரை, கண்ணில் கண்ட சகலமான சர்க்கார் பயக்களுக்கும் – கீழே பியூனிலிருந்து மேலே தகசில்தார் வரை, ஆளுக்கு அனுசரித்துத் தலைக்குக் கொஞ்சம் நீட்டின பிறகுதான் காரியம் நடந்தது. மொத்தத்தில் கூட்டிப்பார்த்தால் அந்த நெல்லுக்குள்ள விலையையும்விடக் கூடுதல் லஞ்சம் கொடுத்திருப்பேன் ... ஆனாலும் நல்ல அரிசி சாப்பிடலாமேண்ணு கொண்டுவந்தேன் ... உம் ... மொத்தத்தில் சுளையாக ரூபா எண்ணிக்கொடுத்து சொந்தத்தில் வாங்கின வயலில் விளையப்பட்டதைக் கொண்டு வரவே இந்த அவஸ் தையின்னால், பிறகு அரிசி விலைக்கு வாங்கிக்கொண்டு வரணுமுண்ணா இருக்கும் கெடுபிடியைக் கேக்க வேண்டாம் ..! ஹூம் ... பார எளவு ..! சுதந்திரம் கிடைச்ச ஏக இந்தியா வாம் ... நேஷனல் இன்டக்ரேஷனாம் ... எல்லாம் அந்த ஆண்டவனுக்குத்தான் வெளிச்சம் ..!”

பிஷாரடி நிறுத்தினார்.

மாதவராயர் சிலை கடந்து வேலுத்தம்பி தளவாய்ச் சிலைக்கு முன், செக்கரட்டேரியட் பஸ் ஸ்டாப்பில் பஸ் நின்றது.

வாளும் கையுமாய் கம்பீரமாய் நிமிர்ந்து நிற்கும் வேலுத் தம்பியைப் பார்த்துவிட்டுப் பிஷாரடி சொன்னார்:

"உம்... இந்த வேலுத்தம்பிதான் திரும்பி வந்து இவங்களுக் கெல்லாம் விளாசு விளாசுன்னு சாட்டை அடி கொடுக்கணும்... அப்போத்தான் நாடு நல்லாகும்..!"

பிறகு எழுந்து, "சரி... எனக்கு இங்கே இறங்கணும்... போயிட்டுவாறேன்... அனந்தன் நாயர்..." என்று விடை பெற்றவாறு பஸ்ஸிலிருந்து இறங்கிச் சென்றார் பிஷாரடி. அவர் வீடு இங்கே ஜெனரல் ஆஸ்பத்திரி பக்கத்திலிருந்தது என்பது அனந்தன் நாயருக்கு ஞாபகம் வந்தது.

உம்... தெங்குகளுக்கு வரிவிதிக்க, ஒவ்வொரு வீடாக ஏறியிறங்கி தென்னைகளின் எண்ணிக்கையைக் கண்டு எழுத அரசாங்கத்திலிருந்து நியமிக்கப்பட்டிருந்த 'கண்டெழுத்து' உத்தியோகஸ்தன், அப்போது திவானாக இருந்த தலக்குளம் வேலுத்தம்பித் தளவாயின் வீட்டில் சென்ற போது, 'திவான் அல்லவா... வரி குறைவாக இருக்கட்டும்' என்ற நினைப்பில் உண்மைக்குப் புறம்பாக, தென்னை மரங்களின் எண்ணிக்கையை ரொம்பக் குறைத்து எழுதிவிட்டுச் செல்ல, இந்த விவரத்தைத் தன்னிடமிருந்து அறிந்து, தன் வீட்டில் ஆனாலும் நியாயத்தை யும், சட்டத்தையும் மீறி அப்படிப் பொய்யான விவரம் எழுதிய அந்த உத்தியோகஸ்தனின் ஐந்து விரல்களையும் துண்டித்தெறிந்த வேலுத்தம்பி தளவாயின் அந்தப் பிரம்மாண்ட சிலையைச் சிறிது நேரம் அப்படியே உற்று நோக்கிக்கொண்டிருந்தபோது அனந்தன் நாயருக்கு மயிர்க்கூச்செறிந்தது.

'புல் லோடு' ஆகிவிட்ட பஸ், நிறைமாதக் கர்ப்பிணியாய் மெல்ல ஊர்ந்து செல்லத்தொடங்கியது.

ரோட்டில் பஸ் செல்ல இடமில்லாத அளவுக்குப் பெரிய ஜனசந்தடி...

வீதியின் இருபக்கங்களிலும் இருந்த, இந்நகரத்தின் தனித் தன்மையும், எளிமையின் ஒரு பிரத்யேகத் தோற்றப் பொலிவும் மிக்க கூரைகளைக் கொண்ட கட்டிடங்கள் கொஞ்சம் கொஞ்ச மாய் அழிக்கப்பட்டு, அவை இருந்த இடங்களில் இப்போது மாடி மேல் மாடியாய் பிரம்மாண்ட கான்கிரீட் நீள் சதுர மாளிகைகள் எழும்பிக்கொண்டிருக்கும் கோலாகலத்தை அனந்தன் நாயர் கவனித்தார்.

புளிமூடு பஸ் ஸ்டாப்பையும் கடந்து, ஹிந்துமத கிரந்த சாலையின் முன் பஸ் ஊர்கையில் அங்கே நிறைந்து வழிந்த நவ நாகரீக ஆண்பெண்களின் கூட்டம் அனந்தன் நாயரின் கண்ணில் பட்டது. அங்கே என்னமோ மதப் பிரசங்கம் நடை பெறுகிறது போலிருக்கிறது. கொஞ்சம் ஆன்மீகம் என்பதும் இப்போதைய இன்டெலக்சுவல்ஸுக்கு ஒரு பேஷனா? என்று அவர் மனம் கேட்டுக்கொண்டது.

நீல. பத்மநாபன்

20

ஓவர் பிரிட்ஜைத் தாண்டிக் கிழக்கே கோட்டை நகர பஸ் நிலையத்தில் வந்து பஸ் நின்றதும் களைப்பும், அலுப்பும் வாட்ட அனந்தன் நாயர் இறங்கினார்.

வரி வரியாக வந்து நிற்கும் ஸிற்றி பஸ்களின் இரைச்சல், ரோட்டில் ஹாரன் முழக்கியவாறு சென்று கொண்டிருக்கும் ஏனைய வாகனங்களின் அரவம்... பழவங்காடி மைதானத்திலிருந்து ஒலிப்பெருக்கி வழியாக வரும் ஒரு அரசியல் பிரசங்கியின் தீப்பொறி பறக்கும் பிரசங்க மழை... பிள்ளையார் கோவில் மணிமுழக்கம், சென்ட்ரல், அஜந்தா, பத்மநாபா தியேட்டர்களிலிருந்து கேட்கும் சினிமாப்பாட்டுக்கள், புத்தரிக்கண்டம் மைதானத்தில் ஒரு இடம் பாக்கியில்லாமல் சாமான்களைக் கடைபரப்பி சத்தம்போட்டு மும்முரமாய் வியாபாரம் செய்யும் தெரு வியாபாரிகளின் கத்தல், ஞானானந்த ஆசிரமத்திலிருந்து ஒலிபெருக்கி வழிவரும் பஜனை... கிழக்கே கோட்டையின் கீழுள்ள சின்ன அறையிலிருந்து, மகாராஜா ஊரிலிருக்கிறார் என்பதை அறிவிக்க 'டும்டும்' என்று எழுந்துகொண்டிருக்கும் முரசொலி...

— இதுக்கெல்லாம் மேலே அரசாங்க லாட்டரி டிக்கட் விற்பனை செய்யும் தெரு வியாபாரிகள் மைக் வழியாக, மூச்சுவிடாமல், யூனியன் பப்ளிக் சர்வீஸ் கமிஷனின் பதினான்கு பாஷைகளிலும் பேசும் பேரிரைச்சல்...

ஆனாலும் இந்த ஆர்ப்பாட்டங்களிலிருந்தெல்லாம் விலகிக் கோட்டைக்குள் ஸ்ரீ பத்மநாப சுவாமி ஆலயம் அமைதியாய்க் காட்சிதரும் விந்தை...

புத்தரிக்கண்டம் மைதானத்தைக் கடந்து சாலை பஜாருக்குள் நுழைந்து, கடையை நோக்கித் துரிதமாய் நடந்தார் அனந்தன் நாயர்.

நியோன் விளக்குகள், மெர்க்குரி வேப்பர் தீபங்கள், குழல் விளக்குகள் எல்லாம் ஜகஜ்ஜோதியாய் எரியத் தொடங்கிவிட்டிருந்தன.

கடற்கரையிலிருக்கும் டைட்டானியம் பேக்டரி, ரப்பர் பேக்டரி, தும்பா ராக்கட் லாஞ்சிங் ஸ்டேஷன், பேரூர்க் கடையில் உள்ள குடும்பக்கட்டுப்பாடு உறைகள் பேக்டரி – இப்படி ஒரு சிலவற்றை விட்டால், இந்நகரத்தின் முக்கியமான தொழிற் கூடங்கள் அரசாங்கக் காரியாலயங்கள் மட்டும்தான் ..! ஆதலால் அரசாங்கத் தொழிலாளிகளின் ஷாப்பிங் நேரமான, இந்த அந்தி வேளையில் ஜனநெரிசலுக்கு இங்கே கேட்கவேண்டுமா!

ரோட்டருகில் ஒதுங்கி நின்ற ஒரு உருவம் தன்னை நோக்கி வருவதைக் கவனித்தார் அனந்தன் நாயர்.

எங்கோ கண்டு மறந்த முகம் ...

இளைஞன்தான் ... ஆனால் தாடியும் மீசையும், கசங்கிய சட்டை வேட்டியும் அவனை ரொம்ப முதியவனாகத் தோற்றம் காட்டுகிறது.

அவன் விழிகள் மிரண்டுபோய் அங்குமிங்கும் துரிதகதியில் ஓடுவதைப் பார்த்தால் யாரையோ கண்டு பயந்து ஒளிய முனைகிறான் என்பது போன்று தோன்றுகிறது.

இதோ தன்னருகில் வந்துவிட்டானே ...

"என்னைத் தெரியல்லையா?"

தன்னிடம்தானே கேட்கிறான் ..!

யார் இவன்?

திமு திமுவென்று ஆண்களும் பெண்களும் அவர்களை மோதித் தள்ளியவாறு முன்னும் பின்னும் விரைந்துகொண்டிருக்கிறார்கள்.

"நினைவு வரமாட்டேங்குதே ..."

அவர் தடுமாறினார்.

"நான் உங்க வீட்டுக்குப் போயிருந்தேன். பிரபாகரன் நாயர் அங்கே இல்லை ..."

சடக்கென்று ஒரு மின்வெட்டு ...

"தோமஸ் ..."

அனந்தன் நாயரின் வாய் முணுமுணுக்கிறது.

"ஆமா ... மெல்லச் சொல்லுங்கள் ... போலீஸ்காரங்களின் கண்களில் தட்டுப்படாமல் சுற்றிக்கிட்டிருக்கேன் ...

பிரபாகரன் நாயர் வீட்டுக்கு வந்தால், தம்பானூரில் ரமா லாட்ஜில் அஞ்சாம் நம்பர் அறையிலிருக்கேன், அங்கே வருமாறு அவன் கிட்டே நான் சொன்னதாகச் சொன்னால் ரொம்ப உபகாரமாக இருக்கும் . . . நான் நாளைக்கு இங்கிருந்து போறேண் ணும் அவனிடம் தயவு செய்து அறிவிச்சிடுங்கோ.”

இதற்கிடையில், ஒன்றிரண்டு பேர்கள் ஒரு மாதிரியாக அவனைக் கவனிப்பதைக்கண்டு, சொல்லிக்கொள்ளாமலேயே கூட்டத்துடன் கூட்டமாய்க் கரைந்துவிடுகிறான் அவன்.

எப்படியிருந்த பையன் . . ! அவனுக்கிருந்த முகப்பொலி வென்ன, ஆடை அணிகளில் இருந்த கவர்ச்சி என்ன . . !

பிரபாகரன் நாயரின் ரொம்ப நெருங்கிய சிநேகிதன் . . . அவன் கூடத்தான் இந்த தோமஸ் என்ஜினியரிங் காலேஜில் படித்துக்கொண்டிருந்தானாம் . . . காலேஜில் வைத்து மூன்றாவது ஆண்டில், முதன்முதலாக பிரின்ஸிப்பால் இவனைக் கூப்பிட்டுக் கேட்டாராம். பிரபாகரன் நாயர் சொல்லி அனந்தன் நாயரும் அறிந்திருந்தார்.

‘தோமஸ் . . . தப்பாக எண்ண வேண்டாம் . . . எனக்கு ஸி.ஐ.பி.யிலிருந்து கிடைத்த நியூஸ் . . . வெறும் நியூஸ்தான் . . ! ஒருவேளை, தவறாகவும் இருக்கலாம் . . . மாணவரின் பெயர் தோமஸ், ஆதலால்தான் உன்னிடமே கிளாரிபை செய்துவிடலா முண்ணு உன்னைக் கூப்பிட்டனுப்பினேன் . . .’ என்ற பீடிகைக்குப் பின், அவர் நேரடியாகவே கேட்டாராம்:

‘உனக்கு இங்குள்ள நக்ஸல்பாரிகளிடம் ஏதாவது டச் உண்டா ?’

தோமஸ் சிரித்துவிட்டு, மிகவும் மரியாதையாகவே அவரிடம் கேட்டானாம்:

‘இருந்தால் என்னவாம்? இந்தக் காலேஜில் படிக்கிறவங் களின் அரசியல் சித்தாந்தத்தைப் பற்றி நீங்க கவலைப்பட வேண்டுமா சார்? அது சரி . . . இந்தக் காலேஜில் என்னைத் தவிர எத்தனையோ தோமஸ்கள் இருக்கிறாங்க . . . அவுங்க எல்லோரையும் விட்டுவிட்டு, சார் என்னை மட்டும் கூப்பிட்டு இதைக் கேட்கக் காரணம்?’

‘மற்ற தோமஸ்கள் எல்லோரையும்விட நீ ரொம்ப இன்டெலி ஜென்டாகவும், பிரில்லியன்டாகவும் எனக்குத் தோன்றியதால் . . !’

இது நடந்ததற்கு அடுத்த மாதம்தான், ஏதோ ஒரு வெளி நாட்டு நூல்நிலைய வேன் தீ வைக்கப்பட்டுவிட்ட கேஸின் ஒரு பிரதிவாதி என்று தோமஸையும் போலீஸ் தேடுவதாகச் செய்தி வந்தது. அதோடு அவன் படிப்பும் போச்சு !

அதன்பின் இவன் எங்கே போனான் என்றே தெரியவில்லை. சில மாதங்களுக்கு முன், சில போலீஸ் நிலைய ஆக்கிரமிப்புச் செய்தியோடு, தோமஸின் போட்டோவும் எல்லாப் பத்திரிகைகளிலும் இடம் பிடித்துக்கொண்டது அனந்தன் நாயருக்கு ஞாபகம் வந்தது. அப்படியென்றால் இவன் இன்னும் போலீஸின் கையில் அகப்படவில்லை போலிருக்கிறது . . . எப்படியெப்படியெல்லாம் கஷ்டப்படுகிறானோ . . . உம் . . . இளமையான பிராயத்தில் இப்படியொரு வாழ்க்கையா என்றெல்லாம் நினைத்தவாறு கடையில் அனந்தன் நாயர் நுழையும் போது, அங்கே பெரிய வியாபாரச் சந்தடியாக இருந்தது.

கல்லாவில் வைரவன் பிள்ளை முதலாளி இருக்கிறார். "என்னா அனந்தன் நாயர், இவ்வளவு நேரம்? நீரு நேரத்தையே ஆடிட்டர் ஆபீஸிலிருந்து இறங்கியாச்சுண்ணு அவர் சொன்னாரே . . ."

"பஸ் கிடைக்க நேரமாயிட்டது முதலாளி" என்று கூறியவாறு தன் இருக்கையில் போய் உட்கார்ந்தார் அனந்தன் நாயர்.

கடையில் நிறைந்து வழிந்த சாமான் வாங்க வந்தவர்கள் அவசரப்படுத்திக்கொண்டிருந்ததால், "உம் . . . நல்ல பஸ் . . ." என்ற முணுமுணுப்பதோடு நிறுத்திக்கொண்டார் முதலாளி.

கடைப் பையன்மார்கள் பம்பரமாய் இயங்கிக்கொண்டிருக்கிறார்கள்.

அனந்தன் நாயரும் தன் வேலையில் முழுகினார்.

இடையில் ஒரு பையனைச் சொல்லிவிட்டு சாயா வாங்கி வரச் சொல்லிக் குடித்துவிட்டுக் கணக்கில் மும்முரமாய் ஈடு பட்டிருந்தார் ... நாளைக்கு இன்கம் டாக்ஸ் கணக்கு சரியாக்கி வைக்க வேண்டுமே ...

கடைக்குள் யார் யாரோ டிப்டாப்பாக உடையணிந்த நாலைந்து பேர்கள் ஏறிவருகிறார்கள். முதலாளி, அவர்களைப் பெரிசாய் வரவேற்று உட்கார்த்திவைக்கிறார். அவர்கள் கொடுத்த நன்கொடை ரஸீதுப் புத்தகத்தில் என்னவோ எழுதிவிட்டு, "அனந்தன் நாயர் ... இவர்களுக்கு ஆயிரம் ரூபாய்க்கு ஒரு செக் எழுதிவிடும்" என்று சொன்னவாறு அவரிடம் ரஸீதைக் கொடுக்கிறார் முதலாளி. ரஸீதைப் பார்த்துவிட்டு செக் எழுதி முதலாளியின் கையில் பவ்வியமாய்க் கொண்டுபோய்க் கொடுத்தார் அனந்தன் நாயர். செக்கை வாங்கி அதில் தன் கையொப்பத்தைப் போட்டு, வந்தவர்களிடம் கொடுத்தார் முதலாளி. நன்றி தெரிவித்தவாறு அதைப் பெற்றுக்கொண்டு அடுத்த கடைக்குச் செல்கிறார்கள் அவர்கள்.

மெல்ல இங்கே வந்து முதலாளியின் பக்கத்தில் உட்காரு கிறார் எதிர்க் கடை நாராயணசாமி ரெட்டியார்.

"உம் ... 'நகர எல்லைக்குள் பிச்சைக்காரர்கள் அனுமதிப்ப தில்லை' என்ற கார்ப்பரேஷன் போர்டுகளுக்கு ஒண்ணும் குறைச்சல் இல்லை ... இப்போதெல்லாம் 'ஐயா பிச்சே'ண்ணு கேட்டுகிட்டு வரப்பட்டவங்க யாரையும் காண முடியவில்லை. ஆனா, இப்படி கௌரவப் பிச்சைக்கு வரப்பட்டவங்களை யார் தடுக்கப் போறாங்க .. ?" என்று நாராயணசாமி ரெட்டி யாரிடம் அங்கே இங்கே பார்த்து அடக்கமாகச் சொன்னார் முதலாளி.

"உம் ... முக்குக்கு மூலைக்கு மாடன் கோவில் கொடை உறியடி மகோற்சவம், வாசிப்புச்சாலை ஆண்டுவிழா, ஸ்போர்ட்ஸ் கிளப்பு திறப்பு விழா, அப்படி இப்படீண்ணு புடுங்குவதெல் லாம் போராதுண்ணு இப்படி பார்ட்டி பண்டுக்குண்ணு வரப் பட்ட எல்லாக் கட்சிக்காரங்களுக்கும் நாம் மொத்தமாய் ரூவா கொடுக்க வேண்டியிருக்கு .. ! இந்தப் புண்ணியம் செய்த ராஜியத்திலெயானா, எல்லாக் கட்சிகளும் மாறி மாறி ஆட்சிக்கு வந்துவிடுது ... உம் ... யாருக்காவது கொடுக்காட்டெ, அந்தக் கட்சி ஆட்சிக்கு வந்ததும் மறக்காமெ ஞாபகம் வச்சுக்கிட்டு, நம்மையெல்லாம் ஏதாவது வம்பில கிம்பில மாட்டி வச்சுவிடு றாங்க .. ! ஹூம் காலம் அப்படிப்பட்ட காலம் .. !" என்று பெருமூச்சு விட்டவாறு மெல்லக் குசுகுசுத்தார் ரெட்டியார்.

“க்கும் . . . ரெண்டுமாசம் முந்தி எங்க ஜாதியிலெ ஒரு கெழவி இங்கே இந்தச் சாலைக்கிடையில் கிடந்து அனாதையா செத்தா. சமுதாய பிரஸிடண்டைக் கூப்பிட்டுச் சொன்னப்போ, அதைக் கவனிக்க அவருக்கு நேரமில்லை . . . கடைசியில் கார்ப்ப ரேஷன் வண்டிவந்து புத்தன் கோட்டைச் சுடுகாட்டுக்கு எடுத்து கிட்டுப்போய் அனாதைப் பிரேதமுண்ணு குழி தோண்டி புதைச்சான் . . ! நேற்றைக்கு அதே பிரஸிடண்டு, சமுதாயக் கோவில் திருவிழா, ஜாம் ஜாமுண்ணு வாணவேடிக்கை, கதாபிரசங்கம் அது இதுன்னு கொண்டாடணும், ஆயிரம் ரூபாய் நன்கொடை கொடுண்ணு வந்திருக்கிறாரு . . .” என்றார் வைரவன் பிள்ளை முதலாளி.

எல்லோரும் சிரிக்கிறார்கள்.

எதிர்க்கடையிலிருந்து ரெட்டியாரின் மகன் விஜயரங்கன் கடைப்பையனைச் சொல்லியனுப்பிக் கூப்பிட்டதால், மனசில்லா மனசோடு ரெட்டியார் எழுந்துபோவதைப் பார்த்தார் அனந்தன் நாயர். நாராயணசாமி ரெட்டியாருக்கு, ஒரு நேரமும் கடையில் இருப்பது என்றாலே பிடிப்பதில்லை. எப்போப் பார்த்தாலும், மகனிடம் கடைப்பொறுப்பை விட்டுவிட்டு, அடுத்த கடை களில் போய் ஊர் உலகு சமாசாரங்களைப் பற்றி சுவாரஸ்ய மாய் பேசிக் கொண்டிருப்பதில் அவ்வளவு ரஸனை அவருக்கு.

21

வழக்கம் போல் கடை பூட்டும்போது மணி பத்து. அனந்தன் நாயர் குடையும் கையுமாக ரோட்டில் இறங்கிச் சோர்வும், ஆயாசமும் வருத்த நடந்தார்.

ஸ்ரீதரன் நாயரின் புகையிலைக்கடையும் அப்போது தான் பூட்டிக்கொண்டிருந்தார்கள். ஸ்ரீதரன் நாயரின் பக்கத்தில் நின்றுகொண்டிருந்த நிஷ்களங்கன் நாடார் அனந்தன் நாயரைக் கண்டதும், "அப்போ நான் போயிட்டு வாறேன் . . . முதலாளி . . ." என்று தன் முதலாளியிட மிருந்து விடை பெற்றுக்கொண்டு அனந்தன் நாயரிடம் வந்தார். நிஷ்களங்கன் நாடாருக்கு அந்தப் புகையிலைக் கடையில்தான் வேலை.

"என்ன கடைபூட்ட இவ்வளவு நேரமாச்சாங்கோம்!" என்று ஒருவரையொருவர் அனுதாபத்தோடு விசாரித்து விட்டு தூரத்தில் பத்மநாபசுவாமி கோவில் கோபுர விளக்குத் தெரியும் கிழக்கே கோட்டையை நோக்கி இருவரும் மெல்ல நடந்தார்கள்.

வெற்றிலைபாக்குக்கடை, சாயக்கடை தவிர ஏனைய கடைகள் பலவும் அடைத்துவிட்டார்கள். எஞ்சியுள்ள சில கடைகளைப் படபடவென்று நிரைகளை எடுத்துப் போட்டும், கிர்கிர் என்று இழுப்புக்கதவுகளை மேலிருந்து கழியால் கீழே இழுத்தும் மூடிக்கொண்டிருக்கிறார்கள்.

பஜாரில் இப்போது வாகனப் போக்குவரத்தும், ஜனநடமாட்டமும் குறைந்துவிட்டன. கடைகளில் இருந்து நாடுகடத்தப்பட்ட பழைய பனையோலைப்பெட்டிகள். மண்பானைகள், காகிதக்கூளங்கள், குற்றுயிரும் குலை யுயிருமாய்த் துடிதுடிக்கும் பெருச்சாளிகள், பாச்சைகள் முதலியவைகளால் அலங்கோலமாய்க் கிடந்தது பாதை.

ஒன்றிரண்டு சொறிநாய்கள் வேறு சாக்கடையை ரொம்ப கவனமாய் மோப்பம் பிடித்துக்கொண்டிருக்கின்றன.

அனந்தன் நாயருக்கு ஒன்றுமே பேசப்பிடிக்கவில்லை. அவருக்கு அத்தனைக்குக் களைப்பு. நிஷ்களங்கன் நாடாரும் அவரைப் போலவே களைத்துப்போய்க் காணப்பட்டார்.

“நாயர் . . . இனி வீட்டுக்குப் போயித்தானே பார்க்கணும், வாரும் . . . ஓரோ கப் சுக்குக் காப்பி குடிச்சுவிட்டுப் போகலாம் . . .” என்ற, நாடாரின் அழைப்பை மீறக்கூட வலுவின்றிச் சாலையில் இடப்பக்கம் திரும்பும் சின்னச்சந்திலிருக்கும் பப்படவடை பப்புப்பிள்ளையின் கடைக்கு அவர் கூட ஏறிச் சென்றார் அனந்தன் நாயர்.

பப்பு பிள்ளையின் அந்தக் கடை, பொருபொருவென்று பல்லுக்குப்பதமாகவும், இதமாகவும் இருக்கும் பப்படவடைக்கும், சுக்கு, கருப்பட்டி, கிருஷ்ண துளசி இத்யாதி இத்யாதி சித் தௌடதப் பெருமை கொண்ட பொருள்களால் ஸ்பெஷலாகத் தயாரிக்கப்படும் யானை மார்க் சுக்குக் காப்பிக்கும் (மேற்படிக் காப்பிக்கு மிஸ்டர் கட்டன் என்றும் ஒரு செல்லப் பெயர் உண்டு) மிகவும் பிரசித்தமானது. கடித்தவர்களும் குடித்தவர் களும் ரொம்ப விசேஷம் என்று அதன் பெருமையைப் பரஸ்பரம் பகிர்ந்துகொள்வார்கள்.

வாடிக்கைக்காரர்கள் எல்லோரையும் தனித்தனியே கவனித்து அனுப்புவதில் பப்பு பிள்ளை மிகவும் அசகாய சூரர் வேறு! சமீபத்தில் பால் காய்ச்சப்பட்டு அவர் புதிதாய்க் குடிபுகுந்த பெரிய பங்களாகூட, இந்தக் கடை சம்பாத்தியம் தான் என்று சாலையில் எல்லோரும் பேசிக்கொள்கிறார்கள்.

மகரவிளக்குக்கும், மண்டல பூஜைக்கும் சபரிமலை ஐயப்பன் கோவில் சன்னிதானத்தில் வைத்து அங்கே வருகிற ஐயப்பன் மார்களுக்கெல்லாம் இலவசமாகச் சுக்குத் தண்ணீர் வழங்கும் சுக்கு வெள்ளப்புரை முதலிய தர்ம காரியங்களிலும் இப்போ தெல்லாம் இவர் ஈடுபாடு காட்டத் தொடங்கி விட்டிருப்ப தாகக் கேள்வி . . .

பப்பு பிள்ளையின் இந்தப் பப்படவடைக்கடையில் நெடு நீளத்தில் ஆறு மேஜைகள் . . . ஆறு பெஞ்சுகள் . . . நடு நாயக மாக ஒரு ஓரத்தில் ஒரு சிறிய மேஜை, நாற்காலி. நாற்காலியில் பட்டைபட்டையாய் விபூதி தரித்து அரை நிர்வாணக் கோலத்தில் ஸ்ரீமான் பப்பு பிள்ளை ஐஸ்வரியமாய்த் தோற்றமளிக்கிறார்.

அவர் தலைமாட்டில் ஒரு சிறு ஸ்டான்டில், தாடியும் மீசையுமாய் தவக்கோலத்தில் பத்மாஸனமிட்டு நிஷ்டையி

லிருக்கும் சட்டம்பி சுவாமிகளின் திருஉருவப்படம்... அதன் முன் ஒரு சின்ன விளக்கு... கொஞ்சம் புஷ்பங்கள், இரண்டு ஊதுவத்தி.

உள்ளே கரிபடிந்த அடுக்களை.

ஒரு மூலையில் கைகழுவ, ஒரு தண்ணீர்த்தொட்டி. பக்கத்தில் அஷ்டகோணத்தில் வளைந்தும்கூட, தம் கடமையைச் செவ்வனே செய்துவரும் இரண்டு மூன்று அலுமினியக் குவளைகள்..!

இதுதான் பப்பு பிள்ளையின் கடை. கடை அடைக்கும் வழக்கமே கிடையாது. விடிய விடிய சதா வியாபாரம் உண்டு. இந்த நெடுநீள ஆறு மேஜைகளும், பெஞ்சுகளும் எந்த நேரத் திலும் நிறைந்து வழியும் என்பதுதான் இதில் விசேஷம்..!

"என்னவெல்லாம்..! நாயரும் நாடாரும் கூட ஒண்ணாக இறங்கிட்டேளே... உம்... மதம் ஏதானாலும் மனுஷன் நல்லா கணும்..!" என்று நாராயண குருவின் அருள் வாக்கியத்தையும் கூடச் சேர்த்து அமர்க்களமாய் வரவேற்றார் பப்பு பிள்ளை.

கொஞ்சம் பப்பட வடைகளும், இரண்டு மூன்று தம்ளர் சுக்குக் காப்பியும், ஆளுக்கு ரெண்டு மூன்று பூவன்பழமும் சாப்பிட்டுவிட்டு வெளியில் இறங்கும் போது, தூக்கிவிட்டது போல் கொஞ்சம் தெம்பாகத்தான் இருந்தது.

தோளில் கிடந்த துண்டில் வியர்வையைத் துடைத்துவிட்டு, பக்கத்திலிருந்த நாணு பிள்ளையின் வெற்றிலைப்பாக்குக் கடையில் போய் ஒரு தடவை விஸ்தரிச்சு முறுக்கிவிட்டு இருவரும் மெல்ல நடக்கலானார்கள்.

"உங்க கடை சத்தியாகிரகம் எல்லாம் எப்படியிருக்கு?" என்று கேட்டார் அனந்தன் நாயர்.

"உம்... லேபர் கோர்ட்டின் தீப்புக்கு விட்டிருக்கா... 'இவ்வளவு தூரத்துக்கு ஆன மட்டுக்கு அவனைத் திரும்ப எடுக்க மாட்டேன், எவ்வளவு ரூபா வேண்டுமானாலும் கொடுக்கத் தயார்' என்று ஒற்றைக்காலில் நிக்கிறார் முதலாளி..." என்றார் நாடார்.

"அப்படியா?"

"உம் இப்பம்தான் எங்கே பார்த்தாலும் இதே குழப்பம் தான்..! ஒரு வேடிக்கை கேக்கணுமா? இண்ணைக்கு எனக்கு மூத்த மகனுக்கு ஆபீஸில் ஒரு கெராவோ! காலம்பர ஆபீஸீக்குப் போய் உட்கார்ந்தவனை இப்போ கொஞ்ச முந்தி ஒம்பது மணிக்குத்தான் உட்கார்ந்திருந்த செயரிலிருந்து எழுந்து வெளியே வரவிட்டாங்களாம்... அதுவும் போலீஸ் வந்த பிறகு! கொஞ்ச

முந்தி கடைக்கு போன் செய்து எல்லா விவரத்தையும் எங் கிட்டெச் சொன்னான்!”

“உம் என்ன காரணமாம்?”

“அவன் ஆபீஸில் மூணு கிளார்க்குகள் உண்டுமாம்... அதில் ரெண்டு பேர்கள் பத்துநாளாக லீவு. அவுங்களுக்கு லீவு சாங்ஷன் செய்யாமலிருந்தா அவுங்க சும்மாவிடமாட் டாங்க..! ‘மினிஸ்டீரியல் ஸ்டாப்’ செய்ய வேண்டிய சம்பள பில் எழுதும் வேலையை நாங்கள் செய்யமாட்டோம் என்று ‘டெக்னிக்கல் ஸ்டாப்’ மறுத்து விட்டார்கள். கடைசியில் இந்த மாசம் சம்பள பில் ரெடியாகல்லே... அதனால் டிரஷரியி லிருந்து காசெடுக்க செக்கும் வரல்லே..! டெக்னிக்கல் ஸ்டாப் எல்லாருமா சேர்ந்து, சம்பளம் உடனடித் தராமெ ஆபீஸரை வெளியே போகவிட மாட்டோமுண்ணு இவனுக்க மேஜையைச் சுற்றி வட்டமா உட்கார்ந்துட்டாங்களாம்..!”

அப்போதிருந்த மனநிலையில், நாடார் சொன்ன அந்தச் செய்தி அப்படியொன்றும் சுவாரஸ்யமாகத் தோன்றவில்லை அனந்தன் நாயருக்கு.

சடக்கென்று என்னவோ ஞாபகம் வந்தவரைப் போல் நிஷ்களங்கன் நாடார் கேட்டார்: “அனந்தன் நாயர்... உங்களுக்கு ஒரு சங்கதி தெரியுமா?”

அனந்தன் நாயர் கேள்விக்குறியாக அவரைப் பார்த்தார். “வேறொண்ணுமில்லை... எங்க முதலாளிக்க இளைய பையன் போன வருஷம்தான் சட்டப் பரீட்சை பாஸ் பண்ணினானாம்... சொந்தத்துக்குள்ளே இருக்கட்டுமுண்ணு, உங்க அம்மாவியின் மகன் கோவிந்தன் நாயர்கிட்டெ ஜூனியராக பிராக்டீஸ் செய்யத் தன் பையனை அனுப்பினாரு முதலாளி. கோவிந்தன் நாயர் இந்த நகரத்தில் பெரிய ஸிவில், கிரிமினல் அட்வகேட் அல்லவா..!”

நிஷ்களங்கன் நாடார் வேலைக்கு நிற்கும் புகையிலைக் கடை முதலாளி ஸ்ரீதரன் நாயரின் தங்கச்சியைத்தான் கோவிந்தன் நாயர் கல்யாணம் செய்திருக்கிறார் என்பது தனக்கும் தெரிந்த சமாசாரம்தானே..!

“இப்போ அதுக்கென்ன..?”

கோவிந்தன் நாயரைப் பற்றிய அந்த விஷயத்தில் அனந்தன் நாயருடைய அக்கறையின்மை, வேண்டா வெறுப்பாக அவர் கேட்ட அந்தக் கேள்வியில் தொனித்தது.

“பையன் இண்ணைக்குக் கோர்ட்டிலிருந்து நேராக இங்கே கடைக்கு வந்து ‘மாமனிடம் இனி நான் போகமாட்டேன்’

என்றான் அவன் தகப்பனிடம். போய்த்தான் தீரணுமுண்ணு முதலாளி சத்தம் போட்டார். ரெண்டு பேருக்கும் ஒரே சண்டை!"

"உம் ... என்ன காரணமாம்?"

"கோவிந்தன் நாயர் சங்கதிதான் உங்களுக்குத் தெரியுமே..! அங்கே அவர்கிட்டே ஏற்கனவே மூன்று ஜுனியர்கள் ... அதில் ரெண்டு பேரும் பெண்கள்..! அதோடு நாலாவதாக இன்னொரு ஜுனியரை – அதுவும் சொந்தத்திலிருந்து சேர்த்துக் கொள்வதில் கோவிந்தன் நாயருக்கு பெரிய இஷ்டம் ஒண்ணும் இல்லை ... ஆனாலும் பொண்டாட்டிக்காரிக்க நிர்ப்பந்தத்தி னாலே எடுத்துகிட்டாராம் ... ஆனா ... பையன் புத்திசாலி ... இந்த ஒரு வருஷத்திலே அங்கே கோவிந்தன் நாயரின் ஆபீஸ் சங்கதியை நன்றாக புரிஞ்சிக்கிட்டிருக்கான்..! ஹும் ... கோவிந்தன் நாயரைப் பற்றித்தான் உனக்குத் தெரியுமே ... நான் வேறு எடுத்துச் சொல்லணுமா..!" என்று மென்றுவிழுங்கி விஷமமாய்ச் சிரித்தார் நிஷ்களங்கன் நாடார்.

அனந்தன் நாயரின் மனம் கோவிந்தன் நாயரைச் சுற்றி வட்டமிட்டு மேலெழுந்தது ...

கொச்சு கிருஷ்ண கர்த்தாவின் மகனல்லவா ... பிறகு எப்படியிருப்பான்..! வித்து பலம் பத்து பலம்..!

சிறுபிராயத்தில் கண்ட கொச்சு கிருஷ்ண கர்த்தாவின் ஏனைய அம்சங்கள் எல்லாம் மறந்துபோய்விட்டன. ஆனால் ...

நரை தொடங்கியும் அழகாகச் சீவி முடிச்சுப் போட்டிருந்த முன்குடுமி ...

அதில் சூடியிருந்த செக்கச்சிவந்த தெற்றிப்பூ ...

அனலாய் ஜொலிக்கும் கண்கள் ...

கருகருவென்ற சுருட்டைக் கரடி மயிர் வளர்ந்து நிற்கும் குள்ளமான தீக்குளித்த திடகாத்திர தேகம்.

நைசான வெள்ளை மல் வேஷ்டியின் உள்ளே பின் பக்கம் மங்கல் கோடாய்த் தெரியும் கௌபீனம் ...

– இத்தனையும் மட்டும் ஞாபகத்தில் வருகின்றன.

"சரி ... நேரம் ரொம்ப ஆச்சு ... நாளைக்குப் பார்ப்போம் ... இனி மணக்காடு வரை நடக்கணும்" என்று சொல்லிவிட்டு ரோட்டின் இடப்புறம் திரும்பி நடந்துகொண்டிருந்த நிஷ்களங்கன் நாடாரைப் பார்த்துக்கொண்டு அப்படியே நிற்கையிலும்,

பிறகு மெல்ல வலப்பக்கம் திரும்பி, ஓய்வுபெற்றுக்கொண் டிருந்த ஸிற்றி பஸ்களின் இடைவழி, வெள்ளை வெளேரென்று கடல்மணல் விரித்து நிரப்பியிருந்த பெரிய மைதானத்தில் போய் உட்காருகையிலும் அவர் மனதில் குஞ்ஞுலக்ஷ்மி அம்மாவி யின் இரண்டாவது மாப்பிள்ளை – கோவிந்தன் நாயரின் அப்பா கொச்சு கிருஷ்ண கர்த்தாவின் உருவமே நிறைந்து நிற்கிறது.

தன் அப்பாதான், எவ்வளவு ஆசையோடு சங்குண்ணி நாயருக்கு அவர் தங்கச்சி குஞ்ஞுலக்ஷ்மி அம்மாவியை விவாகம் செய்து கொடுத்தாராம்.

கல்யாணம் கழிஞ்சு, பேரூர்க்கடையிலிருந்த சங்குண்ணி நாயரின் வீட்டுக்கு குஞ்ஞுலக்ஷ்மி அம்மாவி போனாளாம். சங்குண்ணி நாயர், அம்மாவியைவிட ரெண்டு வயசுக்கு மூப்பு . . . நல்ல ஆரோக்கியமும் அழகும் உள்ள ஒற்றைநாடி சரீரமாம். பேரூர்க்கடை ஜங்ஷனில் பெரிய ஒரு ஜவுளிக்கடை போட் டிருந்தானாம். அங்கே எப்போப் பார்த்தாலும் பெரிய வியா பாரம் . . . அதோடு நில புலன்கள், பெரிய வீடு எல்லாம் இருந்தன.

அம்மாவிக்கு அங்கே ஒரு குறையும் இல்லை. அவள் மேலெ அவன் உயிரையே வச்சிருந்தானாம் . . . இளமையிலேயே அவன் அப்பாவும் அம்மாவும் இறந்து போய்விட்டதால் அம்மாவியின் மேலுள்ள அவனுடைய அபார சிநேகத்துக்குத் தடை விளைவிக்க வீட்டில் யாரும் இல்லை.

இங்கே பால்க்குளங்கரையிலிருந்து பேரூர்க்கடை நாலைந்து மைல்களுக்கு உள்ளேதான் இருக்கும். மாப்பிள்ளை வீட்டுக்குப் போனபிறகு, ஒண்றிரண்டு தடவை அம்மாவி இங்கே வந்தா ளாம் . . . அப்பாவும் அம்மாவும் இரண்டு மூன்று தடவை அம்மாவியை அங்கே போய்ப் பார்த்துவிட்டு வந்தாங்களாம்.

அப்படியிருக்கையில்தான் அந்தச் சம்பவம் நடந்தது . . . அதைத் தன் அம்மா முன்னொரு தடவை தன்னிடம் சொன்னது அனந்தன் நாயருக்கு ஞாபகம் வந்தது.

‘ஒரு நாள் திரிசந்தி நேரத்தில் கிணற்றங்கரையில் போய்க் குளிச்சுவிட்டு, ஈர வேட்டியும் துண்டுமா வீட்டுக்குள்ளே காலெடுத்து வச்சாள் குஞ்ஞுலக்ஷ்மி. பாசிச் சறுக்கிச்சோ, இல்லை எந்தப் பாவிக்க தீக்கண் பட்டதோ கால் புரண்டு, படீரெண்ணு மல்லாந்து விழுந்துவிட்டாள். குஞ்ஞுலக்ஷ்மிக்கத் தேகம் சாதாரண தேகமா? நல்ல கட்டுமுட்டுண்ணு இரும்பு உரல் போலிருப்பாள் . . . விழுந்த வேகத்தில் அடி பட்டதோ பிரஷ்டத்தில்! எலும்பில் சரியான அடி . . . சத்தம் கேட்டு வாலியக்காரி ஓடிவந்தாள். இவ குஞ்ஞுலக்ஷ்மி எழுந்திருக்க முடியாமெ அப்படியே கிடக்காள் . . . வேலைக்காரி புடிச்சா

அசையப்பட்ட உடம்பா? சங்குண்ணி நாயருக்கு கடைக்கு ஆள் போச்சு ... அவன் பதறிப் பரிதவிச்சுக்கிட்டு ஓடி வந்தான். எல்லோருமாச் சேர்ந்து அவளைத்தூக்கித் திண்ணையில் கட்டிலில் கொண்டு வந்து கிடத்தினாங்க! எங்களுக்கும் ஆள் வந்தது. உன் அப்பாவும் நானும் ஓடிப்போனாம் ... அதுக்கப் பிறகு சகலமான வைத்தியர்களும் வந்து பார்த்தும், அவளுக்குக் கால் தரையில் ஊன்ற முடியவில்லை. அவ கட்டிலில் கெடந்து குத்தும் வேதனையாலும் துடிச்ச துடிப்பைப் பாத்தா ... அப்பப்பா ... சகிக்க முடியாது ... கடைசியில் தான் ... அந்த சாமத் துரோகி, ஆனைத்தூண்டி வர்மாணி கொச்சு கிருஷ்ண கர்த்தாவைக் கூட்டிக்கிட்டு வந்தாங்க ..!'

யானைக்குக் கால் புரண்டுவிட்டால்கூட, தன் சுண்டு – விரலால் சரி செய்துவிடும் அளவுக்கு மிகவும் பிரபலமான வர்மாணியாம் இந்த கர்த்தா! அவன் ஒரு குப்பி நிறைய எண்ணெயுடன் வந்தானாம் ... அவன் தடவும் போது அறையில் வேறு யாரும் நிக்கக் கூடாதாம் ... அவன் எங்கே தடவினானோ, எப்படித் தடவினானோ, மூன்றாவது மாசம் அவன் கொண்டு வந்த குப்பியும் காலி ஆச்சு ... குஞ்ஞுலக்ஷ்மி அம்மாவியின் கால் ஊனமும் குணமாச்சு ... அதோடு, அவன் என்ன மறி மாயம் செய்தானோ, மந்திரம் ஜபித்தானோ ... அவனில் லாமல் தன்னால் உயிர் வாழவே முடியாது, உடனையே சங்குண்ணி நாயரை பந்தம் ஒழிப்பிச்சுவிட்டு அவனையே கட்டப் போறேன் என்று பகிரங்கமாக வெளியிட்டாள் குஞ்ஞு லக்ஷ்மி அம்மாவி! அவளுக்கு இந்தத் துணிச்சல் எப்படித்தான் வந்ததோ ஆண்டவனுக்குத்தான் வெளிச்சம் ..!

22

கடல் போல் நீண்டு பரந்து கிடந்த அந்த மைதானத்தில், தூரத்தில் ஆங்காங்கே செக்கச் செவேரென்ற சிவந்த விளக்குகளாய்த் தெரியும் தீ நாக்குகளைப் பார்த்த வாறு அனந்தன் நாயர் உட்கார்ந்திருந்தார். நகரத்தில் முற்றுகையிட்டிருக்கும் நரிக்குறவர்களின் சமையல் கோலாகலத்தின் கூட அங்கே வேறு சில நிழல் உருவங்களும் அசைகின்றன ...

திடீரென்று மூன்று போலீஸ் வேன்கள் ஒன்றன் பிறகில் ஒன்றாய் வந்து நிற்கின்றன. குண்டாந்தடியும் கையுமாக சடசடவென்று வேனிலிருந்து குதித்து மைதானத்திற்குள் பாய்கிறார்கள் ஜவான்கள். ஏனைய மூன்று திசைகளிலிருந்தும் போலீஸ்காரர்கள் மைதானத்தின் நடு மையத்துக்கு ஓடிச் செல்வது தெரிகிறது. சற்று நேரத்தில் ஐயோ ... ஐயோ என்ற கூக்குரல்கள் ... போலீஸ் காரர்களின் அதட்டல்கள் ...

இதற்கிடையில், அங்கே கூடி நின்று ஆரவாரம் செய்துகொண்டிருந்த கூட்டத்தின் இடைவழி, இந்தத் திடீர் வேட்டையில் பிடிபட்ட நாலைந்து ஆண்களையும் இரண்டு மூன்று பெண்களையும் இழுத்துக்கொண்டு வந்து வேனுக்குள் ஏற்றுகிறார்கள் போலீஸ்காரர்கள் ...

உம் ... இதுவும் ஒரு வியாபாரம்தான் என்று தனக்குள் சொல்லிக்கொண்டார் அனந்தன் நாயர்.

நித்தம் நித்தம் இங்கே நடக்கும் நிகழ்ச்சிதானே இது! இந்த இடத்தின் மகிமை போலிருக்கிறது ... ரெண்டு மூணு ஆண்டுகளுக்கு முன் வரையிலும், நகரத்தின் உயர்ந்த போலீஸ் அதிகாரிகளுக்கும், நகர சபைக்கும் பெரிய சவாலாக இதே இடத்தில் குடிசைகள் போட்டு, கோலாகலமாய் வாழ்ந்துகொண்டிருந்த பிரபலமான

சென்டரல் செல்லம்மாவை அனந்தன் நாயருக்கு ஞாபகம் வந்தது. எதிரிலிருந்த சினிமா கொட்டகையின் பெயரை அடை மொழியாய் அவள் பெயரின் கூடச் சேர்த்து கௌரவித்திருந் தார்கள் நகர மாந்தர்கள்.

நகரத்தின் பரஸியமான ஒரு ரகசியம் அது. அவளைத் தெரியாதவர்கள் இந்நகரத்தில் யாராவது இருப்பார்களா?

நாட்டின் எல்லா மூலைகளிலும் இருந்து விதம் விதமாக, அழகழகாக, பலதரப்பட்ட விற்பனைச் சரக்குகள் இங்கிருந்த குடிசைகளில் வந்து சேருமென்றும், அவைகளை ஆண்டு அனுப விக்க நகரத்தின் பிரமுகர்கள் முதல் கீழ்த் தட்டு வாசிகள் வரையுள்ள வாடிக்கைக்காரர்கள் இங்கு வந்துமொய்ப்பார்கள் என்றும் அனந்தன் நாயர் கேள்விப்பட்டிருக்கிறார். பழைய கால அரண்மனைகளுக்குப் போல், இவளுடைய கண்ணாடிக் குடிசையின் முன்னாலும் ஒரு அகழி – கொச்சாறு கால்வாய் அரணாக அமைந்திருந்தது. கொஞ்ச காலத்துக்கு முன் எப்படியோ அங்கே வந்து ஒளிந்திருந்த ஒரு கடுவாயை எவ்வளவோ பாடு பட்டும் பிடிக்க முடியாமல், இறுதியில் பெரிய ஒரு வேட்டைக் காரனால் அதை அங்கே வைத்து சுட்டுக் கொல்லப்பட்டதால் ‘கடுவா தோப்பு’ என்று பெயர் வந்த ஒரு அடர்த்தியான தென்னந்தோப்பு அந்தக் குடிசைகளின் மற்ற மூன்று திசை களிலும் சூழ்ந்து பத்திரமாய்ப் பாதுகாப்பு அளித்துக்கொண் டிருந்தது. பிறகு அவள் ‘சேப்டி’க்குக் கேட்க வேண்டுமா! அதோடு நகரத்துப் பெரிய உத்தியோகஸ்தப் பிரமுகர்களின் அனுக்கிரக ஆசிகள் வேறு . . ! பிறகென்ன . . !

எனவே, யார் யாரெல்லாமோ போலீஸ் இன்ஸ்பெக்டர் மார்கள், ராத்திரிகளிலும், பட்டப்பகல்களிலும் கூட, கையும் களவுமாக எத்தனையோ தடவை பிடித்தும் கூட, செல்லம்மாவை ஒன்றும் செய்ய முடியவில்லை. எத்தனை ரூபாய் வேண்டு மானாலும் அபராதம் கட்ட, அவள் எப்போதும் தயாராக இருந்தாள் . . . அத்தனைக்குப் பணச் செழிப்பாம் அவளுக்கு! அதோடு செருக்குக்கும் குறைவில்லை. ஒன்றிரண்டு போலீஸ் ஆபீஸர்களின் முகத்தில், ‘பூ பட்டீ’ என்றோ, ‘போடா புல்லே’ என்றோ ஆர்ப்பரித்தவாறு அவள் காறி உமிழ்ந்திருப்பதாகக் கேள்வி . . !

அப்படி, நகரத்தின் இதயத்தில் அமர்க்களமாய் இயங்கி மறிந்துகொண்டிருந்த அந்த நரமாமிச அங்காடியை இங்கிருந்து குடிபெயர்ப்பது நகரத்துத் தந்தையர்களுக்கு ஒரு பெரிய தலை வலியாகிவிட்டது. கடைசியில், நகரத்துக்குப் புதிசாய் இடமாற்ற லாகி வந்த போலீஸ் இன்ஸ்பெக்டர் இடியன் கங்காதரன்

பிள்ளை மகா துணிச்சல்காரர் ... அவர்தான் நகரத்துப் பிரமுகர் களின் எச்சரிக்கைக்கும், பயமுறுத்தல்களுக்கும் ஒண்ணும் செவிசாய்க்காமல், 'சமத்துவப் புஷ்பம்', 'சத்திய கீர்த்தி' முதலிய நகரப் பத்திரிகைகளின் முழு ஒத்துழைப்போடு, மிகமிகச் சிரமப்பட்டு, அவர்களை எப்படியோ அங்கிருந்து குடிபெயர்த்து விட்டார். பயம் தெளிந்த நகர கார்ப்பரேஷன் அந்தக் குடிசை களையும் தோப்பையும் எல்லாம் தைரியமாய் அழித்து மண் ணோடு மண்ணாக்கிவிட்டது. ஆனாலும், அந்தக் குடிசைகளின் சாம்பல் மேட்டிலிருந்து – சமாதியிலிருந்து ஒன்றுக்கு நூறாய் உயர்ந்தெழுந்துகொண்டிருக்கும் யட்சிணிகள், தினம் தினம் கைது செய்யப்பட்டு அப்புறப்படுத்த அப்புறப்படுத்த இங்கே ஆர்ப்பாட்டமாய் இயங்கிக்கொண்டிருக்கிறதா என்று அனந்தன் நாயர் வியந்தார்.

கொஞ்சம் நேரத்திற்குக் கூட அங்கே கூடிநின்றவர்களின் ஒரே ஆரவாரமாக இருந்தது. அந்தப் பெண்களையும் ஆண் களையும் போலீஸ் வேன் வேட்டையாடிக் கொண்டு போய்ச் சற்று நேரத்திற்கெல்லாம், பழையபடி அங்கே அமைதி நிலவியது. உம் ... நாளைக்கு மீண்டும் இதேதானே கதி! இது இங்கே ஒரு அன்றாட நிகழ்ச்சி ..!

அனந்தன் நாயரின் மனம் மீண்டும் கோவிந்தன் நாயரின் அப்பா கொச்சு கிருஷ்ணகர்த்தாவைச் சுற்றி வட்டமிட்டது.

கர்த்தாவுக்கு ஏற்கெனவே ஒரு பெண்டாட்டியும் ஐந்தாறு குழந்தைகளும் உண்டுமாம். வர்ம வைத்தியம் தவிர, திருநீறு மந்திரித்துப் போடுதல், தாயத்து எழுதிக் கட்டுதல், வசிய மருந்து செய்து கொடுத்தல் இத்யாதி தொழில்கள்கூட அவனுக்குக் கைவந்த வித்தையாம்... வீடு முடவன்முகளில் இருந்தது.

அப்பா, அம்மா, ஊரிலுள்ள கரையோக பிரமாணிகள், வேறு யார் யாரெல்லாமோ குஞ்ஞுலக்ஷ்மி அம்மாவிகிட்டெ நயத்தாலும், பயத்தாலும் கேட்டுக்கொண்டும் அவள் தன் பிடிவாதத்தை விடவே இல்லையாம். சங்குண்ணி நாயருக்க நிலைமைதான் எல்லோருடைய மனங்களையும் கரைத்து விட்டதாம்.

அவனுக்கு வியாபாரத்தில் இருந்த நாட்டமெல்லாம் அடியோடு போயே போய்விட்டது. அவன் தன் பெண்டாட்டி யின் மீது வைத்திருந்த அன்பு கொஞ்சம் நஞ்சமல்ல ...

'எடீ என் கரளே ... என்னைவிட்டுப் போயிராதே ... நீ இல்லாமெ என்னால் உயிர் வாழவே முடியாது ...' – அப்படி இப்படீண்ணெல்லாம் அவள் காலைப் பிடிச்சுக்கிட்டு வேண்டி னானாம் ...

குஞ்ஞுலக்ஷ்மி அம்மாவியின் மனசு இரங்கவே இல்லை. 'உங்க கிட்டெ எனக்கு எந்த வெறுப்பும் இல்லை . . . ஆனா . . . கர்த்தா இல்லாமெ எனக்கு ஜீவிக்க முடியாது . . .' – அப்படீண்ணு ஒரேயடியாகச் சாதித்துவிட்டாளாம் அவள்.

பிறகென்ன . . ! நாயர் கரையோகம் கூடியது. நாயர் சர்வீஸ் சட்டம் அனுசரித்து ஒரு பெண்ணுக்கு, தன் மாப்பிள்ளையைப் பிடிக்காவிட்டால், விலக்கிவிட்டு, வேறு கல்யாணம் செய்து கொள்ள ஷரத்து இருந்ததால், குஞ்ஞுலக்ஷ்மி அம்மாவி – சங் குண்ணி நாயர் பந்தம் ஒழிவதற்கு நீண்ட சூடான விவாதத் திற்குப் பிறகு ஊர்க் கூட்டம் சம்மதம் வழங்கியது.

சர்வீஸ் சொஸைட்டிக் கட்டிடத்துக்கு, புருஷன் – பெண் டாட்டியாய்ப் போய்விட்டு, ஒரு அந்நிய ஆண் – பெண்ணாகத் திரும்பி வந்த சங்குண்ணி நாயரையும், குஞ்ஞுலக்ஷ்மி அம்மாவி யையும் பற்றி அம்மா அடிக்கடி சொல்லும் வார்த்தைகள் அனந்தன் நாயரின் நினைவில் வந்தன.

'உம் . . . அவ, சரி . . . நா போயிட்டு வாறேன்ண்ணுச் சொல்லித் தனக்கப் பெட்டியும் எடுத்துகிட்டுத் திரும்பினதும், சங்குண்ணி நாயர் தொபுக்கடீருண்ணு அவ காலில் விழுந்து குலுங்கிக் குலுங்கி அழுதான். பாவிப்பொண்ணுக்குத்தான் அசல் கல் மனசோ . . . இல்லை ரெட்டைக்கரளோ . . ! ஒரு நிமிஷம் அவனை அப்படியே பாத்துக்கிட்டு நிண்ணுவிட்டு, விடுவிடுண்ணு வீட்டைவிட்டு இறங்கி, தயாரா இருந்த வண்டி யில் ஏறி நேராக முடவன்முகளுக்கு – கொச்சு கிருஷ்ண கர்த்தாக்க வீட்டுக்குப் போய், அடுத்த நாள் அவனைச் சம்பந்தமும் செய்து கொண்டாள்! அதுக்கப் பொறவு சங்குண்ணி நாயர் எழுந் திருக்கவே இல்லை . . . அன்ன ஆகாரம் இல்லாமல் அதே கிடை . . . ஒரு மாசத்தில் சங்கு பொட்டி ஆள் காலி! ஹூம் . . . குஞ்ஞுலக்ஷ்மிக்கும் கர்த்தா, அவன் மூத்த பொண்டாட்டி, பிள்ளைகள் இவர்களின் கூட பத்தே பத்து மாசம்தான் உயிர் வாழ முடிஞ்சது . . ! பத்தாவது மாசம் ஈற்று நோவு வந்து மயங்கி விழுந்தாள் . . . அதுக்கப் பொறவு அவளுக்கு நினைவு திரும்பி வரவே இல்லை . . . புள்ளை – அதுதான் இந்த கோவிந்தன் நாயர், ரொம்பப் பெரிசா குண்டுக் குண்டா இருந்தானாம் . . . வயிற்றைக் கீறித்தான் புள்ளையை வெளியே எடுத்தாங்களாம் . . . உம் . . . அப்படிப்பெற்ற புள்ளையைக்கூடக் கண் தொறந்து ஒரு தடவை பாக்காமல் போய்ச் சேந்துட்டாள் அவளும் . . ! உம் . . . மோனே அனந்தா . . . லோகத்திலே எல்லாம் அவ்வளவு தான் . . ! எல்லாத்துக்கும் ஒரு வழி முறையெல்லாம் உண்டும் . . . அதை மீறினா இப்படியெல்லாம் தான் . . . ஹூம் . . . என்ன தான் இருந்தாலும், ஏச்சுக் கட்டினால் அது மொழச்சுதான் இருக்கும் . . !'

– இப்படி ஒரு நீதி பாடத்தோடுதான் அம்மா குஞ்ஞுலக்ஷ்மி அம்மாவியின் கதையை முடிப்பாள்!

ஆனால் அந்த கோவிந்தன் நாயர் இண்ணைக்கு சமூகத்தில் அடைந்துவிட்ட உயர்வு, குலப்பெருமையும், குடும்ப மகிமையும் உள்ள, தன்னால் கனவுகாண முடியக்கூடியதா? உம்... எல்லாவற்றையும் களைந்து குளித்தாகிவிட்டதே... இனியும் என்ன குலப்பெருமை... குடும்ப மகிமை..!

கோவிந்தன் நாயர் எப்படியும் போகட்டும்... ஆனா, அவன் அம்மா குஞ்ஞுலக்ஷ்மி அம்மாவியைக் குறைகூற, தனக்கு என்ன யோக்கியதை..! அவளுக்கும், தான் விவாகம் செய்து கொண்டு வந்த கார்த்தியாயினிக்கும் உள்ள ஒற்றுமை...

அனந்தன் நாயருக்கு உடல் முழுவதும் வியர்த்தது.

கார்த்தியாயினியை வைத்துப் பார்த்தால், குஞ்ஞுலக்ஷ்மி அம்மாவி எவ்வளவோ உயர்ந்தவள் அல்லவா..?

எப்படி?

குஞ்ஞுலக்ஷ்மி அம்மாவி, ஊரைக் கூட்டி, உலகைக் கூட்டி பழைய பந்தத்தை அடியோடு துண்டித்துவிட்டுத்தானே புதிய பந்தத்தில் பகிரங்கமாகப் புகுந்தாள்...

இவள் கார்த்தியாயினி..?

மனதில் விதம் விதமான எண்ணங்களின் ஒரு ஊமைப் போராட்டம் நிகழ்வதை அனந்தன் நாயர் உணர்ந்தார். அதை நீடிக்க விட்டால், சற்று நேரத்திற்காவது சுய கவலையை மறந்திருந்த தன் உள்ளம், தாறுமாறான மன அவஸ்தைக்கும் சித்திர வதைக்கும் ஆளாகிவிட நேர்ந்துவிடும் என்று ஒரு பயம் அவரைக் குடையத் தொடங்கிவிட்டதாலும், கால் வேறு மரத்துவிட்டதாலும், மெல்ல எழுந்து சோம்பல் முறித்துவிட்டு, மைதானத்தின் மையத்தை நோக்கி மெல்ல நடக்கத் தொடங்கினார் அவர்.

இப்போது அங்கே நிசப்தம் நிறைந்து நின்றது. அடுப்புக்கள் அணைந்துவிட்டன. போர்க்களத்துப் பிணங்களைப் போல், மனித உடலங்கள் தாறுமாறாய்க் கிடந்து நித்திரை கொள்ளும் தரித்திரகோரம்...

வானத்தில் நிலவு தோன்றிவிட்டதால், அந்த வெண்மணலும், தூரத்தில் வெள்ளிவாளாய்ச் சலசலக்கும் தென்னையோலைகளும் அவர் மனசுக்குச் சிறிது ஆசுவாசத்தை அளிப்பது போலிருந்தது.

எங்கோ ஒரு ராக்குருவி பாடியது. நிசாகந்திப் பூவின் மணத்தை வாரி இறைத்தவாறு குபீரென்று ஒரு குளிர்ந்த காற்று வீசிச் சென்றது.

மேத்த மணி பதினொன்று அடிக்கிறது... உம்... மாதவிக் குட்டியும், காமாட்சியம்மாவும் தன்னிடம் சொல்லிச் சொல்லி ஓய்ந்துவிட்டார்கள்.

இந்தப் பதினஞ்சு வருஷமாகப் பழகிவிட்ட ஒரு வாழ்க்கை யல்லவா..! ராத்திரி வீட்டுக்குப் போனால் உண்டு, போகா விட்டால் இல்லை! அந்த வீட்டிலிருக்கும் ஒவ்வொரு நிமிஷமும் - குறிப்பாக ஏகாந்தமான ராத்திரி நேரங்கள் மனதை எவ்வளவு தூரத்துக்குக் கொல்லாமல் கொன்றுவிடும்! உம்... இப்போது இங்கே வீட்டின் வெளியில் மட்டும் என்ன வாழ்கிறதாம்..! போகும் இடங்களில் எல்லாம் விட்ட குறை தொட்ட குறையாய் அந்தக் கொடுமையான நினைவுகளின் நிழற்கோடுகளும் துர் தேவதைகளாய்த் தன்னைப் பின்தொடர்ந்து துரத்திக்கொண் டிருக்கையில், இருக்கும் இடமும், காலமும் தன்னைப் பொறுத்த வரையில் ஒரு பிரச்னை அல்லாமலாகிவிட்ட நிலைமை... எப்படியாவது உயிர்ப் பறவை கூட்டிலிருந்து பறக்கும் முன், தனக்கு சாந்தி கிடைக்குமா?

மைதானத்தைச் சுற்றி நின்ற பவழமல்லி மரங்களிலிருந்து இனிமையான ஒரு சுகந்தம் தன்னை வருடுவது போன்ற ஒரு சுக உணர்வு மெல்ல அகத்தில் எழுகிறது.

ஏமாற்றத்தின் இறுதிப் படிவரை வந்துவிட்ட தன் வாழ்க்கை யில் மென்மையான உணர்வுகளுக்கு இனியும் ஸ்தானமுண்டா? வாழ்க்கையில் கசப்பு அபரிமிதமாய் ஆக்கிரமிக்கும் போது தான் ஆன்மீகத்தின் அகவாசல் திறந்துகொள்ளுமா?

காலடியில் கறுகறுவென்று குரல் எழுப்பி முணு முணுக்கும் மணற்பரப்பை உற்றுப் பார்த்தார் அவர். உம்... இந்த மணல் துகள்களின் விரிந்த நெஞ்சத்தில் தோன்றி, தெளிவில்லாது மாய்ந்து மறைந்து போன கால் சுவடுகள் எத்தனை எத்தனை என்று அவர் மனம் கேட்டது.

23

சற்று தொலைவில் நாலைந்து பேர்கள் வட்டமாய் உட்கார்ந்துகொண்டிருப்பது அனந்தன் நாயரின் கண்களில் படுகிறது. மெல்ல அவர்களை நோக்கி நடந்தார் அவர்.

அருகில் செல்லச் செல்ல நிலவொளியில் இன்னும் நன்றாகப் புலனாகிறது. அவர்களில் ஒருவன் என்னமோ தீர்க்கமாய், தீவிரமாய்ப் பேசிக்கொண்டிருப்பதை ஏனையோர்கள் அனைவரும் மிகவும் கவனமாய்க் கேட்டுக்கொண்டிருக்கிறார்கள். பேசிக்கொண்டிருப்பவன் தான் மற்றவர்களைவிட மிகவும் இளைஞனாகத் தெரி கிறது. கூட்டத்தில் ஒருவர் காஷாயம் கட்டியவர் என்றும் புலனாகிறது.

சிறிது கூட நெருக்கமாக அவர்கள் கிட்டத்தில் போய் நிற்கிறார் அனந்தன் நாயர்.

நிதானமான ஒரு சிற்றோடையின் தாளலயத்தோடு, தன் இதயத்திலிருந்து நேரடியாக வரும் குரலில் மிகவும் ஆழ்ந்து அனுபவித்துப் பேசிக்கொண்டிருந்த அந்த இளைஞன், அவர் அங்கே வந்து நிற்பதைப் பார்த்தும் பாராட்டாது, தன் சிரத்தையைச் சிதறவிடாது, பேச்சைத் தொடர்ந்துகொண்டிருந்தான்.

பேசுவது வேதாந்தக் கருத்தாகப் பட்டதால், அங்கே அவன் முன்னால் உட்கார்ந்திருக்கும் ஐந்து பேர்களில், ஆறாவதாக அவரும் சம்மணம் போட்டு உட்கார்ந்து கொண்டார். புதிதாக வந்து உட்கார்ந்துகொண்ட அவரை, அந்த ஐந்து பேர்களும், லேசாய்த் தலைதிருப்பிக் கவனிப் பதை அவரும் அறியாமல் இல்லை.

பேசிக்கொண்டிருப்பவன் முகத்தில் அபார ஒளியும், உடம்பில் நல்ல ஆரோக்கியமும் இருப்பதை அவர்

பார்த்தார். ஆனாலும் அவன் அணிந்திருந்த டெர்லின் சட்டை, பேன்ட்ஸ், அதோடு முட்டைபோல் வழவழவென்று க்ஷவரம் செய்யப்பட்டிருந்த அவன் முகத்தோற்றம், – இவைகளுக்கும் அவன் பேசிக்கொண்டிருந்த அந்தப் பேச்சுக்கும் அஜகஜ வித்தியாசம் இருப்பதாய் அனந்தன் நாயருக்குத் தோன்றியது.

அந்த முகம், தனக்கு மிகவும் பழகிய, கண்டு மறந்துவிட்ட முகமாய் அவருக்குப் பட்டது. எனவே, அவன் பேச்சை மிகவும் உன்னிப்பாய் கவனித்துக்கொண்டே இருந்த அந்த நேரத்திலும், இவன் யார், நமக்கு மிகவும் அறிமுகமானவனாகத் தோன்று கிறானே என்று மனதிற்குள் மிக மும்முரமாய்த் துழாவிக்கொண்டு தான் இருந்தார் அவர்.

அவன் பேசி முடிந்ததும், ஒரு மழை பெய்து ஓய்ந்தது போல் அங்கே ஒரு நிசப்தம் வந்து சூழ்ந்துகொண்டதே ஆனாலும், அவன் பேச்சின் ரீங்காரம் இன்னும் காற்றில் மிதந்துகொண் டிருப்பதாய் அனந்தன் நாயருக்கு ஒரு உணர்வு...

அவன் சொன்ன கருத்துக்களைப் பற்றித் தீவிரமாகச் சிந்திப்பதாய்த் தோற்றமளிக்க உட்கார்ந்துகொண்டிருந்த ஏனை யோர்களைப் பார்த்தவாறு சற்று நேரம் மௌனமாக இருந்தான் அவன். பிறகு அனந்தன் நாயரைப் பார்த்து லேசாகப் புன்னகை பூத்தவாறு அவன் கேட்டான்:

"அம்மாவா... பார்த்து ரொம்ப நாளாச்சே... சௌக்கியம் தானே?"

அவர் திடுக்கிட்டார்.

"இது...

"இது..."

"என்னைத் தெரியவில்லையா அம்மாவா?... நான்தான் பாஸ்கரன் நாயர்!"

"என்ன! கல்யாணி அக்கனுக்க மகன் பாஸ்கரன் நாயரா?"

ஆச்சரியத்தால் அவருக்கு வார்த்தைகள் தடுமாறின.

"உன்னை..." என்று அவர் உதட்டில் வந்துவிட்ட சொல்லை மிக அவசரப்பட்டுக்கொண்டு என்னவோ ஒரு தவறு செய்து விட்டதைப் போல் வாபஸ் வாங்கிவிட்டு, "உங்களைப் பார்த்து நாலைஞ்சு வருஷமாச்சு... அதுதான் அடையாளம் கண்டுக்க முடியவில்லை..." என்று நாக்குழற அவர் சொல்வதை, ஏனைய ஐந்துபேர்களும் ஆச்சரியமாய் உற்று நோக்குகிறார்கள்.

"என்ன அம்மாவா . . ! நீங்க என்னைப்போய், நீங்க நாங் கண்ணுச் சொல்ல வேண்டிய அவசியமில்லை . . . அம்மாவன் பழைய மாதிரி 'எடா பாஸீ'ண்ணு என்னைக் கூப்பிட்டாப் போதும் . . . அதுதான் எனக்கு திருப்தி!"

இவ்வளவு நேரமாக அவன் பேசிக்கொண்டிருந்த விஷயத் தின் கனத்தை நேரில் கேட்ட அவருக்கு, அவன் இன்னாரென்று புரிந்துகொண்டபோது தோன்றிய பெருமைக்கு அளவில்லை.

இன்று காலையில் கல்யாணி அக்கச்சி ஞானானந்தர் ஆசிரமத்தில் வைத்துச் சொன்னபோது, இவன் இந்த அளவுக்கு வேதாந்தப் பழமாகிவிட்டிருப்பான் என்று, தான் எண்ணவே இல்லையே! எவ்வளவு பிரமாதமாய், அடுக்கடுக்காய், பெரிய வேதாந்த விஷயங்களைத் தெள்ளத் தெளிவாய் எடுத்துரைக் கிறான் இவன்!

சற்று நேரத்திற்கு அனந்தன் நாயருக்கு அவனிடத்தில் ஒன்றும் பேசமுடியவில்லை. மௌனமாய் அவன் விழிகளையே உற்றுப் பார்த்துக்கொண்டிருக்கையில், அர்த்தமில்லாமல் வேதாந்த உலகைவிட்டு, இந்தப் பாழாய்ப் போன லௌகீக உலகையும், அதில் வாழும் தன் மகள் மாதவிக்குட்டியையும், அவள் திருமணத்தையும் அவர் மனம் நினைத்துப் பார்த்துக்கொண்டது. உம் . . . ஒரு காலத்தில், இவனுக்காகப் பிறந்தவ அவள் என்று, தானும் கல்யாணி அக்காளும் எத்தனை எத்தனையோ மனக் கோட்டைகள் கட்டியிருந்தோம் . . ! மாதவிக்குட்டியின் முறை மாப்பிள்ளையல்லவா இவன் . . !

யாரும் பேசவில்லை. தென்னைமர ஓலைகளில் காற்று சலசலக்கும் ஓசைமட்டும் கேட்டுக்கொண்டிருக்கிறது. பக்கத்து சினிமா கொட்டகையின் உள்ளேயிருந்து அடிக்கடி மிருதுவான பாட்டுக்குரல் கேட்கிறது. ஒரு கார் சாலையிலிருந்து வேகமாய்த் திரும்பி மெயின் ரோடு நோக்கிச் செல்கிறது.

அவன், அவர்களிடம் விட்ட இடத்திலிருந்து, பேச்சைத் தொடர்ந்தான்:

"அதனால் என்னதான் வேதாந்தத்தைக் கரைச்சுக் குடிச்சு விட்டாலும் சரி, ஓங்காரத்துக்க உட்பொருளை அறியாவிட்டால் பிரயோஜனமே இல்லை . . . அதை லகுவாகவும், சரியாகவும் அடைய பல வழிகள் உண்டு . . . இப்போ என்னையே எடுத்துக் கொள்ளுங்களேன் . . . எனக்கு அறிவு வந்த நாளிலிருந்தே என்னமோ இந்த ஸ்பிரிச்சுவல் பீல்டில் ஒரு தணியாத வேட்கை . . . அதுக்கு என்ன காரணமுண்ணு கேட்டால் எனக்குத் தெரியாது! ஆனா எங்கப்பாவுக்கு இதே துறையில் பெரிய பெரிய அனுப

வங்கள் இருந்திருக்கலாம் ... இல்லைண்ணு நான் சொல்லல்லை ... ஆனா அது எனக்கு நேரடியா பிரயோஜனப்பட்டிருப்பதாகச் சொல்ல முடியாது ... ஏன்ண்ணா அவர் சமாதி ஆன பிறகு தானே என் பிறப்பே நடந்திருக்கு . . !”

சற்று நேர மௌனத்திற்குப் பிறகு அவனே தொடர்ந்தான்:

“அப்படி விட்டகுறை தொட்டகுறையா என்னை வந்து அள்ளிப்பிடிச்சுக்கிட்ட என் ஆத்மீக வேட்கையை, சரியான பாதையில் திருப்பி, ஞானமார்க்கத்தை லகுவாக்கி எனக்கு உபதேசிச்சுத் தந்தவர் என் குரு திற்பரப்பு நீலகண்டன் நாயர் தான் . . ! நான் உங்ககிட்டெ சொல்லுவதெல்லாம், அவரிட மிருந்து பத்து பதினஞ்சு ஆண்டு காலமாக நான் அடைந்தவை களைத்தான் . . !”

“அவர் எந்த ஆசிரமத்தைச் சேர்ந்த சுவாமிகள்?” என்று கேட்டார் காவியுடைச் சாமியார்.

பாஸி இப்போது லேசாகச் சிரித்தான்.

“வீட்டைவிட்டு காட்டையோ ஆசிரமத்தையோ தேடிப் போனவரல்ல அவர்! கிரகஸ்தத்திற்குப் பிறகு சன்னியாசத்தை அடைந்தும் வீட்டோடுதான் இருந்தார் அவர். கவண்மென்டில் ரெஜிஸ்ட்ராராக இருந்து ரிட்டையர் ஆனவர் அவர். ஒம்பது குழந்தைகளுக்குத் தகப்பன்! அவருக்கோ, அவர்கிட்டெ உபதேசம் பெற்ற எங்கள் நாலஞ்சு பேர்களுக்கோ, அவருடைய இந்த லௌகீக பந்தங்கள் ஒரு தடையாகவே இருக்கவில்லை என்பது தான் உண்மை!”

ஏனோ அனந்தன் நாயருக்குச் சற்று ஆசுவாசமாக இருந்தது.

“இப்போ அவர் சமாதியாகிவிட்டாரா”

“ஆமா . . ! திற்பரப்பில் வச்சும், இங்கே வச்சும் அடிக்கடி சந்திச்சு நேரம் போவது தெரியாமல் மணிக்கணக்கில் ஆன்மீக விஷயங்களைப் பேசிக்கொண்டிருப்பவங்க நாங்க. ஒரு நாள் எங்க நாலுபேருக்கும் ஒரே நேரத்தில் அவர் கைப்பட கடிதம் வந்தது, உடனையே திற்பரப்புக்கு வருமாறு. நாங்க போய்ச் சேர்ந்த போது அவர் சமாதியாகி விட்டிருந்தார் ... அன்று காலையில்தான்! ஹூம் ... அவர் மட்டும் என் வாழ்க்கையில் குறுக்கிடாமல் இருந்திருந்தால், நான் இப்போது வெறும் சித்து வேலைசெய்யும் கேவலம் ஒரு மந்திரவாதியாக மாறியிருந் தாலும் மாறியிருப்பேன் . . !”

24

மேத்த மணி பனிரெண்டு தடவை அடிக்க, அதை ஏற்றுப் பாடி முழங்கி ஓய்ந்தது வெங்கலமணி.

மறுநாள் இரவில் பத்துமணிக்கு மணக்காடு சமாதித் தோப்பில் சந்திப்பதாகச் சொல்லி ஒவ்வொருவராய் பாஸியிடம் விடை பெற்றுக்கொண்டார்கள்.

எல்லோரும் சென்றபிறகும் அங்கிருந்து போகும் உத்தேசம் பாஸிக்கு இல்லாததுபோல் தெரிந்ததால் அனந்தன் நாயர் மெல்லக் கேட்டார்:

“என்ன பாஸீ ... அம்மா தேடமாட்டாளா? வீட்டுக்குப் போக நேரமாகவில்லையா? இனி பஸ்ஸூம் கிடையாதே . . !”

அவன் சிரித்தான்.

“அம்மாவா! அதெல்லாம் அம்மாக்குத் தெரியும். இனி நான் உருப்படமாட்டேன்ணு! இப்போதெல்லாம் அவளும் மனசைத் தேற்றிக்கொண்டுவிட்டாள். என்றைக்கும் வீட்டுக்குப் போவது என்ற ஏற்பாட்டையே நான் துறந்து எத்தனையோ ஆண்டுகாலமாகிவிட்டது!”

அனந்தன் நாயருக்கு என்னமோ மாதிரி இருந்தது.

“உம் . . . இண்ணைக்குக் காலையில் ஞானானந்தர் ஆசிரமத்தில் வைச்சு அக்காளைப் பார்த்தேன். கொஞ்ச நேரம் பேசிக்கொண்டோம் . . .”

அவர் அப்படிச் சொன்னதில் அவன் சிரத்தை செலுத்துவதாக அவருக்குப் படவில்லை. எனவே அவரே மீண்டும் கேட்டார்:

“அப்போ ராத்திரி ஊண் உறக்கமெல்லாம் . . ?”

அவன் சிரித்தான்.

“என்ன அம்மாவா! மனுஷன் வீட்டுக்குப்போய் அம்மா போடும் சாப்பாட்டைத்தான் உண்ண வேண்டும்; கட்டில் மெத்தையில் படுத்துத்தான் உறங்கணும் – அப்படீண்ணெல் லாம் என்ன நிர்ப்பந்தம்..? எதை எங்கே சாப்பிட்டாலும் ஜீரணிக்க முடியணும்... ஒரு பேயன் பழம், ஒரு கப்பு காப்பி இவ்வளவும் எனக்கு அதிகம். எந்த இடத்தில் வைத்தும், நிற்கும்போது ஆனாலும் சரி, உட்கார்ந்திருக்கும்போது ஆனாலும் சரி, ஸ்விட்சைத் தட்டிவிட்டால் உறங்கத் தெரியணும்! ஒரு நாளைக்கு ரெண்டு மணி நேரத்துக்குமேல் உறங்க எனக்குப் பெர்மிஷன் இல்லை. காலையில் மணி மூணு அடிக்கையில் குளத்தில் இறங்கிப் பச்சைத் தண்ணீரில் குளிக்கணும்..! – இப்படியொரு வாழ்க்கை நான் பழகி எவ்வளவோ வருஷ மாகிவிட்டது அம்மாவா..!”

அவன் உடம்பைப் பார்த்தபோது அவன் சொல்வதை நம்புவது கடினமாகத்தான் இருந்தது அனந்தன் நாயருக்கு. ஆனால், தன்னிடம் பொய் சொல்லி அவனுக்கு என்ன ஆக வேண்டும் என்றும் மனசு கேட்கிறது.

சிறிது நேரம்கூட ஊர்ந்தது.

“உம்... இல்லாவிட்டாலும், அம்மா, பெண்டாட்டி, மகள் இந்த மாதிரி உறவுகளில்தான் என்ன அர்த்தமிருக்கிறது அம்மாவா..?”

அவர் திடுக்கிட்டார். இவன் எதைச் சுட்டுகிறான்? தன்னைக் கேலி செய்கிறானா?

சடக்கென்று முகம் உயர்த்தி அவன் விழிகளை நேரடி யாய்ச் சந்தித்தபோது, அங்கே இருந்த தீவிர பாவம் அவரைத் தலைகுனியச் செய்கிறது.

மணலை அளந்தவாறு மௌனமாய் உட்கார்ந்திருந்தார் அவர். சற்றுமுன் அவன் கேட்ட அதே கேள்வியின் பாதையில் மீண்டும் பேச்சை அவன் தொடர்ந்துவிடாமலிருக்க அவர் உஷாரானார். எனவே சம்பாஷணை அவனைப் பற்றியதாக்க, “உம்... திற்பரப்பு நீலகண்டன் நாயர் சமாதியான பிறகு இப்போ உனக்கு வேறே ஆராவது குரு உண்டுமா?” என்று புத்திசாலித்தனமாகக் கேட்டு வைத்தார் அவர்.

சற்றுமுன் அவன் முகத்தில் தென்பட்ட தீவிரம் அங்கே இருந்து விலக ஓரிரு நிமிடங்கள் பிடித்தன. பிறகு, ‘அம்மாவா... நீங்க பலே ஆள்தான்’ என்று அவரைத் தட்டிக்கொடுக்கும் தோரணையில் ஒரு புன்னகையைச் சிந்தியவாறு அவன் சொன்னான்:

"உண்டு... கோவளத்துக்கு கிட்டெ இருக்கார்..."

"பேரென்ன..?"

"சொக்கலிங்கம்."

"தமிழனா?"

"அதே..."

"குடும்பத்தைத் துறந்தவரா... இல்லை..?"

"இல்லை! அவரும் இப்போது பெண்டாட்டி பிள்ளைகளோடுதான் வசிக்கிறார்... என் முதல் குரு திற்பரப்பு நீல கண்டன் நாயரிடமிருந்து நான் கற்றவைகளை அதன் முழு அர்த்தத்தில் உணர்ந்து நான் செயலாற்றத் தொடங்கியது, இவரிடத்தில் நான் வந்து சேர்ந்த பிற்பாடு தான்..!"

சிறிது நேரத்திற்கு மௌனம்... அனந்தன் நாயரின் மனதில் இப்போது ஒரு சில புதிய சந்தேகங்கள் எழுந்தன. இல்லற வாழ்வும், ஞானத்தேட்டமும் ஒன்றாக ஒரு மனிதனிடம் இயங்குவது சாத்தியமா? அது சாத்தியமென்றால் பாஸிக்கும் அது ஆகலாமே..!

அவனிடத்தில் இதை எப்படிக் கேட்பது?

உம்... எவ்வளவு காலமாகத் தன் மனதில் அந்த ஆசை வேரோடிக் கிடக்கிறது! கடைசியில் தன் இல்லற வாழ்க்கையின் வீழ்ச்சியும், இவனுடைய ஞானமார்க்கத் தேடலும்தானே தன்னை அடியோடு ஏமாற்றமடைய வைத்துவிட்டன.

இப்போது...

இல்லற வாழ்க்கை என்பது ஆன்மீகத்திற்கு அப்படி யொன்றும் வெறுக்கத்தகுந்த ஒன்றல்ல என்பதை, அப்படி இல்லற வாழ்க்கை நடத்திக்கொண்டிருப்பவர்களை குருக்களாகக் கொண்டு, ஒருவிதத்தில் மௌனமாய் ஒப்புக்கொண்டிருக் கிறான் இவன் என்று அறியும்போது, மனதில் புதிதாய் ஒரு நப்பாசை...

தவிர, காலையில் பஸ்ஸில் வைத்து வாசு பிள்ளை சொன்ன மாதவிக்குட்டி – தர்மபாலன் விவகாரம்... அது தப்பாக இருக்க வேண்டுமென்பதுதான் தன் ஆக்கிரக அபிலாஷையெல் லாம்..! ஆனால் ஒருவேளை சரியாக இருந்துவிட்டால்...

அசட்டுப் பிசட்டுண்ணு ஏதாவது நடந்துவிடும்முன் – அந்த உறவு அதிகமாய் நெருங்கி வேருறைக்கும் முன், இந்த பாஸியின் கையில் மாதவிக்குட்டியைப் பிடித்துக்கொடுத்து விட்டால், தன் பொறுப்பு தீர்ந்துவிடும்.

ஆனால்...

இவனிடம் எப்படிக் கேட்பது?

கல்யாணி அக்காளுக்குத்தான் எவ்வளவு ஆசை இருந்தது! இவன் சம்மதத்தை மட்டும் பெற முடிந்துவிட்டால், அவள்கூட எவ்வளவு மகிழ்ச்சி அடைவாள்..! ஆனால்... இவனிடம் மாதவிக்குட்டியின் தகப்பனான நானே எப்படிப் பிரஸ்தாவிப்பது?

மாதவிக் குட்டியின் தகப்பன் ஆனாலும், இவனுடையவும் அம்மாவன்தானே தான்! இதுபோல் ஒரு சந்தர்ப்பம் இனி எப்போது கிடைக்கப் போகிறதோ!

"என்ன அம்மாவா..! அப்படியே பெரிய யோசனையில் முழுகிட்டீங்க?"

அவர் தொண்டையைக் கனைத்துக்கொண்டார்.

"ஒண்ணுமில்லே... உங்கிட்டே ஒண்ணு கேட்பேன்... தப்பாக நினைச்சுக்க மாட்டியே..."

அவன் சிரித்தான்.

"அம்மாவனுக்கு என்ன வேணுமானாலும் எங்கிட்டெ கேட்கும் உரிமையுண்டு..."

அனந்தன் நாயர் அதிகமாக ஆலோசிக்கவில்லை. நேரடி யாகவே தன் விஷயத்தில் புகுந்தார்.

"ஒண்ணுமில்லே... உன்னுடைய ரெண்டு குருக்களுக்கும் பெண்ஜாதி, பிள்ளைகள் எல்லாம் இருக்காங்களே, பிறகு நீ மட்டும் கல்யாணமே வேண்டாமுண்ணு இருக்கக் காரண மென்ன?"

இத்தனை நேரம் பிரகாசமாக இருந்த அவன் முகத்தில் இப்போது ஏனோ ஒரு மங்கல் வியாபிப்பதுபோல் அவருக்குத் தோன்றியது.

"அம்மாவா..! கல்யாணமே வேண்டாமுண்ணுதான் தீர்மானிச்சிருந்தேன் நான்..."

அனந்தன் நாயரின் நெஞ்சத்திற்குள் எங்கோ ஒரு பசுமை யான சுனையின் முகம் திறந்துகொண்டது போல் ஒரு உணர்வு...

"அப்படீண்ணால்... இப்போ?"

சிறிது நேர மௌனம்.

"இப்போ அந்தத் தீர்மானத்தை மாற்றிக்கொண்டேன். இல்லை மாற்றிக்கொள்ளப்பட்டுவிட்டேன்..."

அடுத்தது, எப்படி, என்ன இவனிடம் கேட்பது என்று அனந்தன் நாயருக்குக் குழப்பம் வந்துவிட்டது. தன் அந்தரங்

கத்தை அறிந்துகொண்டுதான் இவன் இப்படிப் பேசுகிறானா..! அப்படியென்றால் இந்தப் பதினைஞ்சு ஆண்டுகளுக்குப் பிறகு, இந்த விஷயத்திலாவது ஆண்டவன் தன்பால் கண் திறந்து, சிரிக்கவும், சந்தோஷமடையவும் தனக்கு ஒரு வாய்ப்புத் தரு கிறானா ?

அவனைப் பார்த்தபோது, அவன் என்னவோ தீவிரச் சிந்தனையில் ஈடுபட்டிருப்பதைப் போல் அவன் முகம் தோற்ற மளிக்கிறது. அவனாகவே பேசட்டுமென்று சிறிது நேரம் இருந்தும் அவன் மௌனமாகவே இருக்கக் கண்டு, அவரே மீண்டும் சொன்னார் :

"நல்ல விஷயம்..! பாவம் கல்யாணி அக்காளின் மனத் திருப்திக்காகவாவது, நீ உன் மனசை மாற்றிக்கொண்டது ரொம்ப ரொம்பப் புண்ணியமான காரியம்..!"

சிறிது நேரம்கூட மௌனமாக இருந்துவிட்டு அவன் சொன்னான்:

"நான் என் மனசை மாற்றிக்கொண்டது என் அம்மாவுக் காக அல்ல..! என் குருவுக்காக!"

அனந்தன் நாயரின் மனம் இப்பொழுது, என்னவோ காரணம் தெரியாமல் அடித்துக்கொண்டது.

"ஆமா... அம்மாவா..! இந்த என் மனமாற்றத்தைப் பற்றிய தகவல் உங்ககிட்டெதான் முதலில் வந்து சேருகிறது... அம்மாகூட இன்னும் அறியவில்லை... அறிஞ்சாலும் அம்மாக்கு திருப்தி அளிக்கும் விவகாரமாக இது இருக்குமுண்ணு எனக்குத் தோணவில்லை..."

"என்னா..?"

"ஆமா... நான் அம்மாவன் கிட்டெ எல்லாவற்றையும் சொல்லிவிடுகிறேன்... அம்மாவனை இண்ணைக்குப் பாத்தது ரொம்ப நல்லதா போச்சு! இதை அம்மாகிட்டெப் போய் நான் சொல்லிக்கொண்டிருக்கவும் போவதில்லை... எப்போ தாவது அம்மாவைக் காணும்போது அம்மாவனே இதை அம்மாவிடம் தெரிவிச்சுவிட்டால் போதும்... சரி... எதுக்கும் பப்பு பிள்ளையின் கடையில் போய் ஒரு சுக்குக் காப்பி குடிச் சுட்டு வருவோம்... ஒரே தாகமா இருக்கு..." என்று கூறியவாறு எழுந்தான் அவன்.

மனசுக்குள் என்னவெல்லாமோ கேள்விக்குறிகள்... எனினும் வேறு வழியில்லாமல் எழுந்து அவன் கூட பப்பு பிள்ளையின் கடை நோக்கி நடந்தார் அனந்தன் நாயர்.

மணி ஒன்று அடித்தது. சினிமா கொட்டகையிலிருந்து இரண்டாவது ஆட்டம் முடிந்து கூட்டம் கூட்டமாய் ஆட்கள் சலசலவென்று சென்றுகொண்டிருக்கிறார்கள்.

25

காப்பி குடித்துவிட்டு மீண்டும் மணலில் வந்து உட்காருவது வரையில் பாஸி ஒன்றுமே பேசவில்லை. அவன் தீவிரமான சிந்தனையில் ஈடுபட்டிருக்கிறான் என்பதை மட்டும் அவன் முகத்திலிருந்து அனந்தன் நாயருக்குத் தெரிந்துகொள்ள முடிந்தது. அவர் மனதிற் குள்ளிலும், என்னவோ ஒரு ஏமாற்ற உணர்வு மெல்ல மெல்ல எழும்பிப் படம் விரித்துக்கொண்டிருந்தது.

மணலில் வந்து உட்கார்ந்து சற்றுக்கழித்து அவன் மெல்லத் தொடங்கினான்:

"அம்மாவா . . ! கல்யாணமே வேண்டாமுண்ணு நான் தீர்மானம் எடுத்திருந்ததுக்கு, என் இம்மாதிரி கட்டுப்பாடோ, ஒழுங்குமுறையோ இல்லாத வாழ்க்கைப் போக்கும் ஒரு காரணம்தான்! ஆனால் . . . நேற்றைக்குக் கோவளத்துக்குப் போயிருந்தப்போ சற்றும் எதிர்பாராத வாறு என் குருவின் உத்தரவுக்கு நான் கீழ்ப்படியவேண்டி வந்துவிட்டது . . !"

கொஞ்ச நேரம் பேசாதிருந்துவிட்டு அவனே தொடர்ந் தான்: "என்னால் முடியாதுண்ணு மறுக்கமுடியாத ஒரு சம்பந்தம் அது! அவர் எங்கிட்டெ வாய் திறந்து சொல்லாம லிருந்தாலும்கூட, எனக்கே ஒரு தார்மீகக் கடமையுள்ள ஒரு விவகாரம் இது! கண்ணைமூடிக்கிட்டு சம்மதமுண்ணு சொல்லிவிட்டு வந்துட்டேன் . . . ஆனா . . . இப்பவும் இது முறையாண்ணு என் அந்தராத்மா கேட்கத்தான் செய்யுது; பெண் வீட்டுக்காரங்க இந்த சம்பந்தத்தில் என்னை மாப்பிள்ளையாக்க நினைச்சே இருக்கக்கூடாதுண்ணு தான் என் மனசு திரும்பத்திரும்ப சொல்லிக்கொண் டிருக்குது . . !"

"பொண்ணு யாரு?"

உதட்டு நுனிவரை வந்துவிட்ட இந்தக் கேள்வியைப் பிடித்து நிறுத்தத் தெரியாமல் சடக்கென்று வெளியே சிந்திவிட்டு, சே... கேட்க வேண்டாமாக இருந்தது என்று அவதிப்பட்டார் அனந்தன் நாயர்.

குரலில் ஒரு கௌரவம் கலந்திருக்க, "சமாதியாகிவிட்ட என் முதல் குரு திற்பரப்பு நீலகண்ட நாயரின் கடைசி மகள்..!" என்றான் பாஸி.

ஏமாற்றத்தின் இடத்தில் இப்பொழுது என்னவோ ஒரு எரிச்சல் அனந்தன் நாயரின் மனதைத் தாக்கியது.

"அதுதானே பார்த்தேன்..! உம்... எல்லாம் இவ்வளவு தான்..!"

இதற்கு மேல் ஒன்றும் பேச முடியாத அளவுக்கு அவர் மனம் முழுதும் பொறாமை கலந்த தாறுமாறான கற்கனைகள் கிடந்து தடம் புரண்டன.

ஆனால்... அவருடைய அந்த வார்த்தைகள் பாஸிக்கு அவ்வளவாக ரஸிக்கவில்லை போலிருக்கிறது.

"அம்மாவா..! தயவு செய்து அவசரப்பட்டு யாரையும் குறையாக நினைச்சுவிடாதீங்க! அவர் திற்பரப்பு நீலகண்டன் நாயர் சுவாமிகள் ரொம்பப் பெரியவரு... இதே மணலிலும், வேறெங்கெல்லாமோ வச்சும் அவர்கூட ராப்பகல் இல்லாமை எவ்வளவோ நாட்கள் நான் பேசிக்கொண்டு இருந்திருக்கேன்... அவருக்கு இப்படியொரு எண்ணம் துளிகூட இருந்திருக்க வில்லை என்பதும் எனக்குத் தீர்மானமாத் தெரியும். அவர் உயிருடன் இருக்கும்போதும், சமாதியான பிறகு சமாதி பூஜைக் காகவும் திற்பரப்பில் அவுங்க வீட்டுக்கு எத்தனையோ தடவை ராத்திரி பகலுண்ணு இல்லாமல் நான் போயிருக்கேன்... ஆனா இம்மாதிரி ஒரு கல்யாண ஆலோசனை அப்போதெல்லாம் அங்கே யாருக்காவது இருத்ததாகவும் எனக்குத் தெரியாது..! ஆனா... உம்... எல்லாம் வருவது போல் தானே வரும்..! அவர் குடும்பத்துக்குண்ணு ஒண்ணும் சேர்த்து வைத்திருக்க வில்லை. இருந்த சொத்தையெல்லாம் விற்று ரெண்டு பெண்களைக் கட்டிக் கொடுத்தாங்க அவர் மனைவி. ஆண் குழந்தைகள் எல்லோரும் படிச்சுக்கொண்டிருக்காங்க! இந்த மாதிரி ஒரு சூழ்நிலையில்தான் அந்த அம்மா இப்படி என்னை மாப்பிள்ளை யாக்க ஆசைப்பட்டு கோவளம் சுவாமி கிட்டெ சொல்லி யிருக்கணும்..!"

அனந்தன் நாயரின் மனம் இன்னும் ஒரு நிலைமையை அடையவில்லை.

"கோவளம் சுவாமிகளிடம் உனக்குச் சொல்லியிருக்கலாமே..."

"என்னாண்ணு...?"

"இந்த சம்மந்தத்துக்கு உனக்கு இஷ்டமில்லைண்ணு!"

சடக்கென்று மௌனமாகிவிட்டான் பாஸி.

நடு வானத்திலிருந்து சந்திரன் வெகுதூரம் கீழிறங்கிவிட்டான். வீசிய காற்று வேறு அனந்தன் நாயரை வெடவெட வென்று குளிர வைத்தது. எனினும் அவர் நெஞ்சிற்குள், கைக்கு எட்டியும் வாய்க்கு எட்டவில்லையே என்ற ரீதியில் ஒரு அரிப்பு மேலோங்கி நின்றது.

சற்று நேரத்திற்குப் பிறகு பாஸி பேசினான். அவன் குரலில் இப்போது கௌரவமும், கனமும் அதிகமாக இருந்தது.

"அம்மாவா..! அம்மாவனுக்குத் தெரியுமா என் அப்பா இறக்கக் காரணம் என்னாண்ணு..?"

அனந்தன் நாயர் திடுக்கிட்டார். தான் இவனிடம் கேட்டது என்ன, இவன் பேசுவது என்ன என்று அவருக்கு வியப்பாக இருந்தது. எனினும் தெரியாது என்று தலையாட்டினார்.

"சுமார் முப்பத்தாறு ஆண்டுகளுக்கு முன்னே அந்தச் சம்பவம் நடக்கும்போது நான் பிறக்கவே இல்லை. எனக்கு எல்லாம் கேள்வி ஞானம்தான்..! அம்மாவனுக்கு அப்போ என்ன பிராயம் வரும்..?"

"எனக்கு அப்போ பதினாறு வயசிருக்கும். ஒரு திருவோண காலத்தில் அத்தம் நாள் அண்ணைக்கு உங்க அப்பாவை மூணு நாலு பேருங்க தூக்கிக்கொண்டு வந்ததைப் பாத்தது எனக்கு இப்போ லேசாக ஞாபகம் இருக்குது!"

"அப்போ அங்கே சட்டம்பி சுவாமிகள் ஏறி வந்து சொன்னதையாவது அம்மாவன் கேட்டேளா?"

"ஓஹோ..! 'குருவைப் பரீட்சை செய்து பாக்கக்கூடாது'ண்ணு அவர் சொன்னதாக ஒரு ஞாபகம்... ஆனா... அப்போ அவர் அப்படிச் சொல்லக் காரணம் என்னாண்ணு தான் இதுவரை ஆருக்கும் தெரியாதே..!"

பாஸி சிரித்தான். அந்தச் சிரிப்பில் வேதனை நிரம்பி நிற்பதாய் அவருக்குப் பட்டது.

"ஆமா... அம்மா உட்பட யாருக்கும் தெரியாது. நான் சின்னப்பையனா இருக்கையிலேயே அப்பாவைப் பற்றி அம்மாவும், மற்ற சொந்தக்காரங்களும் சொல்லி கேள்விப்பட்டேன். எல்லோரும் சட்டம்பி சுவாமிகள் வந்து அப்படிச் சொல்லி

விட்டுப் போனதையும் சொன்னாங்களே தவிர, அவர் அப்படிச் சொல்லக் காரணம் என்னாண்ணு யாருக்கும் தெரிஞ்சிருக்க வில்லை ... ஆனா ... ஆன்மீகத் துறைக்குக் கொஞ்சம் கொஞ்சமா நீங்கிக்கொண்டிருந்த என் பால மனசில், அந்தக் கேள்வி, ஒரு மர்மமாக மட்டும் இருக்கவில்லை ... என் ஞானமார்க் கத்தின் திறவுகோலே அந்த ரகசியத்தில்தான் தொக்கி நிற்பதாய் அர்த்தமில்லாமல் என் மனசைக் கிளறிக்கொண்டே வேறு இருந்தது அது ..!"

ஒன்றும் பேசத் தோன்றாமல் அவனையே பார்த்தவாறு அனந்தன் நாயர் உட்கார்ந்திருந்தார். சட்டம்பி சுவாமிகள் எதற்காக அப்படிச் சொல்லியிருப்பார் என்று தன்னுடைய சிறு பிராயத்திலும், வயது வந்துகொண்டிருந்த கால கட்டத் திலும், பலவாறு யூகித்ததெல்லாம் அவருக்கு நினைவு வந்தது. பிறகு, லௌகீக வாழ்க்கையின் சுருக்குகள் – சரடுகள் பலமாக இறுக்கியபோது, இம்மாதிரி, அசல் வாழ்க்கையின் அப்பாற் பட்ட நினைவுகளின் தனிமைச் சஞ்சாரம் செய்ய அவரால் முடியவில்லை, பிறகு கார்த்தியாயினி, தன்னை விட்டுச் சென்ற பின் பூந்துறை ஆசிரமத்தில் போய்க் கொஞ்ச காலம் நிஷ்டை யில் இருக்கையில், அடிக்கடி கேள்விக்குறியாய் எழுந்துவரும் இந்த நினைவு, பதில் எதுவும் கிடைக்காமல் ஏமாந்துபோய்த் திரும்பிச் சென்றுவிட்டிருக்கிறது ... அவ்வளவுதான் ..!

ஆனால் இவனோ ..!

அந்த அப்பாவின் மகனல்லவா! ஆனாலும் இவன் அதையே ஒரு வாழ்க்கை விரதமாய் – சாதனைப் பிரமாணமாய்க் கொண்டு இயங்கி வந்திருக்கிறான் என்று அறியும்போது அனந்தன் நாயருக்கு பிரமிப்பாகத்தான் இருந்தது.

அவன் முகத்தைப் பார்த்தபோது, மேற்கொண்டு அவ ரிடத்தில் எதையும் சொல்லும் உத்தேசம் அவனுக்கு இல்லாதது போல் தோன்றியதால், அவர் மனதிற்கு என்னவோ போலிருந்தது. தான் கேட்ட கேள்விக்கு நேரடியாக அவன் இன்னும் பதில் தரவில்லை என்பதும் அவருக்கு ஞாபகம் வந்தது.

ஆனால் ... அவன் குரு கோவளம் சுவாமிகளிடம் இந்த சம்பந்தத்திற்கு அவனுக்கு இஷ்டமில்லை என்று ஏன் சொல்ல வில்லை என்று, தான் அவனிடம் சற்றுமுன் கேட்டதற்கு, அவன் அப்பா சம்பந்தப்பட்ட இந்த விவகாரத்தில் குருவைப் பரீட்சை செய்து பார்க்கக் கூடாது என்று சட்டம்பி சுவாமிகள் சொன்னதை அவன் லேசாய்ச் சுட்டிவிட்டு ஓய்ந்துவிட்டான் என்றால், அதுதான் தன் கேள்விக்கு ஒரு மறைமுக – ஆனால் சக்தி வாய்ந்த பதில் அல்லவா?

அனந்தன் நாயருக்கு வெட்கமாய்ப் போய்விட்டது. இவன் தன் மகளை மணக்கமாட்டான் என்ற தன் ஏமாற்றத்தின் சுயநல உணர்வு, அவனுடைய வாழ்க்கையையே அர்ப்பணித்து அதற்காக ஆத்மார்த்தமாக இயங்கிக்கொண்டிருக்கும் அவனுடைய துறையின் விசுவாசப் பிரமாணத்திற்கு எதிராக, ஏன் அவன் கேள்வியெழுப்பவில்லை என்று அவனிடமே நேரடியாகக் கேட்டுவிடத் தன்னைத் தூண்டிவிட்டதே..! இருந்தும், அவன் சொல்ல வந்தது முழுவதையும் அவனிடமிருந்து கேட்டு அறிந்துவிட வேண்டுமென்று, தனக்குத் தேவையில்லாத சிறுபிள்ளைத்தனமான ஒரு ஆவல் தன்னிடம் வேலை செய்வதில் ஆச்சரியப்பட்டவாறு அவனிடம் கேட்டார்:

"சட்டம்பி சுவாமிகள் ஏன் அப்படிச் சொன்னாருண்ணு நான்கூட அறியக்கூடாதா பாஸீ..?"

அவன் ஒன்றும் பேசவில்லை. அவன் முகத்திலிருந்த பாவத்தைப் படிக்க முடியாது உட்கார்ந்திருந்தார் அனந்தன் நாயர்.

"அம்மாவன் அறிவதில் எனக்கு ஆட்சேபணை இல்லை... ஆனா... அது அவசியம்தானா? அவசியமானதை நான் சொல்லிவிட்டேன்ணு நினைக்கிறேன்..."

அவர் இடைமறித்துப் பேசினார்:

"இல்லை பாஸீ... அதை நீ எங்கிட்டெச் சொல்லத்தான் வேண்டும்..."

சிறிது நேரம் யாரும் பேசாமல் இழைந்தது. பஞ்சுப் பொதி போன்ற மேகங்கள் நிலவைச் சற்றுநேரம் மறைத்திருந்து விட்டு விலகிச்சென்றன.

"அம்மாவா..! அதை அறிய நான் ரொம்பச் சிரமப்பட வேண்டியிருந்தது. அப்பாவின் பழைய ஏட்டுச் சுவடிகள், புஸ்தகங்கள், எல்லாவற்றையும் பல நாட்களாகப் புரட்டினேன். கடைசியில் அப்பாவின் குரு இன்னாருண்ணு அறியவே எனக்குப் பல காலம் வேண்டி வந்தது. அவரானால் அப்பா காலமாவதுக்கும் ஒரு வருஷத்துக்கு முன்னாலேயே சமாதி ஆயிட்டாருண்ணு தெரிய வந்தது. அவர் ஆசிரமம் எங்கே இருந்ததுண்ணு தேடி அலைஞ்சேன். கடைசியில் குற்றாலத்தில் தேனருவி பக்கத்தில் ஒரு காட்டில் ஒரு இருண்ட குகையில் வச்சு அப்பாவின் குருவின் இன்னொரு சிஷ்யரான ஒரு ரிஷியைக் காண முடிஞ்சது. அப்பாவைத் தூக்கிக்கொண்டு வந்து வீட்டில் சேர்த்தவர்களில் அவரும் ஒருவர்! அவர் கிட்டெயிருந்துதான் இந்தத் தகவலே எனக்குக் கிடைச்சுது..."

பழவங்காடி பக்கத்திலிருந்து இரண்டு மூன்று பேர்கள் என்னவோ பேசியவாறு நடந்து செல்லும் சந்தடி . . . ஒன்றின் பின் ஒன்றாய் இரண்டு கார்கள் விர்ரென்று பாய்ந்து செல்லும் அரவம் . . . இரண்டு சொறி நாய்கள் சண்டை போடும் கோலா கலம்.

சிறிது நேரத்திற்குள் மீண்டும் பழைய நிசப்தம் . . . மௌன மாய் வீசும் காற்றில் தென்னையோலைகள் சிலிர்க்கும் படப் படப்பு மட்டும் கேட்கிறது.

பாஸி தீர்க்கமாய் ஒரு பெருமூச்சு விட்டான்.

"அப்பாக்கு குண்டலினீயோகம், சித்த வைத்தியம், அது, இது எல்லாவற்றையும் கற்றுக்கொடுத்தவர் குற்றாலம் சுவாமிகள். அப்பாதான் அவருக்கு மிகவும் நம்பிக்கைக்குப் பாத்திரமான முதல் சிஷ்யர். அவர் ஒருநாள் அப்பாவைக் கூப்பிட்டு, 'குறுப்பே . . . நான் இண்ணைக்கு ராத்திரி சமாதி ஆகிவிடுவேன். ஆனா . . . உனக்கு மட்டும் நான் சொல்லித்தாறேன் . . . ரொம்ப ரகசியம் . . ! நான் சமாதியான பிறகு எப்போதாவது என்னைப் பாத்து அத்தியாவசியமா ஏதாவது கேட்கணுமுண்ணு உனக்குத் தோணினால் அதுக்குள்ள வழி இது . . ! ஆனா . . . அத்தியா வசியம் இல்லாமெ எக்காரணத்தாலும் இதைப் பிரயோகித்து விடாதே . . !' என்று எச்சரித்துவிட்டு, கொஞ்சம் மந்திரங்களை யும், நிஷ்டைகளையும், யோக முறைகளையும் எல்லாம் அப்பா வின் செவியில் உபதேசித்துக் கொடுத்தாராம். சுவாமிகள் சமாதி யாகி ரொம்ப நாட்களாக அப்பா மனசைக் கட்டுப்படுத்திக் கொண்டுதான் இருந்தார் . . . ஆனா . . . உம் . . ! தலைவிதி யாரை விட்டது! குரு சொல்லிக் கொடுத்தவைகள் எவ்வளவு தூரத்துக்குச் சரியாக இருக்குமுண்ணு அப்பாவின் மனசில் சந்தேகத்தின் ஒரு சின்னப் பொறி தோணத் தொடங்கிவிட்டது . . . சின்னப் பொறியானது விசுவ ரூபமெடுத்து இதயமெங்கும் நிறைந்து நிக்கும் அக்கினி குண்டமாக அதிக நாட்களா வேணும்? அப்படித் தான் அந்த அத்த நாளில், அப்பா இங்கே பக்கத்திலிருக்கும் மூக்குன்னி மலையில் ஒரு இருண்ட குகைக்குள் போய் உட் கார்ந்துகொண்டு, குருவின் உபதேசத்தை மிகத் தீவிரமாய் – இம்மி பிசகாமல் அனுஷ்டித்துப் பரீட்சை செய்து பார்த்தா ராம் . . . உம் . . . அதிகம் எதுக்கு? பிறகு நடந்தது எல்லாம்தான் எல்லோருக்கும் தெரியுமே . . !"

அனந்தன் நாயரின் மனதில் என்னவெல்லாமோ குழப்பங்கள் மீண்டும் தலையெடுத்தன . . . என்னவெல்லாமோ புதிய புதிய சந்தேகங்கள் வேறு படம் எடுத்துச் சீறிப்பாய்வது போன்ற உணர்வு.

பாஸியே மேலும் சொன்னான்:

"அதனால் அம்மாவன் ஒண்ணைப் புரிஞ்சுக்கணும்..! நம்பிக்கை, கண்மூடித்தனமான நம்பிக்கை, அது ஒண்ணு தான் எங்கள் துறையின் ஜீவநாடியே...! இதில் அணு அளவுக் காகவேனும் பிசகுவதுண்ணால், பக்குவம் அடையவில்லை – பூரணத்துவம் பெறவில்லை, அப்படீண்ணுதான் எங்கள் அக ராதியில் அர்த்தம். எனவே என் அப்பாவின் வாழ்க்கையின் கடைசிச் சம்பவம்தான், எனக்கு எப்போதும் ஒரு எச்சரிக்கைப் பாடம்! இவை எல்லாம் எங்களைப் பொறுத்தவரையில், தர்க்கித்து ஜெயிக்கவேண்டிய விஞ்ஞான பிரச்னைகளும் அல்ல...! கூட்டு விதிகளுக்கு உட்படாமல், ஒவ்வொரு ஆத்மாவும், தனக்குத்தானே, தன்னந்தனியாக உணர்ந்தறிய வேண்டிய இந்த ஏகாந்த விவகாரங்களைச் சூசகமாய் சுட்டிக்காட்டத் தான் முடியுமே அல்லாமல், அதைச் சந்திக்கிழுத்து, வம்பு பண்ணி, வாக்கு வாதம் செய்து வலுக்கட்டாயமாகத் திணித்து உணர்த்திவிட யாராலும் முடியாது. ஆதலால் கோவளம் சுவாமிகளிடம் நான் அவநம்பிக்கை கொள்வது என்பது பற்றி என்னால் சிந்தித்துப் பார்க்கக்கூட முடியாது... என் பக்குவமின்மை காரணமாக என்னிடம் சில மனச்சலனங்கள் இருந்தாலும், எதுவானாலும் சரி அவர் எங்கிட்டெ சொல்லி விட்டார் என்றால், அதை நான் அனுசரித்தே தீருவேன்... தீரணும்...! ஆனா அழகு, அந்தஸ்து, பணம் முதலிய காரணங் களால், அம்மா இந்த சம்பந்தத்துக்கு முழுமனசோடு சம்மதம் தரப்போவதில்லை என்பதும் எனக்குத் தெரியும்... ஆனா... அதுக்காக இந்தக் கல்யாணம் நடக்காமலிருக்கவும் போவ தில்லை... ஏன் என்றால் என் ஆத்மீக வாழ்வுக்கு இதுவும் ஒரு மைல்கல்தான் என்பதால்..!"

26

பாஸியிடமிருந்து விடைபெற்றுக்கொண்டு அனந்தன் நாயர் திரும்பியதும் மேத்தமணி இரண்டு தடவை அடித்தது.

இத்தனை நேரம் தெரியாதிருந்த வியாதியின் உபாதைகள் மெல்ல மெல்லத் தன் கைவரிசையைக் காட்டத் தொடங்கிவிட்டிருந்தன.

உம் . . . பாஸியைக் கண்டு பேசத் தொடங்கியபோது அர்த்தமில்லாமல் தனக்குத் தோன்றிய சபலத்தைச் சபித்தவாறு மெல்ல நடந்து நீங்கியபோது, ஓய்வெடுத்துக் கொண்டிருந்த சில ஸிற்றி பஸ்களின் உள்ளே அடக்கத் தொனியில் ஆண் பெண் குரல்கள் கேட்டன . . .

"அடங்கிக் கிடடீ அஸத்தே . . ."

"இவன் ஒரு கால மாடன்தான் . . ."

– இத்யாதி இத்யாதி முணுமுணுப்புக்கள் . . .

அனந்தன் நாயர் நிற்கவில்லை.

மனிதர்களுக்குத்தான் எத்தனைவிதமான பசிகள் . . .

வயிற்றுப் பசி . . .

சதைப் பசி . . .

ஞானப் பசி . . .

இவைகளைத் தணிக்கத்தான் என்னென்ன மாதிரியான வழிகள் . . ! ஒவ்வொருவரும் தனக்குத் தகுந்த மாதிரியான நிலையில், அவரவர் பசிகளைத் தீர்த்துக் கொண்டுதான் இருக்கிறார்கள் என்று நினைத்தவாறு, அவர் கால்கள் களைத்துப் போய்த்தான் வீட்டை நோக்கி நடைபோட்டன.

வடக்கே தெருவில் நுழைந்தபோது துயிலில் ஆழ்ந்து கிடக்கும் நெருக்கமான வீடுகள் மங்கலாய்த் தெரிகின்றன. ஒரு வீட்டிலும் விளக்குகள் எதுவும் இல்லை. ஆனால் குழந்தை அழும் ஒலி, இருமல் ஒலி, டொக் டொக்கென்று வெற்றிலை பாக்கு இடிக்கும் சத்தம், குழாயிலிருந்து தண்ணீர் சிந்தும் ஓசை – இப்படி ஒருசில ஒலிகள் விட்டுவிட்டுக் கேட்டுக்கொண்டிருக்கின்றன.

வீசிய காற்றில் லேசாய் மல்லிகைப்பூ மணம் வந்தது.

நீலவானம்...

வட்ட வடிவமாய், சீதளமான நிலவுக் கீற்றுக்களைத் தெறித்து மகிழும் வெண்மதி...

அனந்தன் நாயரின் அடிமனதில் ஒரு சில சலனங்கள்.

தன்னைப் பொறுத்தவரையில், தன் பசிகளுக்கு ஒன்றுமே இப்போதெல்லாம் உணவே இல்லாத நிலைமை...

இருந்தும், எப்படியோ வாழ்க்கையை வாழ்ந்து தீர்த்துக் கொண்டிருக்கும் அவஸ்தை...

இந்த வீடுகளுக்குள்ளே எல்லாம் இப்போது என்ன நடந்து கொண்டிருக்கும்? என்ற விசித்திரமான ஒரு கேள்வி அவர் மனதில் எழும்பி வருகிறது.

பகல் உழைப்பில் மலரும் தூக்கமா?

இல்லை, தந்தை, தாய், மக்கள், சகோதரர்கள், இவர்கள் எல்லாம் சுற்றிச் சூழ்ந்து கிடந்து தூங்கிக்கொண்டிருந்தும்கூட, திருட்டுத்தனமாய் விழித்துக்கொள்ளும் பசியைப் பரஸ்பரம் தீர்த்துக்கொள்ளும் கைங்கரியங்களா? 'சே... சே'யென்று பட்டப் பகலில், இந்தப் பூனையும் இந்தப் பாலைக் குடிக்குமா என்று ஏனையோர்களிடம் யோக்கியர்களாக அபிநயிக்கும் இந்த மனிதர் களுக்கு, ஒவ்வொரு இரவு கழிந்ததும், வீட்டில் தன் கூட வசிக்கும் மற்றவர் முகங்களைப் பார்க்கையில் எந்தக் கூச்சமும் ஏற்படாதா?

இதென்ன விபரீதக் கற்பனை..! எதுக்குக் கூச்சப்படணும்? தான் கூச்சப்பட்டோமா? சமுதாயம் அங்கீகரித்திருக்கும் வடிகால்தானே இது..!

அனந்தன் நாயருக்கு ஆச்சரியமாக இருந்தது. தன் மனதில் பல நாட்களாக இல்லாத சலனங்கள், அதுவும் விபரீதச் சலனங் கள், இன்று இந்த நடு இரவு கழிந்துவிட்ட நேரத்தில், தன் அனுமதியில்லாமல் தோன்றக் காரணம்..?

இன்று சாயந்திரம் சாஸ்தான் கோவிலில் வைத்து கார்த்தி யாயினியைக் கண்டதாலா..?

அப்படியும் இருக்குமா? அவளை அப்போது கண்டதால் தான், தன் உணர்வுகள் இப்போது விழித்து முறுக்கேறிக் கொள் கின்றனவா?

இல்லை, விழித்திருக்கும் உணர்வுகள் ஆத்திரத்தில் குமுறு கின்றனவா?

அவர் நெஞ்சம் ஒரு ஆத்ம பரிசோதனையில் முழுகியது.

உம்... எது எப்படியானாலும், இந்தச் சின்னச் சின்ன வீடுகளில் எல்லாம் எவ்வளவு அமைதியான வாழ்க்கை நிலவு கிறது... தன் தாம்பத்திய வாழ்க்கையில் மட்டும் தானே இப்படி யொரு கண்டம்... அதனால்... தன் வாழ்க்கைப் பாதையே எப்படியெல்லாம் திசை திரும்பிப் போய்விட்டது..! மன சமாதானமே அடியோடு செத்துப்போய்விட்டதே..! தனக்கு மட்டும் இப்படியெல்லாம் நேரக் காரணம்?

இந்த பாஸிக்குத்தான் என்ன வைராக்கிய சித்தம்!

அந்த மாதிரி ஒரு வைராக்கிய சித்தம் தனக்கும் இல்லை யென்று கூறமுடியுமா? இழுக்கும் திசைகளில் எல்லாம் நீங்கி விடும் உணர்ச்சிகள் உள்ள ஒரு மனிதனாகத் தான் இருந்திருந் தால், இந்தப் பதினைந்து ஆண்டு காலமாக, மனப்போர்கள் எப்படியும் போகட்டும், செயலாற்றலில் இப்படியொரு திடத் தன்மையோடு தீவிரமாக நின்று தன்னால் சமாளித்திருக்க முடியுமா?

பத்து ஆண்டுகளுக்கு முன் தன்னைச் சந்தித்தபோது, தன்னிடம் இறங்கி வரத்தானே செய்தாள் கார்த்தியாயினி..! தவிர, தன் பசியைத் தீர்த்துக்கொள்ள எத்தனை எத்தனையோ வழிகளுக்கா இந்நகரில் பஞ்சம்...?

சற்றுமுன் அந்த மைதானத்தில் கண்ட வேட்டைக் காட்சி...

நகர பஸ்ஸுக்குள் கேட்ட ஒலி...

—இப்படி இன்னும் இன்னும் எவ்வளவோ மார்க்கங்கள் இருந்தும்கூட, பல்லைக் கடித்துக்கொண்டு, மனதால் ஒரு சில துர்பல நொடிகளில் பாதை பிறண்டிருப்பினும், செயலால் முழுக்க முழுக்க இந்தப் பிரம்மச்சரிய வாழ்க்கையைத் தன் னால் மேற்கொள்ள முடிந்தது எப்படி?

தானும், செயலில் பாதை பிறண்டிருந்தால், பிறகு தனக்கும் கார்த்தியாயினிக்கும் என்ன வித்தியாசம்?

ஆனால்...

இந்த வாழ்க்கையில், தான் அடைந்தது என்ன?

உப்பு சப்பில்லாத, கோழைத்தனமான, இந்த வெறும் 'ஆத்ம திருப்தி' மட்டும்தானா?

பஸ்ஸில் ...

மைதானத்தில் நடந்த வேட்டை ...

இவையெல்லாம் எதைக் காட்டுகின்றன?

ஏழ்மையையா?

அப்படி அறுதியிட்டு உறுதியாகச் சொல்ல முடியுமா? என்று அவர் மனம் கேட்கிறது.

இவையெல்லாம் காசுக்காகவென்றால், காசில்லாதவர்கள், ஏன் மூட்டை சுமப்பவர்கள், வீட்டு வேலை செய்பவர்கள், இப்படிப்பட்ட ஏழைகள் எல்லாம் இந்த மாதிரி காரியங்களுக்குத் துணிந்து இறங்கி எளிதில் பணம் பண்ணியிருக்கலாமே என்ற, இவ்விஷயத்தில் சாதாரணமாகக் கேட்கப்படும் கேள்வியில் அவர் மனம் சென்று விடை தெரியாமல் தத்தளித்தது. தவிர, காசு பணம் ஒரு பிரச்னை அல்லாத காலங்களிலும், இந்தப் புண்ணிய மண்ணிலும் இவைகள் இயங்கியிருக்கின்றனவே ... இன்று காசு பணம் ஒரு பிரச்னையே அல்லாத நாடுகளிலும் இவை இயங்கிக்கொண்டுதானே இருக்கின்றன ..! அப்படி யென்றால் இதற்கெல்லாம் காரணம் ..?

மனிதனுக்கு ரத்தமும் சதையும் இருக்கும் வரையிலும் இந்தப் பிரச்னைகள் இருந்தே தீருமா?

அவர் மூளை குழம்பியது. பாஸியிடம் தென்பட்ட உயர்ந்த இலட்சிய போதம் – ஞானப் பசி எங்கே? இத்தகைய அசிங்க மான சதைப் பசிகள் எங்கே?

ஆனால் ... வாழ்க்கையில் ஞானப் பசியை மட்டுமே யதார்த்தமென்று ஒப்புக்கொண்டுவிட்டுத் தப்பித்துக்கொள்ள முடியுமா? அதைப் போலவே இந்தப் பசியும் ஒரு யதார்த்தம் தானே? அந்த அளவுக்கு இதையும் அங்கீகரிக்காமல் வேறு வழி?

இந்தப் பிரச்னையை இன்னும் தீவிரமாய் அலசி ஆராய்ந்து ஆலோசிக்க அவர் மூளை கூசியது.

நீல. பத்மநாபன்

27

மித்ரானந்தபுரம் குளம் நிலவொளியில் வெள்ளி யாய் ஒளியிடுவதைப் பார்த்தவாறு சற்று நேரம் நின்றார் அனந்தன் நாயர்.

அவருக்கு மேல்மூச்சு கீழ்மூச்சு வாங்கியது. மனம் கொஞ்சம் கொஞ்சமாய் அமைதி அடைவது போலிருந்தது. ஆனால் அது ஒரு அமைதிதானா?

உம்... அழகையும், மோனத்தின் சுகத்தையும் எல்லாம், தான் ஆண்டு அனுபவித்த நாட்கள் யாவும், தன்னைப் பொறுத்தவரையில் திரும்பி வராமல் போயே போய்விட்டன... அப்படியிருந்தும் மனசிற்குள் ஏன் இம்மாதிரி அவசங்கள்..?

இந்த அவசங்கள் எல்லாவற்றையும் ஒரேயடியாய் மூட்டை கட்டி, இதயத்தின் ஆழத்தில் புதைத்துவிட் டிருந்தும், பெரிய பெரிய தூண்டுதல்களினால்கூட வைராக்கியத்துடன் இருக்கும் மனம், வெளியுலகின் சின்னஞ்சிறு பாதிப்புக்களால் அல்லல்படுவது ஏன்?

தீர்க்கமான ஒரு பெருமூச்சு அனந்தன் நாயரின் இதய ஆழத்திலிருந்து பீறிட்டுக்கொண்டு வந்தது.

அந்த ஆறாட்டு நாளில் விக்கிரமன் தம்பி கார்த்தி யாயினியைப் பார்த்தபிறகு என் வாழ்க்கைதான் எப்படி எப்படியெல்லாம் மாறிப்போய்விட்டது... எனக்கு அப்போ இருபத்தேழு வயசு இருக்குமா?

டாக்டர் கேசவன் நாயரின் மருந்தும், சத்து மிகுந்த தீவனமும், டாக்டரின் உபதேசத்தை ஓரளவுக்காகவாவது அனுசரித்து பத்தியமாக இருந்த பாலுறவு வாழ்வும், உடம்பைக் கொஞ்சம் கொஞ்சமாய்த் தேற்றிக்கொண்டு தான் இருந்தன. எனவே ஆபீஸுக்கும் போகத் தொடங்கி யிருந்த காலம்...

தாஸில்தார் விக்கிரமன் தம்பிக்கும் அரண்மனைக் காரியாலயத்தில் நிலப்பங்கீடு, எஸ்டேட் விவகாரம் முதலியவைகள் சம்பந்தமாக வேலை இருந்ததால், பிரைவட் செக்கரட்டரியின் அறையிலிருந்து பேசிக்கொண்டிருக்கும் அவரை எத்தனையோ தடவை நான் பார்த்திருக்கிறேன்.

ஆனால் . . .

அந்த ஆறாட்டின் பிறகு ஆபீஸுக்குள்ள அவருடைய வருகைகளின் இடைவேளை ரொம்ப சுருங்கிவிட்டதோ என்று எனக்கொரு சந்தேகம் . . .

ஒருநாள் . . .

ஃபைலில் தீவிரமாய் முழுகிப்போய் இருக்கையில் பியூன் வந்து சொன்னான்:

'சார் . . . உங்களை செக்கரட்டரி விளிக்கிறார் . . .'

பதறிக்கொண்டு எழுந்தேன் நான். சாதாரணமாக, வெறும் கீழ் குமஸ்தாவை பிரைவட் செக்கரட்டரி நேரடியாகக் கூப்பிட்டதாக அந்த ஆபீஸில் சரித்திரம் கிடையாது. மேல் குமஸ்தாவைக் கூட செக்கரட்டரி தன் அறைக்கு அழைக்கமாட்டார். தலைமை குமஸ்தா மட்டும் அடிக்கடி செக்கரட்டரியின் அறைக்குள் அடித்துப் பதறிக்கொண்டு விரைவதையும், வியர்த்து விறுவிறுத்துப் போய் முகத்தைத் தொங்கப்போட்டுக்கொண்டு திரும்பிவருவதையும் பார்த்திருக்கிறோம் . . .

அப்படியிருக்கையில் . . .

கை கால்கள் வெட வெடவென்று நடு நடுங்க அரைக் கதவை அரைகுறையாகத் திறந்து செக்கரட்டரியின் அறைக்குள் புகுந்ததும், கும்பிடு போட அவசரப்பட்டுக்கொண்டு கதவிலிருந்து கையை எடுக்க, அந்த ஸ்பிரிங் கதவுகள் படாரென்று முதுகில் வந்து அடித்துவிட்டு ஆட, நான் ஓரிரு அடிகள்கூட முன்னால் எடுத்துவைத்து மட்டு மரியாதையோடு நின்றுகொண்டிருந்தேன்.

பிரைவட் செக்கரட்டரியின் பக்கத்தில் நாற்காலியில் மல்லாந்து கிடந்து ஸிகாரில் முழுகியிருப்பது . . .

விக்கிரமன் தம்பியல்லவா . . ?

கருகருவென்ற அவர் மீசையும், அலையலையாய் ஸ்பிரிங் போல் சுருண்டு நின்ற தலை மயிரும், நெற்றியில் நீளமாய் இழுத்திருந்த சந்தன வரையும், ஒய்யாரமாய் மடக்கித் தோளில் போட்டிருந்த அகலமான பச்சை வரைபோட்ட தேங்காய்ப் பூ டவலும் இப்போதும் ஞாபகத்தில் நிற்கின்றன.

‘உம் . . . என்ன அனந்தன் நாயர் . . . நீ பால்க்குளங்கரை தறவாட்டு பகவதிப் பிள்ளை காரணவருக்கு மகனாங்கோம் இல்லையா? எனக்கு இவ்வளவு நாளா தெரியாமெப் போச்சே . . . அவரும் எங்க அப்பாவும் பெரிய இஷ்டன்மார்கள் . . !’

என்னவோ பெரிய ஒரு சங்கதியைக் கண்டுபிடிச்சுவிட்ட தோரணையில், வியப்புடன் பேசிக்கொண்டிருந்தார் தம்பி. அவருக்கு பக்கப் பாட்டுப் பாடினார் பிரைவட் செக்கரட்டரி சிவராமன் நாயர்.

பிறகு, தேவிகுளம் டீ எஸ்டேட் ஃபைலை எடுத்துக்கொண்டு வர எங்கிட்டெ சொன்னார் செக்கரட்டரி. ஃபைலை எடுக்க செக்ஷனுக்குச் சென்றபோது, சக குமஸ்தாக்கள், தலைமை குமஸ்தா எல்லோரும் பொறாமையோடு என்னைப் பார்ப்பதை உணர்ந்தும், ஒரு யந்திரம்போல் அந்த ஃபைலையும் எடுத்துக் கொண்டு போனேன்.

ஃபைலை எடுத்துக் கொஞ்சநேரம் புரட்டிப் பார்த்த விக்கிரமன் தம்பிக்குப் பரமதிருப்தி.

‘சிவராமன் நாயர் . . . தறவாட்டில் பிறந்தவன்ண்ணா அவன் செய்யும் வேலைகளில் எல்லாமே இருக்கும் ஒழுங்கும் அடுக்கும் அலாதிதான் . . ! வெரி குட் . . . அனந்தன் நாயர் . . ! மகாராஜாவுக்கு ரொம்பவும் இன்ட்ரஸ்டுள்ள விவகாரம் இது . . !’ என்று ஒரு புகழுரை வேறு . . !

அப்போதே எனக்குக் கிலி பிடித்துக்கொண்டது! இதெல்லாம் எதுக்காக!

இன்னொரு நாள் மாலையில் ஆபீஸிலிருந்து இறங்கும் போதே ஆறு மணிக்கு மேலாகிவிட்டது. இப்போ போல் பஸ்ஸெல்லாம் அப்போ ஏது! குடையும் கையுமா நடந்துகொண் டிருந்தேன் . . .

என்னைத் தொட்டுறுமிக்கொண்டு ஒரு பெரிய கார் வந்து நிண்ணது. வெலவெலத்துப் போய் பார்த்தபோது, காரின் பின்பக்கக் கதவைத் திறந்துகொண்டு, ‘வா . . . அனந்தன் நாயர் . . . நானும் அந்தப் பக்கம்தான் . . . உன்னை வீட்டில் கொண்டு போய் விட்டுவிடுகிறேன்’ என்று அன்பு ததும்ப அழைத்தார் விக்கிரமன் தம்பி.

‘இல்லை சார் . . . மன்னிக்கணும் . . . நடந்தே போறேன் . . .’ என்று ஓரிரு அடி முன்னால் நடந்தேன் நான் . . . என் மனசின் ஆழத்தில் என்னமோ ஒரு பயம் . . .

ஆனால் விக்கிரமன் தம்பி விடவில்லை. காரிலிருந்து இறங்கி, ‘என்ன அனந்தன் நாயர் . . . மகா சங்கோஜியா இருக்கையே . . !

நானும் உன்னைப்போல் மனுஷன்தான் ... உன்னைப் பிடிச்சுத் திண்ணுவிடமாட்டேன் ...' என்று சொல்லியவாறு என் கையைப் பிடித்திழுத்து ஏற்றிக் கதவை அடைத்தார்.

தம்பியின் விழிகள் சிவந்துபோய்க் காணப்பட்டன ... வாயிலிருந்து ஒரு நெடி ...

டிரைவர் உதட்டளவில் ஊறிச் சிரித்தவாறு காரை ஸ்டார்டு பண்ணுவதை நான் கவனிக்கத் தவறவில்லை.

அங்கிருந்து பெருந்தான்னியில் என் வீட்டு நடை வருவது வரையில், ஒன்றுக்கொன்று சம்பந்தா சம்பந்தமில்லாமல் தம்பி என்னவெல்லாமோ உளறிக்கொட்டிக்கொண்டிருந்தார்.

'அனந்தன் நாயர் ... லோகத்தலே பெரிய பாக்கியவான் ஆருண்ணு எங்கிட்டெக் கேட்டா, ஊர்வசி போல், திலோத்தமை போல் அழகா இருக்கும் பெண்ணை பெண்டாட்டியா அடைய எவனொருவனுக்கு முடியுதோ அவன்தான்! – அப்பட ஊண்ணுதான் நான் சொல்லுவேன் ...'

நான் பதிலெதுவும் பேசவில்லை. வெளியே பார்ப்பதும், தம்பி சொல்வதைக் கவனிப்பதுபோல் பாவிப்பதுமான ஒரு தர்மசங்கடமான சூழ்நிலையில் தத்தளித்துக்கொண்டிருந்தேன் ...

'அனந்தன் நாயர் ... காரணத்தோடுதான் சொல்லுறேன் ... கொஞ்சம் முந்தி திவானுக்க மாளிகையில் ஒரு பார்ட்டி இருந்தது. இப்போ நான் அங்கேயிருந்துதான் நேரா வாறேன் ... பார்ட்டி நடக்கும் ஹாலில் தடிபோல் நான் நுழைஞ்சதும் ஆராவது என்னைத் திரும்பிப் பாக்கணுமே ..! ஆனா கொஞ்சம் கழிஞ்சு தர்ம பத்தினியோடு உள்ளே ஏறி வந்த டிபுடி தாஸில்தார் வேலுப்பிள்ளையை வரவேற்கத்தான் நான் நீண்ணு போட்டிப் போட்டுக்கொண்டு எத்தனை எத்தனைப் பேருங்க ..! உட்கார்ந்திருந்த அத்தனை உத்தியோகஸ்தப் பிரமுகர்களும், பொய் சொல்லப்படாதே, நானும் உட்படத்தான் எழுந்திரிச்சு அவரை வரவேற்று உபசாரங்கள் செய்தோம் ... பக்கத்தில் வந்து உட்காருமாறு கெஞ்சி அழைத்தோம் ... காரணம் வேறொண்ணுமில்லே ... நீ மிஸஸ் வேலுப்பிள்ளையைப் பாத்திருக்கையா ..?'

இல்லையுண்ணு தலையாட்டினேன் நான்.

தோளில் கிடந்த பச்சைவரை தேங்காய்ப்பூ டவலால் முகத்தை அழுத்தித் துடைத்துவிட்டு, 'நீ செய்த பாக்கியம் அவ்வளவுதான் ..! ம்ஹா ... என்ன அழகு ... என்ன அழகு ... அப்பப்பா ..!' என்று வர்ணிக்க வார்த்தைகள் கிடைக்காமல் தடுமாறினார் தம்பி.

‘சொஸைட்டியில் பிரிஸ்டீஜ், ஸ்டேட்டஸ் எல்லாம் கீப் பண்ணணுமுன்னா, நினைக்கிற காரியங்கள் எல்லாம் எளிதில் ஈடேறணுமுன்னா, வேறொண்ணும் வேண்டாம் அனந்தன் நாயர் . . . நம் அருகில் நம்ம மிஸஸ் முகத்தைக் காட்டியவாறு பேசாமெ நிண்ணா மட்டும் போதுமானது . . . ஆனா ஒண்ணு . . ! அவ மிஸஸ் வேலுப்பிள்ளையைப் போல் வளப்ச்சுவஸ்ஸா இருக்கணும் . . !’

– இப்படியெல்லாம், நல்ல சுய போதமில்லாமல் வள வளண்ணு தம்பி பேசிக்கொண்டே இருந்தார் . . . என் நெஞ்சில் ஒரு எரிமலை உருவாகிக்கொண்டிருந்தது . . .

வீட்டு நடையில் கார் வந்து நிண்ணதும், தப்பினோம், பிழைத்தோமுண்ணு காரிலிருந்து இறங்கிய என்னிடம், ‘என்ன அனந்தன் நாயரே . . ! வெறும் உபசாரத்துக்காவது வீட்டுக்கு என்னைக் கூப்பிடாமெ இறங்கிப் போறியே . . .’ என்று கேலி பண்ணிவிட்டு, ‘பரவாயில்லை . . . இன்னொரு தடவை பாத்துக்கு வோம் . . . சரிதானே . . !’ என்று விட்டுப் போய்விட்டார் விக்கிரமன் தம்பி.

உம் . . . பசு எதுக்கு வாலை உயர்த்துகிறது என்று தனக்குத் தெரியதா என்னா என்று உள்ளுக்குள் சொல்லியவாறு, அன்று வீட்டுக்குள் அமைதி இழந்த மனதோடு, தான் ஏறிச்சென்றது அனந்தன் நாயருக்கு, இப்போது ஞாபகத்தில் வருகிறது.

பெருந்தான்னி வீதியில் இருளில் நுழைந்து நிதானமாக நடந்துகொண்டிருந்தார் அவர். உடல் முழுதும் களைப்பால் துவண்டு போயிருந்தது. ஆனால், ஏனோ தூக்கக் கலக்கம் அறவே இல்லை . . . உணர்வுதான் நல்ல விழிப்போடு சுறுசுறுப் பாய் இயங்கிக்கொண்டிருக்கிறதே . . !

ஒருநாள் சீப் செக்கரட்டரி என்னைத் தன் அறைக்குக் கூப்பிட்டு என் கையில் ஒரு ஆர்டரைக் கொடுத்துவிட்டு, ‘அனந்தன் நாயர் . . . ஹார்ட்டி கன்க்ராஜுலேஷன்ஸ் . . .’ என்றார்.

அது என்னை மேல் குமஸ்தாவாக வேலை உயர்வு செய் திருப்பதாய் அறிவிக்கும் ப்ரமோஷன் ஆர்டர்.

நான் அசந்து போனேன்.

இதை நான் கொஞ்சம்கூட எதிர்பார்க்கவில்லை. வேலை யில் சேர்ந்து மூன்று வருஷங்கள்கூட ஆகவில்லை . . . சர்வீஸில் என்னைவிட ஸீனியராக எத்தனையோ பேர்கள் . . . அவர்கள் எல்லோரையும் மீறி எனக்கு மட்டும் இந்த வேலை உயர்வு என்றால் . . .

எனக்கு சந்தோஷம் அடைய மறந்துபோய்விட்டது. வியர்வை யால் உடல் முழுதும் தொப்புத் தொப்புண்ணு நனைந்தது.

'உங்க ப்ரமோஷனுக்குத் தம்பி அங்கத்தெதான் காரணம் ... தற்போதைக்கு இவ்வளவு மட்டும் நீங்க அறிஞ்சிருந்தா போதும் ...' என்றுகூட செக்கரட்டரி சொல்லிக் கேட்டபோது, நான் ஸ்தம்பித்துப்போனேன் ... ஒரு வாரத்துக்கு முன் தம்பியின் காரில் என் வீட்டுக்கு வந்துகொண்டிருக்கையில் அவர் சொன்ன வார்த்தைகள் திடீரிண்ணு எனக்கு ஞாபகம் வந்தது ...

நடைப் பிணமாக இருக்கையில் வந்து உட்கார்ந்த என்னிட மிருந்த ஆர்டரைப் பார்த்து ஆபீஸ் முழுதும் ஒரே சூறாவளி ...

ஆனால் ... இந்தச் சம்பவத்துக்குப் பிறகு என் மன அமைதியே அடியோடு செத்துப்போய்விட்டதே ...

சதா நேரமும், ராப்பகலாக ஒரே மனப் போராட்டம் ...

இந்த வேலை உயர்வை ஏற்றுக்கொள்ளலாமா ..?

தம்பியைப் பார்த்து நன்றி தெரிவிக்கணுமா ..?

இந்த வேலை உயர்வானது, வரப்போகிற என்னென்னவோ அனிஷ்டச் சம்பவங்களின் முன்னோடியல்லவா ..?

– இப்படி எத்தனை எத்தனையோ உள்ளக் குமுறல்கள் ...

ஓரிரு நாட்கள் உடம்புக்குச் சுகமில்லை என்று லீவு போட்டுக்கொண்டு, ஓயாத மனப்போராட்டங்களுடனும், உள்ளக் குமுறல்களுடனும் வீட்டில் கழிக்கவேண்டி வந்து விட்டது.

28

பெருந்தான்னி வீதியில் ஆள் அரவமே இல்லை. கர்மக் குறையைத் தீர்ப்பதற்கு என்பதற்காகவே, கொட்டு கொட்டு என்று விழித்துக்கொண்டிருக்கும் தெரு விளக்குகள் அங்கொன்றும் இங்கொன்றுமாக நின்று மங்கலான வெளிச்சத்தைச் சிந்திக்கொண்டிருந்தன.

விளக்குகளைச் சுற்றிக் கூட்டம் கூட்டமாய்ப் பறக்கும் பூச்சிகளுக்குத்தான் என்ன கொண்டாட்டம்..!

இந்தப் பாதைதான் நடந்து தெலையாதா? உறுப்புக்களின் ஒவ்வொரு பொறியிலும் தீப்பற்றி எரிவதைப் போன்ற வலி..! எப்போதோ தொடங்கிய நடை..! உம்... 'வீட்டை' அடைய இந்தப் 'பாதையை' நடந்து தொலைக்காமல் வேறு வழி?

ஈஞ்சைக்கல் முக்குத் தாண்டி அந்தச் சந்தில் நுழைந்தார் அனந்தன் நாயர்.

இங்கே தெரு விளக்கு ஏனோ எரியவில்லை. எனினும் நிலவு காய்ந்ததால் வழி அடையாளம் கண்டுகொண்டு வீட்டைப் பார்த்து நடந்தார் அவர்.

வீட்டின் முன் வந்து வெளிக்கதவைச் சத்தம் கேட்காமல் தள்ளித் திறந்து உள்ளே முற்றத்தில் நுழைந்துவிட்டுக் கதவை மெல்லச் சாற்றினார்.

ஒரே நிசப்தம்...

எல்லோரும் தூங்கிவிட்டிருப்பார்கள்...

முற்றத்தில் நின்ற மாமரம் மட்டும் தூங்காமல் நிலவில் குளித்துக் காற்றுடன் சலசலவென்று சம்பாஷணை செய்து சரசமாடிக்கொண்டு நிற்கிறது...

மெல்ல பூமுகத்தில் ஏறி, சாய்வு நாற்காலியைத் தூக்கி அந்த மாமரத்தின் அடியில் கொண்டுவந்து போட்டுவிட்டு, 'ஸ்ரீபத்மநாபா' என்று முணுமுணுத்தவாறு சாய்ந்தார் அனந்தன் நாயர்.

ஒரே களைப்பு . . .

மணி மூணு இருக்காதா?

தூக்கம் வேறு இமைகளை அழுத்துகிறது. உம் . . . தன் மன அமைதி அடியோடு செத்துப்போய், என்ன செய்வது என்று தெரியாமல், இரண்டு நாள் லீவு போட்டுக்கொண்டு, இந்த மரத்தின் அடியில்தான், இப்படி, இதே சாய்வு நாற்காலியில் சிந்தனையில் ஆழ்ந்து போய்க் கல்லாய்ச் சமைந்திருந்த தருணங்கள் . . .

முதல் நாள் கார்த்தியாயினி குறுக்கிடவில்லை . . . இரண்டாவது நாள் இரவில் இப்படித்தான், தான் இங்கே உட்கார்ந்திருக்கையில், 'உம் . . . என்னத்துக்கு இப்படிக் கிடந்து கஷ்டப்படுறேள் . . ! விஷயம் என்னாண்ணு எங்கிட்டெ சொன்னா என்னவாம்? நான் என்ன அந்நியமானவளா?' என்று தன்னருகில் வந்து நின்றுகொண்டு பரிதாபமாக அவள் கேட்டது நேற்று நடந்ததுபோல் நன்றாக ஞாபகத்தில் இருக்கிறது.

தலை உயர்த்தி அவளைப் பார்த்தபோது தனக்கும் என்னவோ போல்தான் இருந்தது. இவள் தன் மனைவி, இவளிடம் தன் மன அவசங்களையும், போராட்டங்களையும் அறிவிக்காமல் வேறு யாரிடம் அறிவிப்பது?

ஆனால் . . .

அந்த அவசங்களும், போராட்டங்களும் இவள் சம்பந்தப்பட்டதாயிருக்கையில் இவளிடம் அறிவிப்பதால் என்ன பலன்?

'உம் . . . நீ போய்ப் படுத்துக்கோ . . ! நீ அறிஞ்சு என்ன வேணும்?' என்ற தன் நிஷ்டூரமான பதில் அவளைப் பின்வாங்க வைத்துவிடவில்லை.

'இப்போதெல்லாம் உங்களுக்கு என்ன வந்துவிட்டது? எதுக்கெடுத்தாலும் எங்கிட்டெ எரிஞ்சு எரிஞ்சு விழுறீங்க . . . நான் என்ன உங்க எதிரியா?'

அவளுடைய இந்தக் கேள்வி ஒரு சுய விமர்சனத்திற்கான அகநோக்குக்குத் தன்னை ஆளாக்கிவிட்டது அவருக்கு ஞாபகம் வந்தது.

இவள் கூறுவது முழுக்க முழுக்கத் தப்பென்று சொல்ல முடியுமா? உம் . . . அந்த ஆறாட்டுக் கழிந்தபின், வெளியுலகில்,

தன் காரியாலய வாழ்க்கையில் விக்கிரமன் தம்பியின் அடிக் கடியுள்ள அனாவசியக் குறுக்கீட்டின் காரணம் இன்னதென்று தன் அடிமனதில் எறும்பு ஊர்வதுபோல் உணர்ந்தும் உணராதது போல், தன்னைத்தானே ஏமாற்றியவாறு இப்படித் தன்னைத் தானே ஏமாற்றுகிறோமே என்ற குற்ற உணர்வு வேறு தாக்க, இயங்கிக்கொண்டிருக்கையில், வீட்டில் கார்த்தியாயினியுமாக உள்ள தன் தாம்பத்திய வாழ்க்கையில் அதன் சலனங்கள் எழும்பத் தொடங்கிவிட்டிருக்க வேண்டும். அதை அறிந்து கொள்ள முடியாத அளவுக்கு இவள் அசடொன்றும் அல்லவே!

'என்ன அப்படி மௌனமாயிட்டீங்க ... நான் கேட்பது காதில் விழவில்லையா ..?'

அவள் மீண்டும் தன்னை ஞாபகப்படுத்துகிறாள்.

உம் ... எந்த நேரத்திலும் இவளிடம் அன்பைத் தவிர வேறெதையுமே நினைத்துப்பார்க்க முடியாதிருந்த தனக்குப் பகல் வெளிச்சத்தில் இவளைப் பார்க்கையில் எல்லாம் ஏனோ இனம்தெரியாத ஒரு பொறாமையும், காரணம் புரியாத ஒரு எரிச்சலும் வரத்தொடங்கிவிட்டிருந்தன ..! எந்த அழகுக்கு, தான் இத்தனைகாலம் அடிமையாகியிருந்தோமோ, அதே அழகை அடிமைகொண்டு அடக்கியாள வேண்டுமென்று அர்த்தமில் லாமல் ஒரு ஆக்ரோஷம். பகல் பொழுதுகளில் மட்டும்தான் ..! இவள் செய்யும் ஒவ்வொரு செய்கையிலும், குற்றங்களையும் குறைகளையும் தவிர வேறெதையுமே காணமுடியாத அளவுக்கு, தன் உள்ளத்தின் ஆழத்தில் இடம் பிடித்துக்கொண்டு, தன் அறிவையே ஸ்தம்பிக்கச் செய்துவிட்டுத் திளைத்து மறியும் இந்த நமைச்சலின் முகாந்திரமென்ன?

காபி கொண்டு வந்து தந்தால், ஒன்றில் சர்க்கரை போதாது போல் தோன்றுகிறது ... இல்லாவிடில், அதிகம் ... இவை யிரண்டும் சரியாக இருந்தால், டிக்காஷன் போதாது ..! தோசை வார்த்தால் ஏன் இட்டலி வைக்கக்கூடாது? அடுத்த நாள் இட்டலி வைத்தால், கஞ்சி போதுமாக இருந்ததே ... – இத்தகைய மனக்குறைதான் அதட்டல்களாக வெளியேறும் விந்தை ...

சட்டையோ, வேட்டியோ துவைத்தால் அழுக்குப் போகவே போகாதது மாதிரித்தான் தனக்குத் தோன்றுகிறது. அதை உடனடியாகவே கோபத்தால் குரல் எழுப்பிக் கேட்காமலிருக்க வும் மனம் அனுமதிக்காத அவஸ்தை ..!

மத்தியானம் ஆபீஸுக்கு இவள் கொடுத்துவிடும் சாப் பாட்டை அதிக நாட்களும் அப்படியே வீட்டுக்குத் திருப்பி விடத் தோன்றுகிறது ... ஏனோ கூட்டுக்கள் எல்லாம் ஒரு சுவையில்லாமல் உப்பு சப்பற்றுத் தோன்றுகின்றன ... இது

தன் நாக்கின் கோளாறா, மனதின் கோளாறா? இல்லை உண்மையிலேயே பதார்த்தங்களின் தகராறா?

மாலையில், தான் வீடு திரும்புகையில், அலங்காரமாக டிரஸ் பண்ணிக்கொண்டு வாசலில் வந்து இவள் நிற்பதைக் கூடக் காணப் பொறுக்கமுடியாத அளவுக்கு, தான் அசூயை யில் முழுகிவிட்டோமா..?

ஆனால்... இரவு நேரங்களில் மட்டும், வெட்கமில்லாது, வலியப் போய், கண்ணே, பொன்னே என்று இவள் நாடியைத் தாங்கி, காலைப்பிடித்து சமாதானம் செய்துகொண்டு, சரச மாடும் கைங்கரியமும் தொடர்ந்துகொண்டே இருக்கும் வினோதம்...

அத்தகைய இரவுகளில், தன் மானத்தைத் துறந்து அவ ளிடம், தான் சரணடைந்த நிகழ்ச்சிகளின் நினைவு, பகல் மலர்கையில் தீயாக மனதைச் சுட்டெரித்து, அதனால் அதிகரித்த வீறோடு கிளர்ந்தெழும் வெறுப்புச் சுவாலை... காரியாலயத்தில் வைத்து விக்கிரமன் தம்பி வந்து அனாவசிய மாக சிநேகம் பாராட்டும்போது, அங்கே வாய்மூடி மௌனி யாய் அதைத் தாங்கிக்கொள்ளும் மனம், வீட்டில் வந்ததும், இவளைப் பார்க்கையில், பொங்கியெழுந்து இவள் மீது போய் விடிகிறது... பிறகு இங்கே யுத்தகாண்டம்தான்! காரணம் இன்னதென்று இவளுக்குத் தெரிவது இருக்கட்டும்... தனக்கே தெரியுமா?

இதன்கூட, இரவுகளில் சுயமரியாதை இல்லாமல் இவ ளிடம் நடந்துகொள்ளும் காரணத்தினால்தானோ என்னமோ, தன்னுடைய பகல் நேர ஆத்திரத்தையும், அதட்டல்களையும் அசட்டை செய்யும் கட்டத்திற்கு இவள் வந்துவிட்டாளா..?

'என்ன... உறக்கமா..?' என்று கார்த்தியாயினி குலுக்கி யழைத்த போதுதான், தன் அகநோக்கிலிருந்து விடுபட்டு அவள் முகத்தை ஏறிட்டுப் பார்த்தது அனந்தன் நாயருக்கு ஞாபகம் வந்தது.

அவள் முகத்தில் அந்த அலாதி தேஜஸ்க்கு ஒரு குறையும் இல்லை. கண்களுக்குள் நிரந்தரமாய்த் தெரியும் சோக பாவம்...

சடக்கென்று உணர்ச்சி வசப்பட்டு அவள் கரங்களைப் பற்றி இழுத்து அவளை மடியில் அமர்த்தினேன்.

'வேண்டாம்... வேண்டாம்... எல்லாம் தெரியும்... இப்போ இப்படி..! நேரம் விடிஞ்சா எல்லாத்தையும் மறந்துவிட்டு ஈவிரக்கமில்லாமல் போட்டுத் திட்டுவது..! இதுவே உங்க வழக்கமாயிட்டது..!'

ஏனோ அப்போ எனக்குக் கோபம் வரவில்லை.

மாம்பூக்கள் மலர்ந்துகொண்டிருந்ததினால்தானோ என்னமோ, அவை எழுப்பிய மணத்துடன், அவளிடமிருந்து வந்த வியர்வையின் லேசான ஒரு நெடியும் என்னை மதம் கொள்ள வைத்துக்கொண்டிருந்தன.

இவளை இழப்பதைப் பற்றி என்னால் கற்பனை பண்ணிக் கூடப் பார்க்க முடியாது! என்னதான் சண்டை சச்சரவு இருந்தாலும், இவளில்லாமல் என்னால் துயில் கொள்ள முடியுமா?

என் நெஞ்சம் லேசாகியது.

'கார்த்தி . . ! எனக்கு ப்ரமோஷன் ஆர்டராகியிருக்குது . . !'

வியப்பால் அவள் விழிகள் விரிந்தன.

'நிஜமாகவா? இந்த சந்தோஷ சமாசாரத்தை இது வரை எங்கிட்டே நீங்க சொல்லவே இல்லையே . . ! இதுக்காகவா இப்படி எதையோ பறிகொடுத்ததுபோல் உட்கார்ந்திருக்கி றீங்க . . ?'

சிறிது நேரத்துக்கு அவளிடம் பதிலெதுவும் சொல்ல முடியாத ஒரு கிளுகிளுப்பின் அனுபவத்தில் லயித்துப் போய்க் கிடந்தேன்.

அவள் மெல்ல எழுந்து பக்கத்தில் கிடந்த ஸ்டூலில் அமர்ந்து கொண்டாள்.

சற்றுக் கழிந்து, 'உம் . . . இந்தப் ப்ரமோஷன் நீ நினைக்கிற மாதிரி சந்தோஷமான சமாசாரம் ஒண்ணும் இல்லை . . .' என்று நான் சொன்னபோது, 'ஏன் அப்படிச்சொல்லுறீங்க?' என்று கேட்டாள் அவள்.

சிறிது நேரம் நான் பதிலெதுவும் சொல்லவில்லை.

இவளிடம் சொல்லிவிடலாமா?

சொல்லிவிடலாமென்றால், எதை, எங்கிருந்து, எப்படி ஆரம்பிப்பது?

இவள் சம்பந்தப்பட்ட என் அனுமானத்தை – அது உண்மை தான் என்று என் மனச் சாட்சிக்குப்பட்டே இருப்பினும், தம்பியிடமிருந்து போதிய நேரடி முகாந்திரம் எதுவும் கிடைக் காமல், இவளிடம் வெளியிடுவது முறையாகுமா என்ற ஒரு தடுமாற்றத்திற்கு ஆளானேன் நான்.

இருந்தும், அதை இவளிடம் வெளியிடாமல் ஒளித்து வைத்துவிட்டு, நான் வேலை உயர்வைப் போய் ஏற்றுக்கொள்வது

என்பது, இவள் சம்பந்தப்பட்டவரையில், ஒருவிதத்தில் ஒரு வஞ்சனையாக முடியலாம் என்று என் உள்ளக் குறளி சொன்னதால், வருவது வரட்டுமென்று அவளிடம் மெல்ல வெளியிட்டேன்:

'கார்த்தீ..! இது என் யூகம்தான்..! ஆனால் தவறான யூகமில்லைண்ணு எனக்குத் தெரியும்... எதுக்கும் இதை உங்கிட்டே இப்போதே தெரிவிச்சுவிடுவதுதான் நல்லதுண்ணு எனக்குத் தோணுது...'

அவள் அழகாகப் புன்முறுவல் பூத்தாள்.

'என்ன... பீடிகை ரொம்ப பலமா இருக்கே... விஷயத்தைச் சொல்லுங்களேன்..!'

சிறிது நேரம் மௌனம்.

'எனக்கு இப்போ கிடைச்சிருக்கும் இந்த ப்ரமோஷன் நியாயமாக எனக்குக் கிடைக்க இன்னும் குறஞ்சது அஞ்சு வருஷம் கூடக் கழியணும்..!'

'அப்படீண்ணால் இப்போ உங்களுக்கு எப்படிக் கிடைச்சுது?'

'என் ஸீனியரான பல பேர்களின் தலைக்கு மேலாகக் குறுக்குவழியில் எனக்குத் தரப்பட்ட ப்ரமோஷன் இது..!'

'அது உங்க திறமை காரணமாக இருக்கக்கூடாதா?'

'அப்படித்தான் என் சர்வீஸ் புக்கில் இதுக்குக் காரணம் எழுதியிருப்பாங்க... என் திறமையிலும் எனக்குச் சந்தேகம் எதுவும் இல்லை... ஆனால்... இப்போ இதுக்க உண்மையான காரணம் அதுவல்லண்ணு எனக்குத் தெரியும்...'

'பிறகு என்னவாம்?'

ஓரிரு நிமிஷ மௌனத்துக்குப் பிறகு, அவள் விழிகளை நேருக்கு நேர் பார்த்தவாறு, மிகவும் நிதானமாக அழுத்தம் திருத்தமாக நான் சொன்னேன்:

'நீதான்!'

அவள் முகத்தில் வியப்புக் குறி.

'நானா?'

'ஆமாம்!'

'எப்படி?'

அவளுடைய இந்தக் கேள்விக்கு, 'உனக்கு விக்கிரமன் தம்பியைத் தெரியுமா?' என்ற ஒரு கேள்வியையே பதிலாய் அளித்தேன் நான்.

நீல. பத்மநாபன்

'எந்த விக்கிரமன் தம்பி?'

'தாசில்தார் விக்கிரமன் தம்பி –'

அவள் நெற்றியில் சிந்தனைக் கோடுகள்.

'தெரியாதே . . !'

'அவருக்கு உன்னை நல்லாத் தெரியும் . . .'

'இருக்கலாம் . . . நமக்குத் தெரியாத பல பேருக்கு நம்மைத் தெரிஞ்சிருக்கலாம் . . . இப்போ அதைப்பற்றியெல்லாம் எதுக்கு? உங்கப் பிரமோஷனுக்குக் காரணம் நான்தான் என்றேளே . . . அது ஏன் . . ?' என்று பழைய இடத்தில் வந்து, ஒன்றும் புரிந்து கொள்ளாதவளைப் போல் அவள் நின்றபோது, எனக்குச் சிரிப்பு வந்துவிட்டது.

'நிஜமாகவே உனக்கு இன்னும் புரியவில்லையா . . ?'

அவள் முகத்தில் ஒரு தடுமாற்றம் தெரிந்தது.

'தயவு செய்து என்னைக் குழப்பாதீங்க . . ! எனக்கு உங் களைப் போல் சுற்றி வளைச்சு ஒண்ணும் பேசவும் வராது, ஊகிக்கவும் தெரியாது . . . ஏதாவது உண்டுமானால் நேரடியாச் சொல்லுங்கோ . . .'

எனக்குக் கொஞ்சம்கூட கௌரவம் வந்தது.

'ஆறாட்டு அண்ணைக்கு மகாராஜாவின் பரிவாரங்களின் இடையில் முத்து மாலையும், ஜரிகை வேஷ்டியுமா, சுருட்டைத் தலை மயிருடன் வந்தகொண்டிருந்த தாசில்தார் விக்கிரமன் தம்பியை நிஜமாகவே நீ பார்க்கவில்லையா . . ?'

என் குரலில் அழுத்தத்தினாலோ, இல்லை பார்வையின் தீட்சண்ணியத்தாலோ என்னவோ அவள் முகத்தில் ஒரு சலனம் தென்படுகிறது.

'உன்னை விழுங்கிவிடுவது போல் பார்த்தவாறு நடந்து கிட்டிருந்த அவரை, நீயும் பார்த்ததை நான் காணவில்லை யிண்ணு நீ நினைக்கிறாயா . . ?'

தீவிரமான ஆலோசனையின் கீறல்கள் அவள் நெற்றியில் தெரிகிறது.

'ஒஹோ . . . அவரா . . ! அவர்தான் விக்கிரமன் தம்பீண்ணு எனக்கு ஜோசியம் தெரியுமா என்னா? இப்போ அதுக்கென்ன வாம்?'

நான் நிதானமடைந்தேன். என் குரலில் ஒரு இளக்காரம். 'வேறொண்ணுமில்லை . . . அவருக்கு என்னைவிட நாலைஞ்சு

வயசுதான் கூடுதல் ... அதாவது முப்பது முப்பத்திரண்டு வயசு தான் இருக்கும் ... சமுதாயத்தில் இப்போ அவருக்கு இருக்கும் பிரிஸ்ட்டீஜையும், ஸ்டேட்டசையும் எல்லாம் இன்னும் பிரமாத மாய் விருத்தி பண்ண, அதிரூப சுந்தரியான ஒரு மனைவி இப்போ அத்தியாவசியமாகத் தேவைப்படுகிறதாம் .. !'

'அதுக்கு .. ?'

கார்த்தியாயினியின் குரலில் கோபம் கொப்புளிக்கிறது. அதைப் பாராட்டாமல், என் போக்கில் என் இத்தனை நாள் மன அவசங்களைச் சொல்லிக்கொண்டே போனேன் நான்.

'அவர் பெரிய தாசில்தார் ... மகாராஜாவிடமிருந்து பதிவு செய்து கிடைத்த கண்ணேற்று முக்கு கொட்டாரத்தில் தான்

வாசம் ... வீடு நிறைய ஆள் அம்பு எடுபிடிகள் எல்லாம் உண்டு ... அப்பா அம்மா கிடையாது ... தண்ணீர் போல் பணம், அலங்காரமான ரெண்டு கார்கள், சாரட்டு வண்டி வேறு. இவை தவிர எக்கச்சக்கமான சொத்து .. ! தம்பிக்கு எந்த வியாதியும் கிடையாது ... நல்ல ஆரோக்கியமான உடம்பு ... அழகான தோற்றம் ... பிறகு அழகான பொண்ணுக்கா பஞ்சம் ..? அவரைக் கட்டிக்க எந்தப் பொண்ணுக்குக் கசக்கும்?'

கார்த்தியாயினி இடைமறித்து, 'இப்போ இதையெல்லாம் எங்கிட்டெ என்னத்துக்கு வர்ணிக்கணும் .. ? எனக்குத்தான் கல்யாணமாகி ஒரு புள்ளையும் இருக்கே .. !' என்றாள் அசாத்திய மான எரிச்சலுடன் ...

'அதைப் பற்றி அவருக்குக் கவலை இல்லாவிட்டால் .. ?' என்று வர்மமாய், தான் சொன்னதும், 'நீங்க ஒரு ஆணாப்

பொறந்தவன்தானா..? எங்கிட்டெ இப்படியெல்லாம் கேட்க உங்களுக்கு வெட்கமா இல்லையா? அங்காடியில் தோற்றதுக்கு அம்மாவை அறைஞ்சவனுக்கும் உங்களுக்கும் என்ன வித்தியாசம்...?' என்று அவள் கோபத்தில் சத்தம் போட, 'உண்மையைச் சொல்ல எதுக்கு வெட்கப்படணும்?' என்று, தான் பதிலடி கொடுத்ததும் எல்லாம், ஒன்றுக்கொன்று கோர்வையோ பொருத்தமோ இல்லாத தாறுமாறான எண்ணச் சிதறல்களாக இப்போது அனந்தன் நாயரின் ஞாபக மண்டலத்தில் வந்து புகையத் தொடங்கின...

அப்படி அன்று இரவும் எந்த முடிவும் எடுக்கப்படாமல் கழிந்தது.

அடுத்த நாள் காலையில் எழுந்தபோது, பளிச்சென்று அடித்த வெயிலில் விசுவரூபமெடுத்து நின்ற நிஜ வாழ்க்கையின் நேரடிப் பிரச்னைகள், 'இதய உளைச்சல்', 'மனசாட்சியின் குரல்' – அப்படி இப்படி என்றெல்லாம் உருவிட்டுக்கொண்டிருக்கத் தன்னை அனுமதிக்கவில்லை.

இப்போதே வீட்டில் பற்றாக்குறை. அதன்கூட, தன் தூய்மையை நிரூபிக்கும் தீக்குளிப்பாய், இருக்கும் இந்த வேலையையும் ராஜினாமா செய்வது முட்டாள்தனம்... ஏன், பைத்தியக்காரத்தனம்கூட...! என்று நடைமுறை யதார்த்த வாழ்க்கையை உணர்ந்திருந்த மூளை சொன்னது.

குறைந்தது நூறு ரூபாய் கூட ஊதியம் அதிகமாய்க் கிடைக்கும் வேலை உயர்வு..! உம்... அண்ணைக்கு அந்த நூறு ரூபாய் என்றால், இன்றைய ஆயிரத்துக்குச் சமம் என்றும் அவர் மனம் இப்போது கூறிக்கொண்டது.

எனவே... வந்த இடத்தில் வைத்துப் பார்த்துக்கொள்வது... பாதையின் கோடியில் வரப்போகும் வாய்க்காலுக்காக இங்கிருந்தே வேட்டியை வரிந்து கட்டிக்கொண்டு நடக்கணுமா? இப்போது தைரியமாய்ப் போய் டியூட்டியில் சேர்ந்துவிடுவது... பிறகு வரும் நிஜ நிலைமையை அப்போது நேரடியாக நேருக்கு நேர் நின்று எதிர்கொள்வது என்ற திடசங்கற்பத்துடன் வேலையில் போய்ச் சேர்ந்ததும் ஞாபகம் வந்தது அனந்தன் நாயருக்கு.

29

எங்கோ ஒரு சேவல் கொக்கரக்கோ என்று நெட்டை நெடு நீளத்தில் குரலெழுப்பும் சத்தம்.

அனந்தன் நாயர் விழிகளைத் திறந்தபோது நில வொளி அறவே இல்லாத இருளில் சுற்றுப்புறம் முழுகிக் கிடப்பது தெரிகிறது.

கிழக்குத் திசையில் பால சூரியனைப் பிரசவிக்க வானத்தின் கன்னிக்குடம் உடைந்து செங்குருதி வெள்ள மாய்ப் பாய்ந்து பரவிக்கொண்டிருந்தது.

குளிரால் தன் கைகால்கள் எல்லாம் மரத்துப் போயிருப்பதை அனந்தன் நாயர் உணர்ந்தார்.

மெல்ல எழுந்து பூமுகத்திற்குத் தூக்கக் கலக்கத்தில் தள்ளாடியவாறு நடந்தார். தலை கிறுகிறுவென்று சுற்றிக் கொண்டே வந்தது.

ஓரத்தில் அவருக்காக, இரட்டைப் பெஞ்சியில் ஜமுக் காளம் விரித்து, தலைக்கும் காலுக்கும் தலையணைகள் வைத்து, போர்வையும் தயாராக வைத்திருப்பது மங்க லாகத் தெரிகிறது . . . பாவம் மாதவிக்குட்டி . . !

மேஜை மீதிருந்த கண்ணாடிக் கூஜாவில் ஜீரகத் தண்ணீர் இருந்தது. குளிர்ந்து போயிருந்ததே ஆனாலும், தொண்டை வறண்டதால் இரண்டு மடக்குக் குடித்து விட்டு பெஞ்சியில் படுத்தார்.

எத்தனை நேரம் தூங்கினாரோ தெரியாது . . . வெயில் சுள்ளென்று அடித்தது. அதோடு, ‘அப்பா . . . அப்பா . . .’ என்று அழைக்கும் சத்தமும் கேட்கிறது.

கனத்த இமைகளைச் சிரமப்பட்டுத் திறந்தபோது பளிச்சென்று அடித்த வெயிலில் கண்கள் கூசின. குளித்து எண்ணெய் மினுமினுப்புத் தெரியும் ஸ்ரீவாழும் முகத்

துடன் மாதவிக்குட்டி நிற்பது தெரிகிறது. ஈரம் சொட்டும் நீண்ட கூந்தல் ... வெள்ளை வெளேரென்று வேட்டியும், மேலே பச்சை நிற ஜம்பரும் மட்டும் அணிந்ததிருந்தாள்.

“அப்பா ... மணி ... எட்டாயாச்சு ... கடைக்குப் போகாண்டமா? நேத்தைக்கு எப்பம் வந்து படுத்தீங்க? நான் படுக்க ஒரு மணி ஆச்சு ... அதுவரை நீங்க வரல்லை ... சீக்குள்ள உடம்பைப்போட்டு இப்படிக் கஷ்டப்படுத்தலாமா ..?”

“எட்டாயிட்டுதா?”

அனந்தன் நாயர் எழுந்து உட்கார்ந்தார். செம்பில் தண்ணீர் கொண்டுவந்து கொடுத்தாள் மாதவிக்குட்டி. எழுந்து பூமுகத்தில் நின்றவாறே வாயைக் கொப்புளித்துவிட்டு, முகத்தையும் அலம்பியபின் வந்து உட்கார்ந்துகொண்டு, ஆவி பறக்க அவள் கொடுத்த யானை மார்க் கட்டன் காப்பியை வாங்கி, மென்று சுவைத்துக் குடிக்கலானார் ...

அனந்தன் நாயரின் தினசரிப் பழக்கம் இது.

சடக்கென்று என்னவோ ஞாபகம் வந்ததுபோல், பிரபாகரன் நாயரை அவர் விழிகள் தேடின.

நேற்று மாதவிக் குட்டியுடன் அவன் வாதாடியது, பிறகு மத்தியானம் ஜவுளிக் கடையில் வைத்துப் பார்த்தது, அதன் பின் மாலையில் தோமஸ் அவனிடம் அறிவிக்கச் சொன்னது எல்லாம் அவருக்கு ஞாபகம் வந்தன.

“பிரபாகரனை எங்கே?” என்று அவர் கேட்டதற்கு, “ஏதோ ஒரு பழைய ஃபிரண்டைப் பார்க்கப் போணுமுண்ணு அதி காலையிலேயே காப்பி குடிச்சுவிட்டு வெளியே போய்விட்டான்” என்று மாதவிக்குட்டியிடமிருந்து பதில் வந்தது.

ஒருவேளை ... தோமஸைப் பார்க்கத்தானோ ..?

காலித் தம்ளரை மாதவிக்குட்டியிடம் கொடுத்தார். அவள் போகத் திரும்பியதும், “மோளே ... இப்படி வந்து உட்காரு ...” என்று சொன்னார் அவர்.

திரும்பி அவர் முன்னால் வந்து நின்ற மாதவிக்குட்டியின் முகத்தில் ஆச்சரியத்தின் ரேகைகள் இழைவதை அவருக்குப் பார்க்க முடிகிறது.

காப்பி குடித்த தெம்புடன், உட்கார்ந்தவாறே பின்னால் நீங்கி, கால்மாட்டிலிருந்த தலையணையை எடுத்துத் தலை மாட்டில் வைத்து அதில் முழங்கையை ஊன்றிச் சுவரில் சாய்ந்தவாறு சௌகரியமாய் உட்கார்ந்துகொண்டார் அனந்தன் நாயர்.

"உம் ... இப்படி இரி குஞ்ஞே ..." என்று மறுபடியும் சொன்னபோது, மாதவிக்குட்டி பெஞ்சின் ஒரு ஓரத்தில் உட்கார்ந்துகொண்டு, கையிலிருந்த தம்ளரைக் கீழே தரையில் ஒதுக்குப்புறமாக வைத்தாள். பிறகு, 'என்ன?' என்று கேட்பதைப் போல் அவரைப் பார்த்தாள்.

எப்படி ஆரம்பிப்பது என்று தெரியாத ஒரு தடுமாற்றத் துடன் உட்கார்ந்திருந்தார் அனந்தன் நாயர்.

தன் மகள்தான் ...

ஆனால் பிராயம் வந்தவள் ...

தன் வீட்டுப் பொறுப்பை ஏற்றெடுத்துக் குடும்பம் நடத்து கிறவள், இவளைத் தன் வழிக்குக் கொண்டுவருமாறு குண தோஷிக்கணுமேயன்றி, காரசாரமாய்த் திட்டித் தீர்த்து அவள் இளமனதைப் புண்படுத்தி, முறித்துவிடலாகாது.

இவள் கண் கலங்குவதைக் காணும் உள்ள வீரியமும் தன்னிடத்தில் இப்போது அறவே இல்லை.

"இல்லே ... நேற்றைக்கு பஸ்ஸில் வச்சு ஏட்டு அங்கத்தெ வாசு பிள்ளையைப் பாத்தேன் ... அவர் ஒரு விஷயம் சொன் னார் ... அதை நான் நம்பல்லை ... ஆனாலும் உன் வாயால், சுத்தப்பொய்யுண்ணு சொல்லிக்கேட்டால் தான் என் மனசுக்கு ஆசுவாசமாக இருக்கும், அதுதான் உங்கிட்டெ கேக்கிறேன் .. !"

மாதவிக்குட்டியின் முகத்தில் ஒரு குழப்பம் தெரிகிறது. எனினும் சமாளித்துக்கொண்டு, "அப்பா ... அப்பாக்க மனசை நானும் வேதனைப்படுத்தமாட்டேன் ... ஏற்கெனவே எங்களால் உங்களுக்கு வெறும் துன்பமும் மனக்கஷ்டமும் தவிர துளிகூட சந்தோஷம் இல்லைண்ணு எனக்கு நல்லாத் தெரியும் அப்பா .. !" என்று மார்பு ஒருமுறை விம்மித் தணியப் பெமூச்சு விட்ட வாறு வேதனையுடன் அவள் சொன்னது எதைக்குறிக்கும் என்று அவருக்குத் தெரியும்.

அனந்தன் நாயர் நேரடியாகவே கேட்டார்:

"உனக்கு தர்மபாலனைத் தெரியுமா?"

அவரை ஒரு தடவை பார்த்துவிட்டு, சடக்கென்று தலை குனிந்தாள் அவள். அந்தப் பெயரை, தான் உச்சரிக்கையில் அவள் மைதீட்டிய விழிகளில் ஒருகணம் மின்னி மறைந்த ஒளி அவருக்குச் சில செய்திகளைச் சொல்லாமல் சொல்லி விட்டது .. !

"உனக்குத் தெரியுமா, தெரியாதா?"

வேண்டுமென்றே மீண்டும் அவர் கேட்டபோது, "தெரியும்" என்ற பதில் அவளிடமிருந்து எந்த பாவமும் இன்றி ஒலித்தது.

"அப்படீண்ணால் வாசுப்பிள்ளை சொன்னது முழுதும் நிஜம்தானா?"

இப்போது தன் குரலில் இருந்த நடுக்கம் அவருக்கும் தெரிந்தது.

சற்று நேர மௌனத்திற்குப் பிறகு என்னவோ ஒரு முடிவுக்கு வந்ததுபோல் மாதவிக்குட்டி பேசினாள்:

"அப்பாட்டெ வாசு பிள்ளை என்ன சொன்னாருண்ணு எனக்குத் தெரியாது..! ஆனா... அப்பாட்டெ இந்த விஷயத்தைப் பற்றிப் பேசணுமுண்ணு நான் ரொம்பநாளா காத்துக் கொண்டுதான் இருக்கேன்... ஆனா... இதுக்குண்ணு அப்பா கிட்டெ வரும்போதெல்லாம் நான் தோற்றுப் போய்க்கொண்டிருந்தேன்... இண்ணைக்கு அப்பாவே எங்கிட்டெ எடுத்துக் கேட்டுவிட்ட ஸ்திதிக்கு நான் எல்லாற்றையும் சொல்லிவிடுகிறேன்... ஆனா... ஒண்ணு! வெந்த புண்ணில் நான் வேலைச் சொருகமாட்டேன்... அப்பாக்கெ பரிபூரண சம்மதமில்லாமெ என் விஷயத்தில் ஒண்ணும் நடந்துவிடப் போவதில்லை..!"

அவள் விழிகள் நனைந்தன. அனந்தன் நாயரின் மனம் என்னவோ செய்தது. இப்போது, தன் கட்சிக்கு அவள் தன்னையும் இழுக்கிறாளா, இல்லை அவளைத் தன் கட்சிக்குத் தான் இழுக்கிறோமா என்று அவருக்குச் சந்தேகம் வந்துவிட்டது.

சற்றுக் கழிந்து மனதைத் தேற்றிக்கொண்டு அவள் கேட்டாள்:

"அப்பாக்கு விலாஸினியைத் தெரியுமில்லே..?"

சிறிது நேரம் சிந்தித்துவிட்டு அவர் சொன்னார்:

"உன்கூட பி.ஏ.க்கு விமன்ஸ் காலேஜில் படிச்சுக்கிட்டிருந்த உன் பிரண்டுதானே? ஆறேழு மாசத்துக்கு முந்தி, வெல்லூரில் வச்சு என்னமோ ஆப்பரேஷனின் போது அவள் செத்துப் போய்விட்டதாக அண்ணைக்கு ஒரு நாள் நீ கண் கலங்கிக் கிட்டிருந்தையே..!"

"ஆமா... அவளேதான்..!"

மாதவிக்குட்டியின் குரலில் ஒரு சோகம் இழையோடியது. ஒரு பெருமூச்சு விட்டுவிட்டு, அவளே சொன்னாள்:

"அந்த விலாஸினிக்க அண்ணன்தான் தர்மபாலன்!"

அனந்தன் நாயருக்கு அது ஒரு செய்தியாக இருந்தது.

“ஓஹோ . . . அப்படியா . . ? அது எனக்குத் தெரியாதே” என்ற அவர் குரலில் வியப்பு தொனித்தது.

“ஆமா . . . அப்பாட்டெ இதைப் பற்றிப் பேச சந்தர்ப்பம் வரல்லை . . .” என்றுவிட்டு, என்னமோ ஒரு சிந்தனையில் அவள் ஆழ்ந்துவிட்டாள்.

நேரம் ரொம்ப ஆகியிருக்கு, காலைக்கடன்கள் ஒன்றும் இன்னமும் ஆகவில்லை. இண்ணைக்குப் பார்த்து இன்கம் டாக்ஸ் கணக்கு வேறு வைத்திருக்கிறார்கள் என்ற அவசரம் அனந்தன் நாயரைப் பரபரக்க வைத்ததே ஆயினும், தனக்குச் சொல்லவேண்டியதை முழுதும் சொல்லிவிட மாதவிக்குட்டிக்கு ஒரு வாய்ப்பளிக்க வேண்டியது தன் கடமை என்ற ஒரு தோரணையில் அவளையே பார்த்தவாறு அவர் உட்கார்ந்து கொண்டிருந்தார்.

மாதவிக்குட்டி மெல்லத் தொடங்கினாள்:

“அப்பாக்குத்தான் தெரியுமே, பதினஞ்சு வருஷங்களுக்கு முந்தி, என்னைப் பெற்றவள் நம்மை விட்டுப் போகும்போது எனக்கு வெறும் அஞ்சே அஞ்சு வயசுதான் . . . அப்போ தெக்கேத் தெரு பெண் பள்ளிக்கூடத்தில் ஒண்ணாம் கிளாஸில் நான் வாசிச்சுக்கொண்டிருந்த காலம் . . ! டீச்சர்மார்கள், சகமாணவிகள் எல்லோரும் என்னைப் பாத்து குசுகுசுண்ணு பேசிக்கொள்வதை இன்னதுண்ணு முதலில் எல்லாம் என்னால் புரிஞ்சுக்கவே முடியல்லை . . . ஆனா . . . என் வயசு ஏற ஏற, வகுப்புக்கள் கூடக்கூட, என் முதுகுக்குப் பின்னே பேசப்படுபவைகள் கொஞ்சம் கொஞ்சமாக எனக்கு அர்த்தமாகத் தொடங்கின . . . அப்போ எனக்கு வந்த வெறுப்பும் ஆத்திரமும் எல்லாம் அப்படிப் பேசுறவங்க தலையில்தான் போய் முதலில் விடிஞ்சது. ஏதாவது சச்சரவு வந்துவிட்டால், நம் ஜாதிக் குழந்தைகள் கடைசி அஸ்திரமாக என்னைப் பெற்றவளை அசிங்கமான வார்த்தைகளால் வம்புக்கிழுக்கும்போதும் என் பிஞ்சு மனசில் ஆறாத ரணங்கள் தோன்றிக்கொண்டே இருந்தன . . .”

அனந்தன் நாயருக்கு தர்மசங்கடமாகிவிட்டது. பெற்ற மகளே, தன் தாயைப் பற்றி – அவருடைய ஒரு காலத்து மனைவியைப் பற்றி இப்படியொரு விவாதத்தில், தன்னையும் ஈடுபடுத்துகிறாள் என்றால் . . . “மோளே . . . அதெல்லாம் எனக்குத் தெரியாததா! ஸ்கூலில் படிக்கையில் எத்தனையோ நாட்கள் ‘இனி நான் ஸ்கூலுக்குப் போகமாட்டேன்’ண்ணு அழுது அரற்றிக்கொண்டு வந்திருக்கையே . . . போனவளுக்கில்லாத அவமானமா நமக்குண்ணு உன்னைத் தேற்றி நானே ஸ்கூலில் கொண்டுபோய் விட்டிருக்கிறேனே . . . இப்போ அதெல்லாம் எதுக்கு?”

அவள் ஒன்றும் பேசவில்லை. சற்றுக் கழித்து அவள் சொன்னாள்: "நான் இப்போ அதைப் பற்றி எதுக்குச் சொன்னேண்ணா, இப்படியொரு களங்கம் இருந்ததினால், எனக்கு மற்ற நம் ஜாதிக் குழந்தைகளின் கூட கலந்து பழகவே முடியாத ஒரு சூழ்நிலை ஆரம்பப் பள்ளிக்கூடத்தில் வச்சே உண்டாயிட்டது என்பதைச் சுட்டிக்காட்டத்தான்..! அதனாலெ எப்பவும் தனிமையிலேயே வீட்டிலும் வெளியிலும் நாளைக் கழிக்கவேண்டிய ஒரு நிர்ப்பந்தத்துக்கு என் சின்னப் பிராயத்திலிருந்தே நான் ஆளாகிவிட்டிருந்தேன்... அப்போதான் விலாஸினி அந்த ஸ்கூலில் வந்து சேர்ந்தாள்..!"

காலையில் அப்பாவும் மகளும், வேலைகளையெல்லாம் மறந்துபோய் என்ன பேச்சில் சுவாரஸ்யமாக முழுகிவிட்டார்கள் என்ற காமாட்சி அம்மா, இந்த வேளையில் வீட்டுக்குள்ளிருந்து வந்து எட்டிப்பார்த்துவிட்டுச் செல்வதை அனந்தன் நாயர் கவனித்தார்.

பேச்சு தடைப்பட்டது.

மாதவிக்குட்டி குரலைத் தாழ்த்தி மீண்டும் சொன்னாள்:

"விலாஸினி நம்ம குடும்பத்துக் குழப்பமான சேதிகளைப் பற்றிக் கொஞ்சம்கூடக் கவலைப்பட்டதாகவே தெரியவில்லை. எங்கிட்டெ மிகவும் அந்நியோன்னியமாகப் பழகினாள் அவள். என் மன அவசங்களை வெளியிட்டு ஆறுதல் தேட அப்படி அவள் மூலம் எனக்கு ஒரு வாய்ப்பு அமைஞ்சது. ஆனால் அதுக்கும் ஸ்கூலில் எதிர்ப்பு எழுந்தது. அப்பாக்குத்தான் தெரியுமே, அப்போதெல்லாம் ஈழவர்களைத் தீயர்கள், கொட்டிகள் அப்படீண்ணெல்லாம் சொல்லி நம்மவர்கள் ஆரும் பக்கத்தில் அண்டவிடுவதில்லை... அயித்தம் அவ்வளவு கொடுமையாக நிலவியிருந்தது. அப்படியிருந்தும் ஒரு ஈழவத்தி கிட்டெ ஒரு நாயர் பெண்ணான நான் மட்டும் நெருங்கிப் பழகியது நம்மவங்க எல்லோருக்கும் என் மேலிருந்த அருவருப்பை இன்னும் கூடச் செய்தது. டீச்சர்கள் என்னைக் கூப்பிட்டுப் பலதடவை உபதேசித்தும் என் ஒரே ஒரு ஆசுவாச கேந்திரமான விலாஸினி கிட்டெ பேசாமெ இருப்பதைப் பற்றி நினைச்சுப் பாக்கக்கூட முடியாத அளவுக்கு நான் நொந்து போயிருந்தேன். தவிர அவகிட்டெ எனக்கிருந்த நெருக்கத்துக்கு இன்னொரு காரணமும் இருந்தது..!"

மாதவிக்குட்டி மௌனமானாள்.

அனந்தன் நாயருக்கு மனதில் ஒருவிதக் கிலி பிடித்துக் கொண்டுவிட்டது. அப்போ... இவள் பள்ளியில் படிக்கையிலேயே அரும்பிவிட்ட விவகாரமா இது..!

“நம்ம வீட்டு நிலைமை அப்போவெல்லாம் எவ்வளவு தூரத்துக்கு சீர்கெட்டுப் போயிருந்ததுண்ணு நான் நல்லாப் புரிஞ்சுக்கிட்டிருந்தேன். படிப்பை மேலே தொடரக்கூட முடியாத அவஸ்தை . . ! ஆனால் நான் எவ்வளவோ தடுத்தும், விலாஸினி அப்பப்போ பண உதவிகள் செய்துகொண்டிருந்தாள் . . . என் தன்மானம் குறுக்கே நிண்ணாலும், நம்ம குடும்பத்துக்கு நேர்ந்த களங்கம் காரணமாக, எனக்கு ஏதோ சில கடமைகள் இருக்கிறதாகவும், அந்தக் கடமைகளை நான் செய்து முடிக்க என் படிப்பும் வேலையும் எல்லாம்கூட ஒருவிதத்தில் அவசியமேண்ணு ஒரு மனசாட்சிக் குத்து எனக்கு அப்போ அனுபவப் பட்டுக்கொண்டிருந்தது. அதோடு, அவள் சிநேகத்துக்கு முன்னால் தலைவணங்காமலிருக்கவும் என்னால் முடியவில்லை. இந்த நிலைமை காலேஜில் சேர்ந்தபிறகும் எங்களிடையில் நீடிச்சது. கடைசியில், பி.ஏ.யில் படிக்கும்போதுதான், இந்த உதவிகளுக்கெல்லாம் பின்னால் இயங்கிக்கொண்டிருந்தது அவள் ஒரே அண்ணன் தர்மபாலன்தான் என்பதை நான் தெரிஞ்சுக்கிட்டேன் . . .”

மாதவிக்குட்டி நிறுத்தினாள்.

அனந்தன் நாயர் ஏதோ பேச நினைத்து, வாயைத் திறந்து விட்டு, பிறகு என்னவோ நினைத்துக்கொண்டவர் போல் அதை அடக்கிக்கொண்டு அவளையே பார்த்துக்கொண்டிருந்தார்.

“விலாஸினிக்கு அவ அண்ணன் தவிர வேறு சொந்தக்காரங்க ஆரும் கிடையாது . . . பூர்வீகமெல்லாம் செம்பழன்னியிலாம் . . . ரெண்டு பேரும் இப்போ பேட்டையில் சொந்த வீட்டில்தான் தாமசம் . . .”

என்னவெல்லாமோ விஷயங்கள் மெல்ல மெல்ல விளங்கிக்கொண்டிருப்பது போல் அனந்தன் நாயருக்கு ஒரு உணர்வு . . .

“நீ அவுங்க வீட்டுக்குப் போயிருக்கையா?”

தன் குரலில ஏனோ ஒரு அதட்டலின் தொனியிருப்பது போல் அவருக்கே தோன்றியது. பரவாயில்லை . . . இவ்வளவு பொறுமையுடன் இந்த விஷயத்தில் இவள் சாட்சியத்தைத் தகப்பனான தான் செவிமடுத்துக்கொண்டிருப்பதே ஆச்சரியமல்லவா?

அவர் கேள்விக்கு மாதவிக்குட்டி உடனடியாகப் பதில் அளித்துவிடவில்லை. சிறிது நேரம் என்னவோ நினைத்தவாறு அவரையே உற்றுப் பார்த்துக்கொண்டிருந்தாள்.

இந்தச் சமயத்தில் வேலியின் இடைவழி அடுத்த வீட்டிலிருந்து ஒரு ஆடு அவர்கள் வீட்டுக் கொல்லையில் புகுந்து,

தான் ஆசையாக நட்டு இப்போதுதான் முளைவிட்டுக்கொண் டிருந்த மரவள்ளிக் கிழங்கின் இளம் தளிர்களை அவசரம் அவசரமாகக் கடித்துத் தின்பது அனந்தன் நாயரின் கண்களில் படுகிறது. அவர் எழுந்து உட்கார்ந்தார்.

“குஞ்ஞும்மே ... அந்த ஆட்டுக் குட்டியை விரட்டு ... மரச்சீனித் தளிரைத் தின்னுச் செத்து வைக்கப் போறது ...” என்று அவர் சத்தம் போட்டதும், மாதவிக்குட்டி எழுந்து இங்கே பூமுகத்தில் நின்றுகொண்டு, சூ ... சூ என்று விரட்ட, காமாட்சி அம்மாளும் அடுக்களை வாசல் வழி அங்கே கொல்லையில் சென்று ஆட்டைத் துரத்தினாள்.

“வேலி கெட்டியிருந்தாலும் எப்படித்தான் உள்ளே நுழைஞ்சு விடுதோ ... அஸத்து ஆடு .. !” என்று திட்டிவிட்டு, “என்ன அப்பாக்கும், மகளுக்கும் இன்னும் பாடு பேசித் தீரல்லையா? இண்ணைக்குக் கடைக்கு, ஆபீஸுக்கு ஒண்ணும் போகாண் டாமா?” என்று அவர்களிடம் கேட்டுவிட்டு அடுக்களைக்குள் புகுந்துவிட்டாள்.

“மோளே ... மணி என்னாச்சுண்ணு பாரு ...” என்று அவசரப்பட்டுக்கொண்டு அனந்தன் நாயர் கேட்க, மாதவிக் குட்டி உள்ளே போய்த் தன் கைக்கடிகாரத்தை எடுத்துப் பார்த்துவிட்டு வந்து, “மணி ஒம்பது அப்பா ... நேரம் போனதை தெரியல்லை ...” என்று சொல்லக்கேட்டு, துள்ளி எழுந்து, “சரி ... சரி ... நேரம் ரொம்ப ஆயிப்போச்சு ... காலம்பரெ ஒரு வேலையும் நடக்கல்லே ... பாக்கியை ராத்திரி பேசிக்க லாம்” என்று சொல்லிவிட்டு, வீட்டின் பின்புறம் சென்றார் அனந்தன் நாயர்.

30

“இண்ணைக்கு சோறு கொண்டுபோக உண்ணி வரமாட்டாள்ண்ணு நேத்தைக்கே சொல்லிவிட்டுப் போயிருக்கான் ... அவனுக்க அக்கச்சிக்க கல்யாண மாம் ... மாதவிக்குட்டி மத்தியானத்துக்கு ரெண்டு இட்டலி மடக்கி எடுத்துக்கொண்டு போயிருக்காள் ...” என்று சொன்ன காமாட்சியம்மாவிடம், “முடிஞ்சா நான் இங்கே வந்து சாப்பிட்டுக்கிட்டுப் போறேன் ... இங்கே வரமுடி யாட்டி கடையில் காப்பி ஏதாவது சாப்பிட்டுக்கிறேன் ...” என்று சொல்லிவிட்டு, குடையும் கையுமாக அவசரம் அவசரமாய் கடைக்குக் கிளம்பினார் அனந்தன் நாயர்.

கடையில் போய் ஏறினதும் முதலாளி கேட்டார்: “என்னா அனந்தன் நாயர் ... இண்ணைக்கும் கோவி லுக்குப் போயிட்டேரா ..?”

பதில் எதுவும் சொல்லாமல் அசடு வழிய லேசாகச் சிரித்துவிட்டு குடையைக் கொண்டுபோய்த் தன் இருக்கை யின் பக்கத்தில் வைத்தார்.

“சரி ... சரி ... ஆடிட்டர் கைமனுக்கும் போன் பண்ணிவிட்டேன் ... கணக்குப் புத்தகங்களையெல்லாம் எடுத்துக்கொண்டு காரிலேயே போயி அவரையும் கூட்டிக் கிட்டு இன்கம்டாக்ஸ் ஆபீஸுக்குப் போயிரும் ... மணி பத்தாகப் போவுது. முதலில் நம்ம கணக்குத் தீரணும் ...” என்று முதலாளி துரிதப்படுத்தினார்.

அனந்தன் நாயர் அவசரம் அவசரமாகக் கணக்கு புக்கையெல்லாம் எடுத்துக்கொண்டு வந்தபோது, “பார்க்கவன்! ஆபீஸர் இந்துசூடன் நாயருக்கு நாளைக்கு எப்போ கார் வேணுமுண்ணு கேட்டுக்க! நாளைக்கு திருவட்டாறு போகணுமுண்ணுச் சொல்லியிருந்தாரு ... அவர் சொல்லுகிற சமயத்துக்கு வண்டியை எடுத்துக் கிட்டு அவர் வீட்டுக்குப் போயிரு ... பெட்ரோல் கிட்ரோல்

ஒண்ணும் அடைக்க அவரை விட்டுவிடாதே..." என்று டிரைவர் பார்க்கவனிடம் முதலாளி அடக்கமாகப் பேசிக்கொண்டிருப்பது தெரிகிறது.

"சரி... சரி... போயிட்டு வாரும்..." என்று அனந்தன் நாயருக்கு விடை கொடுத்ததும், அவர் புத்தகங்களை எடுத்துக் கொண்டு காரின் முன் ஸீட்டில் டிரைவர் பக்கத்தில் போய் உட்கார்ந்துகொண்டார்.

கார் நேராக ஆடிட்டர் கைமனின் வீட்டுக்குப்போய் அவரையும் அழைத்துக்கொண்டு இன்கம் டாக்ஸ் ஆபீஸுக்குச் சென்றது.

கைமன் முன்னால் செல்ல, கணக்குப் புஸ்தகங்களை யெல்லாம் எடுத்துக்கொண்டு அவரைப் பின்தொடர்ந்து காரியாலயத்திற்குள் சென்றார் அனந்தன் நாயர்.

காரியாலய ஊழியர்கள் ஒவ்வொருவராக ஆடி அசைந்து வந்துகொண்டிருக்கிறார்கள்.

கைமன் மட்டும் இந்துசூடன் நாயரின் அறைக்குள் சென்றார். அவர் தன் முன்னாலிருந்த ஒருவரிடம் என்னமோ சுவராஸ்யமான பேச்சில் ஈடுபட்டிருந்தார்.

வெளியே நின்றவாறு இந்துசூடன் நாயரைக் கவனித்தார் அனந்தன் நாயர். செக்கச் சிவந்த ரோஜாப்பூ போல் இருந்தது அவர் முகம். நடுத்தரப் பிராயம்தான் இருக்கும். அவருக்கு வணக்கம் தெரிவித்த கைமனைப் பார்த்துப் புன்முறுவல் செய்தவாறு பதில் வணக்கம் தெரிவித்துவிட்டு உட்காரச் சொன்னார். கைமன் உட்கார்ந்த பிறகு, விட்ட இடத்திலிருந்து தன் பேச்சைத் தொடர்ந்தார் இந்துசூடன் நாயர். அவர் பேசிக்கொண்டிருந்தது வெளியில் நிற்கும் அனந்தன் நாயரின் செவியிலும் விழுகிறது. சங்கதி ராஜ விவகாரம் ஆதலால் அதைக் கேட்பதில் அவருக்கு ஒரு குறுகுறுப்பு ஏற்பட்டது.

"நாகப்பன் நாயர்..! இண்ணைக்கு நேத்தைக்கு ஒண்ணு மில்லே... எத்தனையோ தலைமுறைக்கு முந்தி, இங்கே ரெண்டு ராணிமாருங்க ரீஜண்டாக நாடாண்டுகிட்டிருந்தாங்க இல்லையா..? அப்போ சூழ்ச்சிக்காரங்களான எட்டு வீட்டுப் பிள்ளைமார்களின் தொந்தரவினால் நாடே அலங்கோலமா யிட்டது... பெண்பிள்ளை ராணிமாருங்க மட்டும் என்ன செய்வாங்க? மார்த்தாண்ட வர்மாவுக்கானால் ஆட்சிப் பொறுப்பை ஏற்கும் வயசும் வரல்லை... இங்கே உள்ள மற்றவங் களை நம்பவும் வழியில்லை... அதனாலே கஜானா முதலிய மிகவும் முக்கியமான விவகாரங்களை நம்பிக்கையோடு கவனிச்சு

198 பள்ளிகொண்டபுரம்

காவல் காக்க, கோழிக்கோட்டிலிருந்து, நல்ல அடிமுறை, களரிப் பயிற்சி எல்லாம் தெரிஞ்ச ராஜ விசுவாசமுள்ள ஏழெட்டு நாயர் குடும்பங்களை, அங்கே ஆண்டுகொண்டிருந்த ஸாமூதிரி வழியாக இங்கே வரவழைச்சாங்க ... அவுங்கதான் எட்டு வீட்டுப் பிள்ளைமார்களுக்க எந்த மிரட்டலுக்கோ, ஆசை வார்த்தைகளுக்கோ அடிபணிஞ்சு விடாமல், கடைசி வரைக்கும், இந்த ராஜகுலத்தை விசுவாசமாக நிண்ணுக் காப்பாற்றினாங்க ... அவுங்க சேவையைப் பாராட்டி இந்த ராஜ்யத்தில், சொந்தமாக நிலபுலன்கள் எல்லாம் பட்டயம் செய்து கொடுத்து அவுங்களையும் இந்த ராஜ்யத்துப் பிரஜையாக்கிவிட்டார், பிறகு பட்டத்துக்கு வந்த இளவரசர். அந்த ஏழெட்டுக் குடும்பங்களில் ஒன்றில் வாழையடி வாழை யாக வந்தவன் நான் ... அந்த ராஜ விசுவாசிகளின் ரத்தம் தான் என் நாடி நரம்புகளிலும் ஓடுகிறது ... அதனாலெ லஞ்சம் கிஞ்சம் தந்து என்னை யாருக்கும் விலைக்கு வாங்கி விட முடியாது ...” என்று முடித்தார் அவர்.

பிறகு, “மணி பத்தரை ஆயாச்சா ... நேரம் போனதே தெரியல்லை ..! சாயந்திரம் ஸேவியேர்ஸில் பாப்போம் ...” என்று அவர் முன்னாலிருந்து சரித்திரத்தில் லயித்திருந்த வரை விடைகொடுத்தனுப்பிவிட்டு, கைமனிடம், “சரி ... சரி ... இண்ணைக்கு வைரவன் பிள்ளைக்க கடைக்கணக்கு வச்சிருக்கு இல்லையா ..?” என்று தொடங்கியபோது, அனந்தன் நாயர் கணக்குப் புஸ்தகங்களையும் கொண்டு உள்ளே நுழைந்தார்.

அதன் பின், புஸ்தகங்களையெல்லாம் புரட்டியெடுத்து விட்டார் அவர் என்றுதான் சொல்ல வேண்டும் ..! சின்னச் சின்ன விஷயங்கள்கூட, இந்துசூடன் நாயரின் கழுகுக் கண்களி லிருந்து தப்பவில்லை. கைமனின் குறுக்கீட்டையும், விளக்கங் களையும்கூட, எதிரிட்டு வாதாடி, தன் டயரியில் ஒவ்வொன் றையும் விரிவாக, சிவந்த மையினால் அவர் குறித்துக்கொள்ளத் தொடங்கிவிட்டபோது, தான் கணக்கு எழுதிய முறைதான் பிசகு என்று, தன்னிடம் முதலாளி எரிஞ்சுவிழப் போகிறா ரேண்ணு அனந்தன் நாயருக்குப் பயமாய்ப் போய்விட்டது.

இடையில், பார்க்கவன் மெல்ல அறைக்குள் தலையை நீட்டினான். அவனைத் தலை உயர்த்திப் பார்த்துவிட்டு, “யாரு ..? ... ஓஹோ ... வைரவன் பிள்ளைக்க கார் டிரைவரா?” என்று கேட்டுவிட்டு, என்ன வேணும் என்பது போல் பார்த்தார் இந்துசூடன் நாயர்.

அனந்தன் நாயருக்கு ஒன்றுமே பேசத் தைரியம் வர வில்லை ... ராஜ விசுவாசத்தின் ரத்தம் ஓடும் மனித ராச்சே ..!

“இல்லே ... நாளைக்கு திருவட்டாறுக்கு எப்போ போணு முண்ணு முதலாளி கேட்டுவிட்டு வரச்சொன்னாங்க ...” என்று பவ்வியமாகச் சொல்லிவிட்டுத் தலையைச் சொறிந்தான் பார்க்கவன்.

“ஓஹோ ... அதுக்கா ..! நாளைக்கு ராவிலெ போகணும் ... நீ சரியா அஞ்சு மணிக்கு வீட்டுக்கு வந்துட்டாப் போதும் ... வீடுதான் உனக்குத் தெரியுமே ... இதுக்கு முந்தி அங்கே நீ வந்திருக்கேல்லே ..? நாளைக்கு திரும்பி வரமுடியாதுண்ணு வைரவன் பிள்ளைகிட்டெச் சொல்லிவிடு ... நீயும் அதுக்குத் தயாரா வந்துடு ...” என்று கண்டிப்பான தொனியில் சொல்லி அவனை அனுப்பிவிட்டு, மீண்டும் கணக்கை அலசும் வேலையில் முழுகினார் இந்துசூடன் நாயர்.

அதன் பிறகு அவர் ஒன்றும் குறிக்கவும் இல்லை ... நேரமே குறித்த டயரியை வெளியே எடுக்கவும் இல்லை ...

கணக்கு முடிஞ்சு வெளியே வரும்போது மணி ஒன்றாகி விட்டது. ஆடிட்டரைக் கொண்டுபோய் அவர் வீட்டில் விட்டு விட்டு, முதலாளியின் வீட்டுக்குக் காரிலேயே சென்று கணக்குப் புஸ்தகங்களை முதலாளியிடம் சேர்ப்பித்தார் அனந்தன் நாயர்.

முதலாளியின் முகத்தில் மகிழ்ச்சிக் குறி தெரிகிறது.

“உம் ... ஆடிட்டர் போனில் இப்போதுதான் பேசினார் ... எல்லாத்தையும் அறிஞ்சுகிட்டேன் ..! உம் ... ஒவ்வொரு கணக்கு நாளும் ஒவ்வொரு கண்டம்தான் ..! அப்படி இன்கம் டாக்ஸ் கண்டத்திலிருந்து தப்பிச்சாச்சு ... இனி செயில்ஸ் டாக்ஸ் கண்டம் வேறு கிடக்கு ...” என்று கூறிவிட்டு, அனந்தன் நாயருக்கு விடை கொடுத்து அனுப்பும்போது, வீட்டுக்குப் போய் சாப்பிட்டுவிட்டுவர, முதலாளியிடமிருந்து அனுமதி வாங்க அனந்தன் நாயர் மறக்கவில்லை.

பிறகு, பார்க்கவனிடம் முதலாளி என்னமோ ரகசியமாகப் பேசிக்கொண்டிருப்பதைக் கவனிக்காததுபோல், அனந்தன் நாயர் மெல்ல வெளியேறி கடையை நோக்கி நடையைக் கட்டினார்.

சுட்டுப் பொசுக்கும் வேனா வெயில் ..!

கடையில் போய் சின்ன முதலாளியிடமும் அனுமதி வாங்கிவிட்டு, குடையை எடுத்துக்கொண்டு கிழக்கே கோட்டை நகர பஸ் நிலையத்தை நோக்கி நடந்தார் அவர்.

31

பஸ்ஸுக்குக் காத்து நின்று, கடைசியில் பஸ்ஸைப் பிடித்துக்கொண்டு அனந்தன் நாயர் வீடு போய்ச் சேருகையில் இரண்டு மணிக்கு மேலாகிவிட்டிருந்தது.

சாப்பிட்டுக்கொண்டிருக்கும்போது, காமாட்சி அம்மாவிடம், "பிரபாகரன் வந்தானா?" என்று கேட்டதற்கு, "காலம்பரெ போனவன்தான்... இன்னும் சாப்பிடக் கூட வரல்லை... எங்கே போய்க் கிடக்கானோ..." என்று பதில் வந்தது.

தோமஸைப் பார்க்கத்தான் போய்விட்டான் போலிருக்கிறது.

நேற்று காலையில் அவன் மாதவிக்குட்டியுடன் வாதிட்டது, பிறகு மத்தியானம் ஜவுளிக் கடையில் வைத்து லீலகுமாரித் தங்கச்சியின்கூட அவனைப் பார்த்தது எல்லாம் அனந்தன் நாயருக்கு மறுபடியும் ஞாபகம் வந்தது. இந்தப் பதினைந்து வருடத்துத் தன் வாழ்க்கை யையே கேலி செய்யும் ரீதியில் இவன் அவன் அம்மா விடம் நெருங்குகிறான் என்றால்...?

அவர் மனம் துணுக்குற்றது.

இது பற்றியெல்லாம் இனியும் அவனிடம் நேருக்கு நேர் பேசாமல் இருந்துவிடுவது சரியல்ல என்றும் அவர் மனம் சொல்கிறது.

ஆனால்... அவனை நேற்றிலிருந்து இன்னும் காணக் கூட முடியவில்லையே...!

ஒருவேளை... இதையெல்லாம் அறிந்துகொண்டு விட்டு அவனிடம் பேச, தான் காத்திருப்பதை அவன் தெரிந்துகொண்டிருப்பானோ...?

கடன் குறையைத் தீர்ப்பதுபோல், ஏதோ கொஞ்சம் அள்ளிப் போட்டுவிட்டு, பூமுகத்தில் கிடந்த ஈஸிச்செயரில் வந்து சாய்ந்தபோது அனந்தன் நாயரின் நெஞ்சம் முழுதும் சே ... சே ... தன் குடும்ப வாழ்க்கையே எவ்வளவு சின்னிச் சிதறிப் போய்விட்டது என்று ஒரு கணம் அழுத்தியது.

ஒரே வீட்டில்தான் குடியிருந்தும் சொந்த மகனிடம் இரண்டு வார்த்தைகள் நேரடியாகக் கேட்கமுடியாத குறுக்குச் சுவர்கள் ...

மகளுமாக அவள் வருங்கால வாழ்க்கைப் பிரச்னையைப் பற்றிப் பேசி முடிவெடுக்கக்கூட இயலாத வேலைப் பரபரப்பு ...

– இதனால் எல்லாம் அடைந்தது என்ன?

இதற்கெல்லாம் காரணமென்ன?

வீட்டுக்கென்று ஒரு வீட்டுக்காரி இல்லாததினால்தானா?

மீண்டும் அனந்தன் நாயரின் மனக் கண்களில், நேற்று சாயந்திரம் சாஸ்தாம் கோவில் நடையில் வைத்துப் பார்த்த கார்த்தியாயினியின் தோற்றம் மெல்லக் காட்சி தருகிறது.

நாம்தானே இப்படியொரு வாழ்க்கையையே அநியாய மாய்ப் பாழடித்துக்கொண்டோம்! பிரபாகரனே நெருங்கும் அளவுக்கு எவ்வளவு அமர்க்களமாக அவள் வாழ்கிறாள் என்றும் அவர் உள்ளம் அங்கலாய்த்துக்கொண்டது.

அப்படிச் சொல்ல முடியுமா?

தன் அகவாழ்வும் புற வாழ்வும் ஒரே மாதிரி சூன்யமாகி விட்டது. அவள் புற வாழ்வில் மட்டும் தெரியும் பளபளப்பைக் கண்டு அப்படியொரு முடிவெடுப்பது சாத்தியமா?

அவள் அக வாழ்வு, வெறும் வெற்று வாழ்வு என்பதற்கு என்ன முகாந்திரம்?

பத்து ஆண்டுகளுக்கு முன் நிகழ்ந்த அந்த முதல் சந்திப்புத் தான்!

அனந்தன் நாயர் விழிகளைத் திறந்து சுற்றுமுற்றும் பார்த் தார். வீடும் வெளியும் எல்லாம் மதியத்தின் மோனத்தபஸில் ஆண்டு கிடந்தது.

ணிங் ... ணிங் ... என்று கத்தியவாறு இரண்டு அணில்கள் மாமரத்திலிருந்து கீழே வந்து விழுந்து சிறிது நேரம் கட்டிப் புரண்டுவிட்டு எழுந்தோடின.

மாமரத்தின் நீல நிழல் பூமுகத்திற்கு ஒரு குளுமையை அளித்துக்கொண்டிருந்ததே ஆனாலும், வேலியில் விளையாடிக்

கொண்டிருந்த வெயிலைப் பார்க்க விழிகள் கூசின. உடனேயே எழுந்து கடைக்குப் புறப்பட உடம்பின் ஆயாசம் அனுமதிக்காமல் அவரை அப்படியே சாய்ந்து கிடக்கத் தூண்டியது. காற்றின் வருடல் அரை நிர்வாணமாக இருந்த உடம்புக்கு மிகவும் இதமாக இருக்கிறது.

மீண்டும் விழிகள் தானே அடைந்துகொள்கின்றன.

எங்கோ ஒரு ஒற்றைக்காகம் கர்ண கடூரமாக அழுது தீர்த்துக்கொண்டிருக்கும் ஒலி கேட்கிறது.

இந்தப் பதினைந்து ஆண்டு காலமாக, மந்தை மந்தையாக வாழும் மனிதர்களின் இடையில் வாழ்ந்தும்கூட, தனிப்பட்டுப் போன ஒரு தீவின் ஏகாந்த வாழ்க்கை தனக்கு அனுபவப்பட்டுக் கொண்டிருக்கும் காரணமென்ன?

மாதவிக்குட்டிதான் இன்று காலையில் அவளைப் பற்றி என்னவெல்லாமோ சொன்னாளே! அதையெல்லாம்கூட, இதே ஊரில், இதே வீட்டில் வாழ்ந்துகொண்டிருந்தும் தன்னால் ஏன் அறிந்துகொள்ள முடியவில்லை?

அவன் வீட்டுக்குக்கூட அவள் போயிருக்கிறாள் என்று தான் தோன்றுகிறது. பிரபாகரன் நாயர் அவன் அம்மாவிடம் சொந்தம் பாராட்டத் தொடங்கிவிட்டதோடு நின்ற லட்சணத்தையும் காணவில்லை... லீலகுமாரித் தங்கச்சியுடன் வேறு தொடர்பு...

வீட்டில் கார்த்தியாயினி வாழ்ந்துகொண்டிருந்தால் இத்தகைய அனர்த்தங்கள் நிகழுமா?

ஏன் நிகழாது! அவள் வாழ்ந்துகொண்டிருந்ததே ஒரு அனர்த்தமாகத்தானே இருந்தது.

அரமும் அரமும் சேர்ந்தால்...?

கின்னரம்...!

உம்... எது எப்படியானாலும், அப்போதிருந்தது போல் ஓயாத ஒரு மனப் போராட்டம் இப்போது தனக்குண்டா?

சாகவும் விடாமல், சாகாமல் வாழவும் விடாமல், ஊசலாடிக் கொண்டிருக்கும் உயிர் விளைவிக்கும் சித்திரவதையைவிட, ஒரேயடியாக விலகிப்போயிவிட்ட உயிரால் நேரும் துன்பம் குறைவுதானே..!

சக ஊழியர்களின் பொறாமைப் பார்வைகளையெல்லாம் சகித்துக்கொண்டு, பதவியேற்றத்தை ஏற்று வேலைக்குச் செல்லத்தொடங்கி ஒரு மாத காலத்திற்கு மேலாகியும், ஒரு நாள்கூட விக்கிரமன் தம்பியை ஆபீஸில் காணமுடியவில்லை.

நன்றி தெரிவிக்கத் தானாக அவரிடம், வேண்டுமென்றே செல்ல வில்லை. ஆதலால், ஆத்திரப்பட்டு, ஒருவேளை தன் வேலை உயர்வை ரத்துச் செய்யவோ, தன்னை வேலையிலிருந்து நீக்கவோ செய்துவிட்டால், அதுவும் நன்மைக்கேண்ணு இருந்துவிட்டுப் போவது என்றுதான், தன் மனம் வேலை செய்தது.

ஆனால் நிலைமை அப்படி நீடிக்கவில்லை . . .

ஒரு ஞாயிற்றுக்கிழமை . . .

காரியாலய விடுமுறையை அனுபவித்தவாறு, இந்த மாதிரி மத்தியான நேரத்தில், இதே சாய்வு நாற்காலியில் இப்படி மயங்கிக்கொண்டிருக்கையில், 'ஆனாலும் நீ இப்படிப்பட்ட ஆளுண்ணு எனக்குத் தெரியாமெப் போச்சு . . . நேரில் பாத்தா காப்பி வாங்கித் தரணுமுண்ணுதானே பேசாமெ இருந்திட்டே . . .' என்று சொல்லியவாறு கோலாகலமாக ஏறிவந்தார் விக்கிரமன் தம்பி.

அழைப்பில்லாமல் வலிய இப்படி ஏறிவந்து விடுவார் அவர் என்று கொஞ்சம்கூட நான் எதிர்பார்க்கவில்லையாதலால் அவரை என்ன சொல்லி, எப்படி வரவேற்பது என்பதுகூடத் தெரியாமல் அசந்து போய்விட்டேன் நான்.

'இல்லே . . . ஆபீஸுக்கு நீங்க வரும்போது என் நன்றியைத் தெரிவிக்கணுமுண்ணுதான் பாத்துகிட்டிருந்தேன் . . .' என்று மழுப்பியபோது, 'அப்படி வந்த இடத்தில் வச்சு நீ நன்றி தெரிவிக்காண்டாமுண்ணுதான் நான் உங்க ஆபீஸுக்கு வரு வதையே நிறுத்திவிட்டேன். அதோடு உன் ஸீனியர் ஹேண்ட்ஸ் வேறு என்னைக் கண்டுவிட்டால், மனசுக்குள்ளிலாவது என்னைச் சபிக்காமலிருப்பாங்களா?' என்று கூறிவிட்டு அவர் சிரிச்ச சிரிப்பு . . .

கொஞ்ச நேரம் வேலை முதலிய பொது விஷயங்களைப் பற்றிப் பேசிக்கொண்டிருக்கையிலும், அவர் கண்கள் மட்டும் எதையோ தேடித் தவிப்பதைப் போல் சுழன்றுகொண்டிருப்பதைக் கவனிக்காமலிருக்க என்னால் முடியவில்லை.

இவர் பெரிய தாஸில்தார் . . !

எத்தனை எத்தனையோ கிராம அதிகாரிகள், கைகட்டி, வாய்பொத்தி கிடுகிடுவென்று நடுநடுங்கியவாறு, இவர் முன் னால் நிற்கும் காலம் . . . அப்படிப்பட்டவர் எனக்குச் சமதை யாக உட்கார்ந்துகொண்டு வார்த்தையாடுகிறார் என்றால் . . ?

எனக்குமட்டும், இப்படி அநியாயமான ஒரு வேலை உயர்வுக்காக மேலிடத்தில், என்னைத் தெரிவிக்காமலேயே முட்டி மோதிப் பெற்றுத் தந்திருக்கிறார் என்றால் . . ?

– இப்படியெல்லாம் எதையெல்லாமோ நினைத்து தீ தின்று கொண்டிருக்கையில், எதையோ தேடித்தவித்துச் சுழன்றுகொண் டிருந்த அவர் கண்கள் என் மன வினாக்களுக்கெல்லாம், மறைமுக விடையாய் என்னை வந்து தாக்கிக்கொண்டிருந்த கொடுமையான நொடிகள் . . .

எத்தனை நேரம் சகிப்பது! அவரானால் போகும் வழியை யும் காணவில்லை.

'நீயும் உனக்க ப்ரமோஷனும் . . ! போடா புல்லே . . .' என்று அவர் பிடரியைப் பிடித்து வெளியே தள்ளிக் கதவைச் சாத்த என் தன்மானம் உள்ளுக்குள் சீறத்தான் செய்கிறது.

ஆனால் . . .

ஏதோ ஒரு பயம் . . .

அதன் அடுத்த காட்சி என்னவாக இருக்கும் என்ற ஒரு கிலி அந்த என் தன்மானத்தின் சீற்றலை மெல்ல மெல்லத் தட்டித் தடவி, அடக்கி ஆட்கொள்ளும் கொடுமை . . .

கோழைத்தனம், பேடித்தனம் என்றெல்லாம் சொல்வது இதைத்தானா?

நான் ஒரு பலகீனனா?

– இப்படி என் மனம் ஆர்ப்பரித்துக்கொண்டே இருக்கும் போது, 'என்ன அனந்தன் நாயர் . . ! நான் வந்து இவ்வளவு நேரம் ஆச்சு . . . ஒரு மடக்கு ஸம்பாரம் கூடத் தரமாட்டே போலிருக்கே . . ! நானும் தறவாட்டு நாயர்தான் . . . எனக்குக் குடிக்க ஏதாவது தந்துட்டா தீட்டு கீட்டு ஒண்ணும் வந்து விடாது . . .' என்று வேறு அவர் புத்திசாலித்தனமாய் வலியச் சொன்னபோது, என்ன செய்வது?

அண்ணைக்கு கார்த்தியாயினியின்கூட, என்வேலை உயர் வின் காரண காரியங்களைப் பற்றிய சூடான விவாதத்துக்குப் பிறகு, பரஸ்பர அரிப்பைத் தீர்த்துக்கொள்ளும் ஒரு நிர்ப்பந் தத்தைக் கருதி இருவரும் ஒருசில இரவுகளில், உடம்பால் நெருங்கிப் பிரிந்ததோடு சரி. இன்னும் அந்நியோன்னியமான – சுமுகமான ஒரு மானசீகச் சேர்க்கை மலராத சூழ்நிலை . . ! ஆனால் அந்நிய மனுஷனின் முன்னால் அதையெல்லாம் காட்டிக்கொண்டிருப்பது முறையா? எனவே, 'இதோ கொண்டு வரச்சொல்றேனே . . .'ண்ணு அவரிடம் சொல்லிவிட்டு, உள்ளே பார்த்து சகஜமான குரலில், 'கார்த்தியாயினீ . . . கொஞ்சம் மோர் கொண்டுவா . . .' என்று குரல் கொடுக்காமலிருக்க என்னால் முடியாத அவலம் . . .

உள்ளிருந்து பதில் எதுவும் வரவில்லை. மாறாக இதுவரை அமைதியாக இருந்த வீட்டினுள்ளே இருந்து, குழந்தை பிரபாகரன் வீல் வீல் என்று கத்தும் ஒலி கேட்கிறது.

விக்கிரமன் தம்பியின் முகத்தில் அந்த அழுகையின் சப்த அலைகள் என்னவோ ஒரு குழப்பத்தை உண்டுபண்ணுவது தெரிகிறது.

சிறிது கழிந்து, அடுக்களையில் வேலை பார்த்துக்கொண்டிருந்த கசங்கிய கரிபிடித்த உடையுடன், இடுப்பில் அழுது கொண்டிருந்த குழந்தையும், கையில் மோர் டம்ளருமாகக் கார்த்தியாயினி அங்கே வந்தாள்.

தம்பியை ஏறெடுத்துப் பார்க்காமல், மோரை மேஜை மீது வைத்துவிட்டுத் திரும்பிய கார்த்தியாயினியைத் தூண்டில் போட்டு இழுத்து ஒரு நிமிஷ நேரம் அங்கே நிறுத்திவைக்க குழந்தையை ஒரு சாக்காக்கிக்கொண்டார் அந்தக் காரியவாதி.

'டேய் . . . டேய் . . . இப்படி வாடா . . .' என்றவாறு எழுந்து குழந்தைக்காக அவளிடத்தில் கையை நீட்டும்போது, வீட்டுக்குள் போய்க்கொண்டிருந்த கார்த்தியாயினிக்குத் திரும்பி வந்து பிரபாகரனை அவரிடத்தில் நீட்ட வேண்டிவந்தது.

நான் எதிர்பார்த்ததுபோல் அவள் விழிகளும் இப்போது தம்பியின் விழிகளுமாகக் கட்டுண்டு புரள்கின்றன . . . அதோடு குழந்தையை அவளிடமிருந்து எடுக்கையில் தம்பியின் விரல்களும் அவள் கையும் லேசாகத் தொட்டுக்கொண்டதோ என்று ஒரு சந்தேகம் . . .

சிறிது நேரம் பிரபாகரனைக் கையில் வைத்து, 'எடா . . . கொச்சு கள்ளா . . . போக்கிரிப் பயலே' என்றெல்லாம் கொஞ்சி விட்டு, விடைபெற்றுக்கொண்டு விக்கிரமன் தம்பி சென்று ரொம்ப நேரமாகியும் உட்கார்ந்த இடத்திலிருந்த எழுந்திருக்க முடியாத அளவுக்கு என் மனசுக்குள் ஆயிரமாயிரம் குடைச்சல்கள் . . .

சற்றுக் கழிந்து, 'கார்த்தியாயினீ . . .' என்ற என் அழைப்பில் என்னவோ ஒரு எரிச்சல் . . .

எந்தவித பாவபேதமுமின்றி, சற்றுமுன் கண்ட அலங்காரம் எதுவும் இல்லாத கோலத்தில் அவள் அங்கே பிரசன்னமாகிறாள்.

'என்ன சந்தோஷம்தானே . . ?'

வக்கிரமான என் கேள்வியைக் கேட்டுக் கோபத்தில் அவள் நாசி விரிந்து சுருங்குவது தெரிகிறது.

‘உங்கிட்டெத்தான் கேட்கிறேன் . . ! வேணுமுண்ணு தானே பிரபாகரனை அழவைச்சு இடுப்பில் தூக்கிக்கொண்டு தம்பிக்க முன்னால் நீ வந்தே?’

அதட்டல் தோரணையில்தான் அந்த என் கேள்வி வெடித்தது.

‘ஆமாம்.’

நிதானமான அந்தப் பதில் என்னை இன்னும் வீறு கொள்ளச் செய்தது. என் வார்த்தை ஆத்திரத்தில் கிடுகிடுத்தது.

‘என்னத்துக்கு?’

‘சொல்லித்தான் ஆகணுமுன்னா சொல்றேன் . . ! நீங்க அண்ணைக்கு இவனைப் பற்றிச் சொன்னது எனக்கு ஞாபகம் வந்தது. ஒரு குழந்தைக்க அம்மா நான் என்பதை நேரடியாக அவனை உணர்த்தத்தான் பிரபாகரனை இடுப்பில் எடுத்துக் கொண்டு அவன்முன் வந்தேன் . . !’

ஒன்றுமே நடக்காததைப்போல், மிகவும் நிதானமான அந்தப் பதிலும், அதை அவள் சொன்ன பாணியும் என் பொறிகளையெல்லாம் சூடுகொள்ளவைத்தன.

‘இல்லே . . . அவர் கிட்டெ கொஞ்ச நேரம் நிண்ணு பேசவும், பரஸ்பர ஸ்பரிச சுகத்தை அனுபவிக்கவுமா . . ?’

அவள் முகம் செம்பருத்திப்பூ போல் சிவப்பது தெரிகிறது. கண்கள்தான் எப்படி விரிந்து என்னை நோக்கித் தீயை உமிழ்கின்றன . . ! கோபத்தால் கிடுகிடுவென்று அவள் உடல் முழுதும் உதறிக்கொள்வது தெரிகிறது.

‘ஆமா . . . அதுக்காகவேத்தான் . . . அவருக்குக் கூட்டிவிடத் தானே மானமும் ரோஷமும் இல்லாமெ நீங்க என்னைக் கூப்பிட்டேள் . . !’

அக்கினித் துணுக்குகளாய் இந்தச் சொற்கள் அவள் வாயி லிருந்து வெடித்துக் கிளம்பியதும், நான் ஒரு மிருகமாகி அவளை நையப்புடைத்ததும் எல்லாம் ஒரு துர்கனவாக என் அபோத பிரக்ஞை வெளியில் இப்போதும் ஆடி நடக்கத் தானே செய் கின்றன . . !

32

"சேட்டா... என்னா மத்தியான மயக்கமா...?" என்று யாரோ கேட்கும் குரல்.

அதைத் தொடர்ந்து காலடியோசைகள்...

விழிகளைத் திறந்தபோது, முன்னால் கிடந்த நாற்காலியில் தன் தம்பி மதுசூதனன் நாயர் சிரித்தவாறு உட்கார்ந்துகொண்டிருப்பதை அனந்தன் நாயர் கண்டார். சற்று நீங்கி, லேசாகப் புன்முறுவல் பூத்தவாறு, அடக்க ஒடுக்கமாக நிற்கும் ஒரு வாலிபன்.

"வா... தர்மபாலா... வந்து உட்காரு..." என்று மதுசூதனன் நாயர் அவனை அழைத்ததும், அருகில் கிடந்த ஒரு ஸ்டூலில் வந்து உட்கார்ந்துகொண்டான் அவன்.

தர்மபாலன் என்று மதுசூதனன் நாயர் சொன்ன அந்தப் பெயர் அனந்தன் நாயரின் தூக்கக் கலக்கத்தை யெல்லாம் ஒரேயடியாகப் பறக்கவைத்துவிட்டு, அவரை நிமிர்ந்து உட்கார வைத்தது.

என்னவெல்லாமோ சொல்லத்தெரியாத உணர்ச்சிகள் மனதில் முட்டி மோதி முற்றுகையிட, அவனைக் கூர்ந்து நோக்கினார் அவர்.

மாநிறம். ஆனால் லட்சணமான முகம்... ஆரோக்கியமான உடல்... ஒரு முப்பத்தஞ்சு வயது மதிக்கலாம்... மதுசூதனன் நாயருக்கு இருந்ததைவிடக் கொஞ்சம் சிறிதானாலும், பார்க்க அகலமான மீசைதான்! வெள்ளை வெளேரென்ற சட்டையும், மல் வேஷ்டியும் அவனுக்கு மிகவும் பொருத்தமாகவும், பொலிவாகவும் இருந்தன.

"சேட்டா... தர்மபாலன் 'சமத்துவப் புஷ்பம்' டெயிலி பேப்பரில் உதவி ஆசிரியராக வேலை பார்க்கிறான்... சேட்டன் ஆளை நல்லா பார்த்தாச்சல்லவா..?"

மதுசூதனன் நாயரின் அந்தக் கேள்வியின் தாத்பரியம் பிடிபடாததால் கேள்விக்குறியாக அவனைப் பார்த்தார் அனந்தன் நாயர்.

“சேட்டா . . . பாக்கி எல்லாவற்றையும் அவனை அனுப்பி வச்சுவிட்டுச் சொல்றேன் . . . இங்கே வள்ளக் கடவுக் கட்சிக் காரியாலயத்தில் எங்க ரெண்டு பேருக்கும் கொஞ்சம் ஜோலி யிருக்கு . . . லேபர் மினிஸ்டரும் வந்தாலும் வரலாம். டாக்ஸி வெளியே நிக்குது . . . இவனை அங்கே கொண்டுபோய் விட்டு விட்டு டாக்ஸி என்னைக் கூப்பிட்டுக்கிட்டுப் போக இங்கே வர முந்தி நான் உன்கிட்டெ விஷயத்தைச் சுருக்கமாகச் சொல்லுவேன் . . . ஆனா . . . அதுக்கு முந்தி நீயும் ஆளைப் பார்த்திருக்கணுமில்லே . . . அதுதான் இங்கே கூட்டிக்கிட்டு வந்தேன் . . !” என்று சொல்லிவிட்டு, அவர் பதிலுக்குக் காத் திருக்காமல், “அப்போ தர்மபாலா . . . நீ முன்னால் போய்விட்டு வண்டியை அனுப்பு . . .” என்று அர்த்த புஷ்டியோடு சிரித்த வாறு சொல்ல, அவன் சிறிது கூச்சத்துடன், “அப்போ . . . சரி . . . நான் போயிட்டு வரட்டுமா . . ?” என்று அனந்தன் நாயரிடம் மிகவும் பவ்வியமாக விடை கேட்டான்.

“சரி” என்று தலையாட்டி அவனுக்கு விடை கொடுக்கும் போது, முன்கூட்டிப் போட்ட திட்டப்படிதான், வேண்டு மென்றே மதுசூதனன் நாயர் தர்மபாலனைத் தவிர்க்கிறான் என்பது அனந்தன் நாயருக்குப் புரியாமலிருக்கவில்லை.

தர்மபாலன் சென்ற பிறகு, சிறிது நேரத்திற்கு மதுசூதனன் நாயர் மௌனமாக உட்கார்ந்திருந்தான்.

“நீ இப்போது வீட்டில் இருப்பயோண்ணு எனக்குச் சந்தேகம்தான் . . . கடைக்கு போன் பண்ணிக் கேட்டப்போ நீ சாப்பிட வீட்டுக்கு வந்திருப்பதாகச் சொன்னாங்க . . .” என்றான் அவன்.

அனந்தன் நாயருக்கு மனசில் என்னமோ ஒரு உறுத்தல் . . .

மகாதேவய்யர் மகள் விவகாரத்தில் இவன் தலையிட்டதைக் குற்றப்படுத்தி நேற்று முதலாளி தன்னிடம் பேசியிருக்கையில், இண்ணைக்கு இவன் வேறு கடைக்கு போன் பண்ணி தன் சகோதர உறவு முறையை ஒரு தடவைகூட உறுதிப்படுத்திக் கொண்டிருக்க வேண்டாம் என்று அவருக்குத் தோன்றியது. தன் சீட்டுக் கிழிய வேறொண்ணுமே வேண்டாம் . . . வைரவன் பிள்ளை முதலாளி அப்படிப்பட்டவர் . . ! ஹூம் . . . தான் இவனுடைய அண்ணன் என்ற யோக்கியதாம்சம் மட்டும் இல்லாதிருந்தால், இன்னும் கொஞ்சம் காலம்கூட கொட் டாரத்திலேயே, ஒருவேளை, வேலை பார்த்துக்கொண்டு இருந்

திருக்கலாமோ என்ற ஒரு நினைப்பும் அனந்தன் நாயரின் மனதைக் குடைந்தது.

போனதடவை பார்த்ததைவிட, கொஞ்சம்கூட இளமையாக மதுசூதனன் நாயர் இருப்பதைப் போல் அவருக்குப் பட்டது. தூய வெள்ளை ஜிப்பாவும், மல் வேஷ்டியும் இவனுக்கு மிகவும் எடுப்பாகத்தான் இருக்கிறது.

"சுகுமாரன் எப்படியிருக்கான்?"

"உம்... அவன் காரியம் ஒண்ணும் சொல்லாண்டாம்... அதிகமா வெளியிலிறங்கி நடக்க வேண்டாமுண்ணுச் சொன்னால் கேட்டாத்தானே... ரெண்டு மூணு நாள் முந்தி ஸ்ரீகண்டேஸ்வரம் கோவில் குளத்துலெ குளிக்கவேறு போயிருக்கான்... நல்லவேளை... தண்ணீரில் இறங்க முந்தி சுழலி வந்திருக்கு... அதனாலெ பெரிய ஆபத்தில்லாமெ போச்சு... கூட்டாளிக எல்லோருமா வீட்டுக்குத் தூக்கிக்கொண்டுவந்து கிடத்தினா..!" என்ற மதுசூதனன் நாயரின் முகத்தில், இத்தனை நேரம் நிரம்பி நின்ற ஒளி மங்கி இப்போது சோகம் சூழ்ந்துகொண்டது.

சற்றுக் கழிந்து மீண்டும் பழைய உற்சாகத்தோடு அவன் தொடங்கினான்.

"சரி... நான் வந்த காரியத்தைச் சேட்டன் கேக்கல்லையே... இந்த நகர மிஸ்ர விவாகச் சங்கத்தின் தலைவராக வேறெ என்னைத் தேர்ந்தெடுத்திருக்காங்க... அதனாலெ இப்போ அரசியல் வேலைகளின்கூட கல்யாணக் காரியங்களும் பார்க்க வேண்டியிருக்கு..!"

"மகாதேவய்யரின் மகள் கீதா – அலோஷியஸ் கலப்புக் கல்யாணத்தை நீ முடிச்சு வச்சதா கடையில் நேற்றைக்குப் பேசிக்கிட்டாங்க..! அப்போ அது வாஸ்தவம்தானா?" என்று இடைமறித்து அனந்தன் நாயர் கேட்டபோது, "அது பெரிய கதை! அதைச் சொல்லத் தொடங்கினால் இப்போதொண்ணும் தீராது... இன்னொரு சமயம் சொல்லுறேன்..! நான் இப்போ சொல்ல வந்தது வேறே..!" என்று அவன் மறுபடியும் மெல்லத் தொடங்கியதும், இவன் எதைச் சொல்லுவான் என்று இதற்குள் ஒருவாறு ஊகிக்க முடிந்திருந்தும், அவனுக்குச் சொல்ல வேண்டியதைச் சொல்லி முடிக்கட்டும் என்ற பொறுமையில் அவர் மௌனமாக உட்கார்ந்துகொண்டிருந்தார்.

"தர்மபாலன் நான் தலைவராக இருக்கும் அனேக தொழிற் சங்கங்களின் காரியதரிசி... கொஞ்சம் நாளாக எங்கிட்டெ அவன் ஒரு விஷயம் சொல்லிக்கொண்டே இருக்கான்... எனக்கு இவனைப் பற்றி நல்லா தெரியுமாதலால், அதைக்

கேட்டதிலிருந்து எனக்கு ஒரே சந்தோஷம்... இவன் இவ்வளவெல்லாம் அரசியலில் ஈடுபட்டவனாக இருந்து, இந்த விஷயத்தில் ரொம்பவும் சங்கோஜப்படுகிறான்... தவிர, அவனுக்கு எங்களை எல்லோரையும் விட்டால், சொந்தக்காரங்கண்ணுச் சொல்லிக்கொள்ள வேறு யாரும் கிடையாது... அதனால் தான் நானே உங்கிட்டெ இந்த விஷயத்தைப் பற்றி நேரடியாகப் பேசுவதாகச் சொல்லி இங்கே அவனையும் கூட்டிக்கிட்டு வந்தேன்..!"

ஒரே மூச்சில் இப்படிச் சொல்லிவிட்டு அனந்தன் நாயரை ஏறிட்டுப் பார்த்தான் மதுசூதனன் நாயர்.

வெயில் வேலியைத் தாண்டிச்சென்றுவிட்டதைப் பார்த்துவிட்டு, "மணி என்னாச்சு?" என்று அனந்தன் நாயர் அவனிடம் கேட்டபோது, அவன் கைகடிகாரத்தைப் பார்த்துவிட்டு, "மூணரை அடிச்சாச்சு..." என்ற போது, "எனக்குக் கடைக்கு நேரமாயிட்டது..." என்று அவர் அவசரப்படுத்தியதும், மதுசூதனன் நாயர் மீண்டும் தொடங்கினான்:

"நான் சொல்லப்போவதைக் கேட்டு, சேட்டன் திடீர் உணர்ச்சிக்கு வசப்பட்டு எந்த முடிவையும் எடுத்துவிடக் கூடாது... நம் குடும்ப நிலைமையையும், பண வசதியையும் எல்லாம் நாம் இப்போ பார்க்கணும்... இண்ணைக்கு காலம் எவ்வளவோ முன்னேறிவிட்டது... இதுக்காக சேட்டன் கால் காசுகூட செலவழிக்க வேண்டி வராமல் நான் பார்த்துக்குறேன்..."

பீடிகையிலிருந்து இவன் அப்படி இப்படியொன்றும் விஷயத்திற்கு வரும் வழியைக் காணவில்லையே என்று அனந்தன் நாயருக்கு எரிச்சல் எரிச்சலாக வந்தது. கடைக்கு வேறு நேரமாகிக்கொண்டிருக்கிறது. காலையிலேயே முதலாளி கேலி பண்ணியிருக்கிறார்... ஆகவே அவரே நேரடியாகத் திடுதிப்பென்று விஷயத்தில் குதித்தார்.

"நீ இவனைக் கூட்டிக்கிட்டு இங்கே வந்தது மாதவிக் குட்டிக்குத் தெரியுமா?"

மதுசூதனன் நாயர் வெலவெலத்துப் போனான்.

"என்ன?"

"இண்ணைக்குக் காலம்பரெ மாதவிக்குட்டி கிட்டெ இந்த விஷயத்தைப் பற்றி நான் பேசினேன்... அப்போ இதில் நீயும் சம்பந்தப்பட்டிருக்கேண்ணு அவ சொல்லல்லே அதுதான் கேட்டேன்..!"

மதுசூதனன் நாயர் சமாளித்துக்கொண்டு சொன்னான்:

நீல. பத்மநாபன்

“இந்த விஷயம் எனக்குத் தெரியுமுண்ணு மாதவிக்குட்டிக்குத் தெரியவே தெரியாது. நானும் தர்மபாலனும் இங்கே வந்திருந்த விவரத்தையும் தயவு செய்து எனக்காக, சேட்டன் மாதவிக் குட்டியை இப்போதைக்கு அறிவிக்கக் கூடாது. எந்தக் காரணத் தாலும் தன் அப்பாக்க பரிபூரண சம்மதமில்லாமை இந்தக் கல்யாணம் நடக்கவே கூடாதுண்ணும் மாதவிக்குட்டி தர்ம பாலனிடம் அடிச்சுச் சொல்லியிருக்கிறாளாம் . . . ஆனா . . . சேட்டனிடம் ஒண்ணை மட்டும் சொல்லுகிறேன் . . . மாதவிக் குட்டிக்க சித்தப்பா என்ற உரிமையோடு இதைச் சொல்றேன் . . . சேட்டன் இதில் ஆலோசிக்க ஒண்ணும் இல்லை . . . மனுஷங்க சந்திரனில் போய் இறங்கிவிட்டு, பத்திரமாகத் திரும்பிவந்து சேர்ந்துவிட்ட காலம் . . ! இங்கே நாம மனுஷங்க நாயரு, ஈழவன் அப்படி இப்படீண்ணெல்லாம் பேதம் கற்பிச்சுகிட்டு நமக்குள்ளே அடிச்சுக்கொண்டு இருப்பதில் ஒரு அர்த்தமும் இல்லை . . . இப்போவானால் நாயரீழவக் கல்யாணங்கள் ரொம்ப சாதாரணமாகிவிட்டன . . . இதில் நாம மட்டும் வெட்கப்பட ஒண்ணுமே இல்லை . . ! என் பிள்ளைகளின் கல்யாணத்துக்கு ஜாதியும் மதமும் ஒண்ணும் நான் பார்த்துக்கொண்டிருக்க மாட்டேன் . . !”

உம் . . . அரசியல் பிரசங்கியல்லவா இவன் என்று அனந்தன் நாயர் உள்ளுக்குள் சொல்லிக்கொண்ட போதிலும், அவன் வார்த்தைகள், காலையில் மாதவிக்குட்டியிடம் பேசிக்கொண் டிருக்கையில் நெஞ்சில் அழுத்திய பாரத்தை அதிகமாக்கி விட்டதை அவரால் உணர முடிகிறது.

“மாதவிக்குட்டியிடம் இதுபற்றி கொஞ்சம்கூட எனக்குப் பேச வேண்டியிருக்கு . . . அதுக்கப் பிறகு என் முடிவைச் சொல்லுதேன் . . .” என்று அனந்தன் நாயர் சொல்லிக்கொண் டிருக்கையில் வெளியில் கார் ஹாரன் கேட்டதால், மதுசூதனன் நாயரும் எழுந்தான்.

“சேட்டா . . . நீ நல்லா ஆலோசிச்சு முடிவு சொன்னா போதும் . . . ஆனா . . . மாதவிக்குட்டிக்க அம்மாவால் நம்ம குடும்பத்துக்கு நேர்ந்துவிட்ட களங்கத்தினால் மட்டுமில்லே, மாதவிக்குட்டிக்க நல்ல வருங்காலத்துக்காகவும்தான் நான் சொல்லுதேன், இதை நாம் தவற விட்டிரக் கூடாதுண்ணு . . !”

அழுத்தமான அவனுடைய இந்த வார்த்தைகள் அனந்தன் நாயரின் நெஞ்சில் ஒரு கிளர்ச்சியை உண்டு பண்ணியது.

யாரோ ஒரு இளைஞன். அவன் சட்டையில் குத்தியிருந்த பாட்ஜிலிருந்து அவன் ஒரு வாலன்டியர் என்று தெரிகிறது, அவசரம் அவசரமாக வெளியிலிருந்து அங்கே வந்து முற்றத்தில்

நின்றவாறு மதுசூதனன் நாயரைக் கும்பிட்டுவிட்டு, "சார்... மந்திரியெல்லாம் வந்தாச்சு... உடனையே உங்களைக் கூட்டிக் கிட்டு வரச்சொன்னாங்க..." என்றான் பவ்வியமாக.

"இதோ நான் இறங்கியாச்சு..." என்று அவனிடம் சொல்லி விட்டு, "அப்போ... சேட்டா... நான் இறங்கட்டுமா..? ஒரு வாரத்தில் முடிவைச் சொல்லணும்..." என்றவாறு முற்றத்தில் இறங்கினான் மதுசூதனன் நாயர்.

அவன் கூட முற்றத்தில் இறங்கிய அனந்தன் நாயர், "மந்திரி யாரு?" என்று கேட்டார்.

"அதுதான் லேபர் மினிஸ்டர் லூஸியானா!" என்று மதுசூதனன் நாயரிடமிருந்து பதில் வந்தது.

சில நாட்களுக்கு முன் பத்திரிகைகளில் பிரமாதமாய் அடிபட்ட அவள் விவாகரத்துச் செய்தி ஞாபகம் வந்தது அனந்தன் நாயருக்கு.

"அவள் விவாகரத்தெல்லாம் என்னவாச்சு?" என்று கேட்டார் அவர்.

"சட்டப்படி டைவேர்ஸ் ஆகல்லையே தவிர, இனி பரஸ் பரம் ஒண்ணு சேர முடியாத அளவுக்கு அரசியல் அபிப் பிராயங்களில் அவளும், எதிர்க்கட்சித் தலைவனான அவள் கணவனும் ரெண்டு துருவங்களாகிவிட்டாங்க..!"

அவன் கூட வீட்டு நடைவரை வந்து, டாக்ஸியில் அவன் ஏறிச் சென்றதும், வீட்டுக்குள் சென்று சட்டையை மாட்டிக் கொண்டு குடையையும் எடுத்துக்கொண்டு, கடைக்குச் செல்ல பஸ் நிறுத்தத்தை நோக்கி அவசரம் அவசரமாய் நடந்தார் அனந்தன் நாயர்.

33

செயில்ஸ் டாக்ஸ் ஆபீஸில் நாளைக்குக் கொண்டு போய்க் காட்டவேண்டிய விற்பனை வரிக் கணக்கில் முழுகியிருந்த அனந்தன் நாயரின் மூளையில், பெரிய பெரிய ரூபாய்களின் எண்கள் கிடந்து முண்டியடித்துக் கொண்டு விளையாடியதே ஆனாலும், இதயம் முழுதும், தன் வாழ்க்கையைப் பற்றிய லாப நஷ்டக் கணக்கில் ஈடுபட்டுப் போயிருந்தது.

மதுசூதனன் நாயர் வேறு வந்து அண்ணான் குஞ்சும் தன்னாலானது என்ற ரீதியில் தன் பங்குக்கு, மனதைக் கலைத்துவிட்டுச் சென்றிருந்தான்.

கலப்புத் திருமணத்தைப் பற்றி, தான் வெட்கப்படத் தேவையில்லை என்றான் அவன்.

ஆனால் . . .

தான் அப்படி வெட்கப்படுவதில் ஏதாவது பொருளுண்டா?

கலப்பில் பிறந்த ஒருத்தியைத்தானே, குடும்ப மகிமையில் பெரிய மதிப்பு வைத்திருந்த தன் அப்பாவே தன்கையில் பிடித்துத் தந்தார்! தானும், தட்டாமல் அவளைத்தானே மாலையிட்டு மணவாட்டியாக ஏற்றுக் கொண்டோம் . . ! அப்போது கலப்பைப் பற்றிக் கவலைப் படாத – வெட்கப்படாத தனக்கு, தன் மகளின் காரியம் வரும்போது மட்டும் வெட்கப்பட என்ன யோக்கியதை இருக்கிறது?

இருக்கிறது . . !

அது மேல்கலப்பு . . . கார்த்தியாயினி ஒரு பிராமண னுக்கு ஒரு நாயர் அச்சியிடம் பிறந்தவள் . . .

ஒரு நாயர் பெண்ணை ஒரு ஈழவப் பையனுக்குப் பிடித்துக் கொடுப்பது என்பது அந்த ஈழவனைப் பொறுத்தவரையில் மேல்கலப்பாக இருக்கலாம்..! ஆனால் நாயரைப் பொறுத்த வரையில் கீழ்க் கலப்பல்லவா..!

மேலாவது... கீழாவது..!

எல்லாம் ஒண்ணுதான்..!

அப்படித்தான் 'மேல்' என்பதற்கு ஏதாவது மேன்மை உண்டென்றால், அத்தகைய மேன்மையிலிருந்து தன்னை வந் தடைந்த கார்த்தியாயினி இப்போது எங்கே?

வேலை உயர்வினால் சம்பளம் என்னவோ கூடியது உண்மை தான்..! ஆனால் வீட்டில் செலவும் எவ்வளவோ அதிகரித்து விட்டிருந்தது. ஏற்கெனவே அப்பாவின் கடனைத் தீர்க்கவேண்டிய நிர்ப்பந்தம், மளிகைச் செலவு... – இப்படி இப்படி எத்தனை எத்தனையோ செலவுகள்...

அடிக்கடி ஏதாவது ஒரு காரணம் கூறிக்கொண்டு விக்கிரமன் தம்பி, வீட்டுக்கு வருவார். எந்தவித விகற்பமும் தோன்றாத ரீதியில், தன் முன்னால் வைத்து அவளிடம் ஏதாவது விசாரிப் பார். அவரைத் தடுக்கத் தெரியாமல், பீறியடித்துக்கொண்டு வரும் ஆத்திரமும், அவமானமும் இவள் தலையில் போய் விடிந்துகொண்டிருந்தன. இது பேடித்தனம் என்று தெரிந்திருந்தும் அதிலிருந்து மீளமுடியாத மன அவசம்...

இந்த அவசமிக்க மனதில் அவள் குறைகள் எல்லாம் பூதாகாரமாய் வந்து தாக்கவேறு தொடங்கிவிட்டன...

பிறப்பு, தோற்றம் இவையெல்லாவற்றிலும் தனக்குத் தானே ஒரு உயர்ந்த மனப்பாங்கு, சிக்கனமோ செட்டோ இல்லாத குண அமைப்பு, ஆடம்பரப் பிரியம், அவசியமில்லாத வீட்டுச் செலவுகள் – இப்படி இப்படியே அவள்மீது குற்றங் குறை களின் பட்டியலை ஆத்மார்த்தமாகவே கூட்டிக்கொண்டிருக்க நித்தம் நித்தம் தனக்குக் காரணங்கள் கிடைத்துக்கொண்டே யிருக்கின்றன. பிறகு வாய்க்கு வந்த மாதிரித் திட்டித் தீர்த் தாலும், ஒருசில வேளைகளில் கையை நீட்டிவிட்டாலும்கூட மனசில் சகிப்புத் தணிவதில்லை. இத்தகைய கட்டங்களில் வலியவந்து குறுக்கிட்டு சமாதானம் செய்து வைக்கும் அவள் அம்மாவின் சாவும், அந்தக் கவலையில் இந்த நகரை விட்டுக் கண்காணாத் திசைக்கெங்கோ உள்ள அவள் அப்பாவின் மறைவும்கூட சேர்ந்து கொண்டபோது நிலைமை இன்னும் மோசமாகிவிட்டது.

நீல. பத்மநாபன்

தர்மசங்கடமான இந்த மனப்போராட்ட நாட்களின் இரவுகளில், தனக்கும் கார்த்தியாயினிக்கும் இன்னொரு விதத்தில், ஒரு யுத்தம்கூட நடந்துகொண்டிருந்தது. தன் மீதுள்ள அவள் ஆத்திரத்தையெல்லாம் கொடுமையாய்க் காட்டி, தன்னைத் தோற்கடித்து ஜெயக்கொடி நாட்டிவிட அவளுக்கு மிருகத்தன மான வெறி...

தனக்கோ, இவள் மீதுள்ள எரிச்சல்களையும், வைராக்கியங் களையும் முழுதையும் கோரமாகக்காட்டி, இவளைச் சக்கை யாக்கி மிதித்துத் தள்ளிவிடவேண்டுமென்ற அடங்காத ரௌத் திரம் ...

– இவை இரண்டும் வீறோடு, பரஸ்பர அனுதாபமோ, புரிந்துகொள்ளவோ இல்லாத உடல் வலிமையின் வெறியை மட்டும் நம்பி முட்டி மோதிக்கொள்ளும் கொடுமை...

இத்தனை காலமாக, இந்திரியத்தை அடக்கி நிறுத்தி தக்க தருணத்தில் விதைத்திடும் வித்தையால், இவளுக்கு சமத்திற்குச் சமம் என்று ஒருவாறு இவளைச் சமாளித்துக்கொண்டிருந்த தன் ஒருமுகச் சித்தத்தை, இத்தகைய எத்தனை எத்தனையோ மன அவசங்கள் கீழ்ப்படுத்திப் பாழாக்கிவிட்டன...

பலன் .. ?

அநேகமாய் அவளுடைய வெற்றியில் இரவுகளும் விடியத் தொடங்கிவிட்டன ...

இதனால் இன்னும் தன் தாழ்வு மனப்பான்மை பெருகி, வீறுகொண்ட தாக்குதல்களுக்கு மறுபடியும் தயாரெடுப்பு ...

இப்படியே நாட்கள் செல்ல, இத்தகைய அதிருப்தியான இரவுகளின் பச்சிளம்பயிராய் மாதவிக்குட்டி வேறு பிறந்தாள் ...

"அனந்தன் நாயர்... மந்திரி லூஸியானா கணக்கில் ஒரு ஆயிரம் ரூபாய் வரவு வச்சிரும்..." என்ற வைரவன் பிள்ளை முதலாளியின் உத்தரவு அனந்தன் நாயரை நிகழ் காலத்துக்கு இழுத்துக்கொண்டு வந்தது.

நேரம் அந்தியாகிவிட்டிருந்தது.

கடையில் விளக்குகள் எல்லாம் எரியத் தொடங்கிவிட் டிருந்தன. கடைநிறைய சாமான் வாங்க வந்தவர்களின் நெருக்கம் ...

பேரேட்டை எடுத்து வரவு வைத்தார். மந்திரி லூஸியானா வின் கார் டிரைவர் போலிருக்கிறது, முதலாளியிடமிருந்து பில் எதுவோ வாங்கிக்கொண்டிருக்கிறான்.

“டேய் . . . முருகாண்டி . . . இந்தச் சாமான்களையெல்லாம் கொண்டுபோய்க் காரிலேற்று . . .” என்று முதலாளியிடமிருந்து கட்டளை பிறந்ததும், ஒரு சின்னக் கடையே வைக்கும் அளவுக் குள்ள சாமான்கள் வெளியே கிடந்த அமைச்சரின் கொடி வைத்த காரில் போய் இடம் பிடித்துக்கொள்வதை அனந்தன் நாயருக்குத் தன் இருக்கையில் உட்கார்ந்தவாறே காண முடிந்தது. காரில் வேறு யாருமில்லை.

லூஸியானாவின் மந்திரி மாளிகையில் புருஷன், பிள்ளை முதலியவர்கள் இல்லாவிட்டாலும், அவள் குடும்பத்தைச் சேர்ந்த ஏனைய சொந்தக்காரர்கள் இல்லாமலிருப்பார்களா? தவிர அமைச்சரென்றால் சும்மாவா . . ! அடிக்கடி பெரிய பெரிய விருந்து உபசாரங்கள் இல்லாமலிருக்குமா? இப்படி யெல்லாம் அவர் மனம் தனக்குத்தானே கேட்டுக்கொண்டது.

முதலாளியிடமிருந்து விடை பெற்றுக்கொண்டு கிளம்பி னான் டிரைவர்.

முதலாளியின் இடப்பக்கத்தில் கிடந்த நாற்காலியை அனந்தன் நாயர் கவனித்தார். முதலாளிக்கு மிகவும் வேண்டிய வர்கள் மட்டுமே உட்கார அனுமதிக்கப்படும் ஆசனம் அது . . !

அங்கே இப்போது உட்கார்ந்திருப்பது ஐ.ஜி. நம்பியா ரல்லவா . . ? ரிட்டையராக ஒரு சில ஆண்டுகளே இருக்கும் பழைய ஆள் அவர். அவர் முதலாளியின் செவியில் குசுகுசுத்துக் கொண்டிருப்பது அரைகுறையாக அனந்தன் நாயரின் செவி யிலும் விழத்தான் செய்கிறது. முதலாளியின் முகத்தில் மிகவும் சுவாரஸ்யம் தெரிந்ததால், அனந்தன் நாயரின் செவி இன்னும் கூர்மை பெற்றது.

“நேற்றைக்கு ராத்திரி ஒரு மணி இருக்கும் . . . எனக்கு போன் வந்தது . . . நான் ஓடிவந்து பார்த்தபோது கட்டம் ரொம்ப களைகட்டிக்கொண்டிருந்தது. சங்கதி வேறொண்ணுமில்லே . . ! ஆளு சாதாரண ஆளல்ல . . . நம்ம இந்தியாவின் இன்னொரு மாகாணத்து போலீஸ் அமைச்சர் . . ! ஸ்டேட் கஸ்டாக ரெஸி டன்ஸியில் தங்கியிருந்திருக்கிறார் . . . ராத்திரி டாக்ஸியில் எங்கெல்லாமோ போய்ச் சுற்றிவிட்டு அவர் திரும்பி வந்த போது, ரெஸிடன்ஸி கேட் கீப்பருக்கும், மந்திரிக்கும் ஒரே சண்டை . . ! காரில் இருந்தவர் குடிச்சு லெவல் இல்லாமெ இருந்ததோடு, கூட ஒரு பொண்ணும்! உள்ளூர்ச் சரக்கான அவளை இன்னாருண்ணு புரிஞ்சுகொண்டுவிட்ட கேட் கீப்பர் ரெண்டுபேரையும் உள்ளேவிட ஒரேயடியா மறுத்து விட்டா னாம் . . . அவர், தான் இன்னார், போலீஸைக் கூப்பிடுவேன், – அப்படி இப்படீண்ணெல்லாம் மிரட்டியும், ‘வேண்டுமுண்ணால்

நீங்க மட்டும் உள்ளே போங்க... இவளை உள்ளே விட மாட்டேன்'ண்ணு கண்டிப்பாய்ச் சொல்லியிருக்கிறான் கேட்கீப்பர். கடைசியில் அவருடைய பிரைவட் செக்கரட்டரி குறுக்கிட்டு, போனில் என்னைக் கூப்பிட்டார்... முன்பு கொஞ்ச காலம் அவர் மாகாணத்தில் நான் வேலையில் இருந்திருக்கிறேன்... அதனால் அவருக்கு என்னை பர்ஸனலாகத் தெரியும்... நான் போய்ச் சண்டையை ஒருவாறு தீர்த்து வச்சேன்... ஆனா... நான் அங்கே போய்ச் சேரும் முன் அந்தப் பெண், அந்த டாக்ஸியிலேயே எங்கோ கம்பி நீட்டிவிட்டதால், அவளைப் பார்க்கும் 'பாக்கியம்' எனக்குக் கிட்டவில்லை..." என்று முடித்தார் நம்பியார்.

உம்... எல்லா இடத்திலும், மந்திரியானாலும் சரி, சாதாரண மனிதன் ஆனாலும் சரி, இதேதானே கதை..!

இந்த யுகத்தின் விசித்திரமா இது..? இல்லை, எல்லா யுகத்திலும் இருந்து வந்ததுதானா இது..! உலகத்தில் எங்கணுமே, எல்லாக் காலத்திலும் இருந்துவரும் சாதாரண நிகழ்ச்சிகள் தானே இவைகள் என்று அனந்தன் நாயரின் மனம் தனக்குத் தானே ஆசுவாசத்தைத் தேடித் தவித்தது.

34

கடை பூட்டத் தொடங்கியபோது குடையை எடுத்துக் கொண்டு அனந்தன் நாயர் இறங்கினார். வழக்கம் போல் களைப்பாலும் ஆயாசத்தாலும் துவண்டுபோய் விட்டிருந்தார் அவர்.

அரண்மனை வேலையைவிட்டு நீங்கிய பிறகு, மருந்துகள் எல்லாம் வாங்கிச் சாப்பிட முடியாத பற்றாக் குறை வேறு! நெஞ்சுக்குள் எப்போதும் இருந்து உறுத்திக் கொண்டிருக்கும் வலி இப்போதெல்லாம் இன்னும் அதிக மாய்த் தன் கை வரிசையைக் காட்டிக்கொண்டிருந்த கோரம் . . . அதோடு, உடம்புக்கும், உள்ளத்திற்கும் இப்போ தெல்லாம் சரியான சிரமம் வேறு . .!

அவருக்கு மூச்சு வாங்கியது.

நேற்றைக்குக் கடை பூட்டும்போது நிஷ்களங்கன் நாடாராவது பேச்சுத் துணைக்குக் கிடைத்தார். இன்று ஸ்ரீதரன் நாயர் தன் புகையிலைக் கடையைச் சீக்கிர மாய்ப் பூட்டிவிட்டுப் போய்விட்டார் போலிருக்கிறது.

சாலை பஜார் சந்தடி குறைந்துகிடந்தது.

கஞ்சா கிருஷ்ணனுக்கு இண்ணைக்கு நல்ல உற்சாகமான மூடு போலிருக்கிறது. “கேசவா . . . நினக்கு தோச தின்னான் ஆச உண்டெங்கில், ஆசான்டெ மேச திறன்னு, நாலு காசெடுத்து, தோச வாங்கித் தின்னடா கேசவா . . .” என்று பிராஸம் ஒப்பித்து நீட்டி முழக்கிப் பாடிக்கொண்டிருந்தான் அவன். கூலிப் பையன்மார்கள் அவனைச் சுற்றி நின்று ஊக்குவித்ததால்தானோ என்னமோ,

சங்கரப் பிள்ளைக்கு மக்கள் இல்லாத்தப்போள்
சக்கக் குருவினெ தத்தெடுத்தூ
சங்கரப் பிள்ளைக்கு மக்கள் உண்டாயப்போள்
சக்கக் குருவினெச் சுட்டு தின்னூ

என்று கைதட்டித் தாளம் போட்டு ஒரு பிரத்யேக தாளலயத்தில் அமர்க்களமாய்ப் பாடி, அதற்கேற்றாற்போல் ஆடவும் தொடங்கி விட்டான் அவன்.

இந்த வேளையில், அவனைச் சுற்றி நின்ற கூட்டத்தை வலுக்கட்டாயமாக விலக்கிவிட்டு, அவன் முன்னால் போய் நின்றுகொண்டு, "வீட்டுச் செலவுக்கு இண்ணைக்காவது பணம் ஏதாவது தரும் உத்தேசம் உண்டா, இல்லையா..?" என்று கேட்ட ஒருத்தியிடம், "போடீ சவமே..! செலவுக்குப் பணம் வேணுமாம்... பணம்..! தந்து வச்சிருக்கேல்லா..! வழக்கமா நா தந்தா நீ செலவாக்குதே... உனக்குச் செலவுக்கு ஆரெல்லாம் பணம் தாறாளோ..!" என்று சத்தம் போட்டான் அவன்.

அவன் எதிரில் நின்றவள் – அவன் பெண்டாட்டி போலிருக் கிறது, திருப்பித் தாக்கினாள்:

"எடா தெம்மாடி... நாக்கிலெ நரம்பில்லாமெ அனாவசியம் சொன்னா நாக்கை நறுக்கி எடுத்திருவேன்... பொண்டாட் டிக்கும் நாலு புள்ளைகளுக்கும் செலவுக்குத்தரப் போக்கில் லாட்டெ, பின்னெ என்னத்துக்குக் கொஞ்சிக் கொளைஞ்சு கிட்டு அங்கே வறயாம்? இனி அங்கே வா..." இதன்கூட அவள் சொன்னது கேட்க முடியாத பச்சை அசிங்கம்..! அதுக்கு அதே பாஷையிலேயே, "உம்... எங்கிட்டெ மட்டும் செலவுக்குக் கேட்டா..? நாலு பேருக்க அப்பன்மாருங்க கிட்டெ யெல்லாம் போய்க் கேளு... எனக்கப் பங்கு நானும் தாறேன்..." என்ற பொருள்பட, அவன் தரையில் கால் பாவாமல் சத்தம் போட்டுச் சொல்லி அவளை விரட்டியடித்துக்கொண்டிருந்தான்.

அது அங்கே வழக்கமான ஒரு நாடகம் என்பது போல், சாலைக்கடை வாசிகள் யாரும் கவனிக்க முற்படவில்லை யானாலும், எத்தனை தடவை பார்த்தாலும் சலிப்புத் தட்டாத சாலைக்கடைப் பையன்மார்களும், புதியவர்கள் ஒரு சிலரும் கூடிநின்று வேடிக்கை பார்த்துக் கொண்டிருந்தார்கள்.

அனந்தன் நாயர் அந்தக் கூட்டத்தைத் தாண்டி நடந்தார். உம்... இப்படித்தான் தன்னிடமும் அடிக்கடி கார்த்தியாயினி பணம் கேட்டாள், தம் சம்பளப் பணம் முழுதையுமே வீட்டுக் காகச் செலவிட்டும்கூட! ஆனால் இந்தக் கிருஷ்ணனைப் போல், தனக்குத் திருப்பித் தாக்க முடியவில்லை. ஏன் என்றால், பிரபாகரன் நாயர் பிறந்த பிற்பாடுதான், தன் வாழ்க்கை நாடகத்தில் விக்கிரமன் தம்பியின் குறுக்கீடே நிகழ்கிறது. மாதவிக்குட்டியின் பிறவிவரை நிலைமை கட்டுக்கடங்கியே தான் இருந்தது. எப்போதாவது அவர் வீட்டுக்கு வரும்போது, ஒருசில உபசார வார்த்தைகள், தன் முன்னால் வைத்தே கைமாறப்படும்... அவ்வளவுதான்..!

ஆனால் மாதவிக்குட்டியின் பிறப்புக்குப் பிற்பாடு . . .

அனந்தன் நாயருக்கு நடக்கவே வழக்கத்தைவிட அதிக சிரமமாக இன்று தோன்றியது. தொண்டை வேறு வறண்டது. பயங்கரமான ஒரு தாகம் . . .

மெல்ல பப்பட வடை பப்பு பிள்ளையின் கடையில் புகுந்து ஒரு சுக்குக் காப்பி மட்டும் குடித்தார். பப்பு பிள்ளையின் உபசார வார்த்தைகளுக்கு விடையளிக்கக்கூடத் தன் உடம்பில் திராணி இல்லாத அளவுக்கு ஒரு பயங்கரக் களைப்பும், தாகமும் அவரை வாட்டியது.

காப்பி குடித்துவிட்டு, இறங்கி ஒரு தடவை வெற்றிலை போட்டபோது கொஞ்சம் சுறுசுறுப்புத் தோன்றியது. உம் . . . இன்று, நேற்று போல் நேரம் ஆகாமல் பொழுதோடு வீடு போய்ச் சேரணும் . .! மாதவிக்குட்டியிடம் மீதி பேசவேண்டியதையும் பேசித் தீர்க்கணும் . . . பிரபாகரனிடம் அவன் விபரீதப் போக்கைப் பற்றி நேருக்கு நேர் பேசி ஒரு முடிவுக்கு வந்தாக வேண்டும்.

நேரம் கெட்ட நேரத்தில் பஸ்ஸுக்குக் காத்து நின்று மெனக்கெடுவதைவிட, நடந்தே போய்விடுவதுதான் மேல் என்று வழக்கத்தைவிடக் கொஞ்சம் வேகமாகவே கால்களை எடுத்து வைத்து நடந்தார் அனந்தன் நாயர்.

நேற்று பாஸியிடம் நெடுநேரம் பேசிக்கொண்டிருந்த மைதானம் வெறிச்சோடிக் கிடக்கிறது.

அங்கங்கே ஒரு சில தலைகள் . . .

ஒருவேளை இன்றும் பாஸியும் அவனைப் பின்பற்றுகிறவர்களும் அங்கே இருந்தாலும் இருக்கலாம் . . . இருக்காது . . . இன்றிரவு மணக்காடு சமாதித் தோப்பில் சந்திக்க முடிவெடுத்தல்லவா நேற்று அவர்கள் பிரிந்தார்கள்.

உம் . . . மாதவிக்குட்டி விஷயத்தில் அவன் தன்னை ஏமாற்றிவிட்டான் . . . ஆனாலும், இந்த வயசில் அவனிடம் சுடர்விடும் ஆன்மீக அறிவுதான் எவ்வளவு பிரமாதமாக இருக்கிறது . . . என்றும் அனந்தன் நாயரால் இப்போது வியப்படையாமலிருக்க முடியவில்லை.

நடந்துகொண்டிருந்த அவர் மனதில் மட்டும் வழக்கம் போல், யாரை நினைக்கக்கூடாதென்று அவர் அடிக்கடி தன் பிரதிக்ஞையைப் புதுப்பித்துக்கொள்வாரோ, அதே நபர் – கார்த்தியாயினி மறுபடியும் இடம் பிடித்துக் கொண்டாள்.

மாதவிக்குட்டி பிறந்த பிறகு, ஏனோ கொஞ்ச நாட்கள் விக்கிரமன் தம்பியை, வீட்டிலும், காரியாலயத்திலும் காணவே

இல்லை! விக்கிரமன் தம்பிக்கும் அவர் தம்பி கேசவன் தம்பிக்கும் இடையில் என்னவோ சச்சரவு என்றும் சேதி வந்தது.

விக்கிரமன் தம்பிக்கு உள்ளூரில் மட்டுமல்ல, போகும் இடங்களில் எல்லாம், பலவித காரணங்களுக்காக எத்தனையோ வைப்பாட்டிகள் உண்டு என்பதும் எனக்குத் தெரியாததல்ல... அதோடு குடியும்..! இத்தனை பணம், பதவி, படிப்பு, அந்தஸ்து இவையனைத்தும் இருந்தும், அவருடைய இந்த இரண்டு குறைகளும் எல்லோருக்குமே தெரிந்திருந்ததினால்தானோ என்னமோ, பெண்ணைப் பெற்றவர்கள் யாரும் முறைப்படி திருமணம் செய்ய அவருக்குப் பெண்ணைக் கொடுக்கத் துணிய வில்லை போலிருக்கிறது.

ஆனால் அதுக்காக இவருக்கு முற்றுகையிட என் வீடு மட்டும்தானா கிடைச்சுது?

அப்படித் தீர்மானமாகச் சொல்ல முடியுமா? இது போல் இவருக்கு இன்னும் எத்தனை வீடோ..! உம்... இங்கே மட்டும் தான் காவல் நாயாக என் தடை அவரை அத்துமீற விடவில்லை போலிருக்கிறது..! இரண்டாவதும் நான் அப்பாவாகி, 'கார்த்தி யாயினியின் மாப்பிள்ளை நான், நான் மட்டும்தான்... நீ அதிகமொண்ணும் நெளிய வேண்டாம்... நானும் ஒரு ஆணாப் பிறந்தவன்தான்... இனிமேலாவது என் வழியில் வராதே...' என்று மறைமுகமாக அவருக்கு நான் கொடுத்த எச்சரிக்கையை அதன் முழு அர்த்தத்தில் அவர் உணர்ந்துகொண்டுவிட்டாரோ..? இல்லாவிட்டால், திறந்துகிடக்கும் வீட்டில் புகுந்து மோப்பம் பிடிக்கும் தெருநாயைப் போல் எங்களைச் சுற்றியே வட்ட மிட்டுக்கொண்டிருந்த மனுஷனுக்கு என்ன வந்துவிட்டது! காரணம் என்னதான் ஆயிருந்தாலும், இவர் அப்படியே என் வாழ்க்கையிலிருந்து ஒதுங்கிவிட்டால் போதுமென்று என் மனம் கடவுளை வேண்டிக்கொண்டது.

முன்னால்போல் இல்லாவிட்டாலும், சிற்சில சண்டைகள், தொடர்ந்து இரவில் சமாதானங்கள், இப்படியாக வாழ்க்கை ஓடிக்கொண்டிருக்கிறது... நோயிலிருந்து தேறாத என் உடம்பை யும், என் நோயிலிருந்த தன்னைக் காப்பாற்றிக்கொள்ள விலக முயற்சித்துக் கொண்டிருக்கும் கார்த்தியாயினியையும் வாழ்க்கை யின் கண்கூடான யதார்த்தங்களாக அங்கீகரிக்காமல் வேறு வழி? – என்ற தோரணையில் நாட்களைக் கழித்துக் கொண் டிருந்த கட்டம்.

மாதவிக்குட்டிக்கு ஒரு வயசு நெருங்கிக்கொண்டிருந்தது. பிரபாகரன் நாயர் ஸ்கூலுக்குப் போகத் தொடங்கிவிட்டான்.

காரியாலயத்திலிருந்து வீடு திரும்பும்போது, சாதாரண மாக உடம்பில் உயிர் என்ற ஒன்று ஒட்டியிருக்கிறதா என்பதில்

சந்தேகமே வந்துவிடும். அத்தனைக்குக் கடுமையான களைப்பில் அங்கங்கள் யாவும் துவண்டு விழத்தான் வீட்டில் வந்து ஏறுவேன். காரணம் காரியாலயத் தீவிரம், சுவாசப் பையைக் கொஞ்சம் கொஞ்சமாய் அரித்துத் தின்றுகொண்டிருக்கும் வியாதி, ராத்திரியில் சிக்கனம் பார்க்காமல் செலவிடும் தாது – இந்த மூன்றில் ஒன்றோ, மூன்றும் சேர்ந்தோ என்றும் தெரியாது.

அப்படி வீட்டில் வந்து ஏறுகையில், அவளுடன் சண்டை போட ஏதாவது காரணம், ஒன்று இல்லாவிட்டால் இனியொன்றும் என்றும் தயாராக இருக்கும். அன்று அது அவளுடைய ஒரு பழைய சிநேகிதி சுகத குமாரியின் கல்யாண அழைப்பிதழின் வடிவில் எனக்காகக் காத்திருந்தது. திருச்சூரில் வைத்து நடக்கவிருக்கும் அந்தக் கல்யாணத்துக்குக் குடும்பத்தோடு போயே தீரணுமிண்ணு அடம்பிடித்ததோடு, ‘உம் . . . அவ பாக்கியசாலி . . . என் வயசுதான் இருக்கும் . . . டாக்டருக்குப் படிச்சு இப்போ வேலையும் ஆயாச்சு . . . இப்போதான் அவளுக்குக் கல்யாணமே ஆகுது! மாப்பிள்ளையும் பெரிய டாக்டராம் . . . ஹூம் . . . நான்தான் இப்படி ஒண்ணுக்கு ரெண்டு குழந்தைகளையும் பெற்று கிழவி ஆயிட்டேன் . . .’ என்று ஒரேயடியாக அவள் கசந்து கொண்டபோது எனக்கு எரிச்சல் பீறிட்டுக் கிளம்பியது.

‘உனக்கிப்போ இங்கே என்னவெல்லாம் குறஞ்சு போச்சாம்?’

‘ஒண்ணும் குறைவில்லை . . . எல்லாம் நெறஞ்சுதான் இருக்கு. இங்கே நான் ராஜ வாழ்க்கையல்லவா வாழுதேன் . . ! எதுக்கெடுத்தாலும் உங்களுக்கு மூக்கு நுனியில் இஞ்சிதான் . .! கெட்டின மாப்பிள்ளைண்ணு ஒரு வாக்கு பேசப்படாது . . . கேட்கக்கூடாது! வேறயொண்ணும் இல்லாவிட்டாலும் ஒரே ஒரு நாளைக்காவது எங்கிட்டெ எரிஞ்சு விழாமே நீங்க இருந்திருக்கீங்களா?’

அவள் குரல் ஓங்கிக்கொண்டிருந்தது. எனக்கு வழக்கம் போல் ஆத்திரம் ஆத்திரமாக வந்தது. ஆனாலும் பல்லைக் கடித்துக்கொண்டு, ‘அனாமத்து வரும்படி வர நான் ஊட்டுப்புரைக் காரியக்காரன் ஒண்ணுமில்லே . . . உள்ள வரும்படியில் குடும்பத்தை நடத்தத் தெரியாமல், நீ அதைக்கொண்டா, இதைக் கொண்டா, அங்கே போணும், இங்கே போணுமுண்ணு ஆர்டர் போட்டா, அதையெல்லாம் அப்படியே நடத்தித்தர எங்கிட்டெ வக்கில்லை . .!’ என்று சொன்னேன் நான்.

ஊட்டுப்புறக் காரியக்காரர் என்று நான் குறிப்பிட்டது கார்த்தியாயினியை வெகுண்டெழச் செய்தது.

‘உங்களுக்கு எங்க அப்பாவைக் கேலிபண்ண என்ன யோக்கியதை இருக்கு? நீங்க மட்டும் பெரிய நியாயஸ்தன் தான் . .! சத்தியத்துக்கு விரோதமாக நடந்ததே இல்லை . .!’

சுளீரென்று என்னை வந்து தாக்கியது அவள் கொள்ளி வாக்கு.

'உம் . . . என்ன அநியாயத்தை – அசத்தியத்தை நீ எங்கிட்டெ கண்டுட்டே . .?'

'அதை நான் சொல்லித்தான் தீரணுமா?'

'இவ்வளவும் சொன்னவ அதைமட்டும் விடுவானேன்?'

ஒரு கணம் தயங்கிவிட்டு, 'உங்களுக்குக் கிடைச்ச ப்ரமோஷன் நியாயமானதுதானா?' என்று அவள் கேட்டதும் என் சப்த நாடிகள் எல்லாம் ஒடுங்கிப் போய்விட்டதுபோல் ஒரு பிரமை . . . உடனையே என் நாடி நரம்புகள் யாவும் சகிக்க முடியாத ஆத்திரத்தில் துவண்டெழுந்தன.

என் மனசாட்சியை எல்லாம்கூட மறுத்துவிட்டு எவ்வளவோ மனப்போராட்டத்துக்குப் பிறகு வீட்டு நிலைமையை உத்தேசித்து தானே அந்த வேலை உயர்வை ஏற்றுக்கொண்டேன் . .! அதுக் காக இப்போ என் வீட்டுக்காரியே என்னைக் குற்றம் சாட்டு கிறாள் என்றால் . .?

பிறகு என்னவெல்லாமோ கத்தினேன். கையைக்கூட நீட்டியதாக ஞாபகம் . . . ஆனாலும் அவள் அடங்கவில்லை. எழுந்து நடக்கக்கூட ஜீவன் இல்லாத என் அறைகள் இப்போ தெல்லாம் அவளுக்கு உறைப்பதே இல்லை என்பதும் எனக்குத் தெரியாததல்ல . . .

'உங்களைக் கட்டினதுக்கு எனக்கு எண்ணைக்கும் நரக வாழ்க்கைதானே . .! மற்ற பெண் பிள்ளைகளைப்போல், ஒரு தடவைகூட இந்த ஊரைவிட்டு வெளியூருக்கு என்னை நீங்க கூட்டிகிட்டுப் போயிருக்கேளா? இந்த என் பாழும் ஜென்மம் முடிவது வரையிலும், உங்களுக்கும் உங்க பிள்ளைகளுக்கும் வீட்டு வேலை செய்துகிட்டு கிடக்கத்தான் எனக்கு நேரம் . .!' என்றெல்லாம் அழுகையின்கூட அவள் கத்தித் தீர்த்தாள். அவள்கூட மல்லுக்கு நிற்க வலுவில்லாமல், மேல்மூச்சு கீழ்மூச்சு வாங்கப் படுக்கையைச் சரணடைந்தேன் நான்.

பிரபாகரன் மட்டும் என் பக்கத்தில் வந்து கொஞ்ச நேரம் பார்த்தவாறு நின்றுவிட்டு, விளையாடப் போய்விட்டான்.

– இப்படித்தான் ஒவ்வொரு நாளும் விடியத் தொடங்கியது. என்ன வந்தாலும் சரி, சுகத குமாரியின் கல்யாணத்துக்கு, திருச்சூருக்குப் போயே தீரணுமுண்ணு மீண்டும் மீண்டும் அவள் அடம் பிடித்தாள். நெடும் தொலைவு, பணத்தட்டு, உடம்புக்கு ஒத்துக்கொள்ளாதது, குழந்தைகளை எடுத்துக்கிட்டுப் போகும் சிரமம், முதலியவைகளையெல்லாம் நான் சொல்லும் ஓட்டைக் காரணங்கள் என்று அவள் ஒதுக்கிவிட்டாள்.

35

படிஞாறே நடை தாண்டி நடந்துகொண்டிருந்த அனந்தன் நாயருக்கு மேல்மூச்சு கீழ்மூச்சு வாங்கியது.

சற்று கூட நடந்தபோது, வலப்பக்கத்தில் ஒரு சின்ன அறையிலிருந்து வெளிச்சம் வீதியில் விழுந்துகிடப்பது தெரிகிறது. கொஞ்சம் காலமாக அடைத்துக் கிடந்த அந்த அறை திறந்திருப்பதில் அனந்தன் நாயருக்கு ஆச்சரியமாக இருந்தது. அங்கே தலை நீட்டிப் பார்த்தபோது, தியாகராஜன் தீவிரமாக வேலையில் ஈடுபட்டிருப்பது தெரிகிறது. அரண்மனையில் வைத்தே இவனை அவருக்குப் பழக்கம். அவரைக் கண்டதும், "ஓ... அனந்தன் நாயர் சாரா... வாருங்க..." என்று வரவேற்றான்.

உள்ளே போக மனமில்லை. எனினும் கால் கடுத்த தோடு, இன்று களைப்பும் வழக்கத்தைவிட சற்று அதிகமாகவே இருந்ததால், மெல்ல வெளி நடையிலேயே உட்கார்ந்தார்.

"என்ன தியாகராஜனைக் கொஞ்சம் நாளா காணவே இல்லையே..! இப்போ புதுசா ஆர்டர் ஏதாவது கிடைச்சிருக்குதா?" என்ற கேட்டார் அவர்.

"அதை என்னத்துக்கு கேக்கிறேள்! உள்ளப்போ உண்ணி, இல்லாதப்போப் பட்டிணீண்ணு கேள்விப்பட்டிருக்கேள்ல்லா... அது எங்களைப் பொறுத்தவரையில் நூற்றுக்கு நூறு சரி..!"

கையிலிருந்த யானைத் தந்தத்தில் நுணுக்கமான தன் வேலையைத் தொடர்ந்தவாறே அவன் பேசினான்.

அவனை யானைத் தந்தத் தொழிலாளி என்பதை விட, கலைஞன் என்பதுதான் மிகவும் சரி என்று அவருக்குத் தோன்றியது. அவனுடைய நுணுக்கமான வேலைப்பாடு

அதைத்தானே நிரூபிக்கிறது. இதுக்காக ராஷ்டரபதியிடமிருந்து சன்மானம் என்னவோகூட இவனுக்குக் கிடைத்திருப்பதாக அவர் கேள்விப்பட்டிருந்தார்.

அவன் செய்துகொண்டிருக்கும் தந்த வேலையை அனந்தன் நாயர் கவனித்தார். அர்ஜுனன் பின்னால் ஆயுததாரியாக நிற்க, பார்த்தசாரதி தேரைத் தெளித்துக்கொண்டிருக்கும் குருக்ஷேத்திரக் காட்சி... குதிரைகள் எல்லாம் பிடரி மயிர் சிலிர்த்து எழும்பி நிற்க, திமிறிக்கொண்டு பாயும் தோற்றம்..! இத்துணூடிருக்கும் யானைத் தந்தத்தில், இந்த அற்புதக் காட்சியை, எவ்வளவு நுணுக்கமாய் இவன் விரல்கள் செதுக்கிக் கொண்டிருக்கின்றன..!

"சார்... நம்ம நாடு யானைத் தந்தத்துக்கு பேரு பெற்ற நாடு என்பதெல்லாம் பழங்கதை..! இப்போ இங்கே உள்ள தந்தம் எல்லாம் எங்கே போய் ஒளிஞ்சுக்குறதோ தெரியல்லை! தங்கம் கிடைக்கும்... ஆனால் தந்தம் கிடைக்காது. எங்களுக்கு வேலை செய்ய வெளி நாட்டிலிருந்து தந்தம் இறக்குமதியாக வேண்டியிருக்கு..! அதுவும் கோட்டா சிஸ்டம்..! தந்தம் கிடைச்சால்தானே எங்களுக்கு வேலை..!"

அவன் சொல்வது அவருக்கும் சரியாகவே பட்டது. "அதுக்கென்ன..! உள்ளபோது தந்தச் சாமான்களுக்குக் கொள்ளை விலையாச்சே..! தேடிவந்து, சொன்ன விலை தந்து கொத்தி கிட்டுப் போகத்தான் வெளிநாட்டுப் பிரயாணிகள் தயாராக இருக்கிறார்களே..!"

அவன் தலை உயர்த்திப் பார்த்தான். ஒரு கலைஞனுடைய விழிகளை நேரடியாக, மிகவும் நெருக்கத்தில் அவர் பார்த்தார். அங்கேயும், சோகமும் ஏழ்மையும்தான் அப்பியிருந்தன. அவன் தோற்றம், உடம்பு எல்லாமே இல்லாமையின் சின்னமாக அவருக்குப் பட்டது.

"சார்... இப்படித்தான் எல்லோரும் தப்புக் கணக்குப் போட்டிருக்காங்க..! விலையெல்லாம் பெரிய விலைதான்..! ஆனா... ராப்பகலா வேலை செய்யும் எங்களை வந்து சேருவது, நீங்க நினைப்பதுபோல், அவ்வளவு பெரிய துகையொண்ணும் இல்லே..! உம்... இந்த வேலையாவது எப்பவும் ஒழுங்கா கிடைச்சுக்கிட்டிருந்தால் பரவாயில்லே... உள்ள கூலியை வாங்கிக்கிட்டு பிழைச்சுக் கொள்வோம்..!" என்றுவிட்டு மீண்டும் அவன் வேலையில் ஈடுபட்டான்.

"சார்... முன்னால் இந்த நகரத்துக்கு வரணுமுன்னா கொல்லம் வரை வள்ளத்தில் வரணும்... பிறகு அங்கே இருந்து, தபால் வண்டி மார்க்கம் ராப்பகல் சவாரி செய்யணும்...

அப்படித்தான் எங்க அப்பாக்க கையையும் பிடிச்சுக்கிட்டு இங்கே வந்து சேர்ந்தேன். உங்களுக்குத்தான் தெரியுமே... அப்பம் ராஜா இருந்தாரு... தந்தத்துக்கு ஒரு பஞ்சமும் இல்லே... விதம் விதமான வேலைக்கும் குறைவில்லே... இப்போ எங்க கூட்டுறவுத் தொழில் நிலையமெல்லாம் இருந்தும்கூட, உண்மையாகத் தொழிலில் ஈடுபட்டிருக்கும் எம் போன்றவங்களுக்கு ஒரு விமோசனத்தையும் காணல்லே... ஹூம்... இப்போ ஜனங்க அண்ணண்ணைக்குள்ள வயிற்றுப்பாட்டைப் பாப் பாங்களா, இல்லை பெரிய விலை கொடுத்து தந்தச் சாமான்களை வாங்கிக்கொண்டிருப்பாங்களா..!" என்று அவன் பெருமூச்சு விட்டான்.

சிறிது தெம்பு வந்தது போலிருந்ததால், தியாகராஜனிடம் விடை பெற்றுக்கொண்டு நடந்தார் அனந்தன் நாயர்.

அப்படியென்றால்...

பற்றாக்குறை காரணமாக, இந்த தியாகராஜனும் வாழ்க்கையில் இன்புறுவதாகத் தெரியவில்லை. எங்கும் இதுதானா கதை! அவன் குடும்ப வாழ்க்கையிலும் எத்தனை பிரச்னைகள்..! யார் கண்டார்கள்...?

கார்த்தியாயினியைத் தன்னால் திருப்திப்படுத்த முடியாத தற்குக் காரணம் இந்தப் பணம் மட்டும்தானா?

கொஞ்ச காலமாக விக்கிரமன் தம்பி, தன் வாழ்க்கையில் குறுக்கிடாமல் இருந்ததால், அவர் சம்பந்தப்பட்ட வரை, தனக்குச் சிறிது நிம்மதியாகத்தானே இருந்தது..! இதற்கிடையில், கர்க்கடக வாவு அன்று, அதிகாலையில், சங்குமுகம் கடற்கரையில் நிறைந்து வழிந்த மக்கள் கூட்டத்தின் இடையில், புரோகிதர் முன்னால் குந்திக்கொண்டு, தர்ப்பையைக் கையில் போட்டவாறு இறந்துபோன பெற்றோர்களுக்கு பலி போட்டுக்கொண்டிருக்கும்போது, பலி போட்டுவிட்டுக் கடலில் இறங்கிக் குளிப்பவர்களின்கூட விக்கிரமன் தம்பியும் நிற்பது தெரிகிறது... நல்லவேளை... அவர் தன்னைக் காணவில்லை..!

ஆனால் சுகத குமாரியின் கல்யாணத்திற்கு இன்னும் ஒருவாரம் இருக்கையில், கொஞ்சம் நாட்களாக வீடு இருந்த திசையிலேயே காணாதிருந்த விக்கிரமன் தம்பி, திடுதிப்பென்று வீட்டில் பிரசன்னமாய்விட்டார். முன்னாலிருந்ததைவிட, இப்போது அவர் கொஞ்சம் இளைத்திருப்பது போல் தோன்றியது.

'அனந்தன் நாயர்..! நீ பலே ஆளுதான்..! சுகக்கேடும் அதுவுமா இருந்தும்கூட, நீ விடல்லையே..! உம்... கொண்டா... கொண்டா... உனக்கக் கொச்சு மோளை நானும் ஒரு தடவை

பாக்கட்டும் . . ! நா அண்ணைக்கே அறிஞ்சேன் . . . ஆனா அதுக்கிடையில் ஒரு ரப்பர் எஸ்டேட் விஷயமா குட்டிக் கானத்தில் கொஞ்ச நாள் காம்ப் செய்யவேண்டி வந்துட்டது . . . இங்கே வந்த பிறகும் இவ்வளவு நாளா இங்கே வரணுமுண்ணு நெனைச்சு இண்ணைக்குத்தான் சமயம் கிடைச்சுது . . .'

அவர் பேச்சு, அந்தச் சிரிப்பு, எல்லாமே செயற்கையாக வரவழைக்கப்பட்டதுபோல் தோன்றியது.

கர்க்கடக வாவு அண்ணைக்கு, தான் அவரைப் பார்த்ததை அனந்தன் நாயர் வெளியிடவில்லை.

தம்பியை எதிர்க்கத்தெரியாமல், அசட்டுச் சிரிப்புச் சிரித்த வாறு, கார்த்தியாயினியிடம் குழந்தையை எடுத்துக்கொண்டு வரச்சொல்லவேண்டி வந்தது.

அவள் பிகு ஒன்றும் செய்யவில்லை. மாதவிக்குட்டியை எடுத்துகிட்டு வந்தாள்.

குழந்தையை அவளிடமிருந்து தட்டிப் பறித்து வாங்குவது போல் வாங்கி மடியில் வைத்துக்கொண்டு, 'ம்ஹா . . . அம்மாவை அப்படியே உரிச்சு வச்சிருக்கு . . . எடீ மிடுமிடுக்கி . . . கொச்சு கள்ளீ . . .' என்றெல்லாம் கூறி ஒருவித ஆவேசத்துடன் கொஞ்சத் தொடங்கினார். அவருடைய அந்த அத்துமீறிய அன்பு காட்டல், தன்னைக்கூட ஆச்சரியப்பட வைத்தது.

பிறகு, தான் கொஞ்சமும் எதிர்பாராமல் குழந்தையின் விரலில் ஒரு வைர மோதிரத்தை எடுத்துப் போட்டார் அவர்.

பொறாமையோடு பார்த்துக்கொண்டு நின்ற பிரபாகரன் நாயரையும் அவர் விடவில்லை. 'டேய் . . . இது உனக்கு . . .' என்று ஜோபியிலிருந்து ஒரு தங்கச் செயினை எடுத்து அவன் கழுத்தில் போட்டார்.

தான் தடுத்தது ஒண்ணும் அவரிடம் செலவாகவில்லை. சற்றுக் கழிந்து அவர் வீடு திரும்பும்போது, 'அனந்தன் நாயர் . . . சங்கதி எல்லாம் சரி . . . நாம ரெண்டு பேரும் பழகத்தொடங்கி மூணு வருஷத்துக்கும் மேலயாச்சு . . . சொரணையில்லாமல் நான்தான் அடிக்கடி உங்க வீட்டுக்கு வந்துகொண்டிருக்கேன் . . . இதுவரை ஒரு தடவைகூட நீங்க யாரும் என் வீட்டுக்கு வந்ததில்லை . . . நாளைக்கு ஞாயிற்றுக்கிழமைதானே, காலம் பரெ காரை அனுப்புவேன், எல்லோரும் என் வீட்டுக்கு வந்து விட வேண்டியது . . . நாளைக்கு உங்க எல்லோருக்கும் அங்கே தான் சாப்பாடு . . .' என்றெல்லாம், இடைமறித்துக்கொண்டு, தான் சொன்ன மறுப்புக்களையெல்லாம் மீறிக்கொண்டு, அடித்துச் சொல்லிவிட்டுப் போய்விட்டார்.

அங்கேயும் தோல்வி தனக்குத்தானா?

'உன் வீட்டுக்கு வர முடியாது'ண்ணு முகத்தில் அடித்த வாறு அவரிடம் சொல்ல விடாமல், தன்னைத் தடுத்த சக்தி எதுவென்று புரியவில்லை. தன்னால் செய்ய முடிந்ததெல்லாம், அன்று ராத்திரியும், வழக்கம்போல் கார்த்தியாயினியுமாக ஒரு மூட்டம் சண்டை போடத்தான்..!

வீசியடித்த காற்றிலிருந்த குளிரை அனந்தன் நாயரால் தாங்க முடியவில்லை. ஏன் இன்று இத்தனைக்குத் தளர்ச்சி? கொஞ்சம் முந்தித்தானே தியாகராஜனின் கடை நடையிலிருந்து இளைப்பாறினோம்! இருந்தும் இப்போது மீண்டும் மேல்மூச்சு கீழ்மூச்சு வாங்குகிறதே... தொண்டை வேறு வறளுகிறது..!

திடீரென்று இருமல் வேறு வந்துவிட்டது. ரோட்டோரத்தில் விலகி நின்று நெஞ்சு நொறுங்க லொக் லொக்கென்று விடாமல் இருமியபோது, கண்ணிலிருந்து கண்ணீர் வழியத் தொடங்கிவிட்டது. துப்பிய கோழை சிவப்பாக இருந்ததோ என்று ஒரு சந்தேகம்... இருளில் சரிவரத் தெரியவில்லை.

உம்... பதினைந்து ஆண்டு காலமாக – இல்லை, இல்லை... அப்படியொரு காலவரையறை இடமுடியாது, தனக்கு அறிவு வந்த நாளிலிருந்தே வாழ்க்கையில் தான் அனுபவிக்கத் தொடங்கிய துயரங்களுக்கு எல்லாம் விடிவு காலம் வரப் போகிறதோ என்னமோ... யார் கண்டார்கள்..!

வாழ்வில் சிலருக்கு எல்லாமே நன்றாய் அமைந்துவிடுகிறது. அவர்களுக்குத் துன்பம்கொள்ளவே நேரம் கிடைப்பதில்லையாம்! ஆனால் தனக்கு..?

குடும்பத்தில், நாராயண பிள்ளைச் சேட்டன் தனக்கு முன் பிறந்தவர்...

மதுசூதனன் நாயர் தனக்குப்பின் பிறந்தவன்.

– அவர்கள் இருவருக்கும் ஒவ்வொரு விதத்தில் வாழ்க்கையில் ஒருவகை நிம்மதியிருக்கிறது..! தன் வாழ்வுமட்டும் இப்படி அமையக் காரணம்?

அப்படி முடிவெடுக்க முடியுமா? தன் இன்னொரு கூடப் பிறப்பான கல்யாணிச் சேட்டத்திக்கு இளமையிலேயே எவ்வளவு பெரிய துக்கம் வந்துவிட்டது! அதையும் மீறி – மகனுடைய பிடிப்பில்லாத போக்கையும் மீறி, தனக்குத் தானே ஒரு நிம்மதியைக் கற்பித்துக்கொண்டு, அமைதியாகத்தானே அவளும் வாழ்ந்துகொண்டிருக்கிறாள்..! அதேபோல், தன் பெற்றோர்களுக்குக் கடைசியில் பிறந்த சுகுமாரன் நாயர்..! அவனுக்கு

வாழ்க்கையில் எந்த எதிர்பார்ப்பும் இல்லை ... சமயா சமயத்துக்கு ஆகாரம் கிடைக்கணும் ... மதுசூதனன் நாயர் வீட்டு அல்லறைச் சில்லறை ஜோலிகள் ... குழந்தைகளை மேய்ப்பது, ஊர் உலகுச் செய்திகளைப் பக்கத்து வெற்றிலை பாக்குக் கடை பெஞ்சியில் போய் உட்கார்ந்துகொண்டு அலசுவது – இப்படி அவன் வாழ்க்கையும், அவனைப் பொறுத்தவகையில் ஒருவித நிம்மதியுடன் தான் கழிகிறது ...

குடும்பத்திலுள்ள ஏனையோர்கள் இப்படியென்றால் வெளியுலகில், வைரவன் பிள்ளை முதலாளி, சக ஊழியர்கள், சிநேகிதர் பிஷாரடி, ஆடிட்டர் கைமன், இந்துசூடன் நாயர் உட்பட ஆபீஸர்மார்கள், பிரபாகரன் நாயரின் சிநேகிதன் தோமஸ், தான் சற்றுமுன் கண்ட தியாகராஜன், பழநியாண்டிச் செட்டியார், மகாதேவய்யர் – இப்படி இப்படி எல்லோருக்கும் எத்தனை எத்தனையோ பிரச்னைகள் இருக்கிறதே ஆனாலும், அவர்கள் எல்லோருக்கும், தன்னிடத்தில் இல்லாத, நிஜ வாழ்க்கையில் அவர்களை வரிந்துகட்டி நிறுத்தியிருக்கும் ஏதோ ஒரு பிடிப்பு இருப்பதாகத் தென்படுகிறதே ..! ஏன்? ஆன்மீகத்தில் ஈடுபட்டு நிற்கும் பாஸிக்குக்கூட உலக வாழ்வில் அவனை இறுக்க ஒரு சில பிடிப்புக்கள் இருப்பதாகத்தானே தெரிகிறது.

ஆனால் தன் உள்ளம் மட்டும், பிரபாகரன் நாயர், மாதவிக் குட்டி – இப்படி இந்த மண்ணில் தன்னைக் காலூன்றி நிற்கச் செய்யும் பாசக் கயிறுகள் இருந்தும், எங்கெங்கும் தொட முடியாத, ஓரிடத்திலும் அடைக்கலம் அடைய இயலாத இலவம் பஞ்சாக, ஆத்மசாந்தி கிடைக்காமல் வாயுவில் அலைந்து திரியும் பேயாக மாறிவிட்ட காரணம்?

எதை நினைத்து ஆறுதல் கொள்வது?

இல்லை, இவையெல்லாம் தன் இதய பலகீனத்தால், தனக்கு மட்டும் தோன்றும் வீண் சலனங்களா?

யாருக்குத்தான் துன்பம் இல்லை?

குடும்பத்திலும் வெளியிலும் உள்ள எல்லோருக்குமே ஒவ்வொரு விதத்தில் துன்பமும் இருக்கத்தானே செய்கிறது! துன்பத்தின் ரகசியத்தை அறிவதினால் மட்டும், வாழ்க்கையில் துன்பமே இல்லாமலாகிறது என்று சொல்லிவிட முடியுமா? உண்மையில் துன்பமே இல்லாமலிருந்தால், துன்பத்தின் ரகசியத்துக்குத்தான் என்ன முக்கியத்துவம் இருக்கப்போகிறது? துன்பத்தை மீறி அதன் மறுபக்கத்தையும் கடந்து, அவ்விதம் நிம்மதியிழந்த ஆத்மாவுக்கு சாந்தி கொடுப்பதல்லவா சாட்சாத்

இன்பம்! துன்பமின்றி வாழ்வுண்டா? அப்படியொரு அவஸ்தையைக் கற்பனை செய்வதே அபத்தமல்லவா?

– இதெல்லாம் தெரிந்திருந்தும் தன் நெஞ்சு ஏன் நிம்மதியை அடைய மறுக்கிறது என்று அனந்தன் நாயரின் அந்தராத்மா மீண்டும் விசுவரூபமெடுத்து அவரிடம் கேட்டது.

36

இன்று வீட்டில் நிறைய வேலைகள் காத்துக் கிடக்கின்றன என்ற எண்ணம் அவசரப்படுத்துகிறதே யானாலும், கால்கள் அதற்கு ஒத்துழைக்க மறுத்ததால், முடியக்கூடிய வேகத்தில் நடந்துகொண்டிருந்தார் அனந்தன் நாயர்.

கண்ணேற்று முக்கிலிருந்த விக்கிரமன் தம்பியின் மாளிகைக்கு அவருடைய காரிலேயே கார்த்தியாயினி, குழந்தைகள் சகிதம் போய் இறங்கியது நேற்று நடந்தது போல் அவர் ஞாபகத்தில் வருகிறது.

அந்த மாளிகையைக் கண்டதுமே கார்த்தியாயினி யின் முகத்தில் தென்பட்ட பிரமிப்பு சற்றுநேரத்தில் தன்னையும் பற்றிக்கொண்டது.

அங்கே அன்று நடந்த ராஜோபசாரத்தில் திக்கித் திணறிப் போய்விட்ட நிலைமை.

விஸ்தாரமான அலங்கார அறைகள்கொண்ட மூன்று மாடிகள், நிலமெங்கணும் அழகான ரத்தினக்கம்பளம், கதவு ஜன்னல்களுக்குப் பட்டாடைகள், உத்தரங்களில் ஜிலுஜிலுவென்று தொங்கிக்கொண்டிருக்கும் சரவிளக்கு கள், பூக்கள் மண்டி நின்ற பூங்கா...

– இப்படி இப்படி அரண்மனைகளுக்கு இருக்கும் சகலமான அங்கலட்சணங்களும் பொருந்தி ஆடம்பர மாகத் திகழ்ந்தது தம்பியின் இல்லம்...

இதையெல்லாம் ஆண்டு அனுபவிக்கக் கொஞ்சம் வேலையாட்கள் மட்டும்..!

பிரமாதமான விருந்துச் சாப்பாடு...

இரவில் வீட்டுக்குத் திரும்பும்போது எல்லோருக்கும் தனித்தனியாக வெள்ளித் தாம்பாளத்தில் பரிசுப் பொருட்கள் வேறு..!

விடை பெற்றுக்கொண்டு, தம்பியின் காரிலேயே வீடு திரும்பியதும், டிரைவர், வீட்டுக்குள் கொண்டுவந்து வைத்து விட்டுச் சென்ற தாம்பாளங்களில் இருந்த பட்டுச் சேலை, ஜரிகை வேஷ்டி, முத்திரைப் பவுன் நாணயங்கள் முதலிய வற்றைக் கண்டபோது, மூர்ச்சைபோட்டு விழும் நிலைமை வந்துவிட்டது தனக்கு . . !

ஆச்சரியம், பரபரப்பு இவைகளுக்குப் பிறகு, வழக்கம் போல் கார்த்தியாயினியுமாகச் சண்டை ஆரம்பமாகியது.

தன்னிடத்தில் இருக்கும் எந்தப் பொருளுக்காக, தம்பி இந்த முள்கூர் விலை – அச்சாரம் தந்திருக்கிறார் என்பது தனக்குத் தெரியாதா என்னா . . !

அசாத்தியமான கோபத்தோடு பரஸ்பரம் குற்றம் சாட்டி கொஞ்சம் சூடான வார்த்தைகள் கைமாறப்பட்டன . . . ஆனால் கார்த்தியாயினி ஒரேயடியாகச் சாதித்தாள், 'பரிசுதந்தவை களைத் திருப்பிக் கொடுக்கக்கூடாது . . . அது அநாகரீகம் . . .' என்று !

பிறகென்ன . . ! இரவு முழுதும் புயல், சூறாவளி, இடி, மின்னல், மழை எல்லாம் நடந்துமுடிந்து, காலை மலர்ந்த போது, சுகதகுமாரியின் கல்யாணத்துக்குத் திருச்சூர் நோக்கிக் குடும்பத்தோடு பயணம் . . .

ஹூம் . . . அந்தத் திருச்சூர் பயணத்துக்குப் பிறகுதானே, தன் வாழ்க்கையில் பெரிய பெரிய சோதனைக் கட்டங்கள் ஆரம்பமாயின !

அவள் சிநேகிதி சுகதகுமாரியின் இன்றைய கோலாகல வாழ்வும், அவள் போய்ச் சேர்ந்திருக்கும் பெரிய இடமும், கார்த்தியாயினியைக் கடுமையாய்ப் பாதித்திருக்க வேண்டும் . . . அடிக்கடி அவள் வார்த்தைகள் இதைத் தன்னிடம் தெரிவித்துக் கொண்டிருந்தன.

ஆனால், அதற்காக, தன்னால் என்ன செய்யமுடியும்?

'கொஞ்சநேரம் வெளியே வெட்டத்திலெபோயி, சுத்த வாயுவைச் சுவாசித்துவிட்டு வர' அவள் விரும்பும் போது, தான் குறுக்கே நிண்ணால், ஒருவித ஆங்கார வெறியோடு குழந்தைகளின் இளம் முதுகுகளை அவள் பதம் பார்ப்பது போன்ற அன்றைய அனர்த்தங்களுக்கு அது காரணமாகிவிடும் என்று பேசாமல் இருந்துவிடும் நிலைமை.

தான்தான் வரவர மனசின் போராட்டங்களாலும், உடம்பின் வியாதியாலும் குறுகிக்கொண்டே இருந்தோம் . . !

அவள் மேனியில் நாள் செல்லச்செல்ல ஒரு மதர்ப்பும், கொழுப்பும் ஏறிக்கொண்டே இருந்தன . . .

அதைக் காண்கையில் ஒரு பயம் . . .

அன்று, முதல் முறையாக விக்கிரமன் தம்பியின் வீட்டுக்குச் சென்றுவந்த பிறகு, அடிக்கடி அந்தமாதிரி நிகழ்ச்சிகள் நடக்கத் தொடங்கின. தம்பியும் வீட்டுக்கு வருவதுண்டு. குடும்பத்துக்கு மிகவும் வேண்டிய ஒருவர் அவர் என்ற தோரணையில், தான் சொல்லாமலேயே கார்த்தியாயினி விழுந்து விழுந்து உபசாரங்கள் செய்யும் அளவுக்கு நிலைமை அபிவிருத்தி அடைந்துகொண்டிருந்தது.

எனினும், இப்போதும் நிலைமை தன் கட்டுக்கு அடங்கி யிருப்பது போன்ற ஒரு உறுதி தன்னிடம் இயங்கிக்கொண்டு தான் இருந்தது. ஆனால், அவளை அடக்கி நிறுத்தத் தன் கைவசமிருந்த மூலதனங்கள் எல்லாம் நாள் செல்லச் செல்ல சிறுகச் சிறுகக் குறைந்துகொண்டே இருப்பதால், இந்தக் கட்டுக் கடங்கிய நிலைமை ஆட்டம்காண அதிக நாட்கள் இல்லை என்பதையும் சிறிது பயத்துடனையே, தான் உணர்ந்துகொண்டு தானே இருந்தோம் . . !

அப்பப்பா . . ! ஒரு நடமாடும் சுடுகாடாய், தான் வாழ்ந்து கொண்டிருந்த அந்தக் காலகட்டத்தில்தான் எந்தெந்தத் திசை களில் இருந்தெல்லாம் வேதனைகள் . . !

ஆபீஸில், தன் முதுகுக்குப்பின் புகைந்துகொண்டிருந்த பேச்சுக்கள் இப்போது தன் முன்னாலேயே வெடிக்கத் தொடங்கி விட்டிருந்தன . . .

இங்கே பக்கத்து வீட்டுக்காரர்களின் பார்வையில் எல்லாம் ஒருவித பரிகாஸம் தெறிப்பதையும் கண்டுகொள்ள முடிகிறது.

ஆனால் என்ன செய்வது?

எப்படி இதையெல்லாம் முறியடிப்பது?

'இங்கே வராதே' என்று விக்கிரமன் தம்பியைத் தடுக்கவும், 'அவரிடம் பேசாதே' என்று கார்த்தியாயினியை விலக்கவும் இனி தன்னால் முடியுமா?

உடம்பின் நிலைமையில் இப்போது அடிக்கடி காரியா லயத்துக்கு மட்டம் போடவேண்டிய அவஸ்தை . . . தன் தேவை போல், எந்தத் தடையுமின்றி செக்கரட்டரி லீவ் அனுமதிப்பதின் பின்னாலுள்ள சக்தி என்னவென்று தனக்குத் தெரியாதா . . !

இத்தகைய எத்தனையோ சலுகைகள் காரியாலயத்தில்.

இப்படிப்பட்ட ஒரு சூழ்நிலையில், இம்மாதிரி சலுகைகள் கிடைக்கும் இருக்கிற வேலையையும் இழந்துவிட்டால் . . .

அப்படியென்றால் விக்கிரமன் தம்பியைப் பகைத்தனுப்புவது, தன்னைப் பொறுத்தவரையில் சாத்தியமா?

அவரிடம் பேசாதே என்று அவளைத் தடுப்பதிலும் ஏதாவது பலன் உண்டா? ஒருவேளை, தான் அறியாமல் அவள் பேசத் தொடங்கிவிட்டால் . . ?

தவிரவும், அப்படி அறிவு வராத குழந்தைகளைத் தடுப்பது போல், இவளைத் தடுப்பதில் அர்த்தம் உண்டா? அப்படி, தன் மிரட்டலுக்கோ, பயமுறுத்தலுக்கோ அஞ்சி இவள் நல்ல பிள்ளை சமைவதால் என்ன பிரயோஜனம்?

மாதவிக்குட்டிக்கு அஞ்சு வயசு ஆவது வரையுள்ள அந்த சபிக்கப்பட்ட நாலு ஆண்டுகளில் இப்படி, தான் அனுபவிச்ச கொடுமையான வேதனைகள் . . .

இந்த வேளையில் ஒரு நாள், ஆபீஸுக்குப் போனபோது, தன் கையில் கிடைத்த, தனக்குத் தலைமை குமஸ்தாவாக வேலை உயர்வு ஆகியிருக்கும் உத்தரவு வேறு . . !

'வீட்டில் அழகான பொஞ்சாதி இருந்தா, ஹெட் கிளார்க்கு உத்தியோகம் மட்டுமா . . ! தாஸில்தார் பதவிகூடத் தேடி வருமே . . !' என்று தன் செவி கேட்கவே பேசப்பட்ட கொடுமை . . .

இதன்கூட வீட்டில் ஒரு செழிப்பைக் காண முடிகிறது . . . குழந்தைகளின் ஆடை அணிகளில், அவள் அலங்காரத்தில், அன்றாட உபயோகச் சாமான்களில் . . .

இவைகளின் உற்பத்தி ஸ்தானம் . . ?

நிலைமை கட்டுக்கடங்காத கட்டத்தை அடையத் தொடங்கிவிட்டதை உணர முடிகிறது . . .

இனியும் தாமதிப்பது முறையல்ல என்ற முடிவெடுத்து ஒருநாள் ராத்திரி அவளைக் கூப்பிட்டேன்.

'கார்த்தியாயினீ . . ! உங்கிட்டெயிருந்துதான், பெண்மையின் லகரியை நான் ஆசைதீர அனுபவிச்சேன் . . . அதுக்கு இந்த ஜன்மம் பூரா உனக்கு நான் கடமைப்பட்டிருக்கேன். அதனாலெ உனக்கு உன் இஷ்டம்போல நடக்க உரிமையுண்டு! ஆனா ஒண்ணு . . ! அது, நானும் என் பிள்ளைகளும் வசிக்கும் இந்த என் வீட்டில் வச்சு, எங்களையெல்லாம் சாட்சிப்படுத்திக் கிட்டே நடப்பதை மட்டும் என்னால் அனுமதிக்க முடியாது . . !'

இதன் முன்னால் எத்தனையோ தடவை இவளிடம் ரௌத்திரமாக, சத்தம் போட்டு நான் பேசியிருக்கேன். ஆனால்

அப்போதெல்லாம் என் வார்த்தைகளில் தொனிக்காத ஒரு அழுத்தமும், கண்டிப்பும், தீவிரமும், அடுக்கடுக்காகச் சிந்திச்சு, ஒவ்வொரு வார்த்தையையும் அதன் முழு அர்த்தத்தில் நிதான மாக, ஆனால் நிஷ்டூரமாக நான் வெளிப்படுத்திய இந்தப் பேச்சில் இருப்பது எனக்கே புலப்பட்டது.

என் பிள்ளைகள் என்று நான் குறிப்பிடும்போது, 'என்' என்ற சொல்லை நன்றாக அழுத்தி உச்சரித்து நான் கொடுத்த முக்கியத்துவத்தை அவள் புரிந்துகொண்டிருக்க வேண்டும். அவளை இழந்தாலும், என் குழந்தைகளை இழக்க என்னால் முடியாது என்பதை அவள் சூசகமாகவாவது அறிந்துகொள்ள வேண்டும் என்பதுதான் என் தாத்பரியம். அந்தக் குழந்தைகள் நாளைக்குத் தலையெடுக்கையில் அவர்களிடம் அவள் பதில் சொல்ல வேண்டியிருக்கும் என்ற எண்ணம் அப்போதே என் னகத்தில் இயங்கி மறிந்தது என்றுகூடச் சொல்லலாம்.

அவள் மௌனமாக இருந்தாள்.

'உனக்கு என் குஞ்ஞுலக்ஷ்மி அம்மாவியின் கதை தெரிஞ் சிருக்கலாம் . . . அவள் இப்படி உன்னை மாதிரி ஒரு நிர்ப்பந்தத் துக்கு ஆளானபோது நடந்துகிட்டது எப்படீண்ணு உனக்குத் தெரியுமா ?'

'தெரியும் . . ! ஆனா அது வேறு, இது வேறு . . !'

அழுத்தமாகவும், தீர்மானமாகவும்தான் அவளிடமிருந்து பதில் வந்தது.

'சரி . . . சரி . . . இதுபற்றி இப்போ நமக்குள் ஒரு விவாதம் வேண்டாம் . . !'

அப்படிச் சொல்லி, வேண்டுமென்றே அந்தப் பேச்சை முடித்துக்கொண்டு படுக்கையைச் சரணடைந்தேன்.

விழிகளை மூடியபோதும், நெஞ்சு வேவதைப் போன்ற வேதனையில் மனம் திளைத்தது. அவளுமாகவுள்ள அந்தச் சம்பாஷணையில், என் அந்தராத்மா மீதியிருந்த ஒரே ஒரு நூலிழையில் தொங்கியவாறு நப்பாசை கொண்டதும் அற்றுப் போனதினால், அந்த ஏமாற்றம் விளைவித்த கொடுமையான வேதனையா இது என்றும் ஒரு சந்தேகம் . . . அவள் பேச்சின் அழுத்தமும் தீர்மானமும் என்னை ஒரேயடியாக நம்பிக்கை இழக்கச் செய்துவிட்டது.

குஞ்ஞுலக்ஷ்மி அம்மாவியைப் பற்றியும் இவள் சரிவர அறிஞ்சு வச்சிருக்கிறாள் போலிருக்கிறதே . . ! அவளுக்கு கொச்சு கிருஷ்ணகர்த்தா தேவைப்பட்டபோது, அவள் இப்படி இழுத்து நீட்டிக்கொண்டு போகவில்லை . . . திடுதிப்பென்று ஒரு முடி

வெடுத்தாள். செயலாற்றவும் தாமதிக்கவில்லை ... ஆமாம் ... கரையோகம் கூட்டி, கட்டிய மாப்பிள்ளையைத் தீரமாக உதறித் தள்ளிவிட்டு கர்த்தாவை தேடிக்கொண்டு போனாள்! அதை நான் மறைமுகமாகச் சுட்டமுனைந்தபோது, அம்மாவி கணவனை உதற நேர்ந்த காரணமல்ல தன்னுடையது என்றுதானே இவள் சொன்னாள் ..!

அப்படியென்றால் ...

உடலின் தேவைக்காக இல்லையென்றா? உள்ள அரிப்புக் களுக்காகவென்றா? இல்லை ... வாழ்க்கையின் செழிப்பான சௌகரியங்களை உத்தேசித்தா? – அதாவது பணம் பதவி, அந்தஸ்து, ஆள்பலம் ... இப்படியிப்படி ...

என் மூளை குழம்பியது. சுவாசம் முட்டியது ... வியாதியின் உபாதையாலா? இல்லை நினைவுகளில் தீமழை பெய்வதினாலா? என்னால் கண்டுகொள்ள முடியவில்லை.

எங்கோ ஜாமக்கோழி பரிதாபமாய்க் கூவியது. தூக்கம் பிடிக்காதது மட்டுமில்லை, விழிகளை அடைத்துத் தூக்கத்தை வலுக்கட்டாயமாக வரவழைக்கக்கூட சிரமப்பட முடியாத அளவுக்கு, இமைகள் மூடுகையில் எண்ணங்கள் விசுவரூப மெடுத்துச் சித்ரவதை செய்யத் தொடங்கிவிட்டன ...

கார்த்தியாயினி வழக்கம்போல் அயர்ந்து தூங்கிக்கொண் டிருந்தாள் ... உம் ... இவளுக்கு எப்படித்தான் இப்படித் தூங்க முடிகிறதோ ..!

எனக்கானால் படுக்கையில் படுத்திருக்கக்கூட முடியாத பிராணாவஸ்தை ..! மெல்ல எழுந்து வீட்டைவிட்டு வெளி யேறினேன். எங்கென்று இல்லாமல் கால்போன போக்கில் ஒரு நடை ..! எந்தச் சந்து பொந்துக்கள் வழியாக எல்லாம் நடந்தேனோ, எத்தனை யுகங்கள் நடந்தேனோ தெரியாது, நான் வந்துநிற்கும் இடத்தைச் சுற்றுமுற்றும் பார்த்து இனம் கண்டுகொண்டபோது ஆச்சரியத்தால் நான் அதிர்ந்துபோனேன்.

ஸ்ரீகண்டேஸ்வரம் கோவில் நடையில் நான் நின்றுகொண் டிருக்கிறேன் ...

என் உடல் சிலிர்த்தது.

கோவில் குளம் இருளில் முழுகிக் கிடந்ததேயானாலும், நிர்மால்யம் தொழுவதற்காக, கூட்டம் கூட்டமாய் ஆட்கள் குளித்துக்கொண்டிருக்கும் சலசலப்போசை கேட்கிறது.

சின்ன வயசில் அம்மாவின் கையைப் பிடித்துக்கொண்டு இங்கே தொழ வந்திருக்கும் நாட்களில் அம்மா அடிக்கடி சொல்லும் வாசகங்கள் ஞாபகம் வந்தன.

நீல. பத்மநாபன்

'மோனே... இந்த ஸ்ரீகண்டேஸ்வரம் க்ஷேத்திரம்தான் இந்த ராஜதானிக்கே நவரத்தினமணி விளக்குடா..! அதனாலெ தான், வைக்கத்தஷ்டமி, திருவாதிரை, சிவராத்திரி முதலான விசேஷ நாளில் எல்லாம் பொன்னு திருமேனியும் இங்கே வந்து சுவாமி தரிசனம் பண்ணிவிட்டுப் போகிறார்... பிரம்ம முகூர்த்தமான ராத்திரி ஏழரையாமத்தில் ஸ்ரீகண்டேஸ்வரனின் நிர்மால்ய தரிசனம் தொடர்ந்து நாப்பத்தொரு நாள் தவறாமல் கிடைச்சால் நம்ம ஜன்ம துக்கங்கள் எல்லாம் நசிக்கும், சர்வ சுபிலாஷையும் கைகூடுமடா..!'

வாழ்க்கையின் ஓயாத போராட்டங்களினால், ஸ்ரீகண்டேஸ்வரனைக்கூட நினைக்க நேரமில்லாமலாகிவிட்ட நான், இனி எல்லாவற்றையும் அவனிடம் அர்ப்பணம் செய்து சரணாகதி அடையாமல் வேறு வழியே இல்லையென்ற கடைசி முனைக்கு இப்போ வந்துவிட்டேனோ?

விழிகளை மூடி, கரம் கூப்பி அப்படி நிற்கையில் சடக்கென்று உள்ளத்தில் ஒரு மின்வெட்டு... எப்படி, ஏன் முதலிய கேள்விகள் ஒன்றுக்குமே என்னிடம் பதில் இல்லை. ஆனால் சித்தார்த்தனுக்கு வந்த ஞானோதயம் போல், அந்த அமர கணம் துவங்கி முடிகையில், என் உள்ளத்தில் மாயாஜாலமாக அது சம்பவித்திருந்தது.

அந்தக் கணத்திற்கு அழிவில்லை.

இன்று முதல் நாள்...

இன்று தொட்டு நாற்பத்தியொரு நாட்கள் தொடர்ந்து ஸ்ரீகண்டேஸ்வரனை நிர்மால்யம் தொழுவது, இங்கே வந்து இரவில் தூங்கி, பிரம்ம முகூர்த்தம் தொடங்கும்முன் கோவில் குளத்தில் நீராடி நிர்மால்ய தரிசனம் செய்பவர்களின்கூட நாமும் கலந்துகொள்வது..!

இப்போ நினைச்சாலும் ஆச்சரியமாக இருக்கிறது! அதிகம் சிந்திக்க நிற்கவில்லை. குளத்தில் இறங்கி, பனிக்கட்டியாய்க் குளிர்ந்த நீரில் முழுகிக் குளித்துவிட்டு ஈர வேஷ்டி மட்டும் அணிந்து ஆலயத்துக்குள் பிரவேசித்து, நெய் விளக்குகளின் சீதனச் சுடரொளியின் புன்னகை பூத்து நிற்கும் ஸ்ரீகண்டேஸ்வரனிடத்தில்,

என் ஆசை நிராசைகளை,

விருப்புவெறுப்புக்களை,

தர்ம சங்கடங்களை,

மனப் போராட்டங்களை,

ஏமாற்றங்களை,

எதிர்பார்ப்புக்களை,

எல்லாவற்றையுமே,

ஏன், என்னையே முழுசாய் அர்ப்பணித்து, தீர்ப்புக்காக சிரம் தாழ்த்தி நிற்கையில் என் உடலம் முழுதும் ஒரு புல்லரிப்பு . . ! மனித சக்தி முழுக்க முழுக்கத் தோற்றுப் போய், இனி வேறு விமுக்தி மார்க்கமே – விமோசனமே கிடையாது என்று தெரிந்துகொண்ட ஒரு மன நிலைமையின் எல்லைக் கோட்டில் வந்துவிட்ட பிறகு, கைகள் இரண்டையும் உயர்த்தி, 'என் அப்பனே . . . இனி நீயே துணை . . . அபயம் தா . . .' என்று சரணடையாமல், வேறு எனக்கு என்ன வழி?

37

பெருந்தான்னி வீதி கடந்து, ஈஞ்சைக்கல் முக்கிலிருந்து திரும்பிய சந்துக்குள் அனந்தன் நாயர் நுழைந்தார்.

ஸ்ரீகண்டேஸ்வரனிடம், தன் சகல பாரங்களையும் முழுமனதோடு ஒப்படைத்துவிட்டு செயலாற்றத் துணிந்த அந்தப் புத்திசாலித்தனத்தை நினைத்தபோது, இப்போதும் அவருக்கு வியப்பாகவும் வேடிக்கையாகவும் இருந்தது. ஆனால் கைமேல் பலன் என்பது தன் வாழ்க்கையில் எவ்வளவு தூரத்துக்குச் சரியாக இருந்தது?

அன்று தொட்டு நாற்பத்தொரு நாட்கள் என் வாழ்க்கையிலேயே ஒரு திருப்பு மையமாக அமைந்தது என்றுகூடச் சொல்லலாம். இரவு ஆகாரத்திற்குப் பிறகு பத்துப் பதினொரு மணி அளவில், ஒரு துண்டையும் எடுத்துக்கொண்டு வீட்டிலிருந்து இறங்கி, ஸ்ரீகண்டேஸ்வரம் கோவில் மண்டபத்தில் பக்தர்களின் இடையில் ஆண்டியாகத் தூக்கம்...! மூணு மணிக்கு எழுந்து குளத்திலிறங்கிக் குளிர்ந்த நீரில் குளி. பிறகு, நிர்மால்ய தரிசனம்...

வீட்டுக்குத் திரும்பும்போது, நேரம் நன்றாக விடிந்து, வெயில்கூட வந்துவிடும்... பிறகு காப்பி சாப்பிட்டுவிட்டு காரியாலயம்... மறுபடியும் இரவில் ஸ்ரீகண்டேஸ்வரம் ஆலயம்... அப்படியொரு வாழ்க்கை..! இந்த நாற்பத்தொரு நாட்களில், கார்த்தியாயினியின் நடவடிக்கைகளையோ, விக்கிரமன் தம்பியையோ பற்றித் துளிகூடக் கவலைப்படத் தோன்றாத மாயம்...

சீக்குப் பிடித்த என் உடம்பு இதுக்கு என்னுடன் ஒத்துழைத்ததுகூட அதிசயமில்லை. ஆனால், என் அப்பா அம்மா இறந்த ஒரு சில நாட்கள், ஆஸ்பத்திரியில் நான் கிடந்த கொஞ்ச தினங்கள், சுகதகுமாரியின் கல்யாணத்துக்குத் திருச்சூருக்குப் போயிருந்த ஒருவார காலம் – இந்த மாதிரி வேறு வழியில்லாத கட்டாயத்தின் பேரில்

பள்ளிகொண்டபுரம்

அமைந்துவிட்ட சொற்பம் சில நாட்கள் போக, கார்த்தியாயினியுமாக ஒரு தாம்பத்திய வாழ்க்கைக்கு என்னை ஈடுபடுத்திக் கொண்ட இந்தப் பத்தாண்டு காலத்தில் இப்படி வேண்டுமென்றே ஒரு கட்டுப்பாட்டைத் தனக்குத்தானே ஏற்படுத்திக் கொண்டு, இவள் கதகதப்பை ஏற்காமல் தனிமையில் என்னால் எப்படித் தொடர்ந்துள்ள இந்த நாற்பத்தொரு நாட்களிலும் தூங்கமுடிந்தது என்பதுதான் பேரதிசயம்..!

நாற்பத்தோராவது நாளன்று காலையில் ஒரு புனித கடமையை – சத்திய யக்ஞத்தை எவ்வித விக்கினமுமின்றிச் சரிவர நிறைவேற்ற முடிந்ததேயென்ற உள்ளப் பூரிப்புடனும், ஒரு கர்ம தீரனின் ஆத்ம திருப்தியுடனும் கோவிலில் இருந்து வீட்டில் வந்து ஏறும்போது, அங்கே என்னமோ சொல்லத் தெரியாத ஒரு மாற்றத்தை என் புலன்கள் உணருகின்றன.

ஆனால்...

அது இன்னதென்று தெரியவில்லை...

நிசப்தமாய்க் கிடந்த வீட்டினுள் பிரவேசித்தபோது, எந்தக் கவலையுமின்றி, இனிய தூக்கத்தில் லயித்துக் கிடந்த பிரபாகரனையும் மாதவிக்குட்டியையும் பார்த்ததும் மனசுக்கு ஆசுவாசமாக இருந்தது.

'கார்த்தியாயினீ...'

என் ஒற்றைக் குரல் எந்தப் பதிலும் இல்லாமல் வீட்டில் ரீங்காரம் செய்தது. அந்த ஓசையைக் கேட்டுக் குழந்தைகள் புரண்டு படுத்தார்கள்... அவ்வளவுதான்...

கார்த்தியாயினியைக் காணவில்லை...

எவ்வளவோ பக்குவம் வந்திருந்தும்கூட, மனசினுள் கோடியில் ஒரு அதிர்ச்சியின் வீச்சு...

என்னவோ நினைத்துக்கொண்டு வராந்தாவில் வந்து நின்றுகொண்டு பார்த்தபோது...

முற்றத்துக்கொடியில் காற்றில் படபடத்தவாறு, காலை இளம் வெயிலில் காய்ந்துகொண்டிருந்த, அகலமான பச்சைக் கரை போட்ட ஒரு ஈரத் தேங்காய்ப்பூ டவல் சடக்கென்று கண்ணில் படுகிறது...

அது என்னுடையதல்ல...

யாருடையது என்பதும் எனக்குத் தெரியாததல்ல...

பிறகென்ன..?

எனக்கு எல்லாம் புரிந்துபோய்விட்டது..!

❍ ❍ ❍

அனந்தன் நாயர் வீட்டில் வந்து ஏறியபோது, பூமுகத்தில் பிரபாகரன் நாயரும், மாதவிக்குட்டியும் எதிரும் புதிருமாய் உட்கார்ந்துகொண்டிருப்பது தெரிகிறது.

அவர்கள் இருவரும் தீவிரமாய் எதையோ விவாதித்துக் கொண்டிருப்பதாய் அவர்கள் முகபாகவங்கள் அவருக்குச் சொல்லின.

அனந்தன் நாயரைக் கண்டதும் மாதவிக்குட்டி எழுந்து வந்தாள். “அப்பாவைத்தான் எதிர்பார்த்துக்கொண்டிருக்கோம்..!”

விழிகளில் கேள்விக்குறி தொக்கி நிற்க அவளைப் பார்த்த வாறு உடையை மாற்றிக்கொண்டிருந்தார் அவர்.

“இல்லே... இண்ணைக்கும் நேற்றைக்குப்போல் ரொம்ப நேரமாகித்தான் வருவேளோண்ணு பயந்திட்டோம்..!” என்றாள் அவள்.

கைகால், முகம் எல்லாம் கழுவிவிட்டு, ஈஸிச்செயரில் வந்து, “அப்பாடா... ஸ்ரீபத்மநாபா...” என்று சாய்ந்த போது, “வாங்கப்பா... நேரம் ரொம்ப ஆயிட்டது... ஏதாவது சாப்பிடுங்கோ...” என்று அழைத்த மாதவிக்குட்டியிடம், “இல்லை... மோளே... கொஞ்சம் கோதம்பு ரவை இருந்தா கலக்கிக் கொண்டுவா... இண்ணைக்கு வேறொண்ணுமே எனக்கு வேண்டாம்...” என்று மறுத்துவிட்டார் அவர்.

அவர் சுபாவம் தெரிந்திருந்த மாதவிக்குட்டி, அதிகம் நிர்ப்பந்திக்க நிற்காமல், உள்ளே போய் கோதுமை ரவையைப் பாலில் கரைத்துக் காய்ச்சும் வேலையில், காமாட்சியம்மா வின்கூட ஈடுபட்டாள்.

இதற்கிடையில், அவர் தலையைக் கண்டு தன் அறைக்குள் போய்விட்ட பிரபாகரன் நாயர் மெல்ல அங்கே வந்தான்.

இடுப்பில் கைலியும், மேலே சாண்டோ பனியனுமாக ஆஜானுபாகுவாக அவன் நிமிர்ந்து நிற்கும் தோற்றத்தைக் கண்டதும், அனந்தன் நாயருக்கு அவனிடத்தில் கேட்க நினைத்த வைகள் எல்லாம் சடக்கென்று மறந்துபோய்விட்டது போல ஒரு பிரமை...

“அப்பா என்னைத் தேடினதாக மாதவிக்குட்டி சொன் னாள்... அம்மும்மயும் சொன்னாள்...” என்று வயது வந்து விட்ட ஆண்மையின் கரகரப்புப் குரலில் கேட்ட அவனிடம்

எப்படிப் பேச்சை ஆரம்பிப்பது என்ற ஒரு தடுமாற்றத்துடன் அவனையே வெறித்துப் பார்த்தவாறு உட்கார்ந்திருந்தார் அவர்.

உம்... இவன்தான் எவ்வளவு சீக்கிரத்தில் வளர்ந்து பெரியவனாகிவிட்டான்..! நேற்றைக்குப் போலிருக்கிறது, சின்னப் பையனாக இவன் ஓடியாடித் திரிஞ்சதெல்லாம்...! இப்போ, காலத்திற்கேற்றவாறு ஒரு பிரத்யேக ரீதியில் கத்தரித்து மேலே எழுப்பிவிடப்பட்ட அவன் தலை மயிரையும், குறுந் தாடியையும் அகலம் குறைந்திருந்தாலும் அடர்த்தியாக இருந்த மீசையையும், அவநம்பிக்கையும், மோக பங்கமும் நிழலாடும் விழிகளையும் சிறிதுநேரம் உற்றுப் பார்த்தவாறு இருந்துவிட்டு, "பிரபாகரா... அப்படி உட்காரு... உங்கிட்டெ எனக்குக் கொஞ்சம் பேசணும்... உனக்கு உறக்கம் வரல்லையே..." என்றார் அவர். "இல்லை" என்றவாறு எதிரில் கிடந்த ஒரு நாற்காலியில் அவன் உட்கார்ந்துகொண்டான்.

"தோமஸைப் பார்த்தியா?" என்று திடீரென்று ஞாபகம் வந்து கேட்டபோது, "பாத்துவிட்டேன்..." என்று இரண்டு வார்த்தைகளில் பதில் சொல்லிவிட்டு, அவர் முகத்தை அப்படி நேரடியாகப் பார்த்துக்கொண்டிருக்கக் கூச்சப்பட்டு, அங்கே கிடந்த தினப்பத்திரிகை ஒன்றைக் கையிலெடுத்துப் பார்த்த வாறு அவர் சொல்லப்போவதைக் கேட்க அவன் ஆயத்த மானான்.

இதற்குள் பால் ரவையை எடுத்துக்கொண்டு மாதவிக் குட்டி அங்கே வந்தாள். அவள் எவ்வளவோ நிர்ப்பந்தித்தும் ஒரு டம்பளருக்குமேல் அவரால் குடிக்க முடியவில்லை.

"சரி... மாதவிக்குட்டி... குஞ்ஞும்மாகிட்டெ உறங்கச் சொல்லிவிட்டு நீயும் வா...!" என்று அவர் மாதவிக்குட்டி யிடம் சொன்னபோது, அவள் உள்ளே போய்விட்டு, உடனையே திரும்பி வந்தாள்.

"அப்பா... ராத்திரி நேரம் ரொம்ப ஆயாச்சு... நேத்தைக்கே அப்பா சரியா உறங்கல்லே... இப்போ படுத்துக்குங்களேன். நாளைக்குக் காலம்பரெ பேசிக்கொண்டால் போதாதா?" என்று அவள் சொன்னபோது, "இல்லே மாதவிக்குட்டீ... இன்னைக்கு ராத்திரி எவ்வளவு நேரம் ஆனாலும் சரி, சில விஷயங்களை நாம் பேசித் தீர்த்து விடுவதுதான் நமக்கு எல்லோருக்கும் நல்லதுண்ணு எனக்குத் தோணுது..." என்று அவர் சொன்னபோது, மாதவிக்குட்டியும், பிரபாகரன் நாயரும் பரஸ்பரம் பார்வை பரிமாறிக்கொள்வதையும் அவர் கவனித்தார்.

"சரி... நீயும் அப்படி உட்காரு மோளே..." என்று அவர் சொன்னபோது, ஒருவித சங்கோஜத்துடன், அவர் எதிரில்

கிடந்த இன்னொரு நாற்காலியில் அவளும் உட்கார்ந்து கொண்டாள்.

"சரி ... முதலில் காலம்பரெ நீ சொன்னதுக்க மீதியையும் சொல்லித் தீர்த்துவிடு ... ஆமா ... அதுபற்றி பிரபாகரனுக்குத் தெரியுமா .. ?" என்று அவர் மாதவிக்குட்டியிடம் கேட்டபோது, பிரபாகரன் நாயர், "இத்தனை நேரம் அதைப் பற்றித்தான் பேசிக்கொண்டிருந்தோம் ... இவளாக வலிய எங்கிட்டெச் சொல்லுவாளா என்னா .. ! நானே வேறு விதத்தில் தெரிஞ்சு கிட்டு இவகிட்டெக் கேட்டு உறுதிப்படுத்திக்கொண்டேன்" என்று சொன்னபோது, அவர் மாதவிக்குட்டியைப் பார்த்தார். அவள் முகம் 'ஆமாம்' என்றது.

"அப்போ சௌகரியமா போச்சு ... மீதியையும் சொல்லு மோளே ... பிரபாகரனும் அறியவேண்டியதுதானே ... உன் சேட்டனல்லவா இவன் .. !" என்று அவளை ஊக்குவித்தார் அவர்.

பிறகு என்னவோ நினைவுக்கு வந்ததுபோல், "காலம்பரெ நான் உங்கிட்டெ, அவுங்க வீட்டுக்குப் போயிருக்கையாண்ணு கேட்டதுக்கு இனி நீ பதில் சொல்லணும் ..." என்று காலை யில் அவர்கள் இருவருக்கும் நடந்த சம்பாஷணையின் தொடர்ச்சியை அவளுக்கு ஞாபகப்படுத்தினார் அவர்.

வயது வந்த ஒவ்வொரு பெண்ணும், தன் அந்தரங்கத்தில் பத்திரமாய்ப் பாதுகாத்துப் பாராட்டி மகிழ விரும்பும் ரக சியத்தை, இந்த இரண்டு ஆண்களிடம் – அதில் ஒருவர் தன் தகப்பன், இன்னொருவன் தன் சேட்டன், இவர்களிடம் பகிரங்க மாக எப்படி விவாதிப்பது என்ற ஒரு கூச்சத்துடன் மாதவிக் குட்டி உட்கார்ந்திருக்கிறாளோ என்று அவள் மௌனம் அனந்தன் நாயரை நினைக்கத் தூண்டியது.

தென்னையோலைகளின் சலசலப்போசை வெளியே வீசிக்கொண்டிருந்த காற்றை அறிவித்தது. மின்சார பல்புகூட அழுதுவடிவது போல ஏனோ தோன்றியது அவருக்கு.

"மோளே .. ! நீ படிச்சவதானே ... சும்மா விஷயத்தைச் சொல்லு .. ! காலம்பரெ எங்கிட்டெப் பேசல்லையா .. ? கொஞ்ச முந்தி இவன் கிட்டெ விவாதிக்கல்லையா .. ? பிறகென்ன .. ! இப்போ நாங்க ரெண்டு பேரும் ஒண்ணாக உட்கார்ந்திருக் கிறோம் ... அவ்வளவுதானே வித்தியாசம் .. ! உன் மனசிலிருப் பதை நீயே சொல்லி நாங்க தெரிஞ்சுகொள்வதுதான் உனக்கும் நல்லது ... எங்களுக்கும் நல்லது. அதிக நேரம் ஆக்காதே ... இண்ணைக்கு நமக்கு ரொம்ப விஷயங்கள் பேசித் தீர்க்கவேண்டி யிருக்கு. சும்மாச் சொல்லம்மா .. !" என்று அவளை மீண்டும்

மீண்டும் அவர் ஊக்குவித்த பிறகு, மிகவும் சங்கோஜத்துடன், மெல்லிய குரலில் அவள் அழுத்தமாகச் சொன்னாள்:

"ரெண்டு தடவை அவுங்க வீட்டுக்கு நான் போயிருக்கேன் ..!"

"ஓஹோ ..!"

பிரபாகரன் நாயர் இப்படிச் சொன்னது, அவனுக்கு, முன்னாலேயே அது தெரிந்திருந்ததுபோல் அனந்தன் நாயரை நினைக்கத் தூண்டியது.

காலையில் அவளிடம், தான் கேட்டபோதும் அவளுடைய அந்த மௌனத்திலிருந்து ஒருவாறு இதை, தான் ஊகித்திருந்த தால், அவருக்கும் பெரிய அதிர்ச்சியாக ஒன்றும் இருக்கவில்லை. ஆனால் அவளைச் சீண்டி வேடிக்கை பார்க்கும் விதத்தில், "ஒரு 'கொட்டி'க்க வீட்டுக்கு வயசு வந்த நாயர் பெண்ணு நீ ரெண்டு தடவை போயிருப்பதாச் சொல்லும்போது உனக்கு அவமானமா இல்லையா ..?" என்று கொஞ்சம் கடுமையாகச் சொன்ன பிரபாகரன் நாயரிடம், "இதில் அவமானப்பட ஒண்ணும் இல்லை சேட்டா ..." என்று நிதானமாகச் சொன்ன மாதவிக்குட்டியின் அந்த வாக்கியத்தில் 'இதில்' என்ற வார்த்தைக் கிருந்த அழுத்தமும், அவள் விழிகளில் தென்பட்ட ஒரு மர்ம மான கேலியும் எதற்காக என்பது, நேற்று காலையில் அவர்கள் இருவருடைய தர்க்கத்தையும் கேட்டிருந்த அனந்தன் நாயருக்கு நன்றாகப் புரிந்தது. அது பிரபாகரன் நாயருக்கும் சரிவரப் புரிந்திருக்கும் என்பதை அவன் முகத்தில் கொப்புளித்த கோபத்தி லிருந்து ஒருவாறு ஊகித்துக்கொண்டு அவர்களுக்கிடையில் புகுந்து, "நீ சும்மா இரு பிரபாகரா ... பொய் சொல்லி நம்மை ஏமாற்றுவதைவிட, நிஜத்தை, அது என்னதான் வெட்கப்படும் படியானதாக இருந்தாலும் நம்மகிட்டெ அவ மனம் திறந்து சொல்லுவது நல்லதுதானே ..." என்று அவனை அடக்கிவிட்டு, 'நீ மேலே சொல்லு மோளே ...' என்று கூறும் தோரணையில் அவளைப் பார்த்தார் அவர்.

அவள் மீண்டும் தொடங்கினாள்:

"ஆனா ... அந்த ரெண்டு தடவையும் தர்மபாலனைப் பார்ப்பதுக்காக அல்ல நான் அங்கே போனது ..."

"பிறகு எதுக்காகவாம்?"

பிரபாகரன் நாயரின் அந்தக் கேள்வியில் எழும்பி நின்ற கேலியைச் சட்டை செய்யாமல் அவள் தொடர்ந்தாள்:

"விலாஸினி ரொம்ப நாளா என்னை நிர்ப்பந்திச்சுக்கிட் டிருந்தா ... அதனாலெத்தான், எனக்குக் கொஞ்சம்கூட இஷ்ட

மில்லாமெயிருந்தும், முதல் தடவையா அவ வீட்டுக்குப் போனேன் . . .”

“அதுதான் எதுக்குண்ணு கேட்டேன் . . !”

உதட்டுக்குள் அழுத்திய ஒரு விஷமச் சிரிப்புடன் பிரபாகரன் நாயர் அப்படிக் கேட்ட பாணி, அவனுக்கு ஏற்கெனவே தெரிந்திருந்தும், அவள் வாயாலேயே அதை இப்போ வெளியிட வைக்கவேண்டுமென்ற ஒரு குறுகுறுப்பு அவனிடம் வேலை செய்வதாக அனந்தன் நாயருக்குப் பட்டது . . .

அதற்கு அவள் உடனடியாகப் பதில் சொல்லவில்லை. பிறகு அனந்தன் நாயரிடம் கேட்டாள்:

“அப்பா . . . நான் இங்கே சொல்லவந்த விஷயத்துக்கு அது கொஞ்சம்கூட சம்பந்தம் இல்லாதது; இதுவரை நான் யார் கிட்டெயும் வெளியிடாதது . . . அதை இப்போ நான் சொல்லித்தான் ஆகணுமா ?”

“மோளே . . . இனியெப்போவாவது ஆற அமர எங்கிட்டெ சொல்லிக்கலாமுண்ணு இப்போ நீ எதையும் விட்டுவைக்காதே . . . எங்கிட்டெ எதையும் சொல்ல இதுபோல் சௌகரியமான ஒரு சந்தர்ப்பம் உனக்கு இனிமேல் எப்போ கிடைக்குமோ . . !”

என்னவோ ஒரு உணர்ச்சிக்கு ஆட்பட்டு அவர் அப்படிச் சொன்னது பிரபாகரன் நாயரையும்கூட நிமிர்ந்து உட்கார வைத்தது.

கேள்விக்குறியாய் வியந்து அவரைப் பார்த்த மாதவிக்குட்டியிடம், “மோளே . . . நீ அதிகம் ஒண்ணும் ஆலோசிச்சு மூளையைக் குழப்பிக்க வேண்டாம் . . . உன் பாட்டுக்கு நீ சொல்லிக்கொண்டே போ . . .” என்று அவளுடைய மேற்கொண்டுள்ள சிந்தனையை நிறுத்தி வைக்கத் தூண்டி, அவள் சொல்லிக்கொண்டிருந்த விஷயத்தையே தொடர்ந்து மேலே கூற அவர் ஊக்குவித்த போது, அவள் சொன்னாள்:

“அந்த வீட்டில் வச்சு என்னை நேரில் பாத்துப் பேசணுமுண்ணு விலாஸினி வழி என்னைப் பெற்றவள் ரொம்ப நாளா கட்டாயப்படுத்திக்கிட்டிருந்தாள் . . . அதனாலெத்தான் அங்கே போகவேண்டி வந்தது . . .”

அனந்தன் நாயருக்கு இது சற்றும் எதிர்பாராத செய்தி ஆதலால் ஒரு அதிர்ச்சி . . . ஆனால் பிரபாகரன் நாயரின் முகபாவம், தனக்குத் தெரிந்திருந்த ஒன்றை, அவளைக்கொண்டே அப்பாவிடம் வெளியிட வைத்துவிட்ட ஒரு திருப்தியைக் காட்டுகிறதோ என்று அவரைச் சந்தேகிக்க வைத்தது.

எனினும், அனந்தன் நாயர் தன் ஆவலையெல்லாம் அடக்கிக் கொண்டு, அவளே தொடரட்டுமென்ற தோரணையில் மௌன மாய் உட்கார்ந்திருந்தார்.

38

என்னவோ ஒரு கனவு காணும் நிலையில் மாதவிக் குட்டி உட்கார்ந்திருப்பது போல் அனந்தன் நாயருக்குத் தோன்றியது. அவள் முகத்தில் ஒரு வேதனையின் வரைகள் மெல்ல மெல்ல ஊர்ந்து படர்வதையும் அவரால் காண முடிகிறது. அவள் நெஞ்சில் என்னவோ ஒரு மனப் போராட்டம் நிகழ்வதாக நினைத்தார் அவர். சற்றுக் கழிந்து, சோகத்தின் இழையோடும் ஒரு வேதனை தொனியில் அவள் தொடர்ந்தாள்:

"ஹூம் . . . என்னைப் பெற்றவளை 'அம்மா'ண்ணு குறிப்பிட்டு அந்த வாக்கைக் கறைப்படுத்த எனக்குக் கஷ்டமாத்தான் இருக்குது . . . ஆனாலும் என்னைப் பெற்றுவிட்ட பாவத்துக்கு அந்த வாக்கையே இங்கே உபயோகிக்கப் போறேன் . . ." என்று அவள் சொன்ன போது, பிரபாகரன் நாயருக்கு அது அவ்வளவாக ரஸிக்க வில்லை என்பதை அனந்தன் நாயர் மெல்லக் கவனித்துக் கொண்டார். ஆனால், இதுவரை எதையெல்லாமோ தான் இழந்துவிட்டதாக மனக்கஷ்டப்பட்டுக்கொண் டிருந்ததெல்லாம் அனாவசியம் என்று இவள் வார்த்தைகள் தன்னை ஆசுவாசப்படுத்துவதாக அவருக்குத் தோன்றியது.

"எனக்கு அறிவு வந்துகிட்டிருந்த நாளில் அம்மாவை நினைக்கும்போதெல்லாம், எதுக்கெடுத்தாலும் என்னைப் போட்டு அறைஞ்சு அழவைக்கும் காட்சிதான் நிழல் கோடாக முதலில் எனக்கு ஞாபகம் வரும். பிறகு அம்மா வைப் பற்றி எனக்குக் கிடைச்ச விவரமெல்லாம் காமாட்சி யம்ம அம்மூம்மா, என் பள்ளிக்கூட சக மாணவிகள், ஊர் உலகு – இங்கெல்லாம் இருந்துதான் . . ! உங்ககிட்டெ எவ்வளவோ தடவை அம்மாவைப் பற்றிய எத்தனையோ சந்தேக நிவர்த்திகளுக்காக நான் வந்தப்போ எல்லாம் ஒண்ணுலெ நீங்க மௌனம் சாதிச்சுவிடுவீங்க . . . இல்லாட்டி பேச்சை மாற்றிவிடுவீங்க . . ."

அவள் சிறிது நிறுத்தினாள்.

"மோளே ... உங்ககிட்டெ என் தரப்பு வாதத்தைச் சொல்லக் கூடாதுண்ணு இவ்வளவு காலமாக, வேண்டுமுண்ணேதான் நான் ஒத்திப் போட்டுக்கொண்டு வந்தேன். ஆனா ... உங்களுக்கு வயசும் அறிவும் வரும் ஒரு காலத்தில் இப்படியொரு கட்டத் துக்கு நாம வருவோம், அப்போ உங்க ஒவ்வொரு கேள்விக்கும் நான் பதில் சொல்லியாகணுமுண்ணு எனக்கு அண்ணைக்கே தெரியும் ..."

மாதவிக்குட்டி லேசாகச் சிரித்தாள்.

"அப்பா... உங்ககூட இவ்வளவு காலமா நாங்க வாழ்ந்தும் கூட, உங்க தரப்பு வாக்குமூலத்தை மட்டும்தான் நாங்க ரெண்டு பேரும் இதுவரை கேட்டதில்லை... மற்றபடி, ஊர் உலகுக்க சாட்சியங்கள், ஏன் எங்களை விட்டுவிட்டுப் போயிட்ட பிரதிவாதியின் வாக்குமூலத்தைக்கூட நாங்க ரெண்டுபேரும் கேட்டுவிட்டோம் என்பது ஆச்சரியமா இல்லையா...?"

அனந்தன் நாயர் சிறிது நேரம் மௌனமாக இருந்தார். பிரபாகரன் நாயரை ஏறெடுத்துப் பார்த்தபோது, அவனும் அதை ஆமோதிப்பதாகவே அவருக்குப் பட்டது.

"என் இத்தனை கால மௌனத்திலிருந்து நான்தான் குற்றவாளி என்ற முடிவுக்கு நீங்க வந்துட்டீங்க... இல்லையா..?" என்று அவர் கேட்டபோது, மாதவிக்குட்டி மட்டும், "இல்லை, இல்லவே இல்லை..." என்று மறுப்பதை அவர் கவனித்துக் கொண்டார்.

"உங்க பிஞ்சு மூளைகளில், உங்களைப் பெற்றவளைப் பற்றிய என் தரப்புக் காரணங்களை மட்டும் வலுக்கட்டாய மாகத் திணிச்சு, அதன் மூலம் உங்க மூளைகளைக் கழுவி, சுய சிந்தனையை மழுங்கடிக்க நான் ஆசைப்படவில்லை... நீங்க நம்பினாலும் சரி, நம்பாட்டாலும் சரி இதுதான் காரணம்... ஆனா... இப்போ உங்க ரெண்டு பேருக்கும் சொல்ல வேண்டிய வைகளையெல்லாம் சொல்லுங்க... பிறகு உங்களுக்கு ஏதாவது கேக்கணுமுண்ணா கேளுங்க... எல்லாற்றிற்கும் நான் பதில் சொல்லுவேன்... ஏன்ண்ணா நான் எதிர்பார்த்திருந்த அறிவும், வயசும் வந்துவிட்ட பிராயம்தானே இப்போ உங்க ரெண்டு பேருக்கும்..!" என்று முடித்துவிட்டு, மேலே மாதவிக்குட்டியைத் தொடருமாறு அவர் சொன்னார்.

மாதவிக்குட்டி தொடர்ந்தாள்:

"அப்படி, நீங்க ஒண்ணும் சொல்லாமலேயே, வெளி யுலகத்திலிருந்து நான் அறிஞ்சுகிட்ட விவரங்களும், தாய்ப்

பாசத்துக்க இழப்பும் என் பிஞ்சு மனசில் அம்மாமீது ஒரு வெறுப்பையும், ஆத்திரத்தையும் உண்டாக்கிவிட்டிருந்தன. அது வெடிக்கத் தருணம் பார்த்துக்கொண்டிருந்தபோது ஒரு நாள் – அப்போ நான் எஸ்.எஸ்.எல்.ஸியில் வாசித்துக்கிட்டிருந்தேன். நானும் விலாஸினியும் ஸ்கூல் விட்டு இறங்கிக் கொஞ் சதூரம்தான் நடந்திருப்போம்... ஒரு பெரிய கார் எங்க பக்கத்தில் வந்து நிண்ணது. காரிலிருந்து இறங்கி என் அருகில் வந்து, 'மோளே... மாதவிக்குட்டீ... என்னைத் தெரியுதா?'ண்ணு கேட்ட உருவத்தைத் தலை நிமிர்ந்து பார்த்தேன்... என் நெஞ்சுக்குள்ளே கடுமையா ஒரு வேதனை... காருக்குள்ளிருந்த ஒருவர் என்னையே உற்று நோக்குவதும் தெரிஞ்சது... சடக்கிண்ணு என் உள்ளத்திலிருந்து என்னவோ சொல்லத் தெரியாத ஒரு வெறி வீறிட்டுக்கொண்டு வெளிவருவதுபோல் எனக்குத் தோணிச்சு... 'தெரியாது'ண்ணு சொல்லிவிட்டு, பின்னால் விலாஸினி வாறாளாண்ணு பாக்கக்கூட நிக்காமல் ரோட்டிலிருந்து திரும்பிய ஒரு சின்னச் சந்தில் நுழைஞ்சு விடுவிடுண்ணு ஒட்டமும் நடையுமா வீட்டுக்கு வந்துட்டேன்."

நிறுத்திவிட்டு விழிகளை மாதவிக்குட்டி துடைத்துக்கொள்வதை அனந்தன் நாயர் கவனித்தார்.

பரம சாதுவாகத் தன் முன்னால் நடமாடிக்கொண்டிருக்கும் இவளுக்கு இப்படியொரு முகமா? அனந்தன் நாயரால் நம்பவே முடியவில்லை.

"மோளே... நீ எங்கிட்டெ அப்போ இதைச் சொல்லவே இல்லையே...!"

அவள் லேசாகச் சிரித்தாள்.

"இது மட்டுமில்லே... இனி நான் சொல்லப்போவது ஒண்ணுமே இதுக்கு முந்தி உங்ககிட்டெ நான் சொன்னதே இல்லை... வேண்டுமுண்ணேதான்..! ஏன்ன்ணா, நான் வயசில் சிறியவளாக இருந்தாலும், ஒவ்வொரு நிமிஷமும் நீங்க எவ்வளவு பெரிய வேதனையில் வெந்து வெண்ணீறாகி வாழ்ந்துகிட்டிருக்கீங்கண்ணு எனக்குச் சரிவரத் தெரியும் அப்பா..!"

இதைக்கூடக் கேட்டபோது ஆச்சரியத்தால் அவருக்கு நாக்கெழவில்லை. தான் நினைத்ததுபோல், தன் வாழக்கை வீணாகிவிடவில்லையா..?

வெளியிலிருந்து பறந்து வந்து மின்சார விளக்கை இரண்டு மூன்று தடவை சுற்றிச் சுழன்று, அதன் ஷேடில் மோதிக் கீழே விழுந்த ஒரு பெரிய கருவண்டைப் பிரபாகரன் நாயர்

❖ 250 ❖ பள்ளிகொண்டபுரம்

எழுந்துபோய் காலால் வெளியில் தட்டியெறிந்துவிட்டு வந்து உட்கார்ந்ததை அனந்தன் நாயர் கவனித்தார்.

சிறிதுநேர மௌனத்திற்குப் பிறகு மாதவிக்குட்டியே தொடர்ந்தாள்:

“அடுத்த நாள் ஸ்கூலில் வச்சு என்னைக் கண்டதும் விலாஸினி, ‘பாவம்... நேத்தைக்கு உங்க அம்மா எல்லாத்தையும் எங்கிட்டெ சொல்லி ரொம்ப வருத்தப்பட்டா... ஆனாலும் நீ அவுங்களை அப்படி உதாசீனம் பண்ணிவிட்டு ஓடி வந்திருக்கப்படாது... எப்படியானாலும் உன்னைப் பத்து மாசம் சுமந்து பெற்று அஞ்சு வயசு வரைக்குமாவது வளத்தவங்க அல்லவா...’ – என்றெல்லாம் பெரிய கிழவி போல் சொல்லித் தர்க்கித்தும், எனக்கு அம்மா மீது ஏனோ இரக்கம் தோணல்லை... இதுக்கெல்லாம் அப்போ கூடிப்போனா எனக்குப் பதினாறு வயசுதான் இருக்கும். இருந்தும்கூட, இன்னதுண்ணு தெரியாத எதையெதையெல்லாமோ நான் நஷ்டப்படக் காரணமாயிருந்த வண்ணு அம்மாமீது எனக்குச் சகிக்கமுடியாத வெறுப்புத்தான் வந்தது. அதனாலெ பள்ளிப் படிப்புக்குப் பிறகு, விமன்ஸ் காலேஜில் நான் சேர்ந்தபின்னும், எங்கிட்டெ ஓரிரு தடவை கூட வலிய நெருங்கிவந்த அம்மாவிடம், முதல் தடவை போலவே நடந்துகொள்ள வேண்டி வந்தது. ஆனா... இந்த மாதிரிக் கட்டங்களுக்குப் பிறகு, வீட்டுக்கு வரும்போதெல்லாம் கொந்தளிச்சுக் குமுறும் என் மனசை ஆரும் காணாமெ அழுது தீர்ப்பதின் மூலம் ஒருநிலைப்படுத்த நான் பிரம்மபிரயத்தனம் செய்யவேண்டியிருந்தது. என்கூட எப்பவும் இருக்கும் விலாஸினி ஒருத்திதான் இதுக்கெல்லாம் சாக்ஷி...!”

என்னவோ நினைத்துக்கொண்டது போல் மாதவிக்குட்டி மௌனமானாள். பாவம்... இந்த வயசில் இவள் இவ்வளவு தூரத்திற்கு இவ்விஷயத்தில் அவதிப்பட்டிருக்கிறாளா என்று அனந்தன் நாயருக்கு ஒருபுறம் வியப்பும், மறுபுறம் வருத்தமும் வந்தன. ஒருவிதத் துறவி வாழ்க்கை மேற்கொண்டு இதையொன்றும் அறியாமலிருந்துவிட்ட தன் மதியீனத்தை மனதிற்குள் நொந்துகொண்டார் அவர்.

“உம்... உம்... வளவளண்ணு நீட்டிக்கொண்டிருக்காமெச் சீக்கிரமா சொல்லி முடி...” என்ற பிரபாகரன் நாயரின் வார்த்தைகள் அவள் மனப்போக்கில் அவனுடைய எதிர்ப்பை மறைமுகமாய் வெளிப்படுத்துவதாய் அவருக்குத் தோன்றியது.

“கடைசியில், நானும் விலாஸினியும் நெருக்கமான சிநேகிதிங்க என்பதைத் தெரிஞ்சுகிட்ட அம்மா, எப்படியோ அவள் வீட்டைக் கண்டுபிடிச்சுக்கொண்டு, அவள் வழியாக என்

மனசைக் கலைக்கத் தொடங்கினாள். 'நீ இப்போ சின்ன பாப்பா ஒண்ணும் அல்லவே... அவுங்க முகத்தில் விழிக்கவே மாட்டேன்ண்ணு நீ ஒதுங்கி ஒதுங்கிப் போவதுதான் கோழைத் தனம்... ஏன், நேருக்கு நேர் நிண்ணு, உனக்குச் செல்லவேண்டி யதை அவுங்களிடம் சொல்வதோடு, அவுங்க உன்கிட்டெப் பேசுவதைக் கேட்கவும் இது உனக்கு ஒரு வாய்ப்பல்லவா?' எனப் பல நாளாக விலாஸினி திரும்பத் திரும்ப எங்கிட்டெச் சொல்லி என் மனசைக் கரைச்சுவிட்டாள். அப்படித்தான், பி.ஏ. முதலாண்டில் மகாராணி காலேஜில் நான் படிச்சுக்கிட் டிருக்கையில், அம்மாவைச் சந்திக்க என்று முன்கூட்டி நிச்ச யிக்கப்பட்ட ஒருநாள் சாயந்திரம், காலேஜிலிருந்து நேராக விலாசினிக்க வீட்டுக்கு நான் போக நேர்ந்தது. அம்மாவின் கூட வேறு யாரும் வரக்கூடாது என்ற என் நிபந்தனையை நான் விலாஸினியிடம் தெரிவிச்சிருந்தேன்."

சொல்லிக்கொண்டு வந்ததை இடையில் நிறுத்திவிட்டு, "தாகமா இருக்கு... கொஞ்சம் தண்ணீர் குடிச்சுட்டு வாறேன்..." என்று கூறி வீட்டுக்குள் அவள் சென்றதும், அவர் நெஞ்சம் ஒரு வெறுமை நிலையில் கிடந்து உழன்று கொண்டிருந்தது.

பிரபாகரன் நாயர் மிகவும் பொறுமையில்லாததுபோல் காணப்பட்டது வேறு அவருக்கு வேடிக்கையாக இருந்தது.

சற்றுக் கழித்து மாதவிக்குட்டி வந்து பழைய இடத்தில் உட்கார்ந்துகொண்டாள்.

"விலாஸினிக்க அறையில் அம்மா எனக்காகக் காத்துக் கொண்டிருந்தாள். எங்க ரெண்டுபேரையும் தனியா விட்டு விட்டு, விலாஸினி வீட்டுக்குள் போய்விட்டாள்."

சிறிது நேரம் என்னவோ உணர்ச்சி வசப்பட்டவள் போல் பேச்சைத் தொடரமுடியாமல் மாதவிக்குட்டி மௌனமாயிருந் தாள். பிறகு சொன்னாள்:

"எங்கிட்டெயிருந்த சக்தி எல்லாத்தையும் ஒண்ணாத் திரட்டி அம்மாவைப் பார்த்தேன். அவள் கண்கள் நிறைவது தெரிஞ்சுது. எனக்கு சோதனை ஆரம்பமாயிட்டது என்பதை நான் உணர்ந்தேன். அழுகை துருத்திக்கொண்டு வந்தது எனக்கு. அவள்முன் வச்சு நான் கண்ணீர்ச் சிந்திவிட்டால் அவள் கண்ணீருக்கு நான் அடிமை ஆயிட்டேன்ண்ணுதானே அர்த்தம். அதனால் பல்லைக் கடிச்சுக்கொண்டு கண்ணீரை நெஞ்சுக் குள்ளேயே புதைச்சுவிடக் கடுமையா முயற்சிக்கத் தொடங் கினேன்.

"'மோளே... உனக்கு எங்கிட்டெ என்னடி கோபம்? உன்னை விட்டு நான் போயிட்டேன்ண்ணா?' என்று அவள் பிரலாபித்துக்

கொண்டே வலுக்கட்டாயமாக என் கையைப் பிடிச்சபோது, நான் மனசைக் கல்லாக்கிக்கொண்டு கையை உதறிவிட்டு விலகி நிண்ணேன். பிறகு குரலைச் சிரமப்பட்டு அழுத்தமா வச்சுக்கொண்டு, 'இப்படி என் முன்னே கிடந்து அழுது காட்டவா என்னைச் சொல்லியனுப்பினீங்க?'ண்ணு நான் கேட்ட பின் தான் அவள் கொஞ்சம் அடங்கினாள்.

"'உம் . . . அந்த அப்பாக்க மகளல்லவா . . .'ண்ணு முணு முணுத்துவிட்டு, 'மோளே . . . என்மேல் ஏன் இவ்வளவு கோபம்? நான் உனக்கு என்ன பாவம் செஞ்சேன்?'ண்ணு அவள் மெல்ல ஆரம்பிச்சாள். நான் மனசைக் கொஞ்சம்கூட திடப்படுத்திக் கொண்டு, 'இப்படிக் கேட்க உங்களுக்கு வெட்கமா இல்லை யா?'ண்ணு அவளை மடக்கினேன்.

"'அண்ணைக்கு நான் இருந்த நிலைமை உனக்குத் தெரி யாதடீ . . .' என்று அவள் ஆரம்பிச்ச போது, 'எல்லாம் எனக்குத் தெரியும்! ஆனா . . . உங்களுக்கு உங்க பிள்ளைகள் நாங்க என்ன கொடுமை செஞ்சோம் . . ?' என்று கேட்டேன் நான். 'நான் உங்களையும் கூட கூட்டிக்கிட்டு வராதது தப்புண்ணாச் சொல்றே?' என்று அசட்டுத்தனமாக அவள் கேட்டபோது, என் தன்மானத்தையே அவள் சவாலுக்கு அழைப்பதைப் போன்ற கோபமும், அருவருப்பும் தாக்க, 'அப்படிச் செஞ் சிருந்தால் இதுக்குள்ளே எண்ணைக்கோ நாக்கைப் பிடுங்கிக் கிட்டு நான் செத்திருப்பேன்'ண்ணு சத்தம் போட்டேன் நான். அதுவரை நான் அணைபோட்டு வெச்சிருந்த என் சமநிலை தவறி, எனக்கு அறிவு வந்த ஆதிநாளிலிருந்து அண்ணைக்கு வரை என் மனசில் சேத்துவச்சிருந்த எல்லாத்தையும் எந்த விதத் தணிக்கைக்கும் ஆளாக்காமல் அப்படியே அவகிட்டே கொட்டித் தீர்த்துவிடவேணுமென்ற ஒரு ஆவேசத்தில், 'அப்பாவை உங்களுக்குப் பிடிக்கல்லைண்ணா, வியாதி பிடிச்ச அவரையும் அவரிடம் உங்களுக்குப் பிறந்த ரெண்டு குழந்தை களையும் உதறித்தள்ளுவதுதான் அதுக்கு ஒரே ஒரு பரிகார மார்க்கமுண்ணு எனக்குத் தோணல்லே. நீங்க அப்படி உதறித் தள்ளிவிட்டதோடு மட்டும் நிண்ணிருந்தால், இதைவிட எனக்குக் கொஞ்சம் ஆறுதலா இருந்திருக்கும். ஆனா . . . இன்னொருத் தனுக்க சமூக அந்தஸ்தில் மயங்கிய நீங்க, அவன்கூட கள்ளக் களவில் ஓடிவரத்தான் எங்களை மூணு பேரையும் தூண்ணு உதறித் தள்ளினீங்க! நீங்க என்னதான் உங்க கண்ணீரையும், புதிய மாப்பிள்ளைக்க பகட்டையும் எல்லாம் காட்டி வலை வீசினாலும் நான் என் அப்பாவின் கட்சி . . ! இப்படியொரு மகள் இருக்கிறாள் என்பதையே நீங்க மறந்துவிடலாம்.' இப்படி என்னவெல்லாமோ என் வாயில் வந்ததையெல்லாம் சத்தம் போட்டுச் சொன்னேன்.

"விலாஸினி வந்து தடுத்தபோதுதான் நான் அடங்கினேன். என் உடம்பு பூரா வியர்த்துவிட்டது, கை கால்கள் எல்லாம் பதறின. மிகவும் அவமானப்பட்டு விலாஸினியிடம்கூட சொல்லிக் கொள்ளாமல், காரிலேறி அம்மா போய்விட்டபிறகு, அதுவரை அடக்கிவச்சிருந்த கண்ணீரை அதன் போக்கிலேயே ஒழுக விட்டு இடிஞ்சு போய் நான் அப்படியே உட்கார்ந்துவிட்டதும், நான் அளவு மீறிவிட்டதாக விலாஸினி குற்றம் சாட்டத் தொடங்கிவிட்டாள். அதைக் கேட்டதும் என் மனசு இன்னும் உடைஞ்சு சிதறிப் போய்விட்டது. அப்போதான் தர்மபாலன் அங்கே வந்தார். முதல் முறையாக அவரை நான் பார்ப்பது அப்போதுதான்!

"'மன்னித்துக்கொள்ளுங்கள் ... உங்க குடும்ப விஷயத்திலே அனாவசியமா நான் தலையிடுவதாக நினைக்கக் கூடாது ... நீங்க உங்க அம்மாகிட்டெ சொன்னவை எனக்கு அரைகுறை யாகத்தான் கேட்டது ... உங்க மன நிலைமையை உணர்ந்து கொண்டு பார்க்கும்போது உங்கள் பேச்சில் எதுவுமே தப்பித மாக எனக்குத் தென்படவில்லை ... அவுங்களிடம் பேசிக்கொண் டிருக்கும்போது, கடைசிவரை, பாச உணர்ச்சியை ஆட்கொண்டு நின்ற உங்க பகுத்தறிவின் முன் – தார்மீகக் கோபத்தின் முன் நான் தலைவணங்குகிறேன்' என்று அவர் சொன்னபோதுதான் என் மனசு ஆசுவாசம் அடைஞ்சது."

39

மழை பெய்துவிட்டு ஓய்ந்ததைப் போன்ற ஒரு அமைதி. வெளியில் சீவிடுகளின் சில் ஒலி தவிர, தூரத்தில் தவளைகளின் விட்டு விட்டுள்ள சங்கீதமும் கேட்கிறது.

இவள் மாதவிக்குட்டிதான் என்ன பேச்சு பேசிவிட்டிருக்கிறாள் என்று அனந்தன் நாயரின் மனம் கிடந்து அடித்துக்கொண்டது. எனக்குக் கார்த்தியாயினியிடம் கேட்க வேண்டியிருந்தவைகள், கேட்க ஆசைப்பட்டும் கேட்கமுடியாதவைகள் எல்லாவற்றையும் எனக்காக அவகிட்டே பேசித்தீர்த்துவிட்ட என் கண்ணுமோளே ... உனக்கு, நான் ... நான் ... எப்படி நன்றி செலுத்துவேன் ..? இப்படியெல்லாம் அனந்தன் நாயரின் மனம் சொல்லிக் கொண்டே இருந்தது.

தன் சொந்த மகள்தான் .. ! ஆனாலும் இவளிடம் தன் அன்பை, அதிகரித்த நன்றியை வேறு எப்படிக் காட்டுவது? அனந்தன் நாயரின் வாழ்க்கையில், முதல் முறையாக, தன் மகள் இவளின் வயசு ஒரு பெரிய தடையாகத் தோன்றியது! இவளே சின்னப் பெண்ணா இருந்திருந்தால், இதற்குள் ... உம் ... தகப்பனும் மகளும் ஆனாலும் வயசு ஒரு பெரிய குறுக்குச் சுவர்தான் .. !

அடுத்த வீட்டில் எங்கோ மணி பன்னிரண்டு அடித்ததும், என்னவோ ஒரு திக்பிரமையிலிருந்து விடு பட்டவர் போல், “சரி ... இன்னொரு முறைகூட அங்கே தர்மபாலன் வீட்டுக்குப் போனதாய்ச் சொன்னயே ... அதைக்கூடச் சொல்லிவிடு மோளே ...” என்று அனந்தன் நாயர் சொன்னதும், மாதவிக்குட்டி தன் தீவிர சிந்தனையிலிருந்து மீண்டதுபோல், பெருமூச்சு விட்டுவிட்டு, “உம் ... ரெண்டாவதாக அங்கே நான் போன அண்ணைக்குத் தான் விலாஸினியைக் கடைசியாக நான் பார்த்தது .. !” என்றபோது, “என்னா?” என்று கேட்டான் பிரபாகரன் நாயர்.

“ஆமாம் சேட்டா ... பி.ஏ. கடைசி ஆண்டில் அரைப் பரீட்சை கழிவது வரையிலும், எல்லோரையும் போலத் தான் இருந்தாள் விலாஸினி. ஆனா ... கிருஸ்த்மஸ் விடுமுறைக்குப் பிறகு மிகவும் மெலிஞ்சு முகமெல்லாம் வெளிறிப் போய்க் காணப்பட்டாள் அவள். அவகிட்டே இருந்த அழகும், துடி துடிப்பும் எல்லாம் எங்கேதான் போய் மாயமாய் மறைஞ்சு விட்டதோ ..! மத்தியானம் எங்ககூட சாப்பிட வருவதையும் அவள் நிறுத்திவிட்டாள். பக்கத்திலிருந்த கடைக்குப்போய் எலுமிச்சம்பழம் பிழிஞ்சு விட்டு ஒரு தம்ளர் தண்ணீர் மட்டும், குடிக்கமுடியாமெ ரொம்பக் கஷ்டப்பட்டுக் குடிப்பாள். வகுப்பில் இருக்கும்போது, தலைச்சுற்றல், நெஞ்சு வேதனை, வயிற்றுவலி முதலியவைகளால் ரொம்பக் கஷ்டப்படுவாள். அதோடு எழுந்து போய் குடிச்ச தண்ணீரை முழுதும் வாந்தியெடுப்பாள். உடம்பு முழுதும் வியர்த்துக் கொட்டும் ... – இது தினசரிப் பழக்கமா யிட்டது. என்ன மாய வியாதியோ ..! காலேஜில் பலர் பல வாறாகப் பேசிக்கொண்டாங்க ... இப்படியிருக்கையில்தான் ஒருநாள் அவள் அண்ணனை வழியில் பார்த்தேன். சோர்ந்து போய் மிகவும் பரிதாபமாகக் காட்சியளித்த அவரிடம் விலா ஸினியைப் பற்றி நான் கேட்டபோது அவர் கண்கள் கலங்கின. பதில் எதுவும் சொல்லவில்லை. நான் மீண்டும் மீண்டும் வற்புறுத்திக் கேட்ட பிறகு, ‘இன்னும் அவளைக்கூடச் சரியாக அறிவிக்கவில்லை ... நீயும் சொல்ல வேண்டாம் ... அவளுக்கு கேன்சர் ... இங்கே வாரியரைவிட பெரிய டாக்டர் இல்லை ... அவர்தான் சிகிச்சை செய்யுறார் ... ஆனா ... நோய்க்கு ஒரு குறைவையும் காணவில்லை ... இப்போ அவர் சொல்லுறார், வெல்லூருக்குப் போய் ஆப்பரேஷன் செய்யணுமுண்ணு! ஆப்பரேஷனில் அவள் மிஞ்சுவாள்ண்ணு உறுதியாகச் சொல்ல முடியாதாம் ... உம் ... என் யந்திர வாழ்க்கையில் வீடுமாக எனக்கு ஒரு பந்தம் இருக்கிறதுண்ணால் அது விலாஸினியால் மட்டும்தான் ..!’ – என்றெல்லாம் தர்மபாலன் சொல்லிக்கொண் டிருந்தபோது என் மனசு உடைஞ்சு சிதறிப்போய்விட்டது ...”

மாதவிக்குட்டி மௌனமானாள். தாங்க முடியாத வேதனை யில் கன்றிப்போய் அவள் குரல் ஒலித்தது. தன் சுய கவலையை மறந்து விலாஸினிக்காகத் தன் உள்ளமும் உருகுவதாக அனந்தன் நாயருக்குத் தோன்றியது.

“‘எப்படியாவது இந்தப் பரீட்சை எழுதி பாஸாகி மார்க் லிஸ்டையும் பார்த்துவிடணும் எனக்கு ... அதுக்கு முன் வேறெங்கும் வர முடியாது’ன்னு இவ்வளவு உபாதைகளின் இடையிலும் பிடிவாதமாக விலாஸினி மறுத்துவிட்டாள். உம் ... அவள் பரீட்சை எழுதிய அதே அறையிலிருந்து நானும் பரீட்சை எழுதினேன் ... எல்லாம் நேற்றைக்கு நடந்ததுபோல்

❖ 256 ❖ பள்ளிகொண்டபுரம்

எனக்கிப்போ ஞாபகம் இருக்குது ... காலேஜில் ஆசிரியர்கள், பிரின்ஸிபால் எல்லோருக்கும் தெரியும், படிப்பில் அவளை யாருக்கும் மிஞ்சமுடியாதுண்ணு! ஆனால் உட்கார்ந்து படிக்க முடியாத அவஸ்தை! பேனாவைக் கையிலெடுத்து எழுத முடியாத கோரம்..! இவ்வளவு அவஸ்தைகளின் இடையிலும் வகுப்பில் வச்சுக் கேட்கும் விரிவுரைகள் மட்டும்தான் அவள் கைமுதல்..! பரீட்சை தேதிகளில் பிரின்ஸிபால் விலாஸினிக்கென்று மேலிடத்திலிருந்து பிரத்யேக உத்தரவு வாங்கி ஒருசில சௌகரியங்கள் செய்துகொடுத்திருந்தார். ஒரு பெஞ்சும் டெஸ்கும் முழுதும் அவளுக்குப் பரீட்சை எழுத என்று விட்டுக்கொடுக்கப்பட்டிருந்தது. பரீட்சை தொடங்க பெல் அடிச்சதும் டாக்ஸியில் அவளைக் கூட்டிக்கிட்டு வந்து பரீட்சை ஹாலில் விடுவார் தர்மபாலன். ஒரு பிளாஸ்க் நிறைய எலுமிச்சம்பழத் தண்ணீரும் அவள் பக்கத்தில் கொண்டுவந்து வச்சுவிட்டுப் போய் வெளியில் நிற்பார் அவர். பத்து நிமிஷம் விடைத்தாளில் அவள் எழுதுவாள். உடனையே உடல் வியர்க்க கைகால்கள் தளர, அப்படியே அந்தப் பெஞ்சியில் படுத்துவிடுவாள். சிலபோது எழுந்து போய் வாஷ் பேஸினில் வாந்தியெடுத்துவிட்டு வருவாள் ... மீண்டும் ஒருசில நிமிஷங்கள் எழுதுவாள்! – இப்படி பதினஞ்சு நாட்கள் அவள் பட்ட கொடுமையான அந்த பிராணாவஸ்தையை நினைச்சுப்பார்த்தால் எனக்கு இப்பவும் புல்லரிக்குது அப்பா..!"

மனதைத் திடப்படுத்தத்தான் மாதவிக்குட்டி அப்படிச் சிறிது நேரம் மௌனமாய் உட்கார்ந்திருப்பதாய் அனந்தன் நாயருக்குப் பட்டது.

"அதிகமென்ன..! ரிஸல்ட் வந்தது. விலாஸினிக்கு முதல் வகுப்பு இருந்தது. மார்க் லிஸ்டும், ப்ரொவிஷனல் ஸர்ட்டிபிகட்டும் வாங்க நான் போயிருந்தபோது, அங்கே தர்மபாலனும் வந்திருந்தார். விலாஸினிக்கு எல்லா விஷயங்களுக்கும் நல்ல மார்க் இருந்தது. அடுத்த நாள் வெல்லூருக்கு விலாஸினியையும் கூட்டிக்கொண்டு போவதாக அவர் சொல்லி அறிஞ்சபோது, அவர் கூடவே அவளைப் பார்க்க அவர்கள் வீட்டுக்குப் போனேன். இப்படித்தான் ரெண்டாவது முறையாக அவர்கள் வீட்டுக்கு நான் செல்ல நேர்ந்தது!"

மாதவிக்குட்டி நிறுத்திவிட்டு, தன் அப்பாவையும் அண்ணனையும் ஒரு தடவை ஏறெடுத்துப் பார்த்துவிட்டுத் தலைகுனிந்தாள். விழிகள் நிறைய தாங்கமுடியாத ஒரு சோக தொனியில் அவளே மேலே தொடர்ந்தாள்:

"கசங்கிய பூச்சரமாய்ப் படுக்கையில் கிடந்தாள் விலாஸினி. அவளை அப்படியே கொஞ்சநேரம் பார்த்துக் கிட்டிருந்தபோது, என் மனசில் என்னவோ சொல்லத் தெரியாத ஆயிரமாயிரம் உணர்வுகள் எழும்பி எழும்பி வந்துகொண்டேயிருந்தன.

“பள்ளியில் படிக்கும் பிஞ்சு நாளில், எல்லோரிடமிருந்தும் தனிப்பட்டுப்போன என் வாழ்க்கைக்கு ஆறுதலாக வந்துசேர்ந்த அந்தச் சிறுமி விலாஸினியா இவள்! என் ஆசை நிராசைகளில் எல்லாம் பங்கு பெற்றவள்! என் தர்மசங்கடங்களுக்கு எல்லாம் என்கூட நின்றவள் . . ! ஹ ூம் . . . என் அம்மாவையும் என்னையும் சேர்த்துவைக்கத்தான் இவள் எவ்வளவு தூரம் பாடுபட்டாள் . . ! – இப்படிச் சொல்லத்தெரியதா என்னென்னமோ நினைவலைகள் வந்து முட்டி மோதி என் இதயத்தைக் கசக்கிப் பிழிந்துகொண்டிருந்தன. வாயைத் திறந்தால் எங்கே அழுதுவிடுவோமோண்ணு மௌனமாய் அவளையே பார்த்தவாறு உட்கார்ந்திருந்தேன் நான். மார்க் லிஸ்டை தர்மபாலனிடமிருந்து ஆவலோடு வாங்கிப் பார்த்துவிட்டு, கண்ணீரோடு அவள் சிரிச்சது என்னைப் பாடாய்ப் படுத்தியது.

“‘மாதவிக்குட்டீ . . . வெல்லூர் ஆஸ்பத்திரிக்குப் போகமுந்தி பி.ஏ. பாஸாகி இந்த மார்க்கு லிஸ்டையும், ப்ரொவிஷனல் ஸர்ட்டிபிகட்டையும் எப்படியும் ஒரு தடவை பார்த்துடணுமுண்ணு என்னமோ என் மனசில் ஒரு பைத்தியக்காரத்தனமான ஆசையடீ . . ! எல்லாம் எனக்குத் தெரியும் . . . உம் . . . நான் அங்கே இருந்து திரும்பிவந்தா உண்டு . . !’ என்று சொல்லி நிறுத்திவிட்டு, ‘பாவம் . . . சேட்டன் . . !’ என்று அவள் பெருமூச்சு விட்டபோது, அவள் விழிகளின் ஆழத்தில் என் பொறிகளையெல்லாம் சிலிர்த்து ஜில்லிடவைக்கும் ஒரு பரிதாப வேண்டுகோள், பளிச்சிண்ணு வெளியே தன்னை இனம் காட்டிக் கொள்ளச் சங்கடப்பட்டுக்கொண்டு, அஞ்சி அறைத்து நிண்ணுகொண்டிருப்பது எனக்கு மட்டும் தெரிவதாய் எனக்குத் தோணியது. என்னமோ ஒரு உணர்ச்சிப் பரவசத்தோடு, என் பின்னால் நிண்ண தர்மபாலனை ஒரு தடவை திரும்பிப் பார்த்துவிட்டு விலாஸினியின் கைகளைப் பற்றிக்கொண்டு அவள் ஈர விழிகளை நான் ஏறிட்டுப் பார்க்கையில், என் பார்வையில் அவள் என்ன கண்டாளோ . . . எனக்குத் தெரியாது . . . ஆனால் அங்கே அவள் கண்களில் ஒரு திருப்தியின் ஒளி மின்னி மறைவது எனக்குப் புலனாகிறது . . !

“அப்படி சாகப்போகும் அவளுக்கும், சாகாமல் நிண்ணுகிட்டிருந்த எனக்கும் இடையில், எந்த வார்த்தைகளும் இல்லாமல் மௌனமாய் ஒரு ஒப்பந்தம் கைமாறப்பட்டதாக உள்ள ஒரு புனித உணர்வுடன் நான் அங்கிருந்து விடை பெற்றுக்கொண்டு திரும்பினேன்.

“அதுக்குப் பிறகு விலாஸினியை நான் காணவே இல்லை. வெல்லூரில் வச்சு ஆப்பரேஷனுக்குப்பின், நினைவு திரும்பி வராமலேயே அவள் இறந்துபோய்விட்டாள் என்ற விவரத்தை

ஒரு மாசம் கழிஞ்சு தர்மபாலன் சொல்லித்தான் நான் அறிஞ்சதே . . !”

சிறிது நேரத்திற்கு யாரும் பேசவில்லை. அங்கே நிலவிய மௌனத்தில்கூட, கண்ணீர்த் துளியின் ஈரம் கலந்திருப்பதாக அனந்தன் நாயருக்குத் தோன்றியது. பிரபாகரன் நாயர்தான் முதலில் பேசினான்:

“ட்டூ ஸென்டிமென்டல் . . !”

மோனச் சிந்தனையில் ஆழ்ந்துவிட்ட மாதவிக்குட்டியை அவன் வார்த்தைகள் ஏளனமாய்ப் போய்த் தாக்கியிருக்க வேண்டும். அவள் சடக்கென்று தலை நிமிர்ந்து அவனைப் பார்த்தாள். அவள் முகத்தில் நிரம்பி நின்ற வேதனையை இன்னும் அதிகப்படுத்திக் காட்டியது அவளுடைய அந்தச் சிரிப்பு.

“இருக்கலாம் சேட்டா . . ! பெண்கள் எங்க வாழ்க்கையே ஸென்டிமென்டலாகத்தானே இருக்குது . . . பிறகு விலாஸினியும் நானும் மட்டும் விதிவிலக்காகவா போகிறோம் . . ?”

40

அனந்தன் நாயரின் மனம் பாறையாய்க் கனத்தது.

ஒன்றுமே பேச முடியாத ஒரு உள்ளத் தளர்ச்சி . . .

சற்றுக் கழிந்து என்னவோ பேச அவர் வாய் திறந்ததும், "அப்பா . . . நான் அவுங்க வீட்டுக்கு ரெண்டு தடவை போனதைப் பற்றியெல்லாம் சொல்லி முடிச்சுவிட்டேன். ஆனா . . . இது சம்பந்தமா, இதுவரை உங்ககிட்டெ சொல்லியிராத இன்னொரு விஷயத்தைக்கூடச் சொன்னா தான், இத்தனை நேரமாக நான் சொல்லிக்கிட்டிருந்தது முழுமையாகும் . . ." என்று மாதவிக்குட்டி சொன்னபோது, "சொல்லம்மா . . ." என்று கூறாமலிருக்க அவரால் முடிய வில்லை.

"வேறொண்ணுமில்லே . . . ரெண்டு மூணு மாசத்துக்க முந்தி ஒருநாள், மத்தியானம் மூணு மணி இருக்கும், ஆபீஸில் நான் வேலையில் ஈடுபட்டிருந்தப்போ என் கொயரி கௌண்டரிலிருந்து ஒரு போன் கால் வந்தது, என்னைப் பார்க்க யாரோ வந்திருக்காங்கண்ணு! யாராக இருக்குமென்ற ஒருவிதக் குழப்பத்தோடு, விஸிட்டேர்ஸ் அறைக்குப் போனேன் . . . அங்கே அம்மா உட்கார்ந்து கொண்டிருந்தாள். நான் திடுக்கிட்டேன் . . . என்னைக் காணும்போதெல்லாம் ஆளாகும் ஒரு பரபரப்புக்கு அப் போதும் அவள் ஆளாவதை நான் கவனிச்சேன். அவள் கேட்டுக்கொண்டவாறு அவள் அருகில் கிடந்த நாற்காலி யில் நான் உட்கார்ந்துகொண்டேன். கொஞ்ச நேரத்துக்குப் பிறகு, 'மோளே . . ! விலாஸினி செத்துப் போனாளாமே . . . நிஜம்தானா ?'ண்ணு விசாரிச்சாள்.

"'ஆமாம் . . .' என்றேன் நான்.

"'பாவம் . . . புத்திசாலிப் பொண்ணு . . !'ண்ணு அனுதாபப்பட்டுக் கொஞ்ச நேரம் மௌனமாய் இருந்து

விட்டு, வேறு யாரும் கேட்காத விதத்தில் மிகவும் அடக்கமான தொனியில் அவள் சொன்னாள்: 'ஆமாம் நான் ஒரு விஷயம் கேள்விப்பட்டேன் ... உண்மையோ பொய்யோண்ணு எனக்குத் தெரியாது . . !'

"'என்ன விஷயமு'ண்ணு கேட்டேன் நான்.

"'வேறொண்ணுமில்லே உனக்கும் தர்மபாலனுக்கும் இடையில் என்னவோ சிநேகமுண்ணும், நீ அவனைத்தான் கட்டிக்கப் போறதாகவும் ஒரு வதந்தி என் செவியிலும் விழுந்தது ... வாஸ்தவம்தானா? என்னதான் ஆனாலும் அவன் ஒரு ஈழவனல்லவா!' என்று அவள் சொன்னதைக் கேட்டதும் எனக்குச் சுரீருண்ணு ஆத்திரம் வந்தது . . ! ஆனாலும் அடக்கிக் கொண்டு கொஞ்சம் காட்டமாகவே, 'ஒரு ஈழவத்தி மனசு வைக்காமெ இருந்திருந்தா நீங்க என்னைச் சந்திச்சு இப்படிப் பேசிக்கொண்டிருக்கவே முடியாதுண்ணு உங்களுக்குத் தெரியு மல்லவா . . ? அப்போதெல்லாம் இந்த ஈழவ விரோதம் எங்கே போச்சாம்?' என்று நான் கேட்டபோது அம்மாவின் முகத்தைப் பார்க்கச் சகிக்கவில்லை. பிறகு சமாளிச்சுக்கொண்டு, 'அதுக் காக நீ அவள் அண்ணனைக் கல்யாணம் செஞ்சுக்கலா முண்ணா?' என்று அவள் அதட்டலாகக் கேட்டதும், எனக்கு எரிச்சல் வந்தது.

"'அப்படிப்பட்ட நன்றி உணர்ச்சியை உங்ககிட்டெ எதிர் பார்க்க எனக்கென்ன பைத்தியமா?' என்று வர்மமாக நான் கேட்டபோது அவள் முகம் சிவந்தது.

"'ஆமாண்டீ ... நான் நன்றி இல்லாம உங்க அப்பாவை விட்டுவிட்டு ஓடிவந்தவதான் ... அதுக்காக உன் காலிலெ கிடக்குதல்லவா செருப்பு, அதை எடுத்து வேணுமுன்னாலும் என்னை அடி ... ஆனா இப்படிக் குத்திக் குத்தி மட்டும் பேசாதே . . !' என்றபோது அவளுக்கு அழுகையே வந்துவிட்டது. நான் பதிலெதுவும் பேசாமல் உட்கார்ந்திருந்தேன். அவள் கண்ணீர் என் மனசை இரங்கச் செய்யவில்லை ... மாறாக இன்னும் இன்னும் எனக்கு அவள் மீது ஆத்திரம் கூடியது.

"'நான் யாரை வேணுமானாலும் சிநேகிப்பேன் ... கல்யாண மும் பண்ணிக்குவேன். அதைக் கேட்க உங்களுக்கு என்ன உரிமை?' என்று வேணுமுண்ணே திமிராக நான் கேட்டபோது அவள் அப்படியே அசந்துபோய்விட்டாள். கொஞ்ச நேரத்துக்கு வாய் திறந்து பேசவே அவளால் முடியவில்லை.

"'அப்போ இன்னும் நீ பழைய மாதவிக்குட்டியா அண்ணைக்கு இருந்த அதே கோபத்தோடும் வேகத்தோடும் தான் இருக்கே ... உன் மனசு கொஞ்சம்கூட மாறவில்லை யேடி . . !' என்று அவள் ஆற்றாமைப்பட்டாள்.

"'உங்ககிட்டெ கோபம் கொள்ள நான் உங்க யாரும் இல்லை..! இந்த விஷயத்தில் அனாவசியமா நீங்க அலட்டிக்க வேண்டாம். ஆனா... ஒண்ணு..! என்னை இவ்வளவு தூரத்துக்கு வளர்த்து ஆளாக்கிய என் அப்பா சொல்லை மீறி நான் யாரையும் கல்யாணம் செஞ்சுக்க மாட்டேன். இதை மட்டும் வேணுமானால் நீங்க நம்பலாம்' – இத்தனையும் எப்படியோ சொல்லி முடிச்சுவிட்டு, 'எனக்கு நிறைய வேலையிருக்கு... ஒருவேளை ஆபீஸர் கூப்பிடுவாரு'ண்ணு கூறி அம்மாவிடமிருந்து விடுபட்டு, செக்ஷனுக்கு விரைஞ்சு வந்து விட்டேன் நான்."

மாதவிக்குட்டி, முடித்துவிட்டு என்னவோ சிந்தனையில் முழுகிவிட்டதை அனந்தன் நாயர் கவனித்தார்.

ஓஹோ..! கார்த்தியாயினி வேறு இந்த விஷயத்தில் ஈடுபட்டுவிட்டாளா! என்ன அக்கறை மகள் மீதும், மகள் முகாந்திரம் ஜாதித்தூய்மையைக் காப்பாற்றுவதிலும் என்றெல்லாம், அவர் மனம் ஏளனமாய் எண்ணத் தலைப்பட்டது.

இந்த மாதவிக்குட்டிக்கு, அவளிடம் இப்படி அக்குவேறு, ஆணி வேறாகக் கேட்கும் துணிவு எங்கிருந்து கிடைத்தது என்ற வியப்பை மீறி, தன் மகள் அவள்மீது அவர் கொண்டிருந்த மதிப்பும், வாத்சல்யமும் பன்மடங்கு பெருகிவிட்டிருந்தது.

அதோடு, வழக்கம்போல் மனதில் தெளிவில்லாத மோதல்களும்..!

"அப்பா... அவதான் எல்லாவற்றையும் கதையா விவரிச்சுச் சொல்லி முடிச்சுவிட்டாளே... இனியாவது என்னை எதுக்குக் கூப்பிட்டேள்ண்ணு சொல்லக்கூடாதா? எனக்கானா உறக்கம் உறக்கமா வருது..!" என்று கொட்டாவி விட்டவாறு, பிரபாகரன் நாயர் பொறுமை இழந்து சொன்ன வார்த்தைகள் அனந்தன் நாயரை நிமிர்ந்து உட்காரவைத்தன.

"சரிடா... இனி உன் விஷயம்தான்..! ஆனா... முதலிலேயே ஒண்ணைச் சொல்லிவிடுகிறேன் நான்..! எதையாவது மறைச்சு வைச்சுப் பேசும் உத்தேசம் உனக்கு இருக்கிறதுண்ணா, நான் உங்கிட்டெ எதையும் கேட்பதில் அர்த்தமே இல்லை. ஆனா... எதையும் மனம் திறந்து உன் இஷ்டம்போல் நீ எங்கிட்டெ விவாதிப்பதில் எனக்கு எந்த ஆட்சேபணையும் இல்லை..."

அனந்தன் நாயரின் அந்தப் பேச்சு அவனுக்கு அவ்வளவாக ரஸிக்கவில்லை என்பதை அவன் முகபாவம் சொல்லியது.

"எனக்கு உங்ககிட்டெ எதையும் இப்போ ஒளிச்சு வச்சுப் பேசும் உத்தேசம் இல்லை... என்னைப் பொறுத்தவரையில்

அதுக்கு அவசியமும் இல்லை. நீங்க என்ன வேணுமானாலும் கேளுங்கள் . . . மாதவிக்குட்டிக்கு இவ்வளவு தூரத்துக்கு உங்க கிட்டெ பேசலாமுண்ணா, ஒரு ஆணாப் பிறந்தவன் நான் யாருக்குப் பயப்படணும்?" என்று அவன் கேட்டபோது, உள்ளுக்குள் சிரித்துவிட்டு, சுற்றி வளைக்காமல் நேரடியாகத் தனக்குக் கேட்க இருந்ததில் பிரவேசித்தார் அனந்தன் நாயர்.

"உனக்கும் கார்த்தியாயினிக்கும் எவ்வளவு நாளாகப் பழக்கம்?"

அவன் லேசாகப் சிரித்தான்.

"நீங்க கார்த்தியாயினீண்ணு குறிப்பிட்டது என்னைப் பிரசவித்து பத்து வயசு வரைக்கும் வளர்த்திய என் அம்மாவைத் தான்ண்ணு நினைக்கிறேன் . . ." என்று அவன் நாடக பாணியில் கேட்டது அவருக்குப் பிடிக்கவில்லை. ஆனாலும், மௌனமாய் ஆமாம் என்று தலையாட்டினார்.

"எனக்கு இப்போ எவ்வளவு வயசு ஆச்சோ அதுக்குக் கூட வேண்டுமானால், பத்து மாசத்தைக் கூடக் கூட்டிக் கொள்ளுங்களேன் . . ." என்று கூறிவிட்டு அவன் சிரித்தபோது அனந்தன் நாயருக்கு எரிச்சல் வந்தது. அவன் கேலி மொழி மாதவிக்குட்டிக்கும் ரஸிக்கவில்லை என்பதை அவள் முகத்தி லிருந்து அவர் அறிந்துகொண்டார். ஆனாலும் அவனிடம் ஏறுமாறாகப் பேச்சுக்கொடுத்து, காரியத்தைக் கெடுத்துவிடக் கூடாது என்று ஒரு பொறுமையை வருந்தியழைத்துக்கொண்டு அவர் கேட்டார்.

"நான் அதைக் கேட்கவில்லை. உன்னையும் உன் தங்கச்சி யையும், என்னையும் எல்லாம் தள்ளிவிட்டு, விக்கிரமன் தம்பியின் கூட உன் அம்மா இறங்கிப் போனாளல்லவா . . . அதன் பிறகு எப்போ, எப்படி நீங்க சந்திச்சுகிட்டீங்க?"

அவர் நிதானமாகத்தான் இதைச் சொன்னாலும், அவர் நெஞ்சுக்குள் கொழுந்துவிட்டெரியும் ஆத்திரமும், எரிச்சலும் எல்லாம் படீரென்று வெடித்த இந்தச் சொற்களில் இருந்து தீக்கங்குகளாய்த் தெறிப்பது அவருக்கே புலப்பட்டது.

சிறிது நேரம் மௌனமாக இருந்துவிட்டு அவன் சொன் னான்:

"எனக்கு மாதவிக்குட்டியைப் போல் கதையாக வள வளண்ணு சுற்றி வளைச்சுக்கொண்டு பேசவராது. என் பாலிஸியே நேரே வா, நேரே போ என்பதுதான்! இது அப்பாவுக்கும் தெரியுமே . . . அதனால் ஒரே வாக்கியத்திலேயே பதில் சொல்லி விடுகிறேன் . . . எனக்கு என்ஜினியரிங் காலேஜில் அட்மிஷன்

கிடைச்சதுக்கு அடுத்த ஆண்டு முதல் அம்மாவிடம் மறுபடியும் நான் நெருங்கிப் பழகத் தொடங்கினேன் ...” என்ற அவன் பேச்சில் அடிபட்ட ‘மறுபடியும்’ என்ற வார்த்தை, அவனுடைய பத்து வயசிற்குப் பிறகு என்பதைக் குறிக்க என்பது அனந்தன் நாயருக்கு விளங்காமல் போகவில்லை.

ஆனால் அவருக்கு இப்போது, ஆத்திரத்தைவிட வியப்புத் தான் அதிகமாகத் தோன்றியது.

“அடப்பாவி ... அப்படீண்ணால் ஏழு வருஷ காலமாகவா?” என்று அவர் கேட்டபோது, அவன் ஒருவிதப் பழிவாங்கும் வைராக்கியத்தோடு, “ஆமா ... ஏழு வருஷமாக ..!” என்றான் அழுத்தமாக!

சிறிது நேரம் யாரும் பேசவில்லை. திடீரென்று அவர் கேட்டார்:

“அவளைச் சந்திச்சுப் பழகும்போது, வேறு ரெண்டு பேரைத் தவிர, உன்னையும்கூட வஞ்சித்துவிட்டவள் அவள் என்ற ஒரு உணர்வு உனக்குத் தோணவே இல்லையா ..?”

“இல்லை!”

“பிறகு?”

“பெற்ற பிள்ளைகளை விட்டுவிட்டு இன்னொருத்தர் கூட இறங்கிப்போகும் அளவுக்கு பர்த்தாவால் வஞ்சிக்கப் பட்டவர் என்ற ஒரு அனுதாபமே எனக்கு அம்மாமீது தோணியது ..!”

அனந்தன் நாயரின் பொறிகள் கலங்கின. என்ன பேச்சுப் பேசுகிறான் இவன் ..!

மாதவிக்குட்டியிடமிருந்து சற்றுமுன் கிடைத்த ஆறுதலையும், ஆசுவாசத்தையும் எல்லாம் அடித்துக்கொண்டு சென்றுவிடும் காட்டாற்று வெள்ளத்தின் பிரவாக வீச்சுடன் இவன் வாயிலிருந்து ஒவ்வொரு வார்த்தைகளும் தெறித்து, தன்னை நோக்கிக் கிர்ரென்று பாய்ந்து வருவதாய் அவருக்குத் தோன்றியது.

“உனக்கு அப்படித் தோணக் காரணம்?”

“பிறகென்ன! உலகத்தில் ஒவ்வொருவருக்கு ஒவ்வொரு விதத்தில் நிராசையும், மன அவதிகளும், சீக்குத் தொந்தரவுகளும் இருக்கலாம். ஆனால் அதுக்காக பிறத்தியாரையும் – அது விவாகம் செய்து கூட்டிவந்த பெண்டாட்டியாகவே இருக்கட்டும், அவருக்குப் பிறந்த பிள்ளைகளாகவே இருக்கட்டும், அவுங்களையெல்லாம் ஒரு ஸினிக்காக கஷ்டப்படுத்த நினைப்பது முழுக்க முழுக்க சமூக விரோதச் செயல் என்பதுதான் என் அபிப்பிராயம் ..!”

“நீ என்னடா சொல்லுதே..? எனக்குப் புரியும்படி சொல்லு..!”

“தூங்குபவரைத்தானே எழுப்ப முடியும்..! உம்... இன்னும் புரியும்படி சொல்லணுமுன்னாச் சொல்லுறேன்... உங்களுக்கு டி.பி. வந்தது... பணத்தட்டு வந்தது... ஆனால் அதுக்கு பாவம்... அம்மா என்ன செய்வாங்க? அம்மாவை, நேரடியாக இல்லாவிட்டாலும், மறைமுகமாகவாவது, ஒரு ஆயுதமாக்கி ஒண்ணுக்கு மேலே ஒண்ணாக நீங்க வேலை உயர்வு சம்பாதிச் சீங்க..! தவிர எங்க ரெண்டு பேரையும் அம்மா உங்களுக்குப் பெற்றுத் தந்தாங்க! இப்படியெல்லாம் இருந்தும் அவுங்களுக்கு உங்ககிட்டெயிருந்து கிடைச்ச பிரதிபலன் ஏச்சு, பேச்சு, அடி, உதை, அவமானம் – இவையெல்லாம்தானே..?”

அனந்தன் நாயரின் உள்ளம் ஆத்திரத்தாலும், அவமானத் தாலும் கொழுந்துவிட்டெரியத் தொடங்கிவிட்டது.

“அப்போ அம்மாமீது எந்தக் குற்றமும் இல்லைண்ணா நீ சொல்லுறே?” என்று மாதவிக்குட்டி ரோஷத்துடன் கேட்ட போதும், அவன் உக்கிரமாக, “இருக்கலாம்..! ஆனா... போதிய உலக அனுபவம் இல்லாத பேதையான அவுங்க மனசைப் புரிஞ்சுக்க இவரால் முடியவில்லை என்பதுதான் என் குற்றச் சாட்டு..!” என்றபோது, அனந்தன் நாயரின் விழிகள் நிறைந்து விட்டன.

“எடா மோனே..! நீதான் இதை எங்கிட்டெச் சொல்ல ணும்டா..! இதுக்குத்தாண்டா இந்தப் பதினைஞ்சு வருஷ மாக ரத்தக் கண்ணீரு வடிச்சுக்கிட்டே நான் காத்திருந்தேன். அவ மனசை நான் புரிஞ்சுக்கவே இல்லை... இல்லையா? இதை அவதானே உனக்குச் சொல்லித்தந்தா?” என்று அவர் கேட்டபோது, “இப்பவும் வீணாக அம்மாவின் மீதுதான் நீங்க பழியைச் சுமத்தப் பாக்கிறீங்க! நீங்க சொல்லித் தந்தா மாதவிக் குட்டி அம்மாவைப் பற்றி இவ்வளவு நேரம் பேசினாள்? இதை யெல்லாம் சுயமாகப் புரிஞ்சுக்கத் தெரியாத முட்டாள் ஒண்ணும் அல்ல நான்..!” என்று கூறி, தன்னை அவன் அடக்கி நிறுத்துவ தாக அனந்தன் நாயருக்குப் பட்டது.

“சரி... அப்படியே அப்பா அவளைக் கொடுமைப்படுத்தி னாரென்றே இருக்கட்டும்... அதுக்கு, இப்படி இன்னொருத்தன் கூட ஓடிப்போவது மட்டும்தானா ஏக பரிகார மார்க்கம்?” என்று மாதவிக்குட்டி குறுக்கிட்டாள்.

வர்மமாய்ப் பிரபாகரன் நாயர் சிரிப்பது தெரிகிறது.

“நல்லதங்காளாக நம்ம ரெண்டு பேரையும் தூக்கிக்கிணற்றில் போட்டுவிட்டு, வேணுமானால் அம்மாவும்கூட குதிச்சிருக்

கலாம்..! அதைவிட, அவுங்க தேர்ந்தெடுத்த வழி எவ்வளவோ உயர்ந்தது என்பதுதான் என் திட்டவட்டமான அபிப்பிராயம்!"

இவனிடம் தர்க்கிப்பதில் ஏதாவது பிரயோசனம் இருக்குமோ என்று அனந்தன் நாயருக்குச் சந்தேகம் வரத் தொடங்கிவிட்டது. அத்தனைக்குத் தீவிரமாகவும், திடமாகவும் இவன் பேசிக்கொண்டிருக்கிறானே..!

"அப்படீண்ணா இவ்வளவு காலமா இந்தச் சீக்கு, பணத் தட்டு, இவைகளுக்கெல்லாம் இடையில் அப்பா நம்மைப் படிப்பிச்சு ஆளாக்கியது எல்லாம் பொய்யா?"

"அப்படி யார் சொன்னா? அதுக்கு நமக்கு இருக்க வேண்டிய நன்றி உணர்ச்சியானது, அம்மாவைப் பழிக்கும் படிதான் இருக்கவேணுமா? நான் என்ஜினியரிங் காலேஜில் சேர்ந்தபிறகு என் கல்லூரிச் செலவுகள், வேறு பல சொந்தச் செலவுகள் எல்லாவற்றிற்கும் அப்பாவின் பணம் மட்டும்தான் உதவியிருக்கிறதுண்ணு நீ நினைக்கிதையா?"

அனந்தன் நாயர் திடுக்கிட்டார்.

"அப்படீண்ணால்..?"

"ஆமாம் அப்பா..! அம்மா சிக்கனம் பாக்காமல் தாராள மாகச் செஞ்ச பண உதவி இல்லாமலிருந்தால், இண்ணைக்கு நான் என்ஜினியரிங் பட்டமே எடுத்திருக்க முடியாது என்பதை மட்டும் இப்போதைக்கு நீங்க தெரிஞ்சுகிட்டால் போதுமானது!"

அடுத்த பேரிடி..!

அனந்தன் நாயர் ஸ்தம்பித்துப் போனார். அவருக்குப் பேச நாக்கே எழவில்லை.

சற்றுக் கழிந்து, பிரபாகரன் நாயரின் குரல் சற்று இறங்கியது.

"அப்பா... என்ஜினியரிங் பாஸாகிவிட்டு வேலைவெட்டி யொண்ணும் இல்லாமெ இந்த மூணு வருஷ காலமா சுற்றிக் கொண்டு இருக்கிறேனே... இந்தக் காலத்தில், அப்பா நினைப்பது போல் ஒண்ணும் அல்ல. கல்லூரிகளோ, ஆசிரியர்களோ, புஸ்தகங்களோ கற்றுத் தராத எத்தனை எத்தனையோ பெரிய பெரிய விஷயங்களை நேரடியாக உலகத்திலிருந்தும், என் சுய சிந்தனையிலிருந்தும் நான் கற்றுத் தெரிந்துகொண்டிருக் கிறேன்... இது மோக பங்கங்களின் காலகட்டம்..! மனுஷன் உட்பட, இந்த பூமியில் பிறக்கும் ஒவ்வொரு பிராணியும் சாவத்தான் பிறக்குது! தன்மானம், மண்ணாங்கட்டி, அப்படி இப்படீண்ணு வாழ்வைப் பாழடித்து உலகத்தில் ஒன்றையும் அனுபவிக்காமல் செத்து மண்ணாவதில், எந்த சாமர்த்தியமும்

இருப்பதாக எனக்குத் தோணவில்லை . . ! நாம என்னதான் கழுதையாகக் கத்தினாலும் பணம் இல்லாமெ ஒரு இழவும் நடக்காது! பிறகு நான் எதுக்கு அனாவசியமாக உங்கச் சிறகில் விடாப்பிடியாய் ஒளிந்திருந்துகொண்டு, உங்கள் தரித்திரத்தி லும் பங்கு போட்டவாறு வாழணும்? அம்மாவைப் போல், புதிய மேய்ச்சல் இடம் பார்த்து நான் போய்விட்டதில் என்ன தப்பு?"

அனந்தன் நாயரின் தலை கிறங்கியது. இவன் பேசுவது எந்தத் தியரியில் உட்பட்டது என்று புலப்படாமல் அவர் தத்தளித்தார். 'வேலையற்றவனின் உள்ளம்தான் சாத்தானின் பணிமனை' என்பது சரிதானா என்று அவர் மனம் தனக்குத் தானே கேட்டுக்கொண்டது.

"அண்ணா . . . நாளைக்கு, உனக்கு வரப்பட்டவளும், உனக்குப் பிறக்கிறவர்களும், இப்படி உன்னை உதறிவிட்டு, புதிய மேய்ச்சல் இடம் பார்த்துக்கொண்டு போவதிலும், உனக்கு ஆட்சேபணை ஒண்ணும் இல்லையே . . ?"

அவன் சிரித்துவிட்டு நிதானமாகச் சொன்னான்:

"எனக்கப் பொன்னு அநியத்தீ . . . என்னை மட்டம் தட்டிவிட்டோமுண்ணுதானே நினைக்கே . . ? எடீ மண்டிப் பொண்ணே . . . அதுதான் இல்லை. அப்படி என்னை விட்டு விட்டு அவர்கள் போய்விட்டால், தொல்லை ஒழிஞ்சது, தொலை யிட்டுமுண்ணு தலை முழுகிவிட்டு, இன்னொருவளை எங் கிருந்தாவது பிடிச்சிழுத்துக்கொண்டு வருவேன் நான் . . . எவள் கூட வாழ்ந்தால் என்ன . . . அவளுக்கு நான் ஒரு தேவைப் பொருள் . . . எனக்கு அவள் ஒரு தேவைப்பொருள் . . . விஷயம் அவ்வளவுதானே . . ! அல்லாமெ இப்படி அப்பாவைப் போல் ஒரு ஜன்மம் முழுதையும் அநியாயமாய்ப் பாழடிச்சுக்க மாட் டேன் நான் . . . அதில் எந்தத் தியாகமோ, லட்சியமோ இருப்ப தாக எனக்குத் தோணவில்லை. அது சுத்தப் பைத்தியக்காரத் தனம் என்பதுதான் என் கொள்கை . . !"

மாதவிக்குட்டியின் முகம் ஆத்திரத்தால் சிவப்பதை அனந்தன் நாயர் கவனித்தார்.

"அப்படீண்ணா இப்போ என்ன செய்வதாக உன் உத்தேசம்?" என்ற அவள் கேள்வியிலும் அளவுக்கு மீறி ஆத்திரமும், எரிச் சலும் படபடப்பதை அவர் கண்டுகொண்டார்.

"இந்த மூணு வருஷமா கிடைக்காத அரசாங்க வேலை இருபத்தி அஞ்சு வயசு தாண்டிவிட்ட எனக்கு இனிமேல் கிடைக்குமுண்ணு தோணவில்லை. நான் இப்படியே வேலை

வெட்டியில்லாமல் இனியும் வாழ்ந்துகிட்டிருந்தால், ஒன்றில் இன்றைய சமூகத்தின் சதாச்சாரக் கொள்கைகள், தார்மீக மூல்யங்கள், நீதி நியமங்கள் எல்லாத்தையுமே சவாலுக்கு அழைக்கும் ஒரு விடனாக நான் மாறவேண்டிவரும்... இல்லா விட்டால், காஷாயம் கட்டிக்கொள்ள வேண்டிவரும்... இந்த ரெண்டிலிருந்தும் நான் இப்போ மீளணுமுன்னா, இந்த மண்ணில் காலூன்றி நிற்க, என் நீண்ட நாள் படிப்புக்குத் தகுந்த ஒரு வேலை எனக்கு உடனடியாகத் தேவைப்படுகிறது. அது கிடைக்காமெ என் வாழ்க்கையைப் பாழடிச்சுக்கவும் எனக்குச் சம்மதம் இல்லை. அதனாலெ, அந்தமாதிரி வேலைக்கு அடுத்த மாசமே ஏற்பாடு பண்ணுவதாக அம்மா எனக்கு வாக்குத் தந்திருக்கிறார்..."

"என்னா..?"

மாதவிக்குட்டியின் குரலில் இருந்த திடுக்கிடல், தன் உள்ளத்திலும் தோன்றியதை அனந்தன் நாயருக்கு உணர முடிகிறது.

"ஆமா... அடுத்த மாசம் ஒரு ஸ்கூட்டர் பாக்டரி தொடங்க விக்கிரமன் தம்பி சம்மதிச்சிருக்கிறார்... அதில் எனக்குத் தலைமை என்ஜினியர் பதவிக்கு ஏற்பாடாகிவிட்டது. அதோடு அங்கே அம்மாவின் கூடவே போய் வசிக்கவும் திட்டமிட்டிருக்கேன்... இதை இன்னொரு நாள் சௌகரியமாக உங்க கிட்டெ சொல்லணுமுண்ணுதான் இருந்தேன்... இண்ணைக்கே இப்படியொரு சந்தர்ப்பம் கிடைச்சுவிட்டது" என்றுவிட்டு பிரபாகரன் நாயர் நிறுத்தியபோது, தன் மனதில் இத்தனை நேரமாய் ஒரு கட்டுப்பாட்டில் அடைபட்டுக்கிடந்த புயலானது சீறிக்கொண்டு மேலே எழும்புவதை அனந்தன் நாயருக்கு உணர முடிந்தது.

"அடப்பாவீ..! அப்பாவைத் தனிமையில் விட்டுவிட்டா?" என்று மாதவிக்குட்டி அலறியபோது, "அப்பா ஏன் தனிமை யில் இருக்கணும்? தர்மபாலனைக் கட்டிக்கத்தான் அப்பா உனக்கு மௌன சம்மதம் தந்துட்டாரே..! பிறகென்ன... உன்கூடக் கூட்டிக்கொண்டு போயேன்... யார் வேண்டாமென் றாங்க..?" என்று திமிராய்ச் சொன்னான் அவன்.

"அதுக்கு உன் உபதேசம் ஒண்ணும் வேண்டாம்... ஆனாலும் அம்மாவின் அந்த ரெண்டாவது மாப்பிள்ளையும், அந்த மாப்பிள்ளைக்கு அம்மாவில் பிறந்த ரெண்டு பிள்ளைங் களும் குடியிருக்கும் வீட்டிலா போய் நீ தங்கப்போறே? உனக்கு சூடு சொரணை இருக்கா?" என்றெல்லாம் மாதவிக்குட்டி உணர்ச்சிவசப்பட்டுக் கேட்டபோது, அவள் முகம் சிவந்து விட்டது.

“சும்மா கிடடீ . . ! என்னைப் பொறுத்தவரையில் அம்மாக்க முதல் மாப்பிள்ளையின் கூட வசிப்பது என்பதும் ரெண்டாவது மாப்பிள்ளையின் கூட வசிப்பது என்பதும் எல்லாம் கணக்கு ஒண்ணுதான் . . ! நீ இப்படி பெரிய ஆளாகி எங்கிட்டெ அதிகாரம் பண்ண வரவேண்டாம் . . ! நேற்றைக்கிருந்தே நான் பாத்துக் கொண்டுதான் வாறேன் . . . நான் உன் மூத்தவன் என்பது நினைவில் இருக்கட்டும்” என்று அவனும் ஆத்திரத்தோடு சொன்னபோது, அனந்தன் நாயர் திக்பிரமையிலிருந்து விழித்துக் கொண்டார்.

“தெரியும் . . . தெரியும் . . . பெரியவங்களுக்கு நீ கொடுக்கும் மரியாதை . . !” என்று மாதவிக்குட்டி, அவரிடம் அவன் பேசிய முறையைச் சுட்டி, விடாமல் பேச, “உன் யோக்கியதை எனக்கும் தெரியும் . . !” என்று, அவள் கார்த்தியாயினியிடம் நடந்து கொண்டதை மனதில் வைத்துக்கொண்டுதானோ என்னமோ கோபமாய் அவன் கத்தியபோது, அவர்கள் இடையில் புகுந்து கொண்டு அவர்கள் சண்டையைத் தீர்த்துவைக்க அனந்தன் நாயருக்குப் பெரும் பாடாகிவிட்டது.

41

சிலையாகச் சமைந்து அப்படியே உட்கார்ந்து விட்ட அனந்தன் நாயருக்குப் பழைய நிலை மீண்டு வரக் கொஞ்சம் நேரம் கூடப் பிடித்தது.

அதுவரை தன்னிடம் இருந்திருந்த என்னவெல்லாமோ, திடீரென்று தன்னைவிட்டு ஒரேயடியாய் விலகிப் போய், ஒரு இருபது ஆண்டு காலம் கூட வாழ்ந்துவிட்ட ஒரு தள்ளாமை நிலைமையை உள்ளமும் உடம்பும் அடைந்துவிட்டதைப் போன்ற ஒரு பயங்கரச் சோர்வு...

பிரபாகரன் நாயரை ஏறெடுத்துப் பார்க்கவே அவருக்குக் தாங்கமுடியாத அவமானமாக இருந்தது. இப்படியும் ஒரு பையனா?

இவன் தன் மகன்தானா?

இவனைப் பெற்ற தகப்பன் தனக்கும், விக்கிரமன் தம்பிக்கும் இடையில் ஒரு வித்தியாசத்தையும் காண வில்லையாமே இவன்..! ஆமா... தான், இவன் அம்மா வின் முதல் மாப்பிள்ளை... விக்கிரமன் தம்பி இரண்டாவது மாப்பிள்ளை... இவனைப் பொறுத்தவரையில் இரண்டும் ஒன்றுதானாமே..! 'சீ போடா... மானம் கெட்டவனே...' என்று அவன் முகத்தில் காறி உமிழ அவர் அங்கங்கள் பதறின.

கார்த்தியாயினி இறங்கிப்போன பிறகு, இத்தனை காலமாக, ஒரு நிலையில் பக்குவப்படுத்தி பதப்படுத்தி வைத்திருந்த, தன் பொறிகள் எல்லாம் இப்போது ஆர்ப்பரித்து பிடரியைச் சிலிர்த்துக்கொண்டு எழுந்து நிற்பதை அவர் உணர்ந்தார்.

என் ரத்தத்திலிருந்து பிறந்து, என் உப்பைத் திண்ணுக் கொழுத்து, என் வீட்டிலேயே நிண்ணுகொண்டு, தகப்பன் என்ற மரியாதைகூட இல்லாமல் இவ்வளவெல்லாம்

பேசி என்னை அவமானப்படுத்தும் இவனை இப்படி விட்டு வைப்பதா? என்று அவர் ஆணவம் ஒரு கணத்திற்குத் தலையைக் குலுக்கிக்கொண்டு விறைப்பாய் எழுந்து நின்றது.

சோறு இங்கே, கூறு அங்கே கார்த்தியாயினிடமா?

அவர் உடம்பு முழுதும் ஒரு தடவை வியர்த்து ஓய்ந்தது. இதயத்தின் படபடப்புக்கூட லொட்டு லொட்டு என்று செவியில் கேட்கிறது.

ஆனால் . . .

அவர் பல்லைக் கடித்துக்கொண்டு, அந்தத் திடீர் உணர்ச்சிகள் அத்தனையையும், அடக்கினார். 'எதை வேணு மானாலும் மனம் திறந்து எங்கிட்டெ விவாதி, பொய் மட்டும் சொல்லாதே . . .' என்று இவனுக்கு லைஸன்சு வழங்கி இவனை ஊக்குவித்துவிட்டு, இப்போது மனப்போக்கைத் திறந்து சொல்லிவிட்ட காரணத்தால் இவனிடம் போய் மோதிக் கொள்வது இன்னும் தன்னைக் கீழிறக்கிவிடும் என்பதை அவர் சடக்கென்று உணர்ந்து அப்படியே கண்களை மூடிக் கொண்டு உட்கார்ந்திருந்தார்.

சிறிது நேரம் கூட இழைந்தது.

"சரி . . . எனக்குத் தூக்கம் வருது . . . நான் தூங்கப் போறேன் . . ." என்று பிரபாகரன் நாயர் சொன்னதைக் கேட்டதும் அவர் விழிகளைத் திறந்தார்.

அவன் ஒன்றுமே நடக்காததுபோல் தன் அறைக்குப் போகத் திரும்பி நிற்கிறான். இவ்வளவு மன அழுத்தமா இவனுக்கு . . !

மாதவிக்குட்டி மௌனமாய்க் கண்ணீர் சிந்திக்கொண் டிருந்தாள்.

"உட்காருடா . . . ஒரு விஷயம்கூட உங்கிட்டெ இருந்து எனக்குத் தெரிஞ்சுக்கணும் . . . அப்போதான் எனக்குப் பரி பூரணத் திருப்தி ஏற்படும் . . ." என்று உடைந்து ஓய்ந்துபோன ஒரு பலகீனக் குரலில் அவர் சொன்னதைக் கேட்டு, அவரை ஒரு மாதிரியாகப் பார்த்தவாறு, மனதில்லா மனதோடு மீண்டும் உட்கார்ந்தான் பிரபாகரன் நாயர்.

சற்றுக் கழிந்து அவர் கேட்டார்:

"ஆமா . . . லீலகுமாரித் தங்கச்சியை உனக்கு எத்தனை நாளா பழக்கம்?"

இந்தக் கேள்வியை அவன் சற்றும் எதிர்பார்க்கவில்லை என்பதை அவன் முகத்தில் தென்பட்ட கலவரத்திலிருந்து அவர் புரிந்துகொண்டார்.

மாதவிக்குட்டியும் கண்களைத் துடைத்துக்கொண்டு, கேள்விக்குறியாக அவனைப் பார்க்கிறாள்.

அனந்தன் நாயர் சிறிது நேரம் மௌனமாக இருந்தார். மீண்டும் அதே கேள்வியை அவர் கேட்டபோது, தொண்டையைக் கனைத்துவிட்டு, முகத்தில் ஒருவிதத் துணிச்சல் படர, அவன் சொன்னான்: "அவள் என் கூடத்தான் இன்ஜினியரிங் காலேஜில் படித்தாள் ... அப்போதிருந்தே எனக்கு அவளைத் தெரியும் .. !"

"நான் அதைக் கேட்கவில்லை ... அவள் கூட அவள் காரிலேயே ஜவுளிக்கடைக்குப் போய் துணி எடுக்கும் அளவுக் குள்ள நெருக்கம் எப்போ ஏற்பட்டது?"

திடுக்கிட்டதைப் போல் அவன் முகபாவம் இருந்தது. அவரைத் தலை உயர்த்தி ஒரு தடவை ஏறிட்டுப் பார்த்துவிட்டு அவன் தலை குனிந்தான்.

"நீ எங்கிட்டெ இந்த விவரத்திலும் ஒண்ணையும் மறைக்கத் தேவையில்லை ... இதைவிடப் பெரிய விஷயங்களையே நீ எங்கிட்டெ மனம் திறந்து பேசிவிட்ட பிறகு, இதில் மட்டும் நீ கூச்சப்பட வேண்டிய அவசியமே இல்லை. என்னை உன் தகப்பனாகக்கூட நினைச்சுகிட்டு நீ கஷ்டப்பட வேண் டாம் ... உனக்கு இருபது, இருபத்தஞ்சு வருஷ காலமாகப் பழக்கமுள்ள ஒரு மனுஷன்ணு நீ நினைச்சுகிட்டாலும் பரவாயில்லை" ... என்று கூட, எந்த உணர்ச்சியும் இல்லாத ஒரு பாவத்தில் அனந்தன் நாயர் சொன்னபோது, அவன் முகம் சிறிது இருளுவதாக அவருக்குத் தோன்றியது. ஆனாலும் சற்று நேரத்தில் சமாளித்துக்கொண்டு அவன் சொன்னான்:

"காலேஜில் வச்சுப் பார்த்துப் பழக்கம் அவ்வளவு தான் ... ஆனா ... ஒருநாள் கண்ணேற்று முக்கில் அம்மாவின் வீட்டுக்கு நான் போயிருந்தபோது, லீலகுமாரித் தங்கச்சி, அவள் அம்மா தமலம் தம்பிராட்டியின் கூட அங்கே வந்திருந்தாள். அண்ணைக்கு அம்மாதான், அவளை எனக்கு அறிமுகம் செய்து வைச்சாங்க ... அதுக்குப்பின்தான், எங்க ரெண்டு பேருக்கும் நேரடித் தொடர்பு ஏற்பட்டது .. !"

சற்றுக் கழிந்து அழுத்தமாகவே அவர் கேட்டார்:

"அவளை நீ கல்யாணம் செஞ்சுக்கப் போறியா?"

சிறிது தடுமாறிவிட்டு, "ஆமா ... அம்மா அதைப் பற்றியும் லீலகுமாரியின் அம்மாவிடம் பேசிவிட்டாங்க. அவர்களுக்கும்

சம்மதம்தான் ... அதோடு தம்பிக்கு, தமலத் தம்பிராட்டி என்னவோ தூர உறவாம் ... அதனால் அவருக்கும் இந்தச் சம்பந்தம் எப்படியும் நடக்கணுமுண்ணு ஒரே ஆவல்!"

உம் ... இப்போ இவன் காரியத்தில் தன்னைவிட தம்பிக்குத் தானே கூடுதல் அக்கறை ... இவனுக்கும் தன்னிடத்தில்விட தம்பியிடம்தானே அதிக நெருக்கம் ... புதிய அப்பனல்லவா ... என்று ஆத்திரத்தில் மனசுக்குள் சொல்லிக்கொண்டார் அவர்.

அனந்தன் நாயருக்கு இப்போது என்னவெல்லாமோ விஷயங்கள் சிறிது கூடத் தெளிவாகி வருவதைப் போன்ற ஒரு உணர்வு..! அவன் குறிப்பிட்ட அந்தத் 'தூர உறவு' என்னவென்று ஒருவேளை இவனுக்குத் தெரியாதிருக்குமோ? அது எத்தகைய நெருக்கம் என்பது, கடந்த முப்பது ஆண்டுகளுக்கும் மேலாக, அரண்மனையுடன் தொடர்புள்ள தனக்குத் தெரியாதா என்னா..!

அவர் லேசாகச் சிரித்தார்.

"அப்போ உனக்கும் இந்தக் கல்யாணத்துக்கும் சம்மதம் தான் ... இல்லையா..?"

"அதைத்தான் நேற்றைக்கு, ஜவுளிக்கடையில் வச்சு நீங்களே நேரில் பாத்துட்டீங்களே..!" என்று திமிராக அவன் பதில் சொன்னபோது, ஏனோ, மாதவிக்குட்டி கார்த்தியாயினியிடம், 'நான் யாரை வேணுமானாலும் சிநேகிப்பேன் ... கல்யாணமும் பண்ணிக்குவேன் ... அதைக் கேட்க உங்களுக்கென்ன உரிமை..?' என்று கேட்டதாக, சற்றுமுன் இங்கே சொன்னது, அனாவசியமாக இப்போது, அனந்தன் நாயருக்கு ஞாபகம் வந்து தொல்லை கொடுத்தது. எனவே, அவர், தன்வாயில் துருதுருத்த அடுக்கடுக்கான அனேகக் கேள்விக்கணைகளை எல்லாம் சிரமப்பட்டு அடக்கிக்கொண்டு, உணர்ச்சி வசப் படாமல், ரொம்ப நிதானமாய்க் கேட்பதுபோல அவனை நினைக்கவைக்கும் தோரணையில் கேட்டார்.

"லீலகுமாரித் தங்கச்சிக்கப் பிறப்பு பற்றிய உண்மையெல்லாம் உனக்குத் தெரியுமில்லே..?"

அதற்கு, உடனடியாகப் பிரபாகரன் நாயர் பதில் சொல்லவில்லை. பிறகு, ஒருவிதக் கபடக் கூர்மையுடன், "அம்மாவின் பூர்வீகத்தைப் பற்றி நீங்க ஆலோசிச்சேளா?" என்று அவரிடம் திரும்பிக் கேட்டபோது, அனந்தன் நாயருக்கு அது ஒரு சாட்டையடியாகச் சுளீரென்று நொந்தது.

அடப்பாவீ..! எதுவரை தொட்டுக் கிண்டுகிறான் இவன்..!

மாதவிக்குட்டிக்குக் குபீரென்று ஆத்திரம் வந்தது போலிருந்தது.

"அப்போ என் விஷயத்தில் மட்டும் நீ ஏன் ஆத்திரப் பட்டே?"

அவன் மர்மமாய்ச் சிரித்தான்.

"எடீ கிறுக்கீ ... அதுக்கும் இதுக்கும் வித்தியாசம் உண்டு! அம்மாக்க அப்பா அசல் பட்டர் ... அம்மா நாயர் ஸ்திரீ ..! லீலகுமாரித் தங்கச்சிக்க அம்மா ஒரு காலத்தில் எந்தத் தொழில் செய்தவளாக இருந்தாத்தான் என்னா, ஜாதியில் அவளும் அசல் நாயர் ஸ்திரீதான் ... லீலகுமாரிக்க அப்பாவும் ஜாதி யிலோ, அந்தஸ்திலோ நம்மை எல்லோரையும்விட குறைஞ்சவ ரொண்ணும் அல்ல என்பதை நம்ம அப்பாவிடமே கேட்டுத் தெரிஞ்சுக்கோ!" என்றுவிட்டு மீண்டும் வக்கிரமாய்ச் சிரித் தான்.

"அதோடு வேணுமானால் இந்த நகரத்தையே பேரம் பேசும் அளவுக்குப் பணத்துக்கு அதிபதி லீலகுமாரி. ஆனா ... உன் விஷயம் அப்படியா? மரத்துக்கு மரமேறி கள்ளுச்செத்தும் குலத்தில் உதித்த ஒரு 'தீய'னல்லவா தர்மபாலன்!" என்று இளக்காரமாக அவன் சொன்னபோது மாதவிக்குட்டி ஆத்திரம் பீறிட்டுக் கிளம்ப, "ஆனா ... மானத்தை மதிச்சு வாழறவங்க ... அது மட்டும்தான் எனக்கு வேணும் ... உன்னைப்போல் அல்ல நான் ..!" என்று சத்தம் போட்டாள்.

"இங்கே ஒவ்வொருத்தர் மானமும் மரியாதையும் எல்லாம் எப்படியெப்படி கொடிகெட்டிப் பறந்தது, பறக்குது என்பதெல்லாம் நமக்குத் தெரிஞ்சதுதானே ..! என்னைப் பொறுத்தவரையில் அதெல்லாம் இங்கே பிரச்னையே இல்லை ... எனக்கு சௌக்கியமா, செழிப்பா வாழணும் ... பச்சிலை அழுவினா நிக்கும் மரத்துக்கு அது உரம் ... அவ்வளவுதான் ... அதுதான் என் வேதாந்தம் ..!"

"ஆனாலும் அச்சி வீட்டில் போய் தத்து நிக்கிறவன் அடிமைதானே?" என்று இடைமறித்த மாதவிக்குட்டியை, "அடிமையாவது, மண்ணாங்கட்டியாவது! லோகத்தில் யாரு தான் யாருக்கு அடிமை இல்லை ... ஆனா ... எல்லாம் ரகசிய மாக ... அவ்வளவுதான் ..!" என்று மடக்கிவிட்டு மௌன மானான் அவன்.

சற்றுக் கழிந்து அனந்தன் நாயரைப் பார்த்து அவனே தொடர்ந்தான்.

"அப்பா... நான் வெறும் பேச்சுக்காகச் சொல்லவில்லை... நதிமூலம், ரிஷிமூலம் போலத்தான் ஸ்திரீ மூலத்தையும் தேடிக் கண்டுபிடிக்க வேண்டிய அவசியம் இல்லை. அவகிட்டெ நிறையச் சொத்திருக்கு... பார்க்கவும் லட்சணமாகத்தான் இருக்காள்... படிப்பிலும் குறைச்சல் இல்லை... பிறகு அவள் பூர்வீகத்தைப்பற்றியெல்லாம் நான் எதுக்குக் கவலைப்படணும்? நான் தான் முதலிலேயே சொல்லிவிட்டேனே... எங்கிட்டெ விசுவாசமா இருப்பது வரையிலும், எனக்கும் அவ – என் மனைவிகிட்டெ விசுவாசம்தான்..! எண்ணைக்கு என்மீது அவள் அவநம்பிக்கை கொள்கிறாளோ, பிறகு நானும் அவளை நம்பப் போவதில்லை... இதுதான் என் தாம்பத்திய வாழ்க்கை யின் அடிப்படைப் பிரமாணமாக இருக்கும்..." என்று முடித் தான் அவன்.

42

ஒன்றுமே பேசத்தோணாத பிரமிப்பில் ஆழ்ந்து விட்டிருந்தார் அனந்தன் நாயர். 'எதையும் நீங்க இனிச் சொல்லவேண்டாம்... இவைதான் என் முடிவான முடிவுகள்' என்ற ரீதியில் ஆணி அடித்தாற்போல், ஒன்றுக்கு மேல் ஒன்றாக அடுக்கடுக்காக அவன் சொல்லிக்கொண் டிருந்தவைகள் அவரைத் திக்குமுக்காட வைத்துவிட்டன.

இவன் தன் மகன்தானா?

மாதவிக்குட்டிக்கு முன்னால் பிறந்தவன்தானா?

இவன் மனம் மட்டும் ஏன் இப்படி வேலை செய்கிறது?

இதுதான் நம்பிக்கை வறண்டுபோன இந்தத் தலை முறையின் குரலா? இல்லை, எப்படியும் செழிப்பாக வாழ்ந்தே தீருவது என்ற நலம்நாடிப் பார்வையா?

ஒரு பிடிப்பும் கிடைக்காமல் குழம்பித் தவித்தார் அவர். இனி இதுபற்றி இவனிடம் கேட்க ஒன்றுமே இல்லை என்பதுபோல் தோன்றியது. தன்னிடமிருந்து ஒரேயடியாய்ப் பிய்த்துக்கொண்டு, தன் கைக்கு எட்டாத தூரத்துக்கு இவன் விலகிப் போய்விட்டான் என்பதைத் தாங்கமுடியாத வேதனையோடு அவர் கண்டுகொண்டார். ஆனால், தனக்குச் சொல்ல வேண்டியவைகளையும் சொல்லித் தீர்த்துவிடும் ஒரு வேகத்தில், குரல் தழுதழுக்க, கண்ணீர் திரையிட அவர் பேசினார்:

"மோனே... நீ இவ்வளவு தூரத்துக்குக் காரியங் களைத் திட்டவட்டமாக கிரகித்து வச்சுக்கொண்டு, அழுத்தம் திருத்தமா பேசுறே... உன்னிடம் ஒண்ணுமே இனி நான் கேட்பதுக்கில்லை என்கிற மாதிரி உன் ஒவ்வொரு வார்த்தையும் மர்ம அடிகளாய் என் பொறி களில் விழுந்து என்னை நொறுக்கித் தள்ளிவிட்டன.

ஆனாலும் ஒண்ணு சொல்றேண்டா ... நீ இப்படி என்னவெல்லாம் சொன்னாலும் நான் உங்க ரெண்டுபேர் மீதும் என் உயிரையே வச்சிருந்தேன் ... வச்சிருக்கேன் ...”

அதிக உணர்ச்சியால் தொண்டை கரகரத்து மேலே பேச முடியாமல், சிறிது நேரம் திணறித் தவித்தார் அவர். பிறகு பிரபாகரன் நாயரைப் பார்த்துச் சொன்னார்:

“மோனே ... அவகூட நான் வாழ்ந்த காலத்துக் கதையை எல்லாம் இவ்வளவு நேரம் நீங்க ரெண்டுபேரும் அலசிவிட்டதுக்கு மேலே மூணாவதாக இன்னொரு தடவை நானும்கூட, உங்ககிட்டெ எடுத்துச்சொல்லி பிரேத விசாரணை செஞ்சுக்கிட்டிருக்கவோ, என்னை நானே நியாயீகரிச்சுக்கொண்டிருக்கவோ போவதில்லை. நாம் எவ்வளவு தர்க்கிச்சாலும் முடிவெடுக்க முடியாத ரீதியில், நானும் மாதவிக்குட்டியும் ஒரு பக்கமும், நீயும் உன் அம்மாவும் மறுபக்கமும், எதிரும் புதிருமாய் இரு துருவங்களாய் விலகிக்கொண்டுவிட்டோம். அதனாலெ, அந்தச் சம்பவத்தின் பிறகு என் மனம் பட்ட பாட்டை மட்டும் சொல்லுகிறேன் ...” என்றுவிட்டு அவர் மௌனமானார்.

அவர் மனம் இப்போது அலைபாயத் தொடங்கிவிட்டது. ஒரு சில நிமிஷத்துளிகள் விழுந்து சிதறின.

“அண்ணைக்கு நான் ஸ்ரீகண்டேஸ்வரம் கோவிலில் இருந்து, நாற்பத்தோராவது நாள் நிர்மால்ய தரிசனம் கழிஞ்சு, இங்கே நம் வீட்டில் வந்து ஏறியபோது, கார்த்தியாயினி இங்கே இல்லை என்ற உண்மை, என் மூளையை வந்தடைந்ததும், நான் அடைஞ்ச அதிர்ச்சியும், மனோ வேதனையும் கொஞ்சநஞ்சமல்ல ... ஏன்? பலநாள் ஸ்ரீகண்டேஸ்வரனைக்கூட ‘சண்டாளக் கடவுளே’ண்ணு சபிச்சவாறு காலம் கழிச்சேன் ... ஆனா ... நாள் செல்லச் செல்ல, என் மனசின் ஆரம்ப அதிர்ச்சியெல்லாம் ஒருவாறு ஒடுங்கிச் சமநிலையை அடைந்தப்போதான், ஆண்டவன் என்னைக் கைவிடல்லை, நான் கேட்ட வரம்தான் எனக்குத் தந்தருளியிருக்கிறார், எனக்குத்தான் அதை வாங்கிக்கொள்ளும் சக்தியோ, பக்குவ நிலையோ இல்லாமலாகிவிட்டது என்பதை உணர்ந்தேன்.”

அதிகரித்த உணர்ச்சியால் நாத் தழுதழுக்க மீண்டும் அவர் மௌனமானார். சற்றுக் கழிந்து தொடர்ந்தார்.

“என் தாம்பத்திய வாழ்க்கையில் தம்பிக்க குறுக்கீடு, அதை எதிர்க்கத் தெரியாத என் கோழைத்தனம், ஆனால் அது விளைவிச்ச மன எரிச்சல்கள், அந்த எரிச்சல்கள் குமைச்சல்களாகி கார்த்தியாயினிக்க தலையில் போய் விடிஞ்சு, சதா வீட்டில் நடக்கும் சண்டை சச்சரவுகள், தரித்திரனின் கையில்

கிடைச்ச யானையைப் போல், வியாதிஸ்தனாகிவிட்ட என் கூட. வாழ்ந்துகிட்டிருந்த அவளை ஒருவிதத்திலும் என்னால் அடக்க முடியாத – தெரியாத பலகீனம், அதனால் ஒவ்வொரு நிமிஷமும் நான் அடைஞ்சுகொண்டிருந்த தாழ்வு மனப்பான்மை, சித்திரவதைகள், – இப்படி இப்படி இன்னும் எத்தனையோ கஷ்டங்களிலிருந்தெல்லாம், எப்படியானாலும் நான் பரிபூரண மாக விடுதலை அடைஞ்சிருந்தேன். அப்படி கார்த்தியாயினி என்னிடம் உங்க ரெண்டுபேரையும் விட்டுவிட்டு விக்கிரமன் தம்பிக்க கூடப்போய் வாழத்தொடங்கியது மூலம் . . ! அந்தச் சூழ்நிலையில், இதைவிட எந்த மனச்சாந்தியை நான் அடைஞ் சிருக்க முடியும், இச்சித்திருக்க முடியும் என்றெல்லாம் அறிஞ்சு அறிஞ்சு வந்தப்போதான், உண்மையிலேயே நிர்மால்ய தரிசன மகிமையைக்கூட என்னால் உணர்ந்துகொள்ள முடிஞ்சது."

சிறிது நேரம் பேசாதிருந்துவிட்டு, என்னமோ நினைத்துக் கொண்டவராக மாதவிக்குட்டியைப் பார்த்துச் சொன்னார்:

"மோளே . . . நீகூட உன் அம்மாகிட்டெ, 'நாங்க என்ன பாவம் செய்தோமு'ண்ணு கேட்டதாகச் சொன்னே! ஆனால் நான் அவள்கிட்டையும், கடவுள்கிட்டையும் எப்பவும் பிரார்த் திச்சுகிட்டிருந்ததெல்லாம் உங்க ரெண்டு பேரையும் எந்தக் காரணத்தாலும் நான் இழந்து போய்விடக்கூடாதுண்ணுதான் . . ! என் பிரார்த்தனை மகிமையினாலோ, இல்லை என் மனப் போக்கைப் புரிஞ்சுகிட்டதினால்தானோ, அந்தக் கடேசி நிமிஷத்தில் கார்த்தியாயினி எனக்காக மனம் இரங்கினாள் . . . ஆமா . . . உங்க ரெண்டு பேரையும் இங்கே என்கூட விட்டு வச்சுவிட்டு அவள் மட்டுமாக இறங்கிப்போனதைத்தான் சொல்லுகிறேன் . . . அந்த ஒரே காரணத்தினாலேதான் இத்தனை நாளா என்னால் உயிர்வாழவே முடிஞ்சுது . . ! எனக்கு அவ்வளவு தூரத்துக்கு உங்க ரெண்டு பேருக்க மேலையும் அபரிமிதமான வாஞ்சையிருந்தது. பிரபாகரா . . . தயவுசெய்து இதில் மட்டும் என்னை நீ அவநம்பிக்கை கொள்ளாதே . . !" என்கையில் அனந்தன் நாயரின் குரல் தழுதழுத்ததால், அவர் மீண்டும் மௌனமானார்.

பிறகு திடீரென்று, என்னவோ உணர்ச்சி வசப்பட்டு அவர் பேசலானார்: "பிரபாகரா . . . நீ இவ்வளவு தூரத்துக்கு எங்கிட்டெ தர்க்கிச்சாயே . . . உன் அம்மாவையும், உன்னையும் முந்திக்கொண்டு உங்களையெல்லாம் விட்டு விட்டு, எனக்கும் வேணுமானால் ஓடிப்போயிருந்திருக்கலாம் . . . ஆனா . . . எவ் வளவோ கொடுமையான அவஸ்தைகளுக்கெல்லாம் ஆளாகி, தவியாய்த் தவிச்சுக் குற்றுயிராய்ச் சதா வாழ்ந்துகிட்டிருந்த காலகட்டத்திலும், நான் அதைப் பற்றிக் கனவில்கூட நினைக்கவே

இல்லை. தனியொரு கட்டையான ஒரு ஆணுக்கு இந்த மண்ணில் ஏதாவது ஒரு மூலைக்குப்போய் பிச்சை எடுத்தாவது பிழைச்சுக் கொள்வது என்பது ஒரு பிரச்னையா? அப்படியுள்ள எத்தனையோ ஆண்டிப் பண்டாரங்களை நித்தம் நித்தம் நாம் பார்த்துக் கொண்டுதானே இருக்கோம்! ஆனா . . . அப்படி உங்களிட மிருந்து விலகிப்போய்விடவோ, இல்லை நீ சொன்னதுபோல் உங்க அம்மா இறங்கிப்போன பிறகு, இன்னொருத்தியைக் கூட்டிக்கொண்டு வந்து காலியாகக்கிடந்த அவள் ஸ்தானத் தில் குடிவைக்கவோ நான் துளிகூட ஆசைப்படல்லை . . .” என்று விட்டு, மேலே பேசமுடியாமல் மூச்சுவாங்க மெளன மானார் அவர்.

சிறிது நேரம் பேசாதிருந்துவிட்டுத் தொடர்ந்தார்:

“யாரெல்லாமோ என்னவெல்லாமோ சொல்லிக் கேலி செய்தும்கூட, அதுதான் என் முழு வெற்றிண்ணு ஒரு தகப்பனின் கடமையைச் சரிவரச் செய்துகிட்டிருந்த என் கடமை வெறியின் அடிப்படை பலம், நாளைக்கு நீங்க ரெண்டு பேரும் தலையெடுத்து, ‘அப்பா . . . ஆனாலும் இந்த அம்மா, சுகக்கேடு பிடிச்ச உங்களையும், பிஞ்சுக் குழந்தைங்க எங்களை யும் இப்படித் தவிக்கவிட்டுவிட்டுப் போயிட்டாளே’ண்ணு அவளை மட்டும் குற்றப்படுத்தும் போது, ‘அதுக்குக் காரணம் நானும்தான்’ண்ணு உங்ககிட்டெ பச்சாதாபப்பட எனக்கொரு வாய்ப்புக் கிடைக்கும் என்று நம்பிக்கையாகத்தான் இருந்தது, கொஞ்சம் முன் வரையிலும் . . ! ஆனா . . . என் மகன் உன் வாயாலேயே, அந்த என் கடமை வெறியே சுத்தப் பைத்தியக் காரத்தனமுண்ணு கேலி செய்யப்பட்டது மட்டுமல்ல, ‘முழுக்க முழுக்க நீதான் குற்றவாளி, நான் என் அம்மாவிடமே போறேன்’ண்ணு சொல்லப்பட்டுவிட்டதோடு, நான் இது வரை பிடிச்சுத் தொங்கிக்கிட்டிருந்த ஒரே நப்பாசைச் சரடியி லிருந்து அறுந்து கொண்டு அதல பாதாளத்தில் விழுந்து விட்டேன் . . . நான் எதை நம்பி இந்தப் பதினஞ்சு ஆண்டு காலம் தீ தின்னவாறு உங்களுடன் வாழ்ந்தேனோ, உங்களுக் காக வாழ்ந்தேனோ, அதுக்க அடிமட்டத்தில் எங்கையோ திருத்தமுடியாத பெரிய தவறு என்னமோ எனக்கு நேர்ந்து விட்டது என்று என் மனம் இப்போ என்னைக் கொல்லாமல் கொல்லுது . . .”

அவர் நிறுத்தினார். வேதனையோடு, ஒரே ஒழுக்காய் பேசிக்கொண்டிருந்த அவருக்கு, என்னவோ ஒரு உணர்ச்சிக் கொந்தளிப்பால் மேலே பேச முடியாமலாகி விட்டது.

ஓரிரு நிமிஷங்கள் மெளனமாய் ஊர்ந்தன.

"சரி... எனக்கு முக்கியமா உங்ககிட்டெ சொல்ல வேண்டி யிருந்தவைகளையெல்லாம் சொல்லி முடிச்சுவிட்டேண்ணு நினைக்கிறேன்... இனி உங்களுக்கு எங்கிட்டெ கேக்க ஒண்ணுமே இல்லையே..?" என்று அனந்தன் நாயர் பரிதாபமாகக் கேட்டபோது, பிரபாகரன் நாயர் கொட்டாவி விட்டவாறு இல்லையென்று தலையாட்டினான்.

மாதவிக்குட்டியின் முகத்தில் தாங்கமுடியாத ஒரு சோகத்தின் பாவம் மூச்சடக்கி நிற்பது தெரிகிறது.

"என்ன மோளே... நீயாவது என்னவாவது கேளேன்" என்று ஒரு கெஞ்சல் தொனியில் அவர் சொன்ன போது, அவள் முகம் இன்னும் வேதனைப்படுவது தெரிகிறது.

சற்றுக் கழிந்து, என்னவோ ஆலாசித்ததுபோல், "பதினஞ்சு வருஷங்களுக்கு முந்தி நம்மைவிட்டு அம்மா இறங்கிப்போன பிறகு, ஒரு தடவைகூட நீங்க ரெண்டுபேரும் சந்தித்துக் கொள்ளவே இல்லையா..?" என்று ஒரு துயர தொனியில் கேட்டாள்.

அனந்தன் நாயர் இப்போது தீவிரச் சிந்தனையில் ஆழ்ந்து விட்டார். பிறகு சொன்னார்.

"அவள் என்னை விட்டுப் பிரிஞ்சுபோன பிறகு, அஞ்சு வருஷத்துக்கு நாங்க ரெண்டுபேரும் ஒருவரையொருவர் சந்திக்கவே இல்லை. ஒருவேளை எனக்கிருந்தது போல், என் முகத்தில் விழிக்கக்கூடாதுண்ணு அவளுக்கும் ஒரு வைராக்கியம் இருந்திருக்கலாம்... ஆனா... பத்து வருஷத்துக்க முந்தி நாங்க ரெண்டுபேரும் எதிர்பாராமல் சந்திச்சுக்கொண்டோம்... அதுபற்றி கார்த்தியாயினி உங்ககிட்டெ சொல்லியிருக்கிறாளா?"

மாதவிக்குட்டியும், பிரபாகரன் நாயரும் வியப்புடன் ஒருவரையொருவர் பார்த்துவிட்டு, "இல்லை..." என்ற போது அவர் வேதனையோடு சிரித்தார்.

"பத்து வருஷங்களுக்கு முன் என்றால் அதுக்குப் பிறகு உங்கள் ரெண்டு பேரையும் சந்திச்சு அவள் பேசியிருக்கிறாள். அப்போ உங்ககிட்டெ இதுபற்றி வெளியிடாத ஸ்திதிக்கு நீங்களும் இதை அறிஞ்சதாக அவகிட்டெ பாவிக்கத் தேவை இல்லை..." என்று அவர் சொன்னது அவர்கள் இருவருக்கும் வினோதமாகத் தோன்றியது என்பதை அவர்கள் முகபாவத்தி லிருந்து அனந்தன் நாயரும் கண்டுகொண்டார்.

"உம்... அண்ணைக்குப் பாத்த பிறகு நேற்றைக்குத் தான், யதேச்சையாக தைக்காடு சாஸ்தான் கோவிலில் வச்சுப் பாத்தேன். நேற்றைக்கு அவள் என்னைப் பாத்திருப்பாண்ணுத்

தோணவில்லை ...” என்று தனக்குத்தானே சொல்வதுபோல் சொல்லிவிட்டு அவர் மௌனமானார்.

வெளியில் காற்று சலசலத்துக்கொண்டிருந்தது. பூமுகத்தில் குளிரத் தொடங்கிவிட்டிருந்தது.

சற்றுக் கழிந்து அனந்தன் நாயர் தொடர்ந்தார்.

“உம் ... பார்க்கப்போனால் நானும் அதை இப்போ உங்க கிட்டெ வெளியிட வேண்டிய அவசியம் ஒண்ணும் இல்லை ... ஆனா ... உங்க அம்மா, என் கொடுமை சகிக்கமுடியாமெத்தான் நம்மைவிட்டுப் போய்விட்டாள்ண்ணு பிரபாகரா ... நீ முழு மூச்சாய் என்னையே குற்றம் சாட்டும்போது, அங்கே விக்கிரமன் தம்பியின் வீட்டில், வெளியே காணும் செழிப்புப் பூச்சுக்குள்ளே அவள் வாழ்ந்துகொண்டிருக்கும் வாழ்க்கை எப்படிப்பட்டது என்பதை நீங்க ரெண்டுபேரும் அறிஞ்சிருக்கவேண்டியது அவசிய முண்ணுதான் எனக்குப் படுகிறது ...” என்றுவிட்டு அனந்தன் நாயர் ஒரு பெருமூச்சு விட்டார்.

“கார்த்தியாயினி நம்மை விட்டுவிட்டுப் போனபிறகு, என் வாழ்க்கையின் போக்கே மாறிவிட்டிருந்தது. ஆரம்ப அதிர்ச்சி யெல்லாம் ஒடுங்கி, அன்றாடம் தொடரும் ஒரு மோன வாழ்க்கைக்கு நான் பழகிக்கொண்டிருந்தேன். யந்திர கதியில் ஆபீஸும், வீடுமா இயங்கிக்கொண்டிருந்த என் வாழ்க்கையில் பற்றுக்கோல்களாக உங்க ரெண்டு பேரையும் இறுக்கமா பற்றிக் கிட்டிருந்தேன் ... ஆனாலும் சில பிரத்யேக நிமிஷங்களில் தாங்கமுடியாத ஒரு மன அவசத்துக்கும் பரபரப்புக்கும் நான் ஆளாய்விடுவதுண்டு. அதிலிருந்து மீள கடற்கரை மணலில் இருந்த பூந்துறை ஆசிரமத்துக்கு, ஞாயிற்றுக்கிழமைகள் தோறும் போய், லௌகீகக் கவலைகளைத் துறந்த ஒரு ஆன்மீக வாழ்க்கைக்கு என்னைப் பக்குவப்படுத்த தீவிரமாக முயற்சித்துக் கொண்டிருந்தேன். எப்பவுமே, கண்முன்னால் காணும் நிஜ வாழ்க்கையில் காலூன்றி நிக்கமட்டுமே தெரிஞ்சிருந்த சுபாவ அமைப்புக்கொண்ட எனக்கு, வாழ்க்கையை விட்டுள்ள தட்டுக் களில் சஞ்சரிக்க ரொம்ப சிரமமாகத்தான் இருந்தது. ஆனாலும் கண்முன்னால் காணும் நிஜ வாழ்க்கைக்க கசப்பைக் கொஞ்ச நேரமாவது மறக்க பூந்துறை ஆசிரமம் எனக்குப் பிரயோஜனப் பட்டுக்கொண்டிருந்தது. அப்போதுதான், பத்து ஆண்டுகளுக்கு முந்தி, அதாவது கார்த்தியாயினி நம்மைவிட்டு விலகிப்போய் அஞ்சு ஆண்டுகளுக்குப் பிறகு, நான் பூந்துறை ஆசிரமத்துக்குச் செல்வதுண்டு என்பதை எப்படியோ தெரிந்துகொண்டு ஒரு ஞாயிற்றுக்கிழமையண்ணைக்கு அங்கே காரில் வந்து இறங் கினாள் அவள்.”

“யாரு அம்மாவா?” மாதவிக்குட்டிதான் ஆச்சரியத்தோடு கேட்டாள்.

“ஆமாம் . . . அவள் மட்டும்! அவளைப் பார்க்கவோ, பேசவோ கூடாது என்ற என் கட்டுப்பாடுகூட, என் மனசின் பக்குவமில்லாமையைத்தான் காட்டும் என்ற ஒரு தோரணை யில் எந்தவித மாச்சரியமுமில்லாத மனத் திண்மையை, செயற்கை யாகத்தான் ரொம்ப சிரமப்பட்டு வரவழைச்சுக்கொண்ட ஒரு தோற்றத்தில் பத்மாஸனம் போட்டு உட்கார்ந்துகொண் டிருந்தேன் நான். ஆனாலும் உடம்பு முழுதும் வியர்த்துவிட் டிருந்தது . . .”

சிறிதுநேர மௌனத்திற்குப் பிறகு அவரே தொடர்ந்தார்.

“என் முன்னால் வந்து மணலில் அமர்ந்துகொண்டு என்னையே உற்று நோக்கிக்கொண்டிருந்தாள் அவள். அவள் கண்கள் கலங்குவதை நான் கவனிச்சேன்.

“‘என்ன கார்த்தியாயினி . . . புதிய வாழ்க்கையெல்லாம் சௌக்கரியமா இருக்குதல்லவா?’ண்ணு குரலில் எந்த பாவமும் இல்லாமல் கேட்டேன். அவள் மௌனமாக என்னைப் பார்த்துக் கிட்டிருந்தாள். முன்னால் இருந்ததைவிட வாட்டசாட்டமாகக் காணப்பட்டாள் அவள். விழிகளில் இருந்த சோக பாவம் அதிகரித்துவிட்டிருக்கிறதோண்ணு எனக்கொரு சந்தேகம்.

“‘நான் உங்களிடம் திரும்பி வந்துடட்டுமா?’ண்ணு திடீ ரென்று அவள் என்னிடம் கேட்ட கேள்வி என்னைத் திடுக் கிட வைத்தது. நான் அவளிடம் கேட்ட கேள்விக்கு இதுதான் அவள் பதிலாண்ணு என் மனசு ஆச்சரியப்பட்டது.

“‘ஏன்? அங்கே உனக்கென்ன குறை?’ என்று நான் கேட்டதுக்கு அவள் உடனடியாகப் பதில் சொல்லிவிடவில்லை.

“‘அதை உங்களிடம் சொல்லித்தான் தீரணுமுண்ணால் சொல்லிவிடுகிறேன் . . . ஆனா அது அவசியமா?’ண்ணு கொஞ்சம் கழிஞ்சு அவள் கேட்டபோது, ‘சொல்லேன் . . . நானும் அறிஞ்சிருக்கட்டுமு’ண்ணு நான் சொன்னதும் அவள் மீண்டும் மௌனமானாள்.

“கடல் அலைகள் சோவென்று சப்தித்துக்கொண்டிருந்த நேரம். அந்த ஓசையின் இடையில் அவள் மெல்லிய குரலில் பேசத்தொடங்கினாள்.

“‘அவர் எங்கே போனாலும், அவருக்கு வேலை விஷயம் ஆனாலும் சரி, எஸ்டேட்டோ, வீடோ, வாங்கவோ, விற்கவோ செய்யுற வேலையானாலும் சரி, அவர்கூட நானும் இருக்கணும்

என்பதில் அவருக்கு ஒரே நிர்ப்பந்தம். அதன் காரணம் என்னாண்ணு உங்களுக்குத் தெரியுமே!' என்று அவள் சொன்னபோது, தம்பியின் சுபாவம் ஏற்கெனவே தெரிஞ்சிருந்த நான் 'தெரியாது'ண்ணு சொல்லவில்லை!

"'ஒரு தடவை உங்களிடமிருந்து ஓடிவந்துவிட்ட வாழ்க்கை! இனியும் வாழ்க்கையைச் சிதறடிக்க விட்டுவிடக் கூடாதுண்ணு அவர் வெளியுலக வாழ்க்கைக்கும், வேறு வழியில்லாமெ மௌனச்சாட்சியாகிக்கொண்டிருந்தேன்; பங்காளியாகிக்கிட்டிருந்தேன் ... உம் ... உங்ககூட வாழும்போது உப்புச்சப்பில்லாததுண்ணு வீட்டுக்குள்ளே உள்ள வாழ்க்கை எனக்குக் கசந்தது! ஆனா ... இப்போ அமோகமா எனக்குக் கிடைச்சிருக்கும் வெளியுலக வாழ்க்கையோ ..!' என்றுவிட்டு மௌனமானாள் அவள். பிறகு அவளே சொன்னாள்.

"'அதோடு, அடிக்கடி விருந்துண்ண என்று யார் யாரெல்லாமோ பெரிய மனுஷங்களையெல்லாம் வீட்டுக்கு அழைச்சு வருகிறார் ... ராத்திரி பகல் இல்லாமெ குடிச்சுக் கும்மாளம் போடுவதோடு, அவுங்க முன்னிலையில் வச்சு நானும் குடிக்கணுமுண்ணு வேறு நிர்ப்பந்திக்கிறார் ... பயமுறுத்துகிறார் ... உம் ... வேறு வழியில்லாமெ இப்போ அதையும் அனுசரிக்கத் தொடங்கிவிட்டேன் ...'

"மீண்டும் அவள் சிந்தனையில் ஆழ்ந்துவிட்டாள். 'அதோடு மட்டும் நிற்கவில்லை ... குடிச்சு கும்மாளமிட்டவாறு அவர் சிநேகிதர் ஒருவர் – பெயரை நான் சொல்லவில்லை, இந்த நகரத்தில் பிரபலமான ஒருவர், என்கிட்டெ நடந்துகொண்ட முறை எனக்குச் சரியாகப் படவில்லை ... அவரிடம் சொன்னபோது 'எடீ ... அசடே ... இந்தச் சின்ன விஷயத்தைப்போய் ஏன் இவ்வளவு தூரத்துக்குப் பிரமாதப்படுத்தணும்? அவர் பெண்டாட்டிக்கு அவரைப் போலத்தான் நானும் .. ! அவருக்கு அதில் எந்த ஆட்சேபணையும் கிடையாது ... தெரியுமா ...' என்றுவிட்டு விஷமமாய்ச் சிரித்தார் அவர்.'

"கார்த்தியாயினி மௌனமானாள். அவள் சொல்வதைக் கேட்க எனக்கு ஆச்சரியமாக ஒண்ணும் இருக்கவில்லை.

"'நேற்றைக்கு நடந்ததை உங்ககிட்டெ எப்படி சொல்வதுண்ணுதான் ஆலோசிக்கிறேன் ...'

"'சும்மா சொல்லு கார்த்தியாயினீ ... நீ என்ன சொன்னாலும் நான் ஆச்சரியப்படமாட்டேன் ...'ண்ணு நான் சொன்னதும் மீண்டும் மௌனமானாள் அவள்."

இந்த இடத்தில் அனந்தன் நாயரும் என்னவோ ஒரு சங்கடத்திற்கு உள்ளாகிப் பேச்சை நிறுத்தினார்.

"ஒரு தகப்பன் தன் பிள்ளைகளிடமே, அந்தப் பிள்ளை களுக்க அம்மாவிடமிருந்து அறிஞ்சுகொண்ட அவள் கதையை வெளியிடுவது எவ்வளவு தர்மசங்கடமான காரியமுண்ணு தெரியுமா? எப்படியோ இவ்வளவும் சொல்லிவிட்டேன் . . . ஆனா . . . இனி அவ எங்கிட்டெ சொன்னதை உங்களிடம் சொல்ல என் நாக்கு கூசுது. ஆனாலும் உங்களை அறிவிக்காம லிருப்பது உங்களை வஞ்சிப்பதுபோலாகும் என்பதால், என்னிடம் அவள் வெளியிட்ட உண்மையை அப்படியே உங்களையும் தெரிவிக்கப் போறேன் . . . என்னை மன்னிச்சு விடுங்கள் . . ." என்றுவிட்டு பிரபாகரன் நாயரையும், மாதவிக் குட்டியையும் பார்த்து ஒரு தடவை பெருமூச்செறிந்தார் அனந்தன் நாயர். பிறகு, அவர்கள் முகங்களைப் பார்க்கக் கூச்சப்பட்டுக்கொண்டு, வேறெங்கோ பார்த்தவாறு, எவ்வித உணர்ச்சியும் இல்லாத ஒரு தொனியில் அவர் மேலே தொடர்ந்தார்:

"கொஞ்ச நேரம் கண்ணீர் வடிச்சவாறு இருந்துவிட்டுக் கார்த்தியாயினி சொன்னாள்: 'நேற்றைக்கு ராத்திரி குடி தொடங்கியபோது, வழக்கம் போல் நானும் கலந்துகொள்ள வேண்டிவந்தது. என்னை உற்சாகப்படுத்திக்கொண்டே இருந் தாங்க அவுங்க ரெண்டு பேரும்! எனக்கானா, உங்களைப் பற்றி, நம்ம குழந்தைகளைப் பற்றி, என் புதிய வாழ்க்கையின் வெறுமையைப் பற்றி எல்லாம் எத்தனை எத்தனையோ மன உளைச்சல்கள் . . . அவர் சிநேகிதரின் விபரீதப் போக்கைப் பற்றிய உள்ளக் குடைச்சல் . . . அதனால் நானும் அவுங்களுக்குச் சளைக்காமல் குடிச்சுக்கொண்டிருந்தேன் . . . ராத்திரியில் எப்படியெல்லாம் நான் நடந்துகொண்டேன், என்னவெல்லாம் நடந்தது என்பது ஒண்ணும் எனக்குத் தெளிவாகத் தெரிய வில்லை . . . ஆனா . . . இண்ணைக்குக் காலம்பரெ இருந்தே, கனவில் என்பதைப் போல், திரும்பத் திரும்ப ஒரே ஒரு காட்சி மட்டும் என் பொறிகளை, நாடி நரம்புகளை எல்லாம் சித்திரவதை செய்கிறது. அது வேறொண்ணுமல்ல . . . அவ ருடைய அந்தப் பிரபல சிநேகிதருக்கு என்னை நானே அளித் திருந்தேன் என்பதுதான் அது . . !' என்றுவிட்டுக் கதறியழுதாள் கார்த்தியாயினி."

43

அனந்தன் நாயர் தலை குனிந்தார்.

தன் பிள்ளைகளின் முகத்தை ஏறெடுத்துப் பார்க்கவே அவருக்குக் கூசியது. ஒரு தந்தை, தான் பெற்ற பிள்ளைகளிடம் பேசவேண்டிய பேச்சா இது என்று மீண்டும் மீண்டும் அவர் மனம் அவரைத் துன்புறுத்திக்கொண்டிருந்தது. ஆனாலும் பிரபாகரன் நாயரின் வார்த்தைகளினாலும், அவன் முடிவினாலும் பேரதிர்ச்சிக்கு ஆளாகிக் கொந்தளித்துக் குமுறிக்கொண்டிருந்த அவர் உள்ளத்தில், அவனைத் தன்பால் மனமிரங்க வைக்க, தன்னுடைய இந்த மனம் திறந்த சம்பாஷணை என்ற கடைசி அஸ்திரத்திலாவது முடியாதா என்ற ஒரு நப்பாசை, ஒருவித ஆசுவாசத்தைத் தருவதாக அவருக்கு ஒரு உணர்வு . . .

மீதியையும் சொல்லி முடித்தார் அனந்தன் நாயர்.

"கார்த்தியாயினி சொன்ன செய்தி என்னை ஆச்சரியப்பட வைக்கவில்லை என்பது உண்மைதான்! ஆனால் அது என் மனசை மிகவும் சங்கடப்படுத்தியது. என்னதான் ஆனாலும் தன் பெண்மையை எனக்குத் தந்து என்னோடு குடும்பம் நடத்தியவள், எனக்கு ரெண்டு பிள்ளைகளைப் பெற்றுத்தந்தவள் . . . ஆனால் அவளை எப்படி என்னால் காப்பாற்ற முடியும்? விக்கிரமன் தம்பியுமாக மோதிக்கொள்ளத் தைரியமில்லாமல், அவளையே இழந்துவிட்ட என்னால், இப்போ அவர் பதிவுத்திருமணம் செய்துகொண்ட அவர் சொந்த மனைவிக்க வாழ்க்கையில் எப்படித் தலையிட முடியும்? தவிர, இன்னொரு தாம்பத்திய வாழ்க்கை என்பதைக் கற்பனை பண்ணிப் பார்க்க முடியாத அளவுக்கு, அந்தத் துறையிலிருந்து பலவிதத்திலும் எவ்வளவோ தூரம் விலகி வந்துவிட்டவன் நான். எனவே, 'கார்த்தியாயினீ . . . உரலில் தலையைக் கொடுத்துவிட்டால் பிறகு உலக்கைக்குப்

பயப்பட்டால் முடியுமா? நாய் வேஷம் போட்டால் குரைச்சு தானே ஆகணும் ... ஹை சொஸைட்டி வாழ்க்கை பழக்கப்பட்டுப் போனால், இதொண்ணும் உனக்கு பிரமாதமாகத் தோணாது ... போகப்போக இதெல்லாம் சரியாகிவிடும் .. ! என்னை நீ சந்திப்பது இதுவே முதல் தடவையாகவும் கடைசித் தடவை யாகவும் இருக்கட்டும் ... அதைத் தம்பி அறிஞ்சால், அதுவே உன் வாழ்க்கைக்குப் பெரிய இடைஞ்சலாக முடியும். போன தெல்லாம் போகட்டும். எந்த நரகமானாலும் சரி, இனியாவது ஒரே நிலையில் இந்த ஜென்மத்தை வாழ்ந்து தீர்த்து விடு ...' என்றெல்லாம் தேறுதல் கூறி அவளை நான் திருப்பி அனுப்பி வச்சேன் ...” என்று முடித்தார் அனந்தன் நாயர்.

மாதவிக்குட்டியின் முகம் மிகவும் கலவரப்பட்டுக் காணப் பட்டது. பிரபாகரன் நாயரின் முகம் எந்த பாவத்தையும் வெளிக்காட்டாமல் அழுத்தமாக இருந்தது.

சிறிதுநேர மௌனத்திற்குப் பிறகு, “அப்பா விக்கிரமன் தம்பியுமாக உள்ள, இப்போதைய, நீங்க சொன்ன அம்மாவின் கொடுமையான வாழ்க்கை, உங்கள் கூட வாழ்க்கையில் நீங்க அவுங்களைக் கஷ்டப்படுத்தியதை இல்லையுண்ணு ஆக்கிவிடுமா? நீங்க அப்படி எண்ணுவதாக எனக்குப் படுது ...” என்ற பிரபா கரன் நாயர் சொன்னபோது, அதுக்கு என்ன பதில் சொல்வது என்று தெரியாமல் அனந்தன் நாயர் குழம்பினார்.

“மேலும் அம்மாக்க இப்போ உள்ள அந்த நீச வாழ்க்கையைப் பற்றி உங்க வாயாலையே கேட்டப்போ, வீடும் குடும்பமுமா காலம் கழிச்சுக்கிட்டிருந்த ஒரு யோக்கியமான ஸ்த்ரீயைப் பகைச்சு வெளியே இறங்கச் செய்து இவ்வளவு தூரத்துக்கு மலிவாகிவிட முதல் காரணமாயிருந்த உங்கமீது எனக்கு இன்னும் இன்னும் ஆத்திரம் வருதே தவிர, அம்மாக்கமேல் துளிகூட எனக்கு வெறுப்புத் தோணவில்லை ... மாறாக அவுங்களுக்காக என் இதயம் அழுது அரற்றுகிறது!”

சற்று நிறுத்திவிட்டு அவனே சொன்னான்:

“தவிர அப்போ அம்மாவைத் தீரமாக ஏற்றுக்கொண்டு, அண்ணைக்கு வரையுள்ள உங்க கோழைத்தனத்துக்கு நீங்க பிராயச்சித்தம் செய்திருக்கணும் ... அதைச் செய்யவும் நீங்க தவறிவிட்டீங்க ...”

தன்கூட எந்தவித சமரசத்திற்கும் தயாரில்லை என்ற பாணியில், தன்னை, தான் உபயோகித்த அந்தக் கடைசி அஸ்திரத்தாலேயே இவன் எய்து வீழ்த்திக்கொண்டிருக்கிறான் என்பதைக் கண்டபோது, அனந்தன் நாயர் நிலைகுலைந்து போனார்.

இனி இவனிடம் என்னதான், எப்படித்தான் வாதிட்டாலும் எந்தப் பிரயோஜனமும் வரப்போவதில்லை என்ற பேரிழப்பின் தொனியில், “சரி ... சரி ... நேரம் ரொம்ப ஆயிட்டது ... போய்த் தூங்குங்கள் ...” என்று சடக்கென்று சொல்லிப் பேச்சைத் துண்டித்துவிட்டார் அவர். அவர் அப்படிச் சொல்லவேண்டிய தாமதம், ஒன்றுமே நடக்காததுபோல், பிரபாகரன் நாயர் எழுந்து அவன் அறைக்குச் சென்றுவிட்டான்.

அவருக்குப் படுக்கையை உதறிப் பெஞ்சியில் விரித்துவிட்டு, “அப்பா ... மணி ரெண்டுக்கும் மேலிருக்கும் ... அப்படி இப்படீண்ணெல்லாம் நினைச்சு மனசைப் போட்டுக் குழப்பிக் கொள்ளாதீங்க ... ஹும் ... எல்லாத்துக்கும் அந்தக் கடவுள் இருக்கார் ...” என்று ஆறுதலாகக் கூறி, அவருக்குக் குடிக்கக் கண்ணாடிக் கூஜாவில் தண்ணீரும் எடுத்து வைத்தாள் மாதவிக் குட்டி.

“லைட்டை அணைச்சுவிட்டு நீ போய் உறங்கு மோளே ...” என்று அவளுக்கு விடை கொடுத்தார் அவர்.

அவரை ஒரு தடவை ஏற இறங்கப் பார்த்தாள் மாதவிக் குட்டி. அவள் விழிகள் நிறைவது தெரிகிறது. சடக்கென்று முகம் திரும்பி, அந்த அறை மின்சார விளக்கின் ஸ்விட்சை அணைத்துவிட்டு, கதவைச் சாத்தியவாறு, வீட்டினுள் சென்றுவிட்டாள் அவள்.

மெல்ல எழுந்துபோய், ‘ஸ்ரீ பத்மநாபா ...’ என்று கூறியவாறு படுக்கையில் சாய்ந்தார் அனந்தன் நாயர்.

பூமுகத்தில் கன்னங்கரிய இருள் மண்டிக்கிடக்கிறது.

அதோடு பெரிய புயலுக்குப்பின் தன்னந்தனிமையில் விடப்பட்ட நிலைமை ...

வெளியே மரங்களின் உச்சியில் சலசலவென்று காற்று வீசிக்கொண்டிருக்கிறது.

படுக்கையில் கிடந்தவாறே, பூமுக அரைமதிலின் மீது தெரியும் வானைப் பார்த்தார் அவர். பெயருக்குக்கூட ஒரு நட்சத்திரமும் இல்லாத இருண்ட, சூன்யமான, ஆனால் பரந்த வானம் ...

ஒருவேளை, மழை பெய்யப்போகிறதோ ..?

அவர் பாராட்டாதிருந்தும், இத்தனை நேரமாய் அவர் நெஞ்சுக்குள் கடுமையாய்த் தெறித்துக்கொண்டிருந்த வேதனை, இப்போது முழுமூச்சாய்த் தன் கைவரிசையைக் காட்டத் தொடங்குகிறது ...

அதோடு அவர் உணர்வுகள் எல்லாம் அதன் உச்சக் கோடியில் விழித்துக்கொள்கின்றன . . .

தான் எதிர்பார்த்திருந்தவைகள் எல்லாம் முடிந்து போய்விட்டன . . .

இந்தக் கொடுமையான மன வேதனைகள், உடல் வலிகள் யாவுமே எந்த அபூர்வமான முகூர்த்தத்தில் முற்றுப்பெற்று விடுமென்று, தான் பேராசைப்பட்டுப் பல்லைக் கடித்துக் கொண்டு, இத்தனை காலமாய் அவைகளை எல்லாம் அனுப வித்துக்கொண்டிருந்தோமோ, அந்த அபூர்வ முகூர்த்தம் அப்படி யாக, கனத்த கால் சுவடுகளுடன் வந்து, இனியுள்ள தன் மிச்ச ஆயுள் முழுவதையுமே, சித்திரவதைப்பட்டு, அணுஅணு வாய்த் தன்னைக் கொல்லாமல் கொல்லும் ஒரு புயல் காற்றாய், தன்னை அடியோடு கலக்கி மறித்தவாறு பயங்கரமாய்ச் சீறிச் சுழன்று வீசிவிட்டது.

பன்மடங்கு கூடிவிட்ட அந்த வேதனைகளில் இருந்து இனி தனக்கு விமுக்தி மார்க்கம் ஏது?

உணர்வும் உறக்கமும் இல்லாத ஒரு மயக்க நிலைமை . . . ஆனால் நாற்பத்தெட்டு மணி நேரத்திற்குமுன் – முந்தா நாள் பழவங்காடிப் பிள்ளையார் கோவிலின்முன், தான் நின்று கொண்டிருந்த அந்தப் புனிதமான பிரம்மமுகூர்த்தம் இன்றும் தொடங்கிவிட்ட மங்கலமான பொழுது என்று மட்டும் அவருக்கு ஒரு மங்கிய உணர்வு . . .

ஒரு சூறாவளியைப் போல், திடீரென்று இருமல் அவரைப் பிய்த்து வாங்கத் தொடங்கிவிட்டது . . .

அவருக்கு மேல்மூச்சு கீழ்மூச்சு வாங்கியது . . .

உடம்பு முழுதும் வியர்வை ஆறு . . .

இப்போது அவருக்குத் தன் நெஞ்சின் இடப்புறத்தில், சுள்ளென்று குத்திக் கிழிக்கும் அந்த வேதனை நன்றாகத் தெரிகிறது . . .

அதோடு தொண்டையில் ஒரு வறட்சி . . . பயங்கரமான, கொடூரமான ஒரு தாகம் வேறு . . .

தட்டுத் தடுமாறி எழுந்து, தண்ணீர் கூஜா இருந்த மேஜையை நோக்கி ஓரிரு அடிகள் எடுத்துவைத்ததுதான் அவருக்குத் தெரியும் . . . ஆனால் . . . சடக்கென்று உள்ளத்தை இத்தனை காலமாய் வாளாய் அறுத்துக் கிழித்துக்கொண்டிருந்த வேதனைகள் அனைத்தும் மாயமாய் மறைந்துவிட்டதைப் போன்ற ஒரு அதிசயம் மட்டும் அவருக்குப் புலப்படுகிறது . . .

வழக்குச் சொற்கள்

அக்னி பர்வதம்	–	எரிமலை
அங்ஙத்தெ	–	யசமான்
அச்சன்	–	அப்பா
அச்சி	–	மனைவி வீட்டில் போய் வாழ் கிறவன்
அசேஷமில்லை	–	ஒன்றுமில்லை
அடுப்பம்	–	நெருக்கம்
அண்ணான்	–	அணில்
அத்தாழம்	–	ராச்சாப்பாடு
அதே	–	ஆமாம்
அநியத்தீ	–	தங்கச்சி
அநியன்	–	தம்பி
அம்பலம்	–	கோவில்
அம்மாவன்	–	மாமா
அம்மாவி	–	அத்தை
அம்மூம்ம	–	பாட்டி
அயித்தம்	–	தீண்டாமை
அனிஷ்ட	–	அபாய
அக்ஷரம் பிரதி	–	எழுத்துக்கு எழுத்து

ஆறாட	–	நீராட
இரி	–	உட்காரு
இஷ்டன்மார்கள்	–	நண்பர்கள்
உண்ணி	–	சிறுவன்
ஊட்டுப்புரை வார்ப்புக்கள்	–	கோவிலுக்குள் பந்திச் சாப்பாடு நடக்கும் இடத்துப் பெரிய பெரிய பாத்திரங்கள்
எம்பரான் அல்பம் கட்டு புஜிச்சால் அம்பல வாஸிகளொக்கெ கக்கும் வார்கள்	–	மேற்பார்வையாளன் கொஞ்சம் திருடிச் சாப்பிட்டால் கீழ் ஊழியர்கள் அனைத்தையும் திருடு
எழுத்து	–	கடிதம்
எழுன்னள்ளத்து	–	எழுந்தருளுதல்
ஏச்சு	–	சேர்த்து
ஏலா	–	வயல்
ஒப்பித்து	–	தப்பாமல்
ஒழிவதற்கு	–	தீர்ப்பதற்கு
கசவு	–	ஜரிகை
கடலைப் பிரதமன்	–	கடலைப் பாயாசம்
கண்ணில் சோர இல்லமெ	–	கண்ணில் இரத்தம் இல்லாமல் (ஈவிரக்கமின்றி)
கண்ணியாக	–	சங்கிலித் தொடராக
கண்ணிலுண்ணி	–	கண்மணி
கதிர் மண்டபம்	–	மணமேடை
கரள்	–	கல்லீரல்
கரைந்தது	–	கத்தியது
கரையோகம்	–	நாயர் சமுதாயச் சங்க உள்ளூர்க் கிளை
கர்க்கடக வாவு	–	ஆடி அமாவாசை
கஷண்டி	–	வழுக்கை

கிரந்தசாலை	–	நூல்நிலையம்
கீழ் சாந்தி	–	இளைய பூஜாரி
குஞ்ஞு	–	குழந்தை
குழம்பு	–	பொறாமை
குஞ்ஞும்ம	–	சித்தி
குணதோஷிக்கணம்	–	உபதேசிக்கணும்
குறச்சல்	–	வெட்கம்
கூட்டம்	–	இனம்
கெட்டியவள்	–	மனைவி
கைக்கூலி	–	லஞ்சம்
கைலி	–	லுங்கி
கைமடக்கு	–	லஞ்சம்
கைவண்டி	–	தள்ளு வண்டி
கொச்சு	–	சின்ன
கொச்சுமோள்	–	சின்ன மகள்
கொடவண்டி	–	தொப்பை
கொழ	–	இலை
கோதம்பு	–	கோதுமை
சங்கு	–	கழுத்து
சக்கக்குரு	–	பலாக்கொட்டை
சக்கரம்	–	ஒரு நாணயத்தின் பெயர் (28 சக்கரம் – 1 ரூபாய்)
சர்க்கரை	–	வெல்லம்
சம்பந்தம்	–	கல்யாணம்
சாரமில்லே	–	பரவாயில்லை
சறுக்கி	–	வழுக்கி
சீவேலி	–	பிராகாரம்
சுழலி	–	காக்கா வலிப்பு

சுஷ்காந்தி	–	சுறுசுறுப்பு
செருப்பக்காரன்	–	இளைஞன்
செறுப்பக்காரி	–	யுவதி
சேட்டன்	–	அண்ணன்
தத்து	–	சுவீகாரம்
தறவாட்டுக் காரணவர்	–	குடும்பத் தலைவர்
தல்லாள்	–	தரகன்
தாமசம்	–	வாசம்
திரிசந்தி நேரம்	–	மூவந்தி நேரம்
திரை	–	அலை
தூப்புக்காரி	–	தரைபெருக்குகிறவள்
நாடு நீங்கையில்	–	காலமாகும் போது
நிறைபறை	–	நெல் நிறைத்த படி
நினக்கு	–	உனக்கு
நீர்க்கோலி	–	நீர்ப்பாம்பு
நேரியது	–	மேல் தூண்டு
பஞ்சாரை	–	சர்க்கரை
பட்டறை	–	கல்லா
பட்டி	–	நாய்
பட்டர்	–	பிராமணர்
படிஞாறு	–	மேற்கு
பதிவில்லாமெ	–	வழக்கமில்லாமல்
பரஸியமான	–	பகிரங்கரமான
பலி	–	சிரார்த்தம்
பள்ளிக்கெட்டு	–	ராஜகுடும்பத் திருமணம்
பிடவிட	–	புடவை கொடுத்து விவாகம்
பிரியப்பட்ட நாட்டுகாரே	–	பிரியமான பொது மக்களே
பிரதமன்	–	பாயசம்

பிரமாணி	–	பிரபலஸ்தர்
பிராஸம்	–	மோனை
புஷ்பம்போல்	–	எளிதில்
பூமுகம்	–	வராந்தா
போஞ்ச கொள்ளி புறத்தே	–	புகையும் கொள்ளி வெளியில்
மக்கள்	–	குழந்தைகள்
மடம்	–	பிராமணர்கள் வசிக்கும் வீடு
மண்டிப் பொண்	–	அசட்டுப் பொண்
மரச்சீனி	–	மரவள்ளிக் கிழங்கு
மாவேலி நாடு வாணிடும் காலம், மானுஷரெல்லாம் ஒன்னுபோலே கள்ளமும் இல்ல, சதியும் இல்லா . . .	–	மகாபலி நாடாண்டிருந்த காலத்தில் மனிதர்கள் எல்லோரும் சமம். பொய்யும் இல்லை, புரட்டும் இல்லை.
மிடுமிடுக்கி	–	சமர்த்துப் பெண்
மிஸ்ர விவாகச் சங்கம்	–	கலப்புத் திருமணச் சங்கம்
முடங்காமல்	–	தவறாமல்
முறுக்கிவிட்டு	–	வெற்றிலைப் பாக்கு போட்டுவிட்டு
மேத்தன்	–	முஸ்லிம்
மேல் சாந்தி	–	மேல் பூஜாரி
மொழச்சு	–	முழைத்து
விருத்தி கெட்டத்தனம்	–	அசிங்கத்தனம்
விளிக்கிறார்	–	கூப்பிடுகிறார்
விஸ்தரிச்சு	–	நன்றாக
ரட்சகர்த்தா	–	கார்டியன்
ராவிலெ	–	அதிகாலையில்
வஞ்சி	–	தோணி
வள்ளம்	–	படகு
வள்ளி	–	கொடி

வாசகம் அடிப்பது	–	வம்பளப்பது
வாலியக்காரி	–	வேலைக்காரி
றாஞ்சிக்கிட்டு	–	கவ்விக்கிட்டு
ஸம்பாரம்	–	உப்பு, காரம் சேர்த்த மோர்
ஸுட்சிக்கணும்	–	கவனிக்கணும்
ஸ்ரீ கோவில்	–	கர்ப்பக் கிருகம்